đốt lửa. soi rừng

đốt lửa. soi rừng

Triều Hoa Đại phỏng vấn

Bìa: Uyên Nguyên Trần Triết

Tranh bìa: HS Đinh Trường Chinh

Phụ bản: HS Nghiêu Đề

Dàn trang & Đọc bản thảo: Đỗ Huỳnh Đăng Ngọc

Nhà xuất bản Nhân Ảnh

ISBN: 979-8-8689-7416-8

TRIỀU HOA ĐẠI phỏng vấn

đốt lửa. soi rừng

Nhân Ảnh
2023

Tặng Phạm Thị Tiến/ Tiến Đỗ

MỤC LỤC

MỞ

Sau hai cuốn: **Lên Rừng Đếm Lá** và **Trăm Cây Nghìn Cành** chúng tôi rất vui mừng lại được gửi đến quý độc giả và văn hữu cuốn thứ ba mang tên: **ĐỐT LỬA. SOI RỪNG** - với cuốn sách này qua sự hưởng ứng của 15 văn hữu đương đại với tiếng tăm của họ đã quá đủ để nói lên giá trị văn chương, nghệ thuật cả một đời người đã đến với và ở cùng với chữ, nghĩa.

Trở lại với cuốn sách mục đích vẫn chỉ là truy tìm thêm những điều "bí mật" ở đằng sau những người mà bấy lâu nay vẫn thường gọi là: Văn nghệ sĩ. Chúng ta tìm đến họ, mày mò, quan sát để xem có gì khác biệt với đời thường, tìm cách tiếp cận để may ra một phút giây "yếu lòng" nào đó họ sẽ "bật mí" những điều mà từ lâu chúng ta cứ mãi "canh cánh" bên lòng, mong ngóng để biết những "thâm cung bí sử". Chúng ta chờ đợi giây phút trải lòng mà cũng có thể gọi như mọi người thường nói: "Nhà văn ở phút nói thật".

Vậy thì PHỎNG VẤN nếu được coi là những "rình mò", những "ẩn nấp" để "moi" ra những sơ hở của "kẻ thù" thì hẳn rằng ít nhiều cũng giúp được phần nào giải toả "théc méc" của một số người về văn nghệ sĩ họ đã sống ra sao, làm việc như thế nào có gì khác với đời thường?

Nếu trong chúng ta có một ai đã nói rằng: Viết là để diễn tả một cái gì, làm sáng toả và chiếu rọi cũng như soi sáng bằng ngôn ngữ thì cũng có nhiều người cho rằng phỏng vấn là một nghệ thuật của ”rình mò”, “ẩn núp” để tìm những hóm hỉnh pha trộn ít nhiều cái ma quái, đùa nghịch của người thực hiện nhằm vào người sáng tác từ đó khai thác những góc khuất, những khía cạnh sâu khuất mà lắm khi những nhà văn ấy, những hoạ sĩ kia, những nhà nghiên cứu, phê bình văn học nọ họ đã quên hoặc cố tình quên mà “LỜ” đi không “KHAI BÁO” cùng với người đọc.

Nhìn về một khía cạnh khác: phỏng vấn văn học còn có một ý nghĩa giúp tăng thêm chất xúc tác và cường độ qua nghệ thuật của cuộc “chơi” chữ nghĩa ở đó khi người viết đã đặt hết niềm tin vào người đọc thì chính là giờ phút mà họ đã: ”NÓI THẬT, những giây phút CẠN LÒNG”.

Ở cuốn sách trước đây: **Lên Rừng Đếm Lá** (Văn Mới xuất bản và phát hành 2005) hẳn quý vị đã chứng nhận những thật lòng khai báo ấy từ những: Hoàng Nga, Hoàng Thị Bích Ti, Hồ Minh Dũng, Lâm Chương, Lê Minh Hà, Luân Hoán, Miêng, Nguyễn Chí Thiệp, Nguyễn Trọng Khôi, Nguyễn Trung Hối, Nguyễn Xuân Thiệp, Phan Ni Tấn, Phan Xuân Sinh, Song Hồ, Trần Doãn Nho, Trần Nghi Hoàng, Trúc Chi thì ở cuốn tiếp theo: **Trăm Cây Nghìn Cành** (Văn Học Mới xuất bản & Amazon phát hành 2020) vẫn là những văn nghệ sĩ mà tên tuổi đã được “cầu chứng tại toà” đủ nói lên tấm lòng của họ qua những sáng tác mà quý vị đã từng biết đến: Hà Nguyên Du, Hoàng Xuân Sơn, Hoàng Chính, Hoài Ziang Duy, Hồ Đình Nghiêm, Lê Vĩnh Tài, Ngyễn Vy Khanh, Nguyễn Thị Khánh Minh, Nguyễn Hàn Chung, Phạm Ngũ Yên, Phan Thị Trọng Tuyến, Phùng Nguyễn, Song Thao, Vũ Hoàng Thư.

Cuốn thứ ba (03) này được sự góp tay từ các nhà văn, nhà thơ, những nhà biên khảo và phê bình văn học cũng như hoạ sĩ, nhạc sĩ, ca sĩ đã cùng với chúng tôi góp sức tạo thành: Lê Chiều Giang, Phạm Hiền Mây, Vương Trùng Dương, Lê Giang Trần, Đinh Phụng Tiến, Ngự Thuyết, Huỳnh Thị Quỳnh Nga, Thu Vàng, Nguyễn

Văn Sâm, Đỗ Trường, Phạm Cao Hoàng, Lưu Diệu Vân, Phan Ni Tấn, Đinh Trường Chinh, Đoàn Nhã Văn.

Với 46 văn nghệ sĩ thời danh ở trong ba cuốn sách kể trên thiết nghĩ quý vị và chúng tôi đã đi qua biết bao những chặng đường xa, khó chẳng qua cũng chỉ vì một tấm lòng: Yêu chuộng văn chương chữ nghĩa mà thôi.

Không gì là tất cả, chẳng có gì là vĩnh cửu ở cõi tạm này chúng tôi ngậm ngùi đau xót phải nói lời chia xa các văn hữu: SONG HỒ, PHÙNG NGUYỄN, HOÀI ZIANG DUY, NGUYỄN TRUNG HỐI những người đã rời bỏ chúng ta để đi đến một vùng đất mới. Xin nguyện cầu quý văn hữu mau chóng tìm về nơi AN LẠC.

Về phần mình (người thực hiện cuốn sách này) xin gửi lời trân trọng biết ơn quý văn hữu, quý độc giả đã khích lệ tiếp cho ngọn lửa bập bùng cháy sáng để có thể đi khắp đoạn đường xa, khó. Mặc dầu đã cố gắng nhưng những sai, sót vẫn không tránh khỏi nên rất mong được sự lượng thứ và bao dung.

Sau chót, chân thành cám ơn nhà thơ Lê Hân người chăm sóc và điều hành nhà xuất bản Nhân Ảnh đã giúp sức để hoàn thành: **Đốt Lửa. Soi Rừng**

Tranh HS Nghiêu Đề

TRIỀU HOA ĐẠI & ĐINH PHỤNG TIẾN
NHỮNG NĂM XẺ (CHẺ) GỖ TRÊN NGÀN

Đinh Phụng Tiến, sinh năm 1940 tại Nam Định. Thời kỳ tản cư, có vài ba năm sống ở Phát Diệm, Ninh Bình.

1949 ở Hải Phòng và một thời gian ngắn ở Hà Nội. Rồi cùng với cha mẹ di cư vào miền nam Việt Nam năm 1954.

1963, nhập ngũ, xuất thân từ trường Sĩ quan Trừ bị Thủ Đức. Phục vụ tại quận Kiến Đức, tỉnh Quảng Đức với chức vụ Phụ tá Quận trưởng.

1966, thuyên chuyển về Bộ Tư Lệnh Quân Đoàn II vùng 2 Chiến Thuật, làm việc tại Phòng Báo Chí thuộc Khối CTCT Quân Đoàn.

1967, giải ngũ sau 4 năm rưỡi phục vụ trong quân đội.

Khoá 16 Sĩ Quan Trừ Bị Thủ Đức là trường hợp duy

nhất cho phép giải ngũ những quân nhân đáo hạn nghĩa vụ quân sự, nếu có đơn xin.

1967, sau khi giải ngũ, làm việc tại Việt Nam Thông Tấn Xã với vị trí là phóng viên tại đây.

1968, trong dịp hưu chiến Tết Mậu Thân, gần hết các tỉnh thành tại nam Việt Nam đã bị Cộng quân tấn công. Chính quyền VNCH ban hành lệnh tổng động viên.

1968: Trở lại quân ngũ. Sau đó, được biệt phái trở lại cơ quan cũ và phục vụ tại Việt Nam Thông Tấn Xã đến ngày 30 tháng 4 năm 1975.

1975: Từ Việt Nam Thông Tấn Xã đi "học tập"... đến đầu năm 1984, qua nhiều trại giam từ nam đến bắc Việt Nam.

1992: Định cư tại California, Hoa Kỳ trong chương trình HO.

Tại California, đã cộng tác với Nhật báo Người Việt, tạp chí Thế Kỷ 21, tạp chí Văn.

Tổng Thư Ký tuần báo Đất Việt từ năm 2000 đến 2006. Hiện cùng với gia đình cư ngụ tại Orange County, California, Hoa Kỳ.

Triều Hoa Đại: *Đinh Phụng Tiến là một trong số rất hiếm hoi nhà văn thuộc nhóm Trình Bày, một nhóm mà trước đây được coi là "phản chiến" còn ở lại với chúng ta mặc dù cuộc đời xô đẩy, lao xao thác ghềnh với trên dưới mười năm "xẻ (chẻ) gỗ trên ngàn".*

Năm 1967 nhà Trình Bày đã in cho ông cuốn truyện đầu tay "Hòn Bi" mà theo như thi sĩ quá cố Nguyên Sa thì: "...được coi là một tác phẩm có giá trị trong văn học Việt Nam thời kỳ trước 1975", và theo nhà báo Vũ Ánh nhận xét thì văn phong của Đinh Phụng Tiến: "Những tác phẩm của anh đều là những tác phẩm dễ đọc, vì lời lẽ chân thật, không gọt giũa quá đáng, giản dị và không làm dáng chữ nghĩa".

Như đã viết ở trên, Hòn Bi được trình làng vào năm 1967 và rồi bẵng đi một thời gian đằng đẵng gấp hai lần truân chuyên lầu đỏ, lầu xanh của Thuý Kiều, ba mươi năm sau 1997 "Trên Đôi Cánh Hạc" của ông ra mắt đọc giả và bằng hữu thân quen. Chúng tôi quen biết nhau từ cái thuở cùng chung một mầu áo ở nơi được mệnh danh là: "Gió núi mưa mùa", một nơi mà: "đi dăm phút đã về chốn cũ", chiến tranh đã mang chúng tôi đến gần với nhau và cũng chiến tranh đã cắt chia chúng tôi mỗi người một ngả, vật đổi sao dời, tan tác rình rập thế rồi ông cũng như bao nhiêu quân, cán chính "nhủ" nhau lên rừng xẻ (chẻ) gỗ, thôi thì mỗi người đều có một cái số, cái quần xì líp còn có số nữa là... người đời thường tặc lưỡi mà nói vậy.

Mừng ông sau nhiều năm được "đảng và nhà nước" cho đi học học tập miễn phí ở một trường đại học lớn nhất trần gian may mà còn sống sót trở về để hai ta lại có dịp chuyện trò sau những tháng năm xa cách.

Để gợi lại một chút với đọc giả về ông tôi nghĩ không gì hơn là xin ông tự giới thiệu một chút về mình.

Đinh Phụng Tiến: Tôi có quê quán tại Nam Định, sinh năm 1940 thuở nhỏ có vài ba năm sống ở Phát Diệm, là thời kỳ "tản cư" đến năm 1949 thì ở Hải Phòng và một thời gian ngắn ở Hà Nội rồi cùng với cha mẹ di cư vào miền nam Việt Nam năm 1954.

Năm 1963 nhập ngũ, xuất thân từ trường Sĩ quan Trừ bị Thủ Đức, phục vụ tại quận Kiến Đức, tỉnh Quảng Đức với chức vụ Phụ tá Quận trưởng. Năm 1966, thuyên chuyển về Bộ Tư Lệnh Quân Đoàn II vùng 2 Chiến Thuật, làm việc tại Phòng Báo Chí thuộc Khối CTCT Quân Đoàn. Cuối năm 1967, giải ngũ sau 4 năm rưỡi phục vụ trong quân đội. Ở đây cũng xin nói thêm là, có lẽ từ 1954 về sau, chỉ riêng khoá 16 Sĩ Quan Trừ Bị Thủ Đức mới có một biệt lệ cho phép giải ngũ những quân nhân đáo hạn nghĩa vụ quân sự, nếu có đơn xin. Sau khi giải ngũ, tôi về làm việc tại Việt Nam Thông Tấn Xã với vị trí là phóng viên tại đây. Năm 1968, trong dịp hưu chiến Tết Mậu Thân, gần hết các tỉnh thành tại nam Việt Nam đã bị cộng quân tấn công, chính quyền VNCH ban hành lệnh tổng động viên tôi trở lại quân ngũ trong dịp này. Sau đó, được biệt phái trở lại cơ quan cũ và tôi phục vụ tại Việt Nam Thông Tấn Xã đến ngày 30 tháng 4 năm 1975.

Từ đây, tôi đi "học tập"... đến đầu năm 1984, qua nhiều trại giam từ nam đến bắc Việt Nam tôi được thả ra khỏi trại giam từ miền bắc Việt Nam. Dịp này, tôi lại "được" ở thêm ít ngày tại nhà giam Hoả Lò, Hà Nội. Lý do vì hôm ấy, một chiều cuối đông, chuyến tầu hoả bắc-nam bị kẹt không đến được ga Hàng Cỏ. Cán bộ quản giáo, người dẫn đường chúng tôi từ trại tù Vĩnh Phú đến ga Hàng Cỏ, nói các khách sạn trong thành phố đều đã... không còn chỗ, cho nên dù đã có lệnh "Tạm Tha" nhưng chúng tôi cũng vẫn phải vào "nghỉ đỡ" ở nhà giam Hoả Lò. Người cán bộ dẫn đường ấy nói "khách sạn không còn chỗ", tôi biết, chỉ là một thói quen nói dối của ông ta mà thôi.

Sau khi ra khỏi trại giam, với lệnh "Tạm Tha", tôi còn ở lại với chế độ mới tới năm 1992 thì qua Mỹ và định cư ở đây, California, cho đến nay.

Thđại: *Cám ơn nhà văn Đinh Phụng Tiến.*

ĐPT: Không có gì anh.

Thđại: *Chuyện đã theo nước mà qua cầu từ rất lâu ấy vậy mà nhiều đọc giả sau này có nhắn bảo với tôi là: Nếu như có dịp được cùng anh chuyện trò thì hãy thử hỏi xem nhà xuất bản Trình Bày lúc bấy giờ có xu hướng "phản chiến", chống chiến tranh, anh là một trong số nhà văn trong nhóm ấy nhưng có lẽ anh đã "lội ngược dòng" với nhóm bởi vì qua hai tác phẩm: Hòn Bi (1967) và Cơn Lốc (1969) đã chứng minh điều ấy vậy thì sự "chung sống" giữa anh và những người trong nhóm thuận buồm, xuôi gió ra sao?*

ĐPT: Thưa anh, tôi không "lội ngược dòng", tôi và những người cùng thời đều chống chiến tranh chúng tôi thèm khát hoà bình, thèm khát cuộc sống yên ổn mà mình đã có tại miền nam Việt Nam. nhưng cuộc sống yên bình ấy trở nên bất ổn vì đâu... cho nên, việc "chung sống" như anh nói, không có gì là không "thuận buồm, xuôi gió". Nhưng, vâng đúng vậy, vẫn có điều khác biệt giữa những người cùng chống chiến tranh...

Ấy là có xu hướng chống chiến tranh ở một phía, ấy là có xu hướng chống chiến tranh chỉ ở miền nam đó là cách "trói tay" người lính miền nam chỉ tự vệ khi bị xô đẩy vào cuộc chiến huynh đệ tương tàn, một số người trong nhóm này có xu hướng ấy.

Trong khi ấy cũng có xu hướng chống chiến tranh trên mọi phần đất nước, kể cả nam và bắc Việt Nam đó là cách phản đối cả cuộc chiến mà, sau này cho thấy là vô nghĩa, ngay sau khi những người cộng sản trở thành "bên thắng cuộc".

Thđại: *Anh có thể nói rõ hơn một chút được không chẳng hạn như anh viết "Hòn Bi" trong hoàn cảnh nào, và vì sao?*

ĐPT: Xuất phát từ những kinh nghiệm thực tế, tôi viết "Hòn Bi" khi tôi đang làm việc tại quận Kiến Đức, tỉnh Quảng Đức, Kiến Đức là một quận rất nhỏ, trong một tỉnh nhỏ mới lập do nhu cầu chiến thuật của chính quyền VNCH thời bấy giờ.

"Hòn Bi" được kể lại với không gian và thời gian ấy đồng thời cũng có phần nào chuyên chở ý kiến chủ quan của người viết về cuộc chiến diễn ra trên đất nước.

Lúc ấy, tôi còn rất trẻ biết rằng khi tôi sinh ra thì chiến tranh trên nước Việt Nam đã có rồi khi có trí khôn, trong họ hàng bên nội cũng như bên ngoại có người đi theo Việt Minh, có người đi theo Quốc Dân Đảng, có người theo đảng phái khác... đều với ước nguyện giải phóng dân tộc khỏi ách cai trị của thực dân. Về sau, lại có người từ bỏ hàng ngũ Việt Minh để... chống lại Việt Minh vì Việt Minh là cộng sản. Cũng có người còn tin vào chủ nghĩa cộng sản, tiếp tục theo cộng sản đến hết cả cuộc đời, với tâm niệm xây dựng cho bằng được một xã hội công bằng và tự do.

Đây là một bi kịch của đất nước, cũng là một bi kịch trong gia đình, dòng họ.

Thời trẻ, nhận thức của tôi khá đơn giản thấy những ông chú, ông cậu trong dòng họ có người theo phe này, phái nọ rình rập hãm hại lẫn nhau còn hơn kẻ thù, có người bỏ xứ di cư vào miền nam "tìm tự do" có người ở lại miền bắc để "xây dựng chủ nghĩa xã hội".

Tôi theo cha mẹ vào nam, lớn lên thành người lính của miền nam, một vài người anh em trong họ ở lại miền bắc lớn lên thành người lính của miền bắc; anh em chúng tôi đánh nhau người bên này cầm súng M16, người bên kia cầm súng AK47 - những khẩu súng ấy được làm ra từ các nhà máy chế tạo vũ khí ở Hoa Kỳ, Liên Xô và cả Trung Cộng.

Thân phận chúng tôi, anh em chúng tôi, trong dòng họ tôi, ví như những "hòn bi" trên mặt bàn "bi-da" được đẩy đi trên những đường "cơ" của những tay chơi giấu mặt. Chúng tôi đã bị đẩy đi trên những con đường định mệnh mà thân phận như "viên đạn đồng trong nòng súng cũ trên tay một xạ thủ tồi".

Vào thời trẻ tuổi, nhận thức của tôi chỉ có thế chiến tranh là một bất hạnh trên quê hương, chúng tôi không ai muốn chiến tranh nhưng vẫn phải sống với chiến tranh vì để tự vệ, để còn được sống trong tự do.

Thđại: *Thế còn "Cơn Lốc"?*

ĐPT: Hai năm sau, 1969 Trình Bầy ấn hành "Cơn Lốc". Lúc này chiến tranh tại Việt Nam đã bước vào cao điểm của sự tàn khốc, người Mỹ đã đổ quân vào miền nam Việt Nam, còn tại miền bắc thì Liên Xô và Trung Cộng đều chi viện tối đa, có cố vấn và về sau được biết cả quân đội Trung Cộng, Triều Tiên, Liên Xô hiện diện ở miền bắc họ dốc toàn lực đánh chiếm miền nam, miền nam hứng chịu những tàn phá cả trong lẫn ngoài. "Cơn Lốc" được kể lại cũng vẫn trong không gian cũ và thời gian mới hơn, đưa đến cho tôi một chút nhận thức mới hơn về cuộc chiến...

Thđại: *Anh nhận thức như thế nào, khi viết "Cơn Lốc"?*

ĐPT: Ấy là thế hệ chúng tôi, trong đó có tôi và những người anh em họ hàng và cả bạn bè... không những chỉ là những "hòn bi" trên mặt bàn bi-da mà chúng tôi đang đi vào "cơn lốc" xoáy của cơn bão tố trên quê hương và trên thế giới. Cuộc chiến này không còn biên giới của một quốc gia nữa. Lịch sử Việt Nam đã có những lần người Việt chém giết lẫn nhau người cùng một nước chém giết nhau người ta gọi là nội chiến cho nên dù muốn định nghĩa "nội chiến" theo cách nào đi nữa thì cuộc chiến vừa qua, trước sau cũng chỉ có hai "phe" Việt Nam chém giết nhau. Chúng tôi đang đi vào "cơn lốc" của Việt Nam và của thế giới đó là một hiểu biết mới của tôi được thêm vào khi viết "Cơn Lốc".

Thđại: *Vậy thì sau "Hòn Bi" và "Cơn Lốc" là gì?*

ĐPT: Năm 1972, tôi viết "Tro Tàn" đây là một truyện dài đăng từng kỳ trên nhật báo "Xây Dựng" mà về sau khi chỉnh sửa, đã được in lại tại hải ngoại vào năm 2019.

Năm 1972 là lúc Hội Nghị Paris về Việt Nam sắp kết thúc chiến tranh trở nên ác liệt và tàn khốc vì cả hai miền nam bắc đều muốn chiếm thế thượng phong khi có hiệp định. Mọi cố gắng và quyết tâm của các bên đều đóng góp vào những đau thương trên đống "tro tàn"... của quê hương.

Thđại: *Cám ơn anh đã cho biết thêm về những cuốn sách mà anh đã viết trong thời kỳ trước 1975 vậy anh thấy có điều gì cần phải bổ túc thêm?*

ĐPT: Thưa anh, có nhiều điều muốn nói thêm lắm nhưng để không làm mất thì giờ của độc giả và của anh, tôi xin vắn tắt như thế này: Trước 1975, tôi là người lính của miền nam tôi yêu mến thời yên bình và tự do của miền nam, tôi bảo vệ thời yên bình và tự do ấy trong vị trí của một người lính, tôi đã gặp những xác chết "quân thù" ngoài mặt trận, lật xác chết ấy lên đó là một người Việt Nam, một người có thể là người anh em trong họ hàng của tôi ở "phía bên kia"...lúc ấy tôi mới tự hỏi vì sao chúng tôi đi vào cuộc chiến tranh này, câu hỏi rất cũ mà những ông chú, ông cậu của tôi đã từng hỏi thế nhưng các câu trả lời thì rất khác nhau. Có lẽ phải đi lại từ đầu, lại phải hơi dài dòng một tí không biết anh có cho phép không?

Thđại: *Vâng, mời anh cứ tự nhiên.*

ĐPT: Tôi được nghe những người đi trước, là các ông chú, ông cậu tôi nói ban đầu cuộc chiến ở Việt Nam là cuộc chiến tranh giải phóng dân tộc. Thời ấy có nhiều nhân sĩ yêu nước giương ngọn cờ này và cũng có nhiều sách lược khác nhau để thực hiện mục đích ấy... Cho đến khi ông Hồ Chí Minh về nước chủ trương, hoạt động của ông có tổ chức và có quốc tế ủng hộ nên nhiều người theo lúc ấy mặt trận Việt Minh ra đời ngọn cờ giải phóng dân tộc giữ vị trí hàng đầu cho đến khi khi ông Hồ đưa ra thêm một ngọn cờ khác: Ngọn cờ chủ nghĩa xã hội, với màu đỏ và búa liềm thì, ngay lập tức dân tộc Việt Nam chia rẽ, những ông chú, ông cậu của tôi cũng chia thành hai phe. Về sau, có người vào miền nam và có người ở lại miền bắc, sau năm 1954. Từ khi xuất hiện "Ngọn cờ chủ nghĩa xã hội", những người cộng sản đi lùng giết những người không cùng đảng phái, gây cảnh huynh đệ tương tàn. Không ai thích chiến tranh dù người miền nam hay miền bắc.

Người cộng sản, đảng cộng sản chủ trương bạo lực nhất định làm "cuộc cách mạng" thay đổi thế giới, những người cộng sản Việt Nam cũng tin tưởng như vậy nên bằng mọi giá họ phải chiếm miền nam, họ cầm trên tay hai ngọn cờ "Giải phóng dân tộc" và ngọn cờ "Chủ nghĩa xã hội" hai ngọn cờ này thay đổi vị trí khi thì ở tay phải, khi thì ở tay trái...

Khi còn trẻ kinh nghiệm chưa nhiều, với "Hòn Bi", tôi chỉ thấy thân phận người lính của cả hai miền, như những hòn bi bị đẩy trên những đường "cơ" trên bàn "bi-da" của những tay chơi giấu mặt. Với "Cơn Lốc" là vùng bão tố trong cơn lốc xoáy của hai ý thức hệ trên thế giới mà người Việt Nam phải đi qua. Và "Tro Tàn" là những đổ vỡ... mà chỉ người Việt Nam phải gánh chịu cho một cuộc chiến mang tầm cỡ thế giới là ý thức hệ cộng sản và tự do, người Việt Nam chúng ta là nạn nhân của cuộc chiến này đã hy sinh như một tín đồ "tử đạo" để cho thế giới được bình yên. Về sau, tôi nhìn thấy rõ hơn, là tiếp theo "cuộc chiến tranh giải phóng dân tộc" chúng ta bước vào một cuộc chiến tranh lớn hơn đó là "chiến tranh ý thức hệ"...

(ngập ngừng)

Thđại: *Vâng, xin anh cứ tiếp...*

ĐPT: Thông qua "chiến tranh ý thức hệ", chúng ta bị đẩy vào cuộc "chiến tranh uỷ nhiệm", miền nam Việt Nam được giao cho nhiệm vụ làm một con đê vững chắc để "ngăn chặn làn sóng đỏ", miền bắc được giao nhiệm vụ là "tiền đồn của phe xã hội chủ nghĩa". Chiến tranh ý thức hệ trên thế giới được giao cho hai miền nam-bắc Việt Nam bằng một cuộc "chiến tranh uỷ nhiệm". Cuộc "chiến tranh uỷ nhiệm" ấy được giao cho người Việt Nam biến thành "cuộc chiến huynh đệ tương tàn". Rồi luôn thể, các siêu cường quốc làm luôn "chiến tranh trắc nghiệm" và "chiến tranh thí nghiệm". Người ta trắc nghiệm về chiến lược, chiến thuật như chiến lược "lấy cao nguyên chế ngự đồng bằng", "nông thôn bao vây thành thị"... và trắc nghiệm chiến thuật đánh lâu dài, phục kích, công đồn đả viện v.v... Tất cả những thứ này chống lại "vũ khí luận" của một siêu cường quốc khác, "Chiến tranh thí nghiệm" thì từ những khẩu súng ngựa trời được thay thế bằng những khẩu AK47. Và từ những khẩu súng Garant M1 đến M16 sau này máy bay chiến lược B52 được sử dụng trong nhu cầu chiến thuật, hoả tiễn SAM1 thành SAM2 đề chống B52 vân vân... tóm lại, người ta thí nghiệm các vũ khí mới, các khí tài quân sự mới...Nhưng một cách ngắn gọn nhất dù là chiến tranh kiểu gì đi nữa thì hai phe tàn sát lẫn nhau vẫn là người Việt Nam.

Thđại: *Không "nỡ" nào cứa thêm vào vết đau mà anh đã phải chịu đựng nhưng đọc giả nhờ tôi nếu có một dịp nào đó thì thử hỏi xem với gần mười năm "chém tre xẻ (chẻ) gỗ trên ngàn" anh đã "học tập" được những gì, "đảng và nhà nước" đã giáo dục các anh ra sao?*

ĐPT: Xin trả lời chỉ bằng một câu rất ngắn: Tôi học được một điều rằng những người cộng sản không hề biết đến bao dung họ chỉ có hận thù, thủ đoạn và dối trá.

Thđại: *"Chín năm đốt đuốc soi rừng / về đây ánh lửa ngập ngừng bước chân" nhà thơ Chế Lan Viên nói thế còn với Phạm Duy thì: "Ngày trở về anh bước lê trên quãng đường đê đến bên luỹ tre, nắng vàng hoe vườn dâu trước hè cười đón người về". Nắng có "vàng hoe" và mắt có "đỏ hoe" cười đón anh không, tâm trạng của anh lúc ấy ra sao?*

ĐPT: Cũng giống như từ phòng kiên giam trở lại phòng giam bình thường, tôi ra khỏi trại tập trung về đời thường cũng như thế nghĩa là từ một trại giam nhỏ ra một trại giam lớn hơn cùng với cả gia đình, và tôi ở thêm gần 10 năm nữa cho đến khi định cư tại Hoa Kỳ.

Thđại: *Hãy nói về tác phẩm đầu tay của anh là cuốn "Hòn Bi" được nhà Trình Bày xuất bản vào năm 1967, anh đã mô tả cuộc đời này rồi cũng chỉ là một cơn gió lốc, cuồng quay, lăn lộn qua lại như một hòn bi nếu cho rằng nhà văn nhiều khi là một nhà tiên tri bởi những gì anh viết ở trong đó đã hiển hiện, anh có nghĩ thế không?*

ĐPT: Tôi viết với vốn kinh nghiệm sống của mình, "Hòn Bi" là một kinh nghiệm vỡ lòng của thời tuổi trẻ như đã trình bày ở trên.

Thđại: *Ngẫm lại chuyện đã qua nhưng có khi nào đêm đêm khi thức giấc, lúc trở mình anh có và cảm thấy buồn phiền bởi vì những người có trách nhiệm đã phủi tay để lại hệ quả của chia lìa, chết chóc mà biết bao nhiêu người phải gánh chịu cho mãi tận bây giờ?*

ĐPT: Có thưa anh, tôi trình bầy cảm nghĩ này trong truyện ngắn "Thảm Đỏ Cho Người Về" và một số bài viết khác trong ngày 30 tháng Tư đại ý là khi ấy thượng cấp của tôi ra lệnh "tử thủ" thì cũng là lúc ông ta vội vã ra đi, chuyện ấy cũng chưa đáng nói, nhưng 15 năm sau vị chỉ huy này từ Mỹ trở về Việt Nam được đón tiếp như một "Việt kiều" về thăm quê hương, ông ta rất hớn hở khoe rằng ông đang được trọng đãi mà quên hết khẩu lệnh "chết người" năm xưa cũng như trong truyện ngắn "Đêm Đông"...

Thđại: *Những câu chuyện này có ở trong cuốn "Trên Đôi Cánh Hạc" được xuất bản ở hải ngoại vào năm 1997?*

ĐPT: Thưa, đúng vậy.

Thđại: *Sau một thời gian rất lâu, khi định cư tại Hoa Kỳ, anh mới viết lại, anh có điều gì muốn gửi gắm tâm sự của mình?*

ĐPT: Đúng là đã rất lâu tôi mới được viết gần 20 năm ở trong nước tôi đã không viết được gì, kinh nghiệm sống là vốn quý cho tôi nhìn lại những chặng đường mình đã đi qua mà những chặng đường ấy các ông chú, ông cậu của tôi, những người của thế hệ trước từng đã đi như một định mệnh. "Trên Đôi Cánh Hạc" thể hiện những kinh nghiệm ấy qua 11 truyện ngắn.

Thđại: *Bảo rằng chiến tranh đã qua theo tôi đó chỉ là một cách nói, còn anh, "chiến tranh" thực sự đã qua chưa?*

ĐPT: Cuộc chiến "uỷ nhiệm" ấy đã qua rồi, kể từ 30 tháng Tư năm 1975 những quân bài tẩy đã được lật ngửa việc bao vây, ngăn chặn làn sóng đỏ đối với trung cộng không còn cần thiết nữa tiền đồn chống cộng tại miền nam Việt Nam bị xoá bỏ những người cộng sản miền bắc thuộc về phe thắng cuộc nhưng kể từ lúc ấy, những người cộng sản bên thắng cuộc khởi sự cho một cuộc chiến khác, một cuộc chiến thực sự một lần nữa đã lại làm chia rẽ cả dân tộc...

Thđại: *Vậy thì theo anh, "cuộc chiến" ấy đã xẩy ra như thế nào, và khởi sự ra sao, kể từ sau năm 1975?*

ĐPT: "Một đội quân man rợ" đã thắng một nền văn

minh", một nhà văn của miền bắc đã nói thế, sau khi quan sát mọi sinh hoạt đời sống của miền nam, trong lịch sử nhân loại cũng đã từng có những đội quân man rợ thắng nền văn minh như thế nhưng lần này, ở Việt Nam nó diễn ra tàn bạo hơn, triệt để hơn và nhất là nó lại xảy ra giữa những người có chung một nguồn gốc, chung một tổ tiên...

Những người cộng sản Việt Nam đã biết cách khai mở cuộc chiến, bằng cách lợi dụng tinh thần yêu nước của toàn dân nhưng họ đã không biết cách kết thúc cuộc chiến hoặc là họ cố ý kết thúc theo cách của họ, với lòng hận thù giai cấp nên mới chia rẽ dân tộc, kể từ ngày 30 tháng Tư năm 75.

Thđại: *Tại sao lại như thế nhỉ? Ngày ấy anh còn ở lại trong nước, đã chứng kiến đầy đủ. Xin cho biết vì sao?*

ĐPT: "Đội quân man rợ" ấy vào Saigon với tư thế của một đội quân chiếm đóng, họ lùa dân của thành phố bị chiếm, đến một nơi gọi là "kinh tế mới" những căn nhà bỏ trống bị tịch thu, những tài sản tư hữu bị chiếm đoạt, đội quân chiếm đóng ấy đến từng nhà tịch thu của cải như những chiến lợi phẩm, những người thuộc chính quyền cũ bị trả thù bằng những trại giam không xét xử, không có ngày về, con cái của những nạn nhân không được vào các trường đại học, người dân bị kỳ thị thành những công dân hạng hai... Sách báo chế độ cũ bị tịch thu, bị đốt, trí thức bị lùng bắt... đội quân chiếm đóng ấy, cướp bóc tinh vi bằng ba lần đổi tiền, ba chiến dịch đánh tư sản tại miền nam Việt Nam, xô đẩy dân chúng miền nam vào cảnh khốn cùng. Thử hỏi suốt mấy ngàn năm lịch sử đã có thời nào như thế không? "Một ngàn năm nô lệ giặc Tàu, một trăm năm nô lệ giặc Tây" có những cảnh này không?

Thđại: *Có phải đây là một bi kịch của một dân tộc. Một dân tộc văn minh "được" giải phóng để "được" cai trị* *bởi một đội quân man rợ?*

ĐPT: Đến lúc ấy tôi thấy tấn bi kịch này vẫn chưa đến... đỉnh điểm của sự tàn khốc...

Thđại: *Vậy thì... đỉnh điểm là ở chỗ nào?*

ĐPT: "Họ" chiếm miền nam, "họ" tịch thu tài sản của dân trong vùng chiếm đóng, "họ" đổi tiền ba lần, "họ" đánh tư sản bằng ba chiến dịch càn quét, nhân danh bãi bỏ quyền tư hữu những tài sản, bất động sản bị tịch thu đem chia chác cho nhau, những người của "phe thắng cuộc" như đội quân cướp bóc.

Thđại: *Vô sản hoá mọi tầng lớp dân chúng là mục tiêu của mọi chính quyền cộng sản mà.*

ĐPT: Tấn bi kịch trở thành hài kịch, nhưng màn hài kịch này không thể cười được, là sau năm 1986, khi đã chia chác "chiến lợi phẩm" xong rồi, họ quay trở lại công nhận quyền tư hữu, họ cấp sổ đỏ, sổ hồng cho nhau trên những bất động sản và tài sản đã chiếm được. Từ đây, họ khuyến khích mọi người... làm giầu. Cái này, gọi là... "thời kỳ đổi mới". Người ta "đổi mới" bằng cách trở lại "cái cũ". Trở lại "cái cũ", nhưng những gì đã cướp bóc được thì không trở lại tức là những gì mà người dân miền nam đã mất thì... mất luôn, người ta trở lại chế độ tư sản của thời kỳ hoang dã giai cấp "tư sản mới" hợp tác với nhà cầm quyền "đổi mới" chia chác tài sản đất nước như của riêng. Câu chuyện làm cuộc cách mạng bẩn thỉu này đã từng được George Owell viết trong truyện ngụ ngôn "Trại Súc Vật"[1] được xuất bản ở nước Anh từ năm 1945. Đây là cuộc "cách mạng" kỳ cục nhất trong lịch sử loài người, cuộc cách mạng nhuốm máu tàn bạo nhất của nhân loại từ các chế độ của các ông Lenine, Staline, Mao Trạch Đông, Kim Nhật Thành, Hồ Chí Minh, Pol Pot... đã giết chết trên một trăm triệu người, mà những người bị giết đều là đồng bào của họ, các chế độ phát xít, phân biệt chủng tộc trước đó không tiêu diệt đồng bào mình.

Thđại: *Một nhà văn từ trong nước có lần sang Mỹ đã có nhận xét: "...những điều mong muốn của người Mỹ và người Việt thì rất khác nhau, còn những điều không mong muốn thì giống nhau. Cả hai, người ta cùng không mong muốn nghèo khổ, chiến tranh", tôi xin bổ túc thêm không cứ gì hai dân tộc Việt Nam và Mỹ mà hầu như mọi dân tộc trên trái đất này cũng đều có chung sự không mong muốn như thế và nếu muốn được như vậy thì chính quyền "phải" làm gì và "nên" làm gì?*

ĐPT: Thưa anh, hiện tại nhà cầm quyền tại Việt Nam thừa biết họ phải làm gì và nên làm gì nhưng họ không làm vì nếu họ làm theo nguyện vọng của người dân thì quyền và lợi của họ sẽ mất, tư bản hoang dã hay Cộng sản đổi mới là như thế nhóm tư sản "mới" câu kết với nhóm quyền lực "mới" thành giai cấp tư bản "mới" là giai cấp tư bản đỏ. Toàn bộ nhóm này có chung một lợi ích cùng nhau cai trị đất nước với quyền lực tuyệt đối trong gian xảo và dối trá...

Thđại: *Khi bàn về văn chương chữ nghĩa thì vẫn theo nhà văn ấy: "...văn học Việt Nam hải ngoại giữ gìn được tiếng nói dân tộc" và vì vậy mà "cần có thêm văn học hải ngoại trong nước, và văn giới hai nơi cần liên hệ gần gũi, trao đổi với nhau để làm phong phú thêm cho đôi bên..." đấy là một ý tưởng hay (theo tôi), còn về phần anh thì thế nào?*

ĐPT: Tôi cũng thấy rằng đây là một ý tưởng hay như anh vừa nói nhưng người có thể làm được việc này thuộc về những người ở trong nước, chỉ trong nước mới làm được. Chúng ta, những người ở cả trong và ngoài nước đều yêu quê hương, yêu đất nước tình yêu ấy được gắn kết với nhau bởi những buồn vui của vận nước, bởi những thăng trầm của lịch sử chúng ta có chung một cội nguồn, chung một dòng lịch sử suốt trên gần năm ngàn năm nhưng dòng lịch sử ấy đã từng bị xuyên tạc. Phải trở lại với sự thật của lịch sử, trước khi làm những việc khác, vai trò lịch sử này thuộc về những người ở trong nước, lại... những người làm nên lịch sử của lịch sử. Mọi người Việt Nam ở trong hay ngoài nước có chung nguồn gốc lịch sử sẽ đoàn kết chặt chẽ trên nền tảng lịch sử không bị xuyên tạc như hiện nay.

Thđại: *Anh nghĩ sao về văn học Việt Nam ở hải ngoại trong những năm tháng gần đây anh lạc quan hay bi quan?*

ĐPT: Thưa anh, tôi lạc quan vừa phải. Đã có nhiều trường Việt ngữ được mở ra, nhiều phụ huynh sẵn sàng đưa con em đến những lớp học này, một số trường học bản xứ công nhận tiếng Việt là ngôn ngữ thứ hai. Thế hệ thứ hai, các cháu sinh ra tại hải ngoại hít thở văn hoá đầu đời nơi các cháu sinh ra quê hương là nơi "chôn nhau, cắt rốn" nhưng các cháu vẫn có nguồn gốc Việt Nam rồi sau này sẽ có thế hệ thứ ba, thứ tư và kế tiếp những thế hệ tiếp nối cùng bơi lội trên dòng sông lịch sử của cội nguồn. Nhưng dòng lịch sử ấy đã bị xuyên tạc thì... tôi lạc quan vừa phải... là như thế!

Thđại: *Ai cũng có một hoặc nhiều giấc mơ và tôi biết trong anh cũng đang có "Một giấc mơ" hoặc nhiều hơn thế nữa, Martin Luther King cũng có một giấc mơ, vậy thì anh đang mơ gì nào, xin anh hãy vì tình bạn lâu năm mà nói nhỏ chỉ cho một mình tôi và chỉ một mình tôi nghe được không?*

ĐPT: Tôi hiểu những thành phần trong "đội quân man rợ" ngày xưa, ngày càng trở nên văn minh hơn. Hôm nay, trong tầng lớp cai trị, nhiều người có trình độ học vấn cao. Thời kỳ đấu tố man rợ trong cải cách ruộng đất không còn nữa, thời kỳ cướp bóc trong các đợt đổi tiền, đánh tư sản đã qua...Nhưng những thây ma quyền lực vẫn còn ám ảnh trong giới quyền lực, họ không dám thoát ra cái bóng ấy vì thoát ra được thì quyền lực họ sẽ mất, tôi ước mơ lớp người này có đủ dũng cảm thoát ra khỏi bóng ma quá khứ để lịch sử không còn bị xuyên tạc như hiện nay. Một niềm mơ ước rất đơn sơ nhưng xem ra khó thành hiện thực.

Thđại: *Ngày xưa đọc Trần Văn Thái với trại Đầm Đùn nghĩ lại thấy mà ghê, nhiều đêm giật mình thức giấc nghe lạnh cả châu thân những lúc gần đây tôi cũng được đọc nhiều hồi ký, thơ, văn truyện dài, truyện ngắn viết về những năm tháng trong lao tù cộng sản nhưng tôi vẫn thắc mắc sao chúng ta chưa có một tác phẩm nào có đủ tầm cỡ gọi là một tác phẩm lớn đủ để đánh động lương tâm nhân loại, là một nhà văn anh có nghĩ rằng một ngày không xa anh sẽ thay mặt những người bạn tù, những nhà văn Việt Nam để làm công việc ấy?*

ĐPT: Tôi không dám nghĩ đến điều ấy, vì biết rằng mình không có đủ tầm cỡ để mặc cho mình tấm áo quá khổ nhiều tác giả đã làm việc này, theo tôi là xuất sắc. Còn có thể "đánh động lương tâm nhân loại" thì lại là câu chuyện hoàn toàn khác.

Thđại: *Biết là còn rất nhiều điều muốn hỏi anh nhưng thời gian đang giục giã nên đành lòng phải tạ từ nhau vậy, trước khi chúng ta chia tay anh còn muốn bổ túc thêm những gì mà tôi đã thiếu sót?*

ĐPT: Thế hệ chúng ta, trong đó có anh và tôi, được sinh ra trong một thời kỳ ít may mắn vì khi mở mắt chào đời thì chiến tranh đã có rồi bây giờ nhìn lại, những người anh em của tôi, họ hàng nội, ngoại và bạn bè... những người đã nằm xuống dù ở bên này hay bên kia, khiến ta ngậm ngùi. Chúng ta lại tự đặt câu hỏi là vì đâu lại bị đẩy vào một cuộc chiến "huynh đệ tương tàn" tàn khốc đến như thế? Cuộc chiến uỷ nhiệm này do các nước lớn của hai dòng ý thức hệ "ép" người Việt Nam phải bước vào hay vì nguyên do nào khác... Tôi trộm nghĩ, nạn nhân của những mất mát, đau thương là chúng ta, người Việt Nam. Nhưng thủ phạm gây ra những thương đau này cũng bởi chúng ta, người Việt Nam. Cội nguồn của những tang thương ấy khởi đầu có thể chỉ do con người, một con người nhân danh lòng yêu nước, yêu quê hương đã mang chủ nghĩa cộng sản vào Việt Nam, làm chia rẽ những người Việt Nam, con người ấy là Hồ Chí Minh nhưng suy cho cùng, một con người như thế, chưa đủ để làm nên bão tố, nếu như không có sự đồng loã của số đông đi theo thúc đẩy. Chủ nghĩa cộng sản đã được xây dựng và thí nghiệm trên 70 năm và nó đã sụp đổ, chứng minh rằng cuộc cách mạng này là vô ích, nó biến những người làm cách mạng thành một đám cướp bóc, thành bọn thảo khấu bất lương.

Người Việt Nam đã đi vào một cuộc chiến tranh chống ngoại xâm để biến hình thành kẻ nội xâm, người Việt chúng ta rất đáng thương và cũng rất đáng trách vì người Việt chúng ta vừa là nạn nhân vừa là thủ phạm, có người nói, tại vì ông Hồ Chí Minh đem chủ nghĩa cộng sản vào Việt Nam nên mới có nông nỗi này, không, một mình ông Hồ không thể làm được việc đó, nếu không có đông đảo người Việt đồng loã...

Thđại: *Chân thành cám ơn nhà văn Đinh Phụng Tiến đã ưu ái dành thời giờ cho buổi chuyện trò này, quý mến thân chúc anh và quý thân quyến mọi điều tốt đẹp và may mắn nhất./.*

Triều Hoa Đại thực hiện.

[1] George Orwell tên thật là Eric Arthur Blair, sinh ngày 25 tháng 6 năm 1903. Qua đời ngày 21 tháng 1 1950, nổi tiếng với bút danh George Orwell, là một tác giả và phóng viên người Anh. Được biết đến như một tiểu thuyết gia, một nhà phê bình, một nhà bình luận về văn hóa, Orwell là một trong những ngòi bút tiếng

Anh được hâm mộ nhất ở thế kỷ 20. Ông nổi danh nhờ 2 cuốn tiểu thuyết bài xích tính độc tài của nhà nước nói chung và chủ nghĩa Stalin nói riêng, được viết và xuất bản vào cuối đời: 1984 (Nineteen Eighty-Four) và Trại súc vật (Animal Farm)

(Tài liệu: Wikipedia)

MỘNG DU

Đinh Phụng Tiến

...Tôi cứ đi, đi mãi trên những bước chân mộng du. Tôi bước vào cánh rừng mộng mị không biết của quá khứ hay hiện tại hoặc tương lai. Tôi không biết tôi còn sống hay tôi đã chết... Như một hồn ma đi gặp những hồn ma...

Tôi gặp tướng X. khi ông vừa bước ra khỏi máy bay trực thăng đi thị sát mặt trận trở về. Tôi hỏi sao ông để con tôi chết? Ông nói rất lấy làm tiếc về việc này. Ông đã làm hết những gì ông có thể, đơn vị trưởng của Hạo cũng đã giải quyết hợp lý nhưng trái đạn vô tình đã làm thay đổi tất cả. Tôi hỏi, thế không ai có trách nhiệm sao? Ông bảo: Không. Chiến tranh là như thế. Rồi ông nói lời chia buồn với gia đình tôi. Tôi quay đi, nhìn lại thấy ông đứng sững sờ với tấm bản đồ bọc nhựa trên tay. Nơi thắt lưng còn có khẩu súng ngắn mà bá súng nạm ngà mầu trắng.

Tôi đi vào một ngôi chùa cổ, gặp người nữ tu ngồi theo tư thế "kiết già", bàn tay để trên ngực có những ngón hướng thiên. Người nữ tu ấy là cô Hoài, con người đã ba lần đốt áo cưới. Hai lần trước, những người khác thay cô đốt áo. Lần thứ ba, cô tự tay đốt và gửi đi lá thư từ hôn. Cô ngồi đấy như một pho tượng đá. Tôi hỏi gì cô cũng không nói. Trên đầu cô được che bởi những cành cây mà cánh lá rất to che bóng rợp, làm cho khuôn mặt người nữ tu ấy u tối.

Tôi lần theo con đường hầm tăm tối, đến Chương Thiện để gặp người thanh niên có tên Tân. Người sĩ quan ra trường với điểm số xuất sắc của quân trường Đà Lạt, đã nằm xuống trong một trận phục kích ngắn ngủi trên vùng đất sình lầy ngập nước. Anh cũng không nói với tôi một lời nào. Người lính trẻ ấy đã hai lần được vinh thăng tại mặt trận. Lần thứ nhất, sau khi ra trường chưa đầy một năm, được vinh thăng trung úy. Lần thứ hai vinh thăng đại úy, sau khi đã nằm xuống trên vùng đất sình lầy này.

Tôi đến hạ Lào, nẻo đường dẫn vào Tchépon. Xác người thanh niên tên là Huấn còn nằm đó, trên tấm "Poncho" mầu xám đen. Khuôn mặt anh đã vỡ, mái tóc dính bùn và máu, dựng lên như bờm ngựa phi trong gió bão. Miệng anh méo mó nửa cười nửa khóc. Phần thân thể phủ bởi tấm áo trận mầu xanh lá cây đậm đặc, mà thời gian đã phủ lên thành mầu xám tro. Người thanh niên ấy đã yêu cầu pháo binh bạn cho mình được tự sát cùng với đồng đội và cả địch quân. Họ cùng chết với nhau như định mệnh chung của một con thuyền vượt cơn dông bão ra khơi. Trong cái "Poncho" mầu xám đen ấy, có thân xác của anh và cả những cánh tay, những cẳng chân có thể là của người lính nào đó của miền bắc cùng được gói chung, và cùng chôn... chung một chỗ. Phải có những phần thân thể ấy, mới làm cho xác người lính chiến giữ được nguyên vẹn. Như một phần số chung được gọi tên của cuộc chiến. Tổ tiên sinh trăm con. Năm mươi lên rừng, năm mươi xuống biển trong định mệnh chia lìa. Hậu duệ đoàn tụ bất đắc dĩ trong tấm khăn liệm chung, mà anh là một trong những số phận nghiệt ngã ấy, đã được dành sẵn.

Tôi có ý tìm gặp lại Quang, con người bất hạnh khác trên những nẻo đường quê hương, nhưng không thấy bóng dáng anh đâu. Người anh yêu đã tự tay mình đốt tấm áo cưới, gửi cho anh lá thư từ hôn mà không nêu lý do. Không biết lá thư ấy đã tới tay anh chưa, và cũng không biết giờ anh đang ở nơi nào. Trong khi người con gái ấy đang ngồi trong tư thế "kiết già" ở một ngôi chùa lạnh lẽo. Cô ngồi đếm những tháng ngày qua trong những tiếng chuông chiều cô quạnh...

Tôi đi dọc theo quốc lộ 13. Thuốc khai quang làm những thân cây rừng khô khốc. Lá chết trên đất. Rừng thuần một mầu vàng úa xác xơ, không một bóng người.

Không cả một bóng chim bay. Con đường u tối ấy dẫn tôi đến nghĩa trang trên quả đồi thấp ở Phước Long. Nơi có người đàn ông mà ba đời vợ cùng chôn và cất trên mảnh đất khô cằn. Chỗ mà người bên này, bên kia cùng nằm xuống một nơi. Người đàn ông cô độc, cứ mỗi chiều khi mặt trời xuống thấp, tuôn những tia máu bê bết ở không trung, đứng bất động trong tư thế chào tay, trước đồng đội, người thân... và người con gái có tên là Thư. Thư đi theo bước chân người cha ruột của mình. Người cha của cô còn ở xứ bắc xa xôi, có thể là nơi nào khuất nẻo. Còn cô, gửi thân xác mình ở chỗ buồn cô quạnh.

Tôi đi qua những đồn lẻ vùng ba biên giới của ba nước Việt, Lào và Cam Bốt. Những người lính trẻ xa nhà. Những trái hỏa châu thắp sáng từng đêm. Những gói cơm sấy, miếng cá khô, chai xì dầu và những bước chân lún sâu trong bùn đất mùa mưa, cùng bụi đỏ mùa khô bám trên đầu, những sợi tóc cứng như kim khí. Con đường này đây đưa tôi đến Ban Mê Thuột, nơi Hạo được bổ nhiệm sau ngày ra trường. Hạo đến đây rồi Hạo ở lại đây. Con có thể tự lo liệu lấy được, lời Hạo nói. Trung sĩ Thạch, người "lính già" của đơn vị vẫn còn trong điếm canh, nhìn ngày tháng trôi đi trên những cỗ quan tài buồn bã. Trung úy Viên bảo, anh được giao một nhiệm vụ rất khó khăn... Rồi anh ta bỏ chạy, để lại tấm thẻ bài kim loại mầu trắng rơi xuống nền gạch cứng, chỉ có tiếng va chạm khô khan rồi tắt ngấm. Tấm thẻ bài ấy như thân phận người lính, rơi xuống âm thầm như một nỗi đau rơi vào chốn không gian buồn tẻ.

Thoắt tôi trở về Hưng Yên có dẫy phố đìu hiu. Những bước chân rơi hững hờ trên mỗi nấc thang của Hạo theo bước chân bố ngày nào. Trong cõi mênh mông mờ mịt ấy, Thục đi theo bước chân tôi. Thục sẽ vào trường sư phạm, và sau khi Điền nhập ngũ, họ sẽ cử hành lễ cưới. Nhi sẽ nối bước vào năm cuối cùng của bậc trung học. Rồi Nhi sẽ đi tiếp về đâu. Tôi không gặp ông P. nữa. Tôi dứt khoát sẽ không gặp lại ông. Tôi đã cắt đứt mối tình cảm giữa ông và tôi để Thục và Điền có thể đi bên nhau. Tôi quên ông như hai mươi năm về trước tôi đã quên ông. Ngày xưa, tôi quên ông như đã... từng quên. Bây giờ tôi quên ông và sẽ quên ông. Quên ông... đến trong tận cùng của... nỗi nhớ.

Tôi đến trung tâm chỉnh hình, gặp người y tá tên là Trinh. Cô không có giờ để nói chuyện với tôi, vì chỉ một mình cô phải săn sóc cho mấy chục đứa trẻ. Những em không còn tay, đang tập ăn bằng những cánh tay giả. Những em đang tập đi, bằng cách bám vào thanh sắt lần bước trên những đôi nạng gỗ. Các em được chuyển về từ những vùng hẻo lánh xa xôi. Nụ cười trẻ thơ héo hắt trên những đôi môi tím tái.

Tôi trở về gặp ông Huyên tại ngôi nhà riêng của ông ở trong vùng Chợ Lớn. Ông vẫn làm ăn với những bang hội người Hoa. Họ giúp ông làm ăn và đồng thời cũng trói tay ông trong các dịch vụ làm ăn của họ. Ông đã từng bảo, mình không thể chống họ được thì tốt hơn là nên đi theo họ. Người Mỹ sắp bỏ đi, không mang theo gì cả. Dịch vụ thầu rác không còn nữa. Người Hoa đã biến ông Huyên thành kẻ làm công với đồng tiền rẻ. Bây giờ ông khánh tận nhưng vẫn không dám rời bỏ họ.

Ông Tuấn vẫn ở nơi rất xa, giữ những vai trò không quan trọng vì một bước đi vụng về trong quá khứ.

Tôi vẫn đi trên những con đường của quê hương mà lòng không cảm xúc. Tôi gặp bà Thanh, con người đã rời hầm trú ẩn ra ngoài, đang gào thét ở tiền đình quốc hội cùng với những sinh viên đòi người Mỹ về nước. Trong số ấy có cả những người trốn lính và trốn thuế. Tôi bảo, tôi căm giận bà. Vì bà và những người như bà mà chồng và con tôi đã chết. Bà bảo, người yêu của bà cũng như thế. Rồi bà không nói lời nào với tôi nữa. Bà tiếp tục gào thét giữa đám đông. Chiếc xe "Peugeot 504" có tài xế của bà vẫn đang nổ máy. Sau đó, bà lên xe đi mất dạng.

Ông chồng bà Diễm, một chuyên viên ngân hàng,

ngồi trong bóng tối. Người đàn ông này chờ ngày hết chiến tranh sẽ đi đòi nợ khắp thế giới. Việt Nam loạn lạc để thế giới có hòa bình. Ông vẫn từng nói, cuộc chiến tranh cục bộ trong cuộc tranh chấp lớn nhất định phải xẩy ra, không ở nơi này thì nơi khác. Triều Tiên và Việt Nam là hai sàn đấu. Triều Tiên chỉ chịu đựng cuộc chiến trong 3 năm. Nhưng Việt Nam lãnh phần nặng nề nhất, và là chủ nợ lớn nhất. Những người lính đã chết trên mảnh đất xác xơ này cho nơi khác yên ổn. Ông bảo, món nợ này họ phải trả, không thể quỵt nợ dễ dàng.

Người góa phụ hai mươi tuổi nói với tôi: Con thích hòa bình, bố cháu cũng thích hòa bình. Chúng con thích hòa bình... và người đàn bà khác tên Nga đang chờ chồng rong ruổi trên khắp vùng bốn chiến thuật, cùng với Minh, cô thiếu nữ vừa lớn đã tiễn đưa người cô yêu người lên đường...

Tôi quay trở lại, từ cây cầu Hiền Lương, cây cầu hiền lành chia cắt hai miền nam bắc, chia luôn cả địa phương nghèo Quảng Trị. Nơi mà gần hai mươi năm sau ngày chia cắt, máu đã thấm đẫm trên từng viên gạch cổ thành. Thuở xưa, các vua triều Nguyễn dựng thành kiên cố với gạch nung, vôi mật để bảo vệ đế đô, kinh thành Huế. Tôi bước chân đi trên những đống gạch vụn. Tường thành tan nát. Chỉ còn có máu và xương cốt đã rữa. Gió lộng, mây mù cuốn đi tất cả những hồn ai về cuối chân trời xa lắc. Những hồn ma bóng quế của những người lính hai miền nam bắc đang ngồi uống chung chén rượu, và cùng ngâm bài thơ tứ tuyệt:

Bồ đào mỹ tửu dạ quang bôi,

Dục ẩm tì bà mã thượng thôi.

Túy ngọa sa trường quân mạc tiếu,

Cổ lai chinh chiến kỷ nhân hồi? (1)

Cuộc chiến 81 ngày đêm của những người lính hai miền nam bắc, mà xương và máu của họ đã trộn với nhau, cùng gạch vụn và bùn đất thành mầu đen sỉn. Những cái nón cối rách tả tơi, những đôi dép râu đứt quai. Những cái nón sắt móp méo, những đôi giầy "bốt" đứt giây. Những khẩu súng AK, và M-16 đã gẫy cùng lăn lóc trong giông bão. Những người trai trẻ ấy bây giờ ở đâu? Những người vợ và con của họ ở hai miền đất nước, từ ải Nam Quan đến mũi Cà Mau, vẫn chờ vẫn đợi chồng và cha của họ trở về.

Từ xưa đến nay, những người ra đi chinh chiến đã có mấy ai trở về? Con tôi không bao giờ về nữa. Hạo không bao giờ về nữa. Hạo sinh ra đời trên mảnh đất quê hương này. Hạo đến đây rồi Hạo ở lại đây.

Dừng chân ở Đông Hà nhìn về quá khứ mù khơi, giữa thế kỷ thứ 11, Lý Thánh Tông đem năm mươi ngàn quân đánh thẳng vào kinh đô Đồ Bàn, bắt vua Chàm là Chế Củ đưa về Thăng Long rồi chiếm ba châu của nước này. Đầu thế kỷ thứ 14, vua Chàm bấy giờ là Chế Mân xin đổi hai châu Ô và châu Lý để lấy người con gái đẹp xứ Việt là công chúa Huyền Trân. Người Chàm mất 5 châu bởi hai ông vua này. Những hồn ma Chàm mất nước đang rên khóc dưới từng chân tháp cổ. Nỗi hờn vong quốc khóc than trên từng mỗi nấm mồ. Những hồn tử sĩ thấp thoáng đâu đây. Những bóng ma một thời của dĩ vãng. Hơn năm thế kỷ sau, những người Việt Nam từng chiến thắng một thời, đang chém giết lẫn nhau trong cổ thành Quảng Trị, bởi một học thuyết... mơ hồ.

Tôi đến cố đô. Những xác người chôn vùi, chôn dập quanh những lăng tẩm của các vị vua xưa. Tết Mậu Thân năm ấy, còn có những tiếng cười ma quái trên những nấm mồ chôn tập thể.

Tôi đi đến Sa Huỳnh. Tiếng va chạm của binh khí còn vang trong không trung từ dĩ vãng của thời Trịnh-Nguyễn phân tranh. Những hồn tử sĩ khóc than của dân Chàm. Mùi thuốc súng còn vương vãi đâu đây của mặt trận Sa Huỳnh. Những người lính sinh bắc tử nam. Những người lính miền nam không đủ sức tự vệ. Năm trăm năm trước, Lê Thánh Tông tiến quân vào Đồ Bàn và những hồn Chiêm Thành vong quốc, khóc cười trên những vùng đất Tam Quan, Bồng Sơn. Hồn trẻ thơ bỗng dưng già cỗi.

Cậu Quỳnh của tôi nằm trên bờ sông Đáy, đầu hướng về phương bắc nơi có đôi mắt đen to ngày ấy như là hình bóng quê hương. Quê hương từng chắp cánh cho cậu bay cao. Quê hương có khi mộc mạc không son phấn nhưng vẫn không thể nào quên. Chồng tôi đã ngã xuống cho đất này. Con tôi không bao giờ trở lại, "cổ lai chinh chiến kỷ nhân hồi?". Ba thế hệ gia đình tôi đều đã có những người ra đi không bao giờ trở lại.

Tôi gặp Thụy, người học trò cũ của tôi, dắt đứa con đi trên quãng đường vắng vẻ. Người thiếu phụ ấy cùng với con mình đi tìm chồng và cha của họ. Phía trước, mặt trời đang lên, sắc hồng trong những sợi mây mỏng trong một ngày mới vừa ló dạng. Có người thương binh đi xiêu đổ trên đôi nạng gỗ, đang chìm khuất ở cuối chân trời. Bóng hai mẹ con cô đuổi theo gấp gáp. Bóng người đàn ông nọ lặn chìm trong mây. Hai mẹ con người đàn bà ấy chìm khuất theo, tôi chỉ kịp gọi Thụy ơi, Thụy ơi. Nhưng họ không nghe thấy tiếng gọi của tôi, rồi bóng dáng của họ cũng chìm khuất. Nắng vẫn lên, mây vẫn trôi và gió vẫn thổi rất vô tình. Lẫn trong mầu nắng ấy, một hài nhi giơ hai cánh tay múa vẫy và miệng cười rất tươi: Nguyễn Thị Hòa Bình. Nguyễn Thị Hòa Bình, môi hồng ngậm bầu vú mẹ. Mùi sữa mẹ thơm như hương lúa mới. Mắt bé sáng trong, đẹp tựa thiên thần.

Tôi trở về thành phố. Gặp ông linh mục đang gào thét trong đám công nhân hãng pin "Con Ó", hô hào đình công, đòi thực hiện công bằng xã hội. Và cả ông đại đức hôm nào, nay nương nhờ cửa Phật trốn lính, đòi bãi bỏ chế độ quân dịch, trong khi ngoài mặt trận những người lính vẫn chết trong từng ngày.

Tôi đến trung tâm báo chí, gặp những ông nhà báo ưa "bôi máu trên trang nhất" hỏi, sao các ông không ra mặt trận mà "săn" tin. Họ đồng thanh trả lời, chỗ nào có tin "giật gân" là chúng tôi có mặt...

Tôi đến giảng đường đại học. Vị giáo sư đáng kính vẫn mơ về một xã hội công bằng, và một giải pháp cho một miền nam có thỏa hiệp và... không cộng sản. Những người thuộc "thành phần thứ ba" đang bàn tính chia ghế trong nội các tương lai.

Tôi vào cục R gặp người đàn ông có tên là Tư Bôn. Tôi nguyền rủa Tư Bôn. Tôi bảo ông chỉ là một tay cơ hội chủ nghĩa. Từ một người vô gia cư, xé vé của rạp thiếu nhi Lửa Hồng, vào nam đi theo Bình Xuyên với cấp bậc trung úy mà không cần được huấn luyện ngày nào. Xuống miền Tây, ông thành thảo khấu. Thất bại, ông trở thành người bất đồng chính kiến rồi ông len lỏi về thành, hướng dẫn cả những con người khoa bảng với mồi câu "thành phần thứ ba". Ông chỉ là một tên lừa đảo. Tư Bôn bảo đúng thế. Ông chỉ là tay cơ hội chủ nghĩa. Nhưng chính ông mới là nạn nhân của sự lừa đảo lớn hơn. Mặt trận giải phóng miền nam chỉ là một thứ bung xung. Bây giờ ông đang bị quản thúc ở một xó rừng. Tính mạng ông, không biết còn hay mất khi nào...

Tôi trở về nghĩa trang quân đội Dĩ An ở Biên Hòa. Con tôi nằm trong chiếc quan tài có phủ cờ vàng. Trong nhà tang lễ hoang vắng có những người lính bồng súng gác, đứng yên như tượng đá. Tôi hỏi, con tôi đâu? Người ta nói, đang nằm trong đó. Tôi đòi mở nắp quan tài cho tôi nhìn mặt con tôi lần chót. Người ta bảo, sẽ không nhìn thấy mặt vì trong chiếc quan tài ấy chỉ còn là đống thịt vụn. Tôi gào lên, con tôi còn sống, người ta đã chôn nhầm xác. Hãy mở ra, mở nắp quan tài ra cho tôi. Người ta bảo, không có sự nhầm lẫn nào ở đây, vì chỉ một trái 122 ly làm chết một người. Chiếc thẻ bài của người tử sĩ này là duy nhất. Tôi thét lên, hãy mở ra cho tôi coi. Người ta bảo, không thể mở được vì bên trong quan tài gỗ còn một lớp quan tài kẽm. Tôi đòi phá quan tài kẽm, nhưng có hai người mặc quân phục "Kaki" vàng, không biết mang cấp hiệu gì xốc nách tôi, dìu tôi đi ra. Quanh đó, những người đàn bà và những đứa trẻ con chít khăn tang trắng đi quanh những nấm mồ khác. Họ cũng đòi đào đất lên, mở nắp quan tài cho họ nhìn thấy mặt chồng, cha và con họ lần nữa. Nhưng không có ai làm việc này. Người ta bảo, hãy để những người tử sĩ ấy nghỉ yên. Tổ quốc tri ân những người lính này. Rồi những người đàn bà và những đứa trẻ ấy cùng khóc với tôi.

Đinh Phụng Tiến

(Đây là chương chót trong tập truyện Tro Tàn, *1972 tại Saigon, Việt Nam. Biên tập và sửa lại, xuất bản lần thứ nhất tại California, Hoa Kỳ năm 2019)*

(1) Bài thơ nổi tiếng "Lương Châu Từ", tác giả: Vương Hàn (687-726) thời Thịnh Đường. Bản dịch của Trần Trọng San:

Rượu bồ-đào chén dạ quang,
Muốn say, đàn đã rền vang giục rồi.
Sa trường say ngủ ai cười,
Từ xưa chinh chiến mấy người về đâu?

TRÊN ĐÔI CÁNH HẠC

Đinh Phụng Tiến

Tôi sẽ không bao giờ nhắc đến câu chuyện ấy, nếu chiều nay, tình cờ tôi không gặp lại cánh chim lẻ bạn đang đứng ngẩn ngơ trên một nhánh cây xanh trong vườn nhà tôi.

Cánh chim ấy, dường như đã rất quen thân. Tiếng kêu lạc bầy như đang nhắc nhở cho tôi một cuộc đời xa xứ. Và bởi vì, dường như từ rất lâu, tôi đã chôn vùi biết bao nhiêu những kỷ niệm ở quê nhà. Mà ở chốn ấy, cuộc đời mỏng manh của một người con gái, chị tôi, đã bước đi trên những chặng đường của quê hương cùng với những thăng trầm của miền đất ấy.

Tôi đã bỏ quê hương ra đi, nhiều năm tháng bước trên những cánh đồng tuyết phủ. Dấu chân mà thời gian để lại đã bị bôi xóa bởi những lớp tuyết chập chùng. Và cuộc đời tôi cũng đang chìm ngập bởi những lớp kỷ niệm. Mà trong chốn ấy, vóc dáng của một người con gái năm xưa vẫn lồng lộng ở cuối chân trời.

Tôi đang sống bên chồng ở một nơi rất xa quê hương. Và chị tôi, người đàn bà ấy, còn ở lại với quê hương nhưng mãi mãi chỉ có một mình. Một mình ở một nơi kín đáo, với tấm tình u uẩn đã chôn sâu dưới đáy một nấm mồ. Và cánh chim lẻ bạn chiều nay, nhắc cho tôi câu chuyện ấy. Cánh chim vẫn đứng ngẩn ngơ trên nhánh cây xanh, buông những tiếng kêu lạc lõng.

Đó là một đôi chim rất đặc biệt của mùa hè năm trước. Mầu lông và cái chấm đen trên đỉnh đầu làm cho tôi nhớ mãi. Tôi nhớ đôi chim ấy vì suốt cả mùa hè, chúng vẫn đậu ở một bụi hoa trong vườn, âu yếm rỉa lông cho nhau. Cho đến cuối thu, đôi chim ấy đã bỏ đi, trốn rét ở một nơi nào tôi không biết. Bây giờ mùa xuân đã trở lại, bụi hồng đang nở những cánh to... thì cánh chim ấy trở về. Lần này, chỉ có một mình, bơ vơ. Và chiều nay nó đang đứng ngẩn ngơ trên một nhánh cây xanh trong vườn nhà tôi. Tôi không thấy người bạn đồng hành của nó đâu nữa. Nó cất tiếng kêu mà, thoắt trong thoáng chốc, tôi tưởng như một lời than ai oán. Những lá xanh, cánh hồng đỏ, nắng chiều rực rỡ và cánh chim lẻ bạn ấy khiến tôi nhớ tới người đàn bà mà, dường như định mệnh nghiệt ngã đã buộc phải đi hết một kiếp người lẻ bóng. Tôi nhớ tới người chị của tôi, với hết cả cuộc đời đã in bóng mình trên những chặng đường đã được dành sẵn.

Chị Hợi sinh ra đời vào năm Hợi. Và tôi sinh ra vào năm Dậu, năm Ất Dậu, tôi kém tuổi chị mười năm. Ở giữa chúng tôi, còn có một vài người anh và một người chị gái khác, sau nữa còn một vài người em trai và gái. Tôi đã cảm nhận một điều, trong tuổi thơ của mình là dường như bố tôi thương chị Hợi của tôi nhất nhà. Sau đó, tình thương bố đã dành cho tôi nhiều hơn cả, kể từ khi chị đã qua đời. Để cắt nghĩa điều ấy, có lẽ một phần là do tôi có dáng dấp giống chị, phần khác vì tôi là một đứa trẻ yếu đuối nhất nhà. Về sau, mỗi lần nhắc tới chị tôi, bố thường thở dài. Ai cũng nói rằng chị Hợi là người con gái xinh đẹp nhất nhà và xinh đẹp nhất vùng. Theo lời bố kể lại, khi chị Hợi mười tuổi thì mẹ sinh ra tôi. Đó là năm mà đã có tới hai triệu người dân ở miền Bắc đã chết vì nạn đói chỉ trong vòng mấy tháng. Cuối năm đó, những tiếng súng đầu tiên đã nổ trong thành Hà Nội. Bố tôi đã mang gia đình về sống ở một miền quê hẻo lánh. Thời gian ấy, bố tôi đã bị Việt Minh theo dõi rất gắt. Vì khi ấy, những đảng phái không do những người cộng sản cầm đầu đang bị dồn vào những bước đường cùng quẫn. Có những xác người bị trói thả trôi sông. Có những chiếc đầu lâu bêu giữa phiên chợ. Những lưỡi dao găm cắm sau lưng. Những cái chết mờ ám ở mọi nơi... Sau đó không lâu, bố tôi vội vã mang cả gia đình trở về thành.

Thời gian ngắn ngủi ở vùng quê ấy, theo lời bố tôi

kể lại sau này, là những chuỗi ngày thảm não. Những người dân miền bắc không thể hiểu được vì sao họ đã phải chết gục trên những cánh đồng không còn một hạt lúa. Những vườn sắn, nương khoai chỉ trong một mùa ngắn ngủi đã bị biến thành những vườn đay để phục vụ cho chiến tranh. Những chiếc phi cơ của đồng minh bay lượn, phơi cánh bạc dưới nắng mặt trời báo hiệu những tin mới. Gia đình chúng tôi đã qua những ngày khốn khó ấy ở quê nhà. Một thời kỳ tối tăm, bếp tro lạnh tanh, không dầu đèn. Những buổi tối chỉ có một xâu hạt bưởi đốt lên, thắp sáng trước khi đi ngủ. Mùa gặt mới chưa đến. Chính sách tiêu thổ kháng chiến đã biến những vùng đất xác xơ ấy trở thành vườn không nhà trống. Tuổi thơ của chị Hợi bay nhẩy trên những hoang tàn của quê hương.

Khi chị Hợi mười bẩy tuổi, chị đã nổi tiếng là một người con gái có nhan sắc. Vẻ đẹp thùy mị của chị đã cuốn hút không biết bao nhiêu người con trai, mà trong đó có một người, đã đem lòng yêu thương chị cho đến hết cả cuộc đời. Về sau tôi cũng biết được rằng chị cũng đã ôm ấp hình bóng người thanh niên ấy cho đến khi chị nằm xuống trong một hoàn cảnh vô cùng đau đớn.

Anh Vĩnh, tên của người thanh niên ấy, đã đến với chị, đã đến với gia đình chúng tôi rất hồn nhiên. Anh đã được bố tôi và gia đình mau chóng chấp nhận. Bởi vì... hai người ấy gặp nhau là họ yêu nhau ngay. Mối tình ấy vô cùng đẹp đẽ và vô cùng trong sáng.

Những ngày thơ mộng ấy của chị Hợi, tôi nhớ là một mùa hè. Anh Vĩnh đâu như là một sinh viên trường thuốc học ở Pháp về thăm nhà. Hình như do một sự mai mối, xếp đặt nào đó giữa hai gia đình thì phải. Gia đình anh và gia đình tôi đã có những mối quan hệ riêng tư từ lâu đời mà chúng tôi không hề biết. Thế rồi, trong dịp nghỉ hè năm ấy, anh Vĩnh đến thăm và... họ gặp nhau. Trong đời chị Hợi của tôi đã có một mùa hè. Và chị chỉ có một mùa hè năm ấy. Một mùa hè đầy ánh nắng mặt trời, đầy gió, đầy tiếng chim kêu ríu rít trong vườn... để rồi sau đó là những mùa đông, những mùa đông lạnh giá cho đến hết cuộc đời. Cuộc tình thơ mộng ấy sẽ dẫn đến hôn nhân theo lề lối xưa vì cả hai gia đình đều muốn như thế. Anh Vĩnh và chị Hợi cũng muốn như thế.

Khi bố tôi đem gia đình về thành để tránh những cuộc ruồng bắt của những người cộng sản thì hầu như, cả gia đình bên ngoại tôi vẫn còn ở lại trong vùng Việt Minh kiểm soát. Khi guồng máy hành chánh và quân đội, từ trong tay người Pháp chuyển giao dần sang chính quyền quốc gia, bố tôi tham gia trong ngành an ninh. Trong khi ấy, ở quê nhà, một vài người anh em bên ngoại tham gia trong những tổ chức cộng sản. Thời ấy, hoạt động của những người cộng sản vẫn núp dưới danh nghĩa kháng chiến, vì đảng cộng sản đã... giải tán.

Trong hoàn cảnh mà đại gia đình ở tại hai vùng khác nhau, nên việc tổ chức lễ vấn danh cũng như lễ kết hôn của anh chị theo lề lối xưa gặp nhiều khó khăn. Bố tôi vẫn cho rằng, trước một việc trọng đại như vậy, gia đình tôi phải được sự chấp thuận của bà ngoại. Mà bà ngoại thì ở quê, trong vùng Việt Minh kiểm soát. Bố tôi, vào lúc ấy không thể về được. Mẹ tôi cũng không thể về, vì cả đời mẹ hầu như rất ít khi đi xa.

Tôi nhớ là sau nhiều ngày bàn bạc, bố quyết định cho chị Hợi về quê một mình để làm công việc ấy. Bố quyết định như thế vì nghĩ rằng chỉ có chị Hợi đi sẽ ít nguy hiểm hơn và hẳn bà ngoại tôi cũng sẽ hiểu cho điều đó. Chị Hợi hăm hở lên đường. Năm ấy chị Hợi tròn mười bẩy tuổi. Chị đem theo trầu cau để biếu họ hàng như một lời loan báo lễ đính hôn của chị, cùng với lá thư của bố tôi trao tới tay bà ngoại.

Chiều nay tôi gặp lại cánh chim lẻ bạn trong vườn. Tiếng chim ấy thoắt kêu lên như một lời vang vọng từ chốn xa xôi, từ tận quê nhà. Nơi có một mùa hè năm ấy. Tôi chợt nhớ đến những mảnh đất ở miền quê cũ. Những mảnh vườn dâu xanh mà bóng dáng mẹ thấp thoáng ở sân trước, vườn sau. Ngôi giáo đường cũ. Tiếng chuông trong những buổi chiều lặng lẽ của mùa thương khó năm xưa. Quê hương tôi đã đi qua trên những mùa thương khó ấy. Mẹ tôi đã sống trong những mùa thương khó triền miên cùng với những ngày tháng loạn ly từ miền bắc xuôi về nam. Xuôi theo những dòng sông quê hương, những dòng sông máu mà anh em trong một gia đình đã chém giết lẫn nhau.

Ngày ấy chị Hợi của tôi đã hăm hở lên đường cùng với trầu cau và những mộng ước của người con gái mới lớn. Nhưng lần ấy chị Hợi đã không trở về như đã hẹn. Bố tôi nôn nóng, chờ và mong. Những ngày chờ đợi dài mãi. Cuối cùng, bố phải nhờ người u già đã nuôi chị Hợi thuở nhỏ đi cùng một người dẫn đường khác về quê, để tìm chị Hợi. Nhưng cùng lúc ấy, những trận đánh lớn đang mở ở vùng quê tôi. Thời gian tắc nghẽn ấy đã đem đến cho gia đình tôi một bầu không khí rất đỗi nặng nề. Hai người đàn bà ấy ra đi, rồi cũng không thấy trở lại. Hình như mãi nhiều năm sau này, gia đình tôi mới biết được rằng, hai người đàn bà ấy đã bỏ mình trên một chuyến đò dọc trong một cuộc xạ kích của quân đội Pháp. Hai cái tang ấy đã như những vết hằn rất sâu trong gia đình tôi nhiều năm sau đó.

Chị Hợi của tôi vẫn biệt tăm. Những trận càn vẫn quét trên mảnh đất nghèo nàn, xơ xác. Những đồn lẻ bên sông vẫn bị tập kích, và đạn réo trong đêm, xô đẩy người con gái của bố trôi dạt đến một bến bờ nào. Dường như bố tôi không còn có thể chịu đựng được sự chờ đợi ấy lâu hơn nữa. Bố đã phải kêu gọi tới một người bà con xa về quê tìm chị Hợi.

Chuyến đi của bà cô họ tôi lần ấy, ký ức tuổi thơ của tôi còn ghi lại, như một chuyến mạo hiểm giữa hai lằn đạn. Và chuyến đi ấy, như một tiên tri về số phần của mọi người trong gia đình tôi, về sau này đã phải đi giữa hai lằn đạn trong suốt cuộc chiến kéo dài rất nhiều năm trên quê hương tôi. Sau này, khi bỏ nước ra đi, lang thang trên những vùng tuyết trắng, những kỷ niệm ấy có lúc đã đâm chồi, mọc lên giữa những màu tang trắng trong mùa đông.

Tôi đang sống bên chồng ở một nơi khuất nẻo đối với quê hương. Tình yêu thương chúng tôi sưởi ấm cho nhau ở một chốn xa, ở một quãng đời còn lại. Nhưng những nhánh cây chui lên từ lớp tuyết dầy, mang những tháng ngày qúa khứ không thể lìa cành. Trong nơi hoang vắng và lạnh lẽo ấy, người đàn bà ấy đang vẫy gọi tên tôi. Và bố tôi, những vết hằn sâu trên trán như những đường cày đã chìm khuất sau những tháng năm lận đận. Hình bóng của chị Hợi, tưởng chừng đã cất dấu ở một nơi nào. Nhưng không hiểu vì đâu, một cánh chim lẻ bạn cất tiếng kêu lạc lõng trong vườn nhà tôi chiều nay, đã xé rách tấm màn sương mù qúa khứ. Chị Hợi chợt hiện lên, với đôi mắt đầm đầm lệ...

Tôi nhớ là phải mất nhiều tháng sau đó, gia đình tôi mới biết được tin tức của chị Hợi. Lúc ấy, chị Hợi đã... có chồng! Chị Hợi đã có chồng ở ngay miền quê ấy, trong khi mọi người ở trong thành nghĩ rằng chị đã mất tích, hoặc là một rủi ro nào đó mà không ai có thể lường được. Anh Vĩnh, người chồng sắp cưới của chị, đã lên đường cho kịp năm học mới, trước khi có tin này. Anh vẫn liên lạc thư từ với gia đình thường xuyên, để khi có tin tức của chị Hợi là anh sẽ về ngay. Nhưng điều kỳ lạ là, trong lần ấy chính chị Hợi đã quyết định ở lại, không trở về với gia đình. Dường như chị có gởi cho bố mẹ tôi một lá thư, nhờ bà cô trao lại. Lá thư ấy chỉ có bố và mẹ đọc, không ai biết chị Hợi đã viết những gì. Từ đây, nỗi căm hờn của bố tôi vốn đã có sẵn, đã được đẩy lên đến nấc thang cuối cùng của lòng thù hận. Những vết hằn trên trán của bố như những đường cày, càng sâu hơn. Lá thư chị Hợi viết về, đối với tôi mãi mãi là một điều bí ẩn. Lần ấy, mẹ tôi lại sống thêm một mùa thương khó nữa ngập chìm trong nước mắt. Tuổi thơ của tôi đã sống trong những năm tháng loạn ly. Những tiếng súng nổ từ miền bắc xuôi về nam. Từ những dãy núi chập chùng sỏi đá, đến những cánh đồng phì nhiêu mà ở đâu cũng có xác người. Những tang thương của gia đình đã hằn lên những kỷ niệm tuổi thơ những vết thương mà sau này, khi bỏ xứ ra đi vẫn không bao giờ lành lại được.

Người chồng của chị Hợi ở miền quê ấy là một cán bộ Việt Minh. Ngày ấy, tôi đã sống trong một bầu không khí bao trùm đầy rẫy bí ẩn lạ lùng. Mãi về sau, người cô họ của tôi mới kể lại chuyến về quê tìm chị Hợi lần ấy. Lúc ấy anh Vĩnh đã ra đi. Tôi không biết người thanh niên kia đã buồn bã như thế nào khi chị Hợi của tôi đã đi lấy chồng trong một hoàn cảnh như thế.

Tôi nhớ là cô tôi đã bị kẹt lại trong vùng Việt Minh cả hơn một tháng mới ra được. Hơn một tháng trời ấy, cô tôi đã chứng kiến được tất cả mọi chuyện xẩy ra ở quê nhà. Theo lời cô tôi kể lại, chị Hợi đã trao lá thư của bố cho bà ngoại trước tiên. Bà rất hài lòng về chuyện đó nên việc chia trầu cau được xúc tiến ngay. Nhưng những ông cậu của tôi, những người Việt Minh, đã kịch liệt phản đối cuộc hôn nhân ấy. Họ nhất định giữ chị Hợi ở lại làm con tin, để buộc bố tôi phải trở về để đền tội với "cách mạng". Dưới mắt những ông cậu của tôi, bố đang cản trở bước tiến công của "cách mạng". Hơn thế, bố lại còn làm một chuyện tày trời là đem con gái gả cho một tên việt gian đang được thực dân đào tạo. Điều ấy nhất định không để xẩy ra. Chị Hợi đã được các cán bộ xã vận động. Chị Hợi đã được quần chúng vận động ở lại với cách mạng... nhưng chị Hợi đã bỏ trốn về thành trong một đêm. Chị đã bị bắt ngay tại bờ sông, khi vừa bước chân xuống một chiếc đò ngang. Chị Hợi đã bị cầm giữ ngay sau đó, khi thì bằng những biện pháp mềm dẻo, khi thì cứng rắn nhưng chị vẫn rắp tâm bỏ trốn. Cuối cùng, chị đã bị trói vào một chiếc cối xay ở nhà ngang. Chị đã bị trói như thế nhiều ngày.

Tôi nhớ chiếc cối xay ấy của nhà bà ngoại vẫn hoạt động ngày đêm trong những mùa gặt năm xưa. Dưới mắt tôi bấy giờ, đó là một chiếc cối xay rất to. Những người thợ gặt đã phải sử dụng tới con trâu để kéo cho chiếc cối ấy quay, xát cho những thúng thóc thành gạo. Cô tôi kể lại, chị Hợi đã bị trói vào cái tai cối ấy. Khi những con trâu làm việc thì chị cũng phải đi theo. Chị Hợi đã làm công việc ấy cùng với con trâu, cho đến khi hết sức mình, gục người trên miệng cối, lê đôi chân yếu đuối trên nền đất... việc ấy đã xẩy ra trong nhiều ngày. Cho đến khi có một cán bộ từ khu Năm về công tác ở quê tôi thì cuộc đời của chị rẽ sang một ngả khác.

Người đàn ông ấy, người cán bộ cộng sản mà sau đó không lâu là chồng của chị Hợi, tôi không biết tên. Thật ra, vì bố mẹ tôi không bao giờ gọi tên anh ta để biểu lộ sự khinh bỉ và lòng thù hận cho đến hết đời. Về sau, chị Hợi có sinh với người đàn ông ấy một đứa con trai. Chị tôi đặt tên cho đứa trẻ là Hạc. Cho nên sau này, mỗi khi phải nhắc tới anh ta, bố mẹ tôi chỉ gọi là "bố thằng Hạc". Tôi vẫn gọi anh ta là "bố thằng Hạc" như một thói quen trong gia đình, kể cả những khi nhắc về anh vào thời gian mà thằng Hạc chưa ra đời.

"Bố thằng Hạc" lúc đó là cán bộ cải cách ruộng đất nòng cốt của khu Năm. Những đợt phát động quần chúng đã khởi sự ở đó. Những đợt đấu tố đã diễn ra và đã có những địa chủ, cường hào bị đánh ngã ở đó. Cuộc cải cách ở khu Năm thành công, sẽ là mô hình kiểu mẫu cho những đợt cải cách ruộng đất ở những nơi khác.

"Bố thằng Hạc" được điều về quê tôi trong dịp ấy. Là một cán bộ cấp Khu, anh ta có nhiều quyền hành để sắp xếp, quy định thành phần, đối tượng để đánh ngã. Người đàn ông ấy đã về ở ngay trong ngôi nhà của bà ngoại tôi. Ngôi nhà ấy đã mau chóng trở thành trụ sở của đội cải cách. Ở đó sẽ là cơ quan đầu não, sẽ chỉ đạo những đợt đấu tố sau này. Mãi về sau, tôi được biết bà ngoại tôi đã được lựa chọn để trở thành đối tượng cần phải đánh gục trong đợt đấu tố đầu tiên. "Bố thằng Hạc" đã làm công việc ấy để chứng tỏ lòng trung kiên và kiên định lập trường của một người vô sản.

Tôi vẫn không hiểu tại sao người cán bộ quê mùa,

cuồng tín này, trong thời gian ấy cứ nhất định đòi cưới người chị của tôi làm vợ. Bởi vì chị tôi là cháu của một địa chủ mà chính anh ta đã ra tay đánh ngã. Nhưng điều bí ẩn ấy sau này đã được phanh phui. Cuộc hôn nhân ấy, đối với bố thằng Hạc, như là một nhiệm vụ. Nhiệm vụ này cũng quan trọng như những nhiệm vụ mà anh ta đã đảm trách ở khu Năm, quan trọng như việc anh ta đang làm để góp phần vào những thành tích cho phong trào vô sản trên thế giới. Cho nên những biện pháp đê hèn nhất đã được sử dụng tới để buộc chị Hợi phải trở thành người vợ của anh ta. Bố tôi, về sau mỗi khi nhắc tới thời gian ấy trong cuộc đời riêng, đã tỏ lộ nỗi căm hờn tột đỉnh. Sau này tôi hiểu rằng bố tôi chống những người cộng sản không những chỉ vì không đồng ý với họ về học thuyết, tín ngưỡng, mà còn vì những mối thù riêng. Từ đây, lằn ranh sinh tử giữa bố tôi và những người anh em trong nhà đã được vạch rõ. Lằn ranh ấy đã được vạch lên bằng chính máu của mình.

Khi cô tôi trở về thành, đem theo lá thư của chị Hợi, bố tôi đã thức trắng suốt đêm đó và nhiều đêm tiếp theo. Mẹ tôi đã khóc cho đến hết cả mùa chay, cùng những tiếng chuông ngân trong giáo đường như những giọt nến cháy bỏng rơi trên mảnh đời cô quạnh. Mẹ tôi là hình bóng của bà ngoại ở quê nhà. Hình bóng của một cuộc đời lặng lẽ bên những đổi thay của quê hương. Chị Hợi lại là hình bóng của mẹ. Một hình bóng nhạt nhòa, cam nhận những buồn tủi riêng trước một tấm phông lốc cuốn. Nhưng bà ngoại tôi đã không còn nữa. Bà đã nằm xuống trong những đêm của đợt đấu tố đầu tiên, giữa những tiếng la thất thanh và ánh lửa trên những ngọn đuốc bập bùng. Từ đấy, tâm hồn bố tôi như một thanh sắt nguội. Mẹ tôi như một tầu lá rũ mềm trong giông bão.

Con đường trở về quê ngoại đã hoàn toàn bị cắt đứt. Những trận đánh lớn đã bắt đầu trên vùng đất ấy. Tôi biết, chị Hợi của tôi lại là một hình bóng của mẹ tôi. Hình bóng của một cuộc đời lặng lẽ mà từ đây đã ngập chìm trong nước mắt và lửa đạn. Lá thư mà chị Hợi đã nhờ cô tôi mang về cho bố mẹ, mãi sau tôi mới biết được một phần. Đó là phần chị đã dành cho người thanh niên tên là Vĩnh thì đúng hơn. Chị sẽ không trở về. Để được yêu anh suốt đời và được anh yêu suốt đời. Tôi hiểu tâm hồn người con gái Việt Nam theo cách xưa là như thế. Tôi thương chị, vì biết rằng suốt cả cuộc đời người đàn bà ấy đã đi lầm lũi trên những chặng đường lẻ bóng.

Cánh chim lẻ bạn trong vườn nhà tôi đang cất lên những tiếng kêu lạc lõng. Tiếng kêu ấy như vang lên từ cuối chân trời quê hương cũ. Có lẽ chị tôi đã sống bên bố thằng Hạc như một cuộc đời lặng câm. Một cuộc đời riêng rẽ. Là một người đàn bà, tôi thấu hiểu nỗi cô đơn của một người đàn bà. Người đàn bà ấy lại là chị tôi. Chị tôi chỉ có một tấm tình yêu của thời con gái, chị đã một lần là vĩnh viễn trao cho người thanh niên ấy. Khi yêu, người con gái nào cũng khao khát được hy sinh cho người mình yêu với một tình cảm vừa vị tha nhưng cũng vô cùng vị kỷ. Chị Hợi đã ôm chặt mối tình của chị theo cách ấy, mà cho đến mãi tận sau này tôi vẫn không thể hiểu được rằng chị đã đúng hay sai.

Cuộc đời của chị Hợi, sau đó tưởng chừng như đã chìm khuất bên trong những lũy tre làng, mờ nhạt trong những vùng thuốc súng khi những tiếng reo hò chiến thắng ở mặt trận Điện Biên ngày đó. Gia đình tôi xuôi về nam, để lại sau lưng những kỷ niệm buồn. Khi gia đình tôi xuôi về nam, bố tôi trở nên cực đoan hơn khi hoạt động trong ngành. Từ đấy, câu chuyện của chị Hợi tưởng chừng như đã chôn vùi trong quên lãng. Người đàn bà ấy, giờ đây có thể đang đổ mồ hôi trên những luống cầy nơi những hợp tác xã ở miền bắc. Người đàn bà ấy, giờ đây có thể đã sống yên phận với hoàn cảnh mới. Người đàn bà ấy, có thể vẫn đi chung một con đường với người cán bộ khu Năm ngày nọ nhưng tâm hồn đã tách lìa khỏi thể xác để bay bổng đến một cõi thương yêu riêng rẽ. Cõi thương yêu mà người thanh niên kia đã đem đến cho chị của mối tình đầu.

Thời gian có thể đã xoa dịu những vết thương đau đớn trong gia đình tôi, nếu như không có một biến cố bất ngờ xẩy đến. Đó là lúc bố tôi trông coi một đơn vị an ninh ở một tỉnh nhỏ cao nguyên, đã xô đẩy bố tôi vào một tình huống hết sức cam go của tình phụ tử. Một đêm bố tôi trở về buồn bã. Sự buồn bã của bố tôi đã kéo dài nhiều ngày, có khi nhiều tháng mà tôi không biết. Qua câu chuyện nhỏ to trong gia đình, tôi lờ mờ được biết rằng, hình như bố tôi đã bắt được "bố thằng Hạc" nhưng không biết vì nguyên nhân nào mà "nó" đã chạy thoát. Điều ấy vừa làm cho bố tôi buồn bực và hình như pha lẫn một niềm ân hận nào đó. Câu chuyện ấy, càng về sau tôi càng biết rõ thêm. Tôi biết rằng, những nhân viên dưới quyền đã giải giao cho bố tôi một cán bộ cộng sản nằm vùng để xúc tiến cuộc điều tra...

Đó là một cán bộ cộng sản đã được cài vào dòng người di cư xuôi về miền nam để hoạt động. Cuộc điều tra ấy đã có đủ yếu tố đưa tội phạm ra tòa thì bất ngờ, kẻ nằm vùng ấy nhìn nhận bố tôi. Anh ta đưa ra tất cả những bằng chứng về chị Hợi, và kêu gọi tới tình phụ tử hầu xin bố tôi cứu thoát anh ta. Lúc ấy chị Hợi mới sinh đứa con trai đầu lòng: Thằng Hạc. Và "bố thằng Hạc" là kẻ nằm vùng ấy.

Phải là người cha mới thấu hiểu được tình cảm của bố tôi lúc ấy. Câu chuyện chị Hợi bỗng nhiên được khuấy động lên, làm xáo trộn tình cảm bố tôi trong một cơn giông bão. Kẻ tội phạm hiểu điều ấy hơn ai hết. Một mặt anh ta khơi dậy trong lòng bố tôi tình phụ tử. Một mặt anh ta đưa ra cả những lời hăm dọa. Giải pháp ở giữa là một sự trao đổi để bố tôi có thể gặp lại người con gái tưởng chừng như đã mất, không còn gặp lại được nữa. Bố tôi đã từng có ý định cứu thoát kẻ nằm vùng ấy để hy vọng gặp lại được con mình. Lần ấy bố tôi đã gặp chị Hợi, do những dàn xếp khó khăn giữa bố tôi và kẻ tội phạm, và chị Hợi đã trở về.

Chị Hợi đã về với gia đình như một chiếc bóng lặng câm. Không buồn. Không vui. Không xúc cảm. Trên tay chị còn ôm đứa hài nhi là kết qủa của cuộc sống vợ chồng trong thù hận. Trong khung cảnh ấy, như lời bố tôi nói lại sau này, mối thù riêng của bố đã vượt lên trên hết mọi bất đồng về chính kiến. Với bố tôi, một điều cụ thể nhất, là những người cộng sản đã làm cho gia đình tan nát, tôn giáo bị chà đạp, đất nước thêm tiêu điều. Những người anh em trong nhà đã bị cuốn hút vào những dòng thù hận không có thật. Bà ngoại tôi không còn có cơ hội sống sót chỉ vì, trong thời điểm đó, người ta đang cần những giọt máu chảy để khơi nguồn cho những dòng máu khác, gọi tên hận thù để nuôi dưỡng phong trào. Cái cớ để bà ngoại phải nằm xuống như một vật tế thần là một mảnh vườn con, là những sào ruộng khô khốc ở một quê hương nghèo đói. Họ chỉ là những kẻ sát nhân, lấy máu gọi máu... bố vẫn nói như thế. Chị Hợi giờ đây như một hình nộm, không cảm xúc. Tình cảnh người con gái của mình sống trong hoàn cảnh ấy, đối với bố tôi, như một giọt nước cuối cùng làm tràn ly nước đã đầy. Tôi hiểu ngày ấy, bố đã thỏa thuận với kẻ tội phạm là sẽ gỡ tội cho anh ta, để đánh đổi lấy việc được gặp lại con mình.

Người cán bộ cuồng tín khu Năm ngày nọ đã đi một bước trước: Chị Hợi đã trở về.

Nhưng nếu trong đời đã có một lần bố tôi không thành công, thì lần ấy là lần không thành công duy nhất. Và nếu trong đời có một lần khiến bố tôi phải ân hận, thì đó là lần mà bố tôi đã ân hận mãi mãi. Bố tôi cương quyết đưa kẻ tội phạm ra tòa, tức là làm ngược lại với những cam kết trước đó với anh ta, sau khi đã tìm thấy con gái mình lúc ấy, chỉ còn là một mảnh đời vô nghĩa. Trước việc này, chị Hợi không hề van xin. Cũng không thúc đẩy việc làm của bố tôi. Chị vẫn lặng lẽ, cam nhận. Nhưng chị khóc.

Hình như kẻ tội phạm biết được điều ấy. Nên một đêm kia, anh ta đã đào thoát khỏi trại giam. Cuộc săn lùng diễn ra suốt đêm. Những tay súng có kinh nghiệm nhất đã cùng với bố tôi, nhất quyết không để cho kẻ tội phạm ấy đào thoát. Đến tận gần sáng, bố tôi đã bắt gặp anh ta ở gần một con suối. Không do dự, ông nâng súng, nhắm thẳng mục tiêu.

Khoảng cách sáu thước cho một khẩu súng ngắn, giống như một bài tập trên thềm bắn ở xạ trường. Viên đạn ấy ra khỏi nòng súng, sẽ chấm dứt mọi hệ lụy... và đứa con gái bất hạnh của bố sẽ sống một cuộc đời khác. Nhưng hình như trong khoảnh khắc ấy. Cái khoảnh khắc nhẹ hơn lông hồng. Cái khoảnh khắc phù du của một sợi tơ trời trong không gian bao la... bóng một hài nhi đang múa vẫy trong đống tã ẩm ướt nổi lên lồng lộng: Thằng Hạc.

Theo lời bố tôi kể lại, trong khoảnh khắc phù du ấy, ông chỉ kịp hất mũi súng lên, viên đạn không trúng mục tiêu. Những viên đạn sau đó, được bắn vào không gian vu vơ, như một lời thúc giục, gởi gấm cho kẻ đào thoát lên đường. Và "bố thằng Hạc" đã đào thoát thành công.

Sau khi "bố thằng Hạc" đào thoát, chị Hợi và đứa con ở lại với gia đình trong những ngày lặng lẽ. Người đàn bà xinh đẹp ấy lại vẫn sống một cuộc đời lặng câm. Chị Hợi của tôi đã quên mất tiếng cười. Người đàn bà ấy cũng không còn nước mắt để khóc. Bóng chị lại thấp thoáng rất nhanh ở sân trước, ở vườn sau. Những bông cà phê đã nở trắng trên đầu cành. Mùi hương thơm ngát và nắng vàng rực rỡ hình như đang gợi lại một không gian của mùa hè ngày đó. Tôi hiểu ra, đó là một mùa hè mà người thanh niên tên là Vĩnh đã đến trong cuộc đời của chị tôi. Người thanh niên ấy cũng đã ra đi, khi chị còn ở quê nhà, cũng trong một mùa hè năm ấy.

Bấy giờ, những lá cà phê rất xanh. Những bông cà phê nở trắng. Gió lộng trùng trùng trong khu vườn vắng vẻ ở cao nguyên. Chị Hợi vẫn ngồi dưới gốc cây ủ rũ, và thằng Hạc chợt khóc thét lên, âm thanh vang

vang trong những cành cây, và lá rơi lả tả. Không ai có thể biết được rằng chị tôi đang nghĩ gì. Không ai có thể biết được rằng chị tôi đang buồn hay vui. Thời gian chết sững. Không gian tịch mịch chỉ bị khuấy động bởi những loài côn trùng ẩn núp đâu đó trong vườn. Có lẽ bố tôi đã yên tâm về việc làm của mình. Cái khoảnh khắc phù du ấy đã cho bố tôi giữ trọn lời cam kết. Cái khoảnh khắc phù du ấy đã đem về cho bố tôi đứa con gái bất hạnh mà bố yêu thương nhất nhà. Lại những vườn cây xanh. Những bông hoa trắng, và mùi hương ngát trong không gian bao la của một mùa hè. Mùa hè của chị Hợi.

Nhưng chị Hợi đã không ở lại với gia đình lâu hơn. Một bữa kia, chị đã ra đi với đứa con của mình: Thằng Hạc. Chị Hợi đã lặng lẽ ra đi mà cả nhà không hề hay biết. Lần này, chị không để lại một lá thư nào. Bố lặng thinh. Mẹ cầu nguyện dưới những hàng nến trắng và trong những tiếng chuông chiều buồn bã. Tuổi thơ của tôi chìm ngập trong vườn cây xanh. Trong gió lộng trùng trùng. Trong tiếng chuông chiều mênh mang. Trong không gian lung linh của những hàng nến trắng và những lời cầu xin, xám hối của mẹ. Những tiếng chuông chiều của tuổi thơ vẫn gọi hồn tôi. Và trên từng cánh gió, chị tôi, người đàn bà ấy với mái tóc dài trôi trong không gian về tít cuối chân trời. Hình ảnh ấy đã đi theo tôi, cho đến mãi sau này, khi tha hương ở một phương trời khác, tôi vẫn tưởng như mình còn ở lại.

Hình như khoảng vài năm sau đó, tôi lại thấy chị Hợi sống với bố thằng Hạc ở vùng duyên hải. Và sau đó không lâu, bố tôi cũng được thuyên chuyển về vùng ấy. Bố tôi vẫn để kẻ tội phạm ấy sống yên ổn, vì lúc này bố thằng Hạc đã thay tên đổi họ. Tôi thấy chị Hợi vẫn sống bên người đàn ông ấy như một chiếc bóng trong một niềm sợ hãi. Thỉnh thoảng chị Hợi có ghé về thăm gia đình nhưng tính tình chị càng trở nên khó hiểu. Người đàn bà ấy mãi mãi như sợ hãi một điều gì bí ẩn rình rập xung quanh. Những kỷ niệm thơ mộng của một mùa hè năm xưa dường như đã tắt ngấm trong lòng chị Hợi. Chị Hợi của tôi lúc đó chỉ còn là một người đàn bà lặng lẽ trong một không gian sợ hãi.

Tôi cũng không biết bố thằng Hạc có còn hoạt động nằm vùng nữa hay không. Nhưng theo lời bố tôi thì chắc chắn vẫn còn, và giờ đây họ đã ngụy trang, ngụy tích tinh vi hơn. Dù sao, bố không muốn nhắc đến chuyện ấy nữa. Tôi hiểu, ý bố muốn để chị Hợi có một cuộc đời yên ổn.

Chị Hợi có thai lần thứ hai. Cũng như lần mang thai thằng Hạc, chị chẳng thấy buồn mà cũng chẳng thấy vui. Nhưng chị Hợi vẫn xinh đẹp. Ngày xưa chị Hợi là một người con gái xinh đẹp nhất vùng. Một vẻ đẹp thánh thiện, hồn nhiên. Bây giờ nhan sắc ấy đượm nỗi sầu đau buồn bã. Hình như năm tháng không đủ khả năng làm cho chị già đi mà chỉ phủ lên một lớp đau buồn kín đáo. Chị Hợi có thể cam nhận một cuộc đời như thế cho đến ngày nhắm mắt lìa đời, nếu như không có một biến cố đã đánh thức những ngày tháng mỹ miều năm xưa. Suốt một cuộc đời lẻ bóng của người đàn bà ấy, vẫn chỉ có một mùa hè ngắn ngủi. Mùa hè năm ấy...

Cánh chim lẻ bạn trong vườn nhà tôi dang đứng yên trong một bụi hồng. Cảnh tượng ấy nhắc tôi nhớ một mùa thương khó năm xưa. Một mùa thương khó mà chị Hợi của tôi đã vĩnh viễn lìa đời. Câu chuyện ấy xẩy ra vào giữa mùa chay. Ngày tháng ấy, chị Hợi hòa nhập tâm tình của mình với không khí giáo đường xám hối. Tôi không biết trên đời này có một loài hoa nào đã nở lại hai lần? Nhưng chị Hợi của tôi đã như một loài hoa nở lại, rồi bỗng chốc lại tàn ngay. Hình ảnh ấy, cho tôi nhớ tới một loài phù dung rực rỡ giữa ban trưa, thoắt đã héo rữa trong một buổi chiều muộn. Và ở giữa không gian của miền duyên hải, có núi biếc cùng biển xanh, chị tôi đã bay bổng trong miền không gian như đã từng bay cao trong vùng trời dĩ vãng. Bởi vì, dường như định mệnh đã vạch một con đường đi sẵn cho chị tôi. Chị đã gặp anh Vĩnh trong một buổi chiều nọ. Một buổi chiều mà những cánh phù dung đã héo rũ, bên ngôi giáo đường ấy. Về sau, tôi được biết rằng sau khi anh Vĩnh học xong, anh đã trở về trông coi một quân y viện ở vùng duyên hải ấy. Theo lời bố tôi kể lại, bố cầu mong họ đừng gặp lại nhau. Bởi vì thời gian đã qua là đã qua. Thời gian bao giờ cũng là người bạn tốt để xóa đi những nỗi sầu đau. Nhưng riêng trong hoàn cảnh ấy, thời gian không chứng tỏ được khả năng của mình.

Dạo ấy, chị Hợi đang mang thai đứa con thứ hai, bụng khá to. Tôi không được chứng kiến cảnh chị tôi gặp lại anh Vĩnh. Nhưng tôi độ chừng đôi mắt bồ câu của người đàn bà ấy lại vẫn đầm đầm lệ. Dường như họ đã đi chung với nhau một đoạn đường rất xa, từ tháp chuông giáo đường đến chân biển thì phải. Tôi cũng không được biết họ đã nói với nhau những điều gì. Và những điều ấy mãi mãi là những điều bí ẩn. Nhưng tôi hiểu cuộc hội ngộ ngắn ngủi ấy, đã cùng một lúc và tức khắc đánh thức những bông hoa khép cánh đang ngủ say trong khu vườn kỷ niệm xưa.

Là phận gái, tôi hiểu chị tôi, với vị trí của một người đàn bà được dạy dỗ theo lề lối cũ hẳn đang làm cho chị tôi vô cùng đau đớn. Không phải họ chỉ đi với nhau một lần, trong sự tình cờ sau buổi lễ chiều hôm ấy. Hình như đã có một vài lần khác nữa thì phải. Người thanh niên ngày xưa đã đem lòng yêu thương chị Hợi, mà lòng chung thủy đã vượt lên trên tất cả mọi hiểm nghèo. Anh Vĩnh đã tình nguyện trở lại quê hương. Anh vào quân đội với ý định có dịp đi được nhiều nơi để tìm kiếm gia đình tôi. Điều ấy sẽ cho anh biết về chị Hợi. Bố tôi rất bối rối trong hoàn cảnh ấy. Nhưng điều mà bố tôi cầu mong họ đừng gặp lại nhau, đã không thành sự thật. Bởi vì họ đã lại gặp nhau rồi.

Cánh chim trong vườn nhà tôi lại cất lên những tiếng kêu lẻ loi. Tiếng kêu ấy dường như đã vang vọng từ một nơi xa. Từ mãi tận quê nhà. Từ những khu vườn tịch mịch trong những ngày hè nắng lên rực rỡ, mà ở đấy một mối tình đã lớn lên rồi bị vùi lấp ngay bởi những ngọn lửa hồng thiêu cháy ở quê hương miền bắc. Tiếng kêu ấy lại dường như đang thoát ra từ trong những kẽ lá, trong khu vườn có những bông hoa trắng tinh, ngày chị Hợi trở lại với gia đình trong một thời kỳ u uẩn ở cao nguyên miền nam. Tiếng kêu ấy dường như đang lao vút vào không trung, xé rách cả một bầu trời quang đãng ở miền duyên hải làm cho có một loài hoa đã tàn rồi, thoắt nở lại rồi héo rũ, rơi trên mảnh đất cằn cỗi, chôn vùi dưới những lớp bùn và máu ở quê nhà.

Sau khi chị Hợi đã lìa đời, bố tôi sống trong tâm trạng của một người mang niềm ân hận khôn nguôi. Về sau, bố tôi rất hối tiếc về chuyện ấy. Khi kẻ tội phạm bỏ chạy trên bờ suối. Bố nâng súng, nhắm thẳng mục tiêu. Khoảng cách sáu thước là bài tập trên thềm bắn nhưng bố tôi đã cố tình bắn hụt để kẻ tội phạm đào thoát chỉ vì bóng dáng của một hài nhi. Đứa bé ấy hoàn toàn vô tội. Nhưng cái khoảnh khắc phù du yếu lòng ấy sẽ làm cho bố tôi ân hận nhiều hơn, sau này. Sau khi chị Hợi đã được chôn sâu dưới lòng đất cùng với mối tình năm mười bẩy tuổi, mọi người đều nghĩ rằng "bố thằng Hạc" đã vì hờn ghen mà qúa tay.

Người ta kể lại, bố thằng Hạc đã biết những lần chị Hợi gặp anh Vĩnh. Người đàn ông ấy nín thinh cho đến một thời gian lâu. Cho đến một lần, chị Hợi chịu đựng một trận đòn khủng khiếp đến nỗi chị đã trút hơi thở cuối cùng. Trước khi chết, chị Hợi kêu bố thảm thiết. Trước khi chị Hợi nhắm mắt, "bố thằng Hạc" đã bỏ trốn biệt tăm. Người hàng xóm đưa chị Hợi đến bệnh viện trên một chuyến xe Lam.

Hôm ấy là một buổi chiều cuối của một mùa hè. Những cơn gió giao mùa thổi về gờn gợn trên nước biếc. Mây chiều đã giăng mờ trên những đỉnh núi cao. Người hàng xóm ấy đã kể lại rằng, khi ấy chị Hợi mang thai, bụng đã khá to. Bố thằng Hạc đã chuẩn bị trước bằng cách khoét một chiếc lỗ sâu trên nền đất, buộc chị Hợi nằm sấp ở đó. Cái bụng to của chị lọt kín vũng đất đã đào sẵn. Ý hẳn là anh ta muốn bảo vệ cái bào thai trong bụng chị dưới trận đòn thập tử nhất sinh đó. Nhưng chị Hợi đã không kham nổi trận đòn này. Và chị sau đó, đã ra đi mang theo cả cái bào thai bất hạnh.

Ngay khi "bố thằng Hạc" bỏ trốn, người ta đưa chị đến được bệnh viện thì trời đã tối. Đêm hôm ấy, có phải là một đêm mà, định mệnh đã sắp xếp để cho một loài hoa đã tàn, thoắt nở lại, rồi héo rũ thêm một lần nữa. Chị Hợi của tôi đã lại gặp anh Vĩnh thêm một lần, và là lần cuối cùng, trước khi chị vĩnh viễn lìa đời. Những lời mà người hàng xóm ấy kể lại, mãi mãi tôi không thể nào quên. Người ta phải lấy ngay cái thai ra để cứu người mẹ. Nhưng kể cả người mẹ đều không thể cứu nổi qua đêm hôm ấy. Anh Vĩnh đã hết sức mình cùng với những phương tiện mà bệnh viện có thể có, vẫn không thể giữ được chị tôi ở lại.

Dưới ánh đèn sáng trưng trong phòng cấp cứu, chị Hợi mở mắt trừng trừng. Người đàn ông dấu khuôn mặt dưới chiếc khẩu trang mầu trắng đứng bên giường bệnh. Lúc ấy, thình lình mắt chị mở lớn, môi chị rung rung rồi la lên... anh... anh... đồng thời, dòng máu tươi từ đôi môi ấy trào ra. Anh Vĩnh gỡ bỏ chiếc khẩu trang, cúi xuống gần mặt chị. Anh đây, có phải chính anh đã gây ra việc này. Chị Hợi lắc đầu yếu ớt. Đôi mi chớp nhẹ, như thầm bảo anh cúi thấp nữa cho gần hơn. Anh Vĩnh hiểu ý, và anh cúi thấp. Chị Hợi hít trong vùng tóc rối và nước mắt tràn trên khuôn mặt tái xanh. Anh Vĩnh thấm đôi hàng nước mắt ấy bằng chiếc khẩu trang có sẵn trong tay. Vào phút lâm chung, chị Hợi chỉ nói một câu rất nhỏ, em yêu anh... suốt đời em vẫn đợi anh... em vẫn đợi anh, cho dù đến bao giờ. Câu "cho dù đến bao giờ", chị nói giữa hai lần nấc nghẹn và sau đó, chị tắt thở. Anh Vĩnh ôm lấy khuôn mặt của chị vẫn đầm đìa nước mắt. Anh thảng thốt kêu lên... anh yêu em, suốt đời anh vẫn đi tìm kiếm... nhưng chị Hợi của tôi đã không còn được nghe những lời ấy nữa. Anh vuốt mắt chị, bàn tay run rẩy.

Cuộc tình của chị tôi bắt đầu từ những ngày đầu tiên của một mùa hè trong khu vườn có nắng xôn xao. Cuộc tình ấy đã chấm dứt vào một ngày cuối hạ, khi mà những giọt nắng cuối cùng không còn đi lang thang trên những thân sóng của bờ biển xanh ở miền duyên hải ấy. "Bố thằng Hạc" biệt tăm kể từ sau án mạng. Bố tôi tích cực ráo riết trong việc truy nã hung thủ lần này. Sau đó không lâu, anh Vĩnh đã xin đổi đi một nơi nào đó tôi cũng không biết. Thằng Hạc côi cút về sống trong gia đình ông bà ngoại, với tôi. Nó giống mẹ, sống một cuộc đời lặng lẽ. Khi lớn lên, sau này thằng Hạc xung vào một đơn vị lính Dù. Bố thằng Hạc đã trở ra bưng từ dạo ấy nên việc truy lùng hung thủ của bố tôi, thật sự là vô ích.

Chị Hợi chết đi đã mang theo rất nhiều điều bí ẩn. Mãi về sau, bố tôi mới có những lời giải đáp qua tập nhật ký do chị để lại. Chừng đó, mọi người mới vỡ lẽ. Rằng, trận đòn mà bố thằng Hạc đã dành cho chị tôi, không phải do hờn ghen. Rằng, đó là một trận đòn tra tấn nhằm khai thác tin tức trong ngành an ninh mà bố tôi đang phục vụ, thông qua chị Hợi. Năm mười bẩy tuổi, chị Hợi mang trầu cau về loan báo lễ đính hôn ở quê nhà. Những ông cậu cuồng tín đã giữ chị ở lại để làm con tin, buộc bố tôi phải trở về để bị bắt giữ. Người cán bộ quê mùa của khu Năm đã được tổ chức mau chóng phát hiện ra con mồi là chị tôi, nên đã bố trí cho anh ta trở thành người chồng của chị. Bố tôi ở trong một đảng phái chống cộng, sau lại là một người phục vụ trong ngành an ninh. Tổ chức hy vọng qua chị tôi, có thể nắm bắt được nhiều tin tức quan trọng.

"Bố thằng Hạc" sau đó đã được cài vào miền nam trong dòng người di cư để hoạt động, trong khi những đợt đấu tố ở miền bắc đang trong thời kỳ cuồng bạo. "Bố thằng Hạc" bị bắt. Cuộc trao đổi kỳ quái để người cha gặp lại con cũng nằm trong kế hoạch của tổ chức. Nhưng bố tôi đã đổi ý. Rồi trong giây phút rất phù du, "bố thằng Hạc" đã thoát chết. Và chính vì giây phút yếu đuối ấy mà "bố thằng Hạc" đã thoát chết để sống yên ổn nơi vùng duyên hải. Chị Hợi đã không chịu cộng tác bất cứ điều gì mà tổ chức đã giao phó cho "bố thằng Hạc". Cái chết của chị hoàn toàn không phải do hờn ghen. Điều ấy, có lẽ mãi mãi anh Vĩnh vẫn không thể biết được. Nếu được biết, có lẽ tâm hồn anh sẽ được thanh thản đôi phần. Sau đó, bố tôi còn ân hận nhiều hơn nữa, kể từ khi biết rõ sự thật này. Từ đó, bố tôi sống một cuộc đời hết sức lạnh lùng.

Sau 30 tháng Tư 75, tôi có gặp lại "bố thằng Hạc" một lần. Lúc ấy, anh ta là bí thư huyện ủy trong một tỉnh miền biển. Dạo ấy tôi bị bắt vì tội vượt biên, phản bội tổ quốc. Tình cờ, "bố thằng Hạc" đến thăm trại giam. Tôi nhận ra người đàn ông ấy ngay. Anh ta cũng nhận ra tôi. Chúng tôi đều không muốn nhìn nhau. Nhưng vào phút chót trước khi rời trại, thình lình "bố thằng Hạc" chỉ ngón tay vào mặt tôi hỏi, vượt biên theo đế quốc Mỹ hả? Tôi định đứng lên, trút hết những nỗi căm hờn uất ức vào mặt người đàn ông ấy, nhưng "bố thằng Hạc" đã vội vã bỏ đi. Trước khi đi, "bố thằng Hạc" quay lại nói một câu hàm ý cho mọi ngườI cùng nghe, để coi ít bữa cách mạng giải phóng nước Mỹ thì đi đâu.

Thời gian ở trại giam, chỉ nhớ đến bố mà tôi đã khóc hàng đêm. Tôi đã bị đẩy vào một trại giam nữ, bao gồm đủ mọi thành phần: Những người vượt biên, những kẻ trộm cắp, những cô gái ăn sương... thân phận tôi giống như một con cá mắc cạn. Hai tháng trước đó, vợ chồng tôi quyết định ra đi, ngay khi nhà tôi vừa từ một trại giam ở miền bắc trở về. Nhưng tôi đã bị bắt giữ ngay trên đường đến bến hẹn. Tôi không còn biết tin tức gì của chồng tôi nữa, vì anh ấy tới điểm hẹn trên một lộ trình khác. Cầu mong cho chồng tôi thoát cơn nguy hiểm. Gần mười năm tù đã làm chúng tôi xa cách. Tôi đã sống một phần đời cô quạnh, điều ấy càng làm cho tôi thương chị tôi nhiều hơn. Lúc ấy bố tôi đang ở một trại giam nào đó ở miền thượng du, kề cận biên giới Trung Hoa. Thằng Hạc bị bắt làm tù binh trong một trận đánh cuối cùng ở Phước Long năm 74 đến giờ ấy vẫn không có tin tức. Mẹ tôi vẫn lặng lẽ trong mảnh vườn nhà, cầu nguyện cho chồng, cho con, cho cháu và những người thân ở rải rác trong các trại giam từ bắc chí nam.

Và những người cậu của tôi. Nghe nói người thì đi Tuyên Quang làm công nhân hái chè. Tôi có nghe nói tới những đồi chè bạt ngàn ở đó. Những cánh chè đen được xuất khẩu qua Liên Xô, đổi cho đất nước anh em, lấy những viên đạn đồng đem qua Kampuchea làm nghĩa vụ quốc tế. Một người cậu khác của tôi, lúc ấy đang nhặt phân trâu ở Việt Trì để thực hiện một chương trình tự giáo dục bản thân. Bởi vì chiến tranh đã qua rồi. Các cậu tôi sinh ra trong một gia đình có những phần tử đối kháng với cách mạng, cho nên việc tự cải tạo ấy là hữu ích. Những người cậu ấy về sau, dường như đã biết rõ hơn về cuộc đời của chị Hợi, qua một vài người trong họ hàng nói lại. Các cậu đã phải chịu những sự dằn vặt của lương tâm, cùng với nỗi thất vọng về một thiên đường không có thật. Cho đến một lúc nào đó, khi tôi đã xa những người cậu của tôi bằng một không gian của Biển Thái Bình, tôi lại nghe rằng người cậu út của tôi đã tự treo cổ mình dưới một cành cây mít trong một trại cải tạo lao động ở miền núi ấy. Một người cậu khác biệt tăm, không có tin tức. Mẹ tôi, lại một lần nữa vác cây thập giá, thêm một mùa thương khó trong đời vì cái tang của em mình.

Cho đến mãi mãi về sau, gia đình tôi vẫn không hề biết gì thêm về tin tức của thằng Hạc. Có lẽ nó đã chết, tôi nghĩ vậy. Phải mất một thời gian rất lâu tôi mới hiểu được rằng chị tôi đã đặt tên là Hạc cho đứa con đầu lòng ấy như là hàm ý một lời than vãn suốt đời. Ý của chị tôi muốn ví cuộc tình ngắn ngủi thơ mộng của thời con gái như là một cánh hạc bay. Cái tên tiền định ấy, và rồi thằng Hạc cũng đã bay xa. Nó đã bay trên đôi cánh nặng chĩu chuyên chở những thương đau của một người mẹ. Người mẹ suốt đời nhẫn nhục, lặng câm.

Người mẹ suốt đời không được sưởi ấm bởi than lửa tình yêu.

Sau khi ra khỏi trại giam lần ấy, tôi lại vượt biên để theo chồng. Vợ chồng tôi đã lại gặp nhau. Chị tôi vĩnh viễn không bao giờ được gặp lại người mình yêu dấu. Cánh Hạc ấy đã bay xa rồi. Trong tiếng kêu của cánh chim lẻ bạn chiều nay, chợt đưa tôi về với những âm thanh ngậm ngùi của những ngày tháng cũ. Những tiếng khóc thầm của mẹ trong đêm. Những giọt nước mắt cùng tiếng kim khí va chạm. Những ánh lửa hồng đốt cháy trên những cây đuốc hận thù trong đêm đấu tố mà bà ngoại đã nằm xuống. Cánh chim lẻ bạn ấy đưa tôi về với không gian của quê hương. Một không gian chìm đắm trong một thời gian mà cả đất nước tôi có nhiều nước mắt hơn tiếng cười. Tất cả đều đã đi xa. Tất cả đều đã bay xa. Bay xa như một cánh Hạc bay. Cánh Hạc ấy đã bay tít vào tận cuối chân trời. Và chị Hợi của tôi cũng đã bay xa.

Chiều nay, bụi hồng trong vườn nhà tôi mới nở thêm bông. Mây trôi về lờ lững ở trên không. Trong vùng mây cao tít ấy, tôi thấy có tất cả những người thân. Nhưng một vóc dáng lừng lững trong vùng mây ấy mãi mãi không tan: Chị Hợi. Chị Hợi đã không đặt tên cho đứa con thứ hai của chị vì đứa trẻ ấy đã cùng với chị bay trên đôi cánh về cuối chân trời...

Đinh Phụng Tiến

(Trong tuyển tập truyện ngắn: Trên Đôi Cánh Hạc

xuất bản tại California, năm 1997. Tái bản lần thứ nhất 2018 tại California, Hoa Kỳ)

CHUYỆN TRÒ VỚI HOẠ SĨ ĐINH TRƯỜNG CHINH

Đinh Trường Chinh

Nhà thơ, họa sĩ. Tên thật Đinh Trường Chinh. Sinh năm 1970 tại Tân Định, Sài Gòn. Con trai họa sĩ Đinh Cường. Hiện sống và làm việc tại Hoa Kỳ. Sinh hoạt thơ văn và hội họa. Cộng tác với Văn Học Nghệ Thuật, E Magazine (từ 1995), Hợp Lưu, Văn, Tạp chí Thơ, Tiền Vệ...

Tác phẩm đã xuất bản:

Vực Và Gió (thơ, in chung), **26 Nhà Thơ Đương Đại** (thơ, in chung), **Thơ Việt Đầu Thế Kỷ 21** (thơ, in chung, Nxb Nhân Ảnh – Hoa Kỳ, 2018), **Tình Nghĩ Mẹ Cha** (thơ, in chung, Nxb Nhân Ảnh, 2020).

Hơn mười bảy năm về trước (năm 2005) tôi đã đánh liều "xâm phạm" vào một lãnh vực mà tôi hoàn toàn ngơ ngác, hoàn toàn không hay, không biết đó là Hội hoạ khi làm phỏng vấn những văn nghệ sĩ đương đại cho cuốn LÊN RỪNG ĐẾM LÁ.

Người "bị" tôi "thẩm vấn" lúc ấy là hoạ sĩ Nguyễn Trọng Khôi. Cũng may với tấm lòng ưu ái, độ lượng của anh mọi chuyện rồi cũng thuận buồm xuôi gió. Hơn mười bảy năm sau kể từ cái thuở dại khờ ấy tưởng như sẽ chẳng bao giờ còn dám lập lại ấy vậy mà hôm nay quý độc giả và quý văn hữu lại một lần nữa chứng kiến thêm lần dại khờ kế tiếp đó là cuộc: Chuyện trò giữa hoạ sĩ Đinh Trường Chinh và chúng tôi.

Thôi thì "một liều ba bảy cũng liều, cầm bằng như trẻ chơi diều đứt dây". Vậy xin mời hãy cùng chúng tôi vào chuyện:

Triều hoa Đại: *Khi đặt câu hỏi cho một thi sĩ tại sao ông làm thơ, cho một nhạc sĩ vì sao ông viết nhạc cũng như đi hỏi một hoạ sĩ vì lẽ gì mà ông lại cầm cọ thì thật là một câu hỏi lẩn thẩn đến ngớ ngẩn. Vậy mà hôm nay tôi xin ông chớ cười vì tôi cũng đang muốn làm lại cái công chuyện "ngớ ngẩn" này. Thưa hoạ sĩ Đinh Trường Chinh đấy là câu trích nguyên văn mà tôi đã hỏi với hoạ sĩ Nguyễn Trọng Khôi cách nay đã hơn 17 năm trong cuốn:* Lên Rừng Đếm Lá, *nay tôi xin phép được dùng lại để hỏi xem ý kiến của hai hoạ sĩ về vấn đề này có khác nhau không. Và, nếu có thì khác nhau như thế nào để may ra có thể giúp ích một phần cho những người say mê hội hoạ họ có một cái nhìn, một sự so sánh.*

Đinh Trường Chinh: Môi trường lớn lên của tôi đã hình thành phần lớn con người nghệ thuật của tôi. Bố tôi là một họa sĩ, cũng là một người làm thơ từ rất sớm. Từ bé, chung quanh tôi lúc nào cũng hăng hắc mùi dầu xăng, màu, cả mùi thơm của những tấm bố mới. Tôi đã giúp Bố tôi pha màu, căng toile... và cũng đã bao lần cùng ông thức qua đêm, đã chứng kiến những bức tranh được hoàn chỉnh từ những tấm bố trắng toát. Sự quan sát dài hơi đó giúp tôi có một cái nhìn về hội họa từ bên trong, bên trong cả tâm hồn một người họa sĩ. Dần dần, tôi tiếp thu cái tư duy hội họa đó, thấm dần vào máu mình lúc nào không hay.

Còn Mẹ tôi ngày ấy là sinh viên văn khoa. Bà cũng đam mê thơ văn Việt Nam và văn học thế giới. Mẹ tôi dạy tôi từ bé, bằng những dòng suối của nhân sinh quan, văn chương chữ nghĩa, âm nhạc, phim ảnh. Từ rất nhỏ, tôi đã được biết đến những cái tên Xuân Diệu, Huy Cận, Thanh Tâm Tuyền, Camus, René Char, v.v... Cộng với niềm đam mê hội họa và thi ca có sẵn trong người , tôi lớn lên không tránh khỏi sự dẫn dụ của 2 bộ môn này. Tôi cho đó là điều quan trọng nhất để làm được cái mình muốn: niềm đam mê, trong một tâm hồn yêu nghệ thuật tự nhiên.

Thđại: *Một cái nhìn và hiểu về hoạ sĩ xin vui lòng cho biết một ít tiểu sử về anh.*

ĐTC: Xin thưa rõ trước, tôi không nên nhận chữ "sĩ" nào. Tôi chỉ là người thích vẽ tranh, thích làm thơ. Đinh Trường Chinh là tên thật, sinh năm 1970, trong lúc cuộc "chinh (chiến)" đang "trường (kỳ)", và chưa có lối thoát. Tôi sinh ra ở một nhà thương nhỏ ở đường Đinh Công Tráng (gần tiệm bánh xèo), rồi lớn lên, đi học, đi chơi quanh vùng Tân Định, Sài Gòn cho đến khi định cư và tiếp tục đi học, đi làm ở tiểu bang Virginia, Hoa Kỳ. Đam mê vẽ tranh và làm thơ nên đã "đâm" một phần đời không nhỏ vào hai việc "thiêu thân" này, tuy vẫn chưa được đào tào chính quy một ngành nghệ thuật nào cả. Có hai cô con gái tên Thơ (20 tuổi) và Tranh (17 tuổi).

Thđại: *Chắc anh Đinh Trường Chinh còn nhớ ở trong một messenger mà tôi đã gửi đến anh: "Viết những dòng* *chữ này gửi anh tôi rất lưỡng lự, đắn đo nên hay không nên làm việc này nhưng khổ nỗi những bức tranh của anh "NÓ" xúi giục tôi phải làm như vậy nên mong anh thông cảm. Thế còn anh, anh đã đến với hội hoạ có phải là cũng do ma đưa lối, quỷ đưa đường NÓ xúi giục?*

ĐTC: Như đã nói sơ ở trên, nếu có một điều gì "đưa đường", thì đó chính niềm đam mê của chính mình. Đúng là màu sắc hội họa là một cái gì rất hấp dẫn. Học hỏi qua hội họa thế giới từ bé, và mỗi lần đi các viện bảo tàng , các triển lãm tranh, nhất là tranh của các "master", tôi không bao giờ thôi kinh ngạc trước những gì họ đã làm cho nền hội họa - một bộ môn nghệ thuật thay đổi và tiến hóa mạnh và rõ rệt nhất. Từ sự kinh ngạc trước các tác phẩm của các họa sĩ nhà nghề, tôi vô tình bị hội họa rù quến vào và không có lối thoát.

Thđại: *"Vẽ tranh, như một phần không thể thiếu trong đời sống, đôi khi, như một loại "trị liệu" tinh thần đó là một lần anh đã cho tôi biết như thế, vậy thì còn THƠ thì sao, tôi và rất nhiều độc giả đã từng đọc thơ của anh mà thơ anh thì lại rất hay, rất "tới". Vậy giữa hội hoạ và thơ cái nào mới là loại thuốc "trị liệu" của anh?*

ĐTC: Thơ, tranh là những phương tiện để truyền đạt nghệ thuật. Có những lúc chúng ta bị "mắc kẹt" với phương tiện này nhưng lại truyền tải lên được một phương tiện khác. Màu sắc có thể làm thành bài thơ và một bài thơ cũng có thể vẽ thành một bức tranh mang đầy màu sắc hội họa.

Cũng có thể vì ôm đồm hơn một bộ môn, tôi thật sự làm cái gì cũng nửa vời - không có cái nào "tới" cả. Có rất nhiều lúc, khi có thời gian, tôi không biết tự "thưởng" cho mình sự ưu tiên nào trước: vẽ tranh hay làm thơ. Có khi thơ đến trước và thế là tôi ngồi vào computer gõ thật nhanh ý tưởng mình xuống. Cũng có khi trong đầu là những đám mây hội họa đầy màu sắc chợt bay ngang và thế là lại vọc với cọ, màu , bố... Cái nào cũng là một loại trị liệu cho ngay thời điểm ấy - lúc mình cảm thấy cần cái nào hơn cả, để thỏa được một khoảng thời gian sống và đắm chìm vào nó.

Thđại: *Khi ngồi trước khung bố, ngồi trước những tảng màu v.v... những ý tưởng tự nhiên ùa tới hay là trong anh đã có những sắp đặt từ trước?*

ĐTC: Cả hai. Vẽ tranh đến từ cảm hứng. Khi cảm hứng đến, việc đầu tiên là ngồi trước giá vẽ, nặn màu, chuẩn bị bố , cọ , xăng dầu... biết rằng, lúc ấy, mình sẽ vẽ, phải vẽ, không thể khác. Đó là cái khổ của những tay nghệ sĩ, cảm hứng có khi đến bất chợt, đến rất trái giờ...

Cảm hứng sáng tác là cái khó có thể nói hay dự tính trước. Nó thường ập đến bất ngờ và tự dưng cho mình một thôi thúc phải ghi lại ngay, lên tranh, lên những "media" có trước mặt. Những "cảnh huống ngoại tại" thường đi song song với "trăn trở nội tại". Vẽ tranh với tôi thường là công việc bùng phát từ bên trong. Cái đầu mình dường như điều khiển những ngón tay cầm cọ, chấm màu, pha xăng, vấy tạt lên tấm bố... Đó là những động tác đến rất tự nhiên như có một sự điều khiển vô hình, vô thức nào đó từ bên trong con người mình. Cũng có những cảm hứng thường đến từ sự liên hệ với ký ức mình. Những hình ảnh bên ngoài cuộc sống, nếu gợi nhớ từ một ký ức nào đó , thường dễ lay động và trở thành cảm hứng cho người sáng tác. Nói chung, mọi thứ đều rất trừu tượng và khó có một sự giải thích rõ ràng nào cho câu hỏi "Cảm hứng đến từ đâu?" Đó cũng là sự quyến rũ cho người làm nghệ thuật. Có những lúc, bạn bắt đầu vẽ những nét đầu tiên, rồi sau đó cứ theo sự dẫn dắt của màu sắc, bố cục, và bạn sẽ khám phá thêm trong quá trình hình thành bức vẽ. Có những ý tưởng, cảm hứng bật ra bất ngờ, liên kết với nhau, xọ câu chuyện này đến câu chuyện kia... trong một bức tranh. Có khi không cần một cái gì to tát, ví dụ như chỉ từ một lời hát thôi, tôi cũng có thể vẽ nó thành một bức tranh. Ngoài ra, tôi cũng vẽ nhiều tranh xã hội, những hiện thực cuộc sống, những trăn trở hàng ngày...

Cũng có những lúc, khi mình ngồi vào vẽ, hay làm thơ, là đã nhen nhúm sẵn một ý tưởng nào đó - những lúc ấy, ý tưởng chỉ là ý tưởng , một cái gì đó vô hình, và vì thế, nó cần một "media" để mình thể hiện. Với hội họa, đó là "nội dung" bức tranh. Làm thế nào để vẽ lên cái nội dung ấy - đó là lúc chúng được lồng trong một bố cục nhất định , một sự hài hòa của màu sắc nào đó...

Thđại: *Anh bảo: Khi ý tưởng đến có khi ghi xuống bằng chữ qua thơ những trang viết, nhưng cũng có khi ghi xuống bằng cọ, vậy thì giữa thơ và cọ với hoạ sĩ Đinh Trường Chinh là có một sự hỗ tương nhất thiết phải thế không?*

ĐTC: Có khi, thơ là âm bản và tranh là dương bản của cùng một ý tưởng, và ngược lại. Mọi phương tiện nghệ thuật thường có thể bổ sung cho nhau. Với riêng tôi, tranh và thơ có một sự hỗ tương, không nhất thiết, nhưng cần thiết.

Thđại: *Về sinh hoạt của hội hoạ Việt Nam ở trong nước có hoạ sĩ đã phân chia ra làm ba (3) giai đoạn và mà tạm thời lấy cột mốc thời gian từ 30/4/1975 cho đến 1985 nền hội hoạ ấy phải phát huy trong tinh thần XHCH, rồi chuyển qua 1985 khuynh hướng sáng tác của hai miền có dịp gặp gỡ, trao đội, một vài hoạ sĩ trẻ ló dạng một sự táo bạo hơn. Và sau đó chỉ cách nhau khoảng năm (5) năm đã có những tiến bộ được coi là khá tốt. Ngày nay đất nước đã "thống nhất" Bắc, Nam xum họp một nhà dưới sự lãnh đạo "tài ba" của những "đỉnh cao trí tuệ" anh nghĩ sao về ngành hội hoạ ở trong nước?*

ĐTC: Đúng như anh nói , trong giai đoạn 1975 đến khoảng 1985, họa sĩ miền Nam hầu như phải vẽ theo "định hướng" , theo tinh thần XHCN , màu sắc vui , thể hiện sự lạc quan trong đời sống , không được vẽ thiếu nữ cổ dài sang cả, thân hình như cánh vạc bay... Dĩ nhiên, giai đoạn hội họa đó chỉ là một giai đoạn tạm thời vì các họa sĩ có lẽ không có sự chọn lựa nào khác, nếu còn muốn cầm giá vẽ, còn thèm nhìn màu sắc trên khung bố. Đó là mặt nội dung. Vẫn có những bức tranh rất đẹp về màu sắc , về bố cục... trong thời gian "XHCN", nếu chúng ta vượt qua thành kiến về phần nội dung. Vẫn có những bức tranh hiếm hoi được xem là những tác phẩm hội họa thực thụ. Ngay cả hội họa miền Bắc cũng vậy: những Bùi Xuân Phái, Nguyễn Sáng, Dương Bích Liên... vẫn có những tác phẩm xuất sắc khi họ vẫn sống dưới sự kềm kẹp về văn hóa tư tuởng của Đảng. Tôi nghĩ đó là lúc thấy rõ tài năng thực thụ của người nghệ sĩ , ngay cả trong thời kỳ bị bóp nghẹt về tư tưởng.

Sau 1985, sau thời kỳ "đổi mới", hội họa miền Nam khởi sắc. Đã dần dần thấy trở lại những tác phẩm thiếu nữ quen thuộc của Đinh Cường, Nguyễn Trung... và nhất là hội họa trừu tượng đã trở lại mạnh mẽ - thứ là trước đây có lẽ rất khó để "kiểm duyệt". Từ giai đoạn ấy, khi sự kiểm duyệt bớt đi, sáng tạo của nghệ sĩ tạo hình có dịp được phát huy. Nhất là sau khi họa sĩ Nguyễn Trung đi châu Âu về và bắt đầu vẽ lại trừu tượng, một phần từ sự hấp thụ của chuyến đi ra nước ngoài ấy , ông dường như "lôi kéo" được cả một thế hệ tài họa đi theo - hội họa Việt Nam khởi sắc và hiện đại hẳn.

Về sau này, tôi nghĩ sự sáng tạo được phát huy mạnh hơn nữa. Sự kiểm duyệt của bộ văn hóa dĩ nhiên vẫn còn đó. Tuy nhiên, dường như hội họa đương đại Việt Nam vẫn chưa ra được đại dương thế giới. Gần đây, hội họa Việt Nam lại được nhắc trên diễn đàn thế giới nhiều chỉ qua các cuộc đấu giá tranh của các danh họa thời Đông Dương !

Thđại: *Thế còn ở hải ngoại thì sao?*

ĐTC: Họa sĩ Việt Nam ở hải ngoại lứa sau 1975, tôi không theo dõi kỹ. Những người họa sĩ từ "Hội Họa

Sĩ Trẻ" ở Saigon trước 1975 hầu hết đều tiếp tục với nghề. Trừ những họa sĩ còn kẹt lại trong nước, các họa sĩ cũ từ Việt Nam ra hải ngoại không còn "sống" được bằng tiền bán tranh nữa. Trong một môi trường sống thực tế ở ngoài nước, người mua tranh không nhiều.

Thđại: *Một dạo cách nay cũng (hơi) khá lâu mà tôi được biết qua báo chí (tôi chắc anh cũng nghe rồi) có một hoạ sĩ ở Cali khi về Việt Nam đã cất lời chê bai những hoạ sĩ khác ông ta cho rằng: Chẳng có ai hơn ông ta về tài năng, phòng tranh thì luộm thuộm không đủ tiêu chuẩn hay nói cách khác không xứng đáng để cho ông bày tranh. Vậy thì theo anh những hoạ sĩ VN hiện đang cầm cọ ở hải ngoại trong đó có anh nghĩ sao về vấn đề này?*

ĐTC: Tôi không được biết thông tin này.

Thđại: *Trở lại công việc của người hoạ sĩ vì rằng: "hội hoạ là một ngành nghệ thuật được thực hiện bởi hoạ sĩ vì hoạ sĩ coi hội hoạ là nghề nghiệp của mình. Hội hoạ dùng kỹ thuật (nghệ) và phương pháp gọi là (thuật) hay nói một cách khác hội hoạ là ngôn ngữ của người hoạ sĩ." Anh có đồng ý như thế không?*

ĐTC: Chắc chắn là vậy. Ngôn ngữ của họa sĩ là hội họa: màu sắc, bố cục, ý tưởng. Nắm vững ngôn ngữ hội họa, cộng với kỹ thuật vẽ tranh vững vàng , người họa sĩ sẽ có điều kiện cần thiết để vẽ lên một bức tranh đẹp và nguyên thủy. Nếu có sự độc đáo nữa thì lại càng dễ nổi trội và gây ấn tượng sâu sắc đến người xem.

Trong thời đại hiện nay, thật sự biên giới giữa các nghành nghệ thuật cũng bị xóa mờ đi phần nào. Tuy nhiên, cái cốt lõi vẫn là phải làm sao đánh động được cảm xúc của người thưởng ngoạn.

Thđại: *Cảm hứng nào giúp anh tạo nên một tác phẩm? Ta hãy thử hình dung đến hoạ sĩ Tô Ngọc Vân hay với hoạ sĩ Đinh Cường mà theo tôi người phụ nữ luôn luôn* *là nguồn cảm hứng bất tận vì nếu thiếu đi những người nữ thì e rằng ngày nay chẳng mấy ai còn nhớ đến họ, anh nghĩ sao?*

ĐTC: Chắc chắn trong sáng tác, vai trò của tình yêu, của cảm hứng thật thụ là điều tiên quyết. Trong sáng tác, phần cảm tính với tôi vẫn trội hơn phần lý tính. Tôi không tin một nhạc sĩ có thể viết một bài tình ca hay từ một tình yêu tưởng tượng. Trong sáng tác hội họa hay thơ cũng vậy, sự va chạm thực tế giúp cho bạn có được sự gần gũi với đề tài sáng tác. Nếu người nữ là một đề tài, một nhân vật chủ yếu trong tác phẩm, thì người phụ nữ sẽ là nguồn cảm hứng bất tận.

Lại có những người cả đời chỉ vẽ phố như Utrillo, Bùi Xuân Phái... thì phố là tình yêu lớn của họ , và như anh thấy, tranh Utrillo hay Bùi Xuân Phái đều vẽ từ những con phố thật đem lại cảm giác cho họ, chứ không phải là những con phố trong trí tưởng tượng. Hay Chagall, tình yêu từ những làng quê bên Nga luôn phảng phất trong tranh ông... như một cảm hứng bất tận. Ở thời đại này, sáng tác không còn tuyền vào đề tài tình yêu nhiều nữa. Nhất là nghệ thuật ngày nay không còn / khó có thể tách rời ra chính trị, thời cuộc, xã hội.

Nên nói "người phụ nữ luôn luôn là nguồn cảm hứng bất tận" là chỉ nói một phần nào...

Cũng xin nói thêm, tuỳ đối tượng trong tranh, "thiếu nữ" trong tranh không nhất thiết phải đẹp. Bức Benefits Supervisor Sleeping của họa sĩ Lucian Freud vẽ một người đàn bà xấu xí béo mập núng nính khỏa thân nằm ngủ trên sô-pha lại được xem là kiệt tác và bán ra với giá trên 33 triệu đô la ! Trong bức tranh này, theo tôi, người họa sĩ đã đánh đổ quan niệm "thiếu nữ đẹp" ước lệ thường thấy trong tranh thiếu nữ – nhất là từ các họa sĩ lãng mạn. Điều đó cần một sự bứt phá nội tâm không dễ có được, chỉ những cá tính mạnh, như Freud mới có được. Vượt ra khỏi một ước lệ trong nghệ thuật (và vượt thành công), định hình một phong cách không giống ai, đã là một giá trị to lớn.

Thđại: *Tôi chắc chắn một điều là khi bàn về hội hoạ thì anh rất rành có thể nói đây là "nghề của chàng" vậy thì trở lại chuyện xa xưa một chút anh có cảm thấy không vui vì trong 21 hoạ sĩ nổi tiếng thế giới hình như chúng ta không thấy một hoạ sĩ VN nào cả những Lê Bá Đảng, Tô Ngọc Vân, Nguyễn Gia Trí, Nguyễn Tường Lân, Bùi Xuân Phái vân vân và vân vân, anh nghĩ thế nào, hoạ sĩ của chúng ta chưa xứng tầm với thế giới vào thời điểm ấy? Nếu thế thì thời gian nào theo anh những hoạ sĩ Việt Nam mới đóng góp tài năng cùng năm châu, bốn bể?*

ĐTC: Tôi nghĩ chúng ta vẫn có những họa sĩ có tài năng xứng tầm thế giới. Tuy nhiên, cái sức mạnh "sáng tạo" của nghệ sĩ Việt Nam thường đến sau nghệ sĩ thế giới. Những họa sĩ master thế giới thường dựng lên thời đại của mình, trường phái của mình, gây ảnh hưởng sâu đậm đến cả một thời đại sáng tạo thế giới. Họa sĩ Việt Nam, tuy vẽ rất đẹp, rất tài năng, họ dường như không có cơ hội thể hiện suy tưởng của mình đến với hội họa thế giới từ những bước đầu tiên để tạo được ảnh hưởng lên nền hội họa chung. Trong sáng tạo, không phải chỉ là vấn đề "vẽ đẹp".

Cũng có một lý do khác là rào cản ngôn ngữ, địa lý, tầm ảnh hưởng của đất nước. Nếu ca từ tiếng Anh của Bob Dylan trao ông giải Nobel văn học, thì với riêng tôi, suy tưởng của một nhạc sĩ Việt Nam như Phạm Duy là không kém hơn, hoặc, thậm chí tư tưởng sâu hơn nữa (đây chỉ là một ví dụ).

Thđại: *Qua Vietnamse Lady (1938) của hoạ sĩ Lê Phổ đã cho người ta thấy được phong cách hoài cố hương của ông, còn với Đinh Trường Chinh anh đã thể hiện khuynh hướng sáng tác như thế nào?*

ĐTC: Đúng là họa sĩ Lê Phổ dù có xa quê hương từ sớm (1937) và sau này lấy vợ người bản xứ, tranh của ông vẫn mang đậm hình ảnh Việt Nam - những thiếu nữ với áo dài, khăn đóng, khung cảnh rất bình yên ở nơi chốn nào đó ở miền Bắc . Có lẽ 30 năm đầu của đời người là những năm tháng ảnh hưởng sâu đậm và quan trọng nhất để tạo thành phong cách của một con người nói chung hay người nghệ sĩ nói riêng - từ đó, nó in đậm lên sáng tác của họ. Tôi có 20 năm ở Việt Nam - thời gian sống ở xứ Mỹ này đã nhiều hơn thời gian sinh sống ở Việt Nam , nhưng tôi vẫn làm thơ tiếng Việt, tranh vẽ vẫn phảng phất sự hoài cố. Tuy nhiên, quê hương không phải là đề tài sáng tác của tôi. Tôi không viết nhiều về quê hương, không vẽ tranh mái đình, làng mạc... Qua thời gian, chúng ta sống trong một mặt bằng thế giới mà khái niệm về tổ quốc như chỉ còn là một khái niệm về gốc gác để... thờ khi có dịp. "Quê hương" làm gì còn là chùm khế ngọt để nhớ về. Vì thế, căn cước của người vẽ, người viết gốc Việt là những gì họ thể hiện lên tác phẩm và hy vọng đó là những tác phẩm được sinh ra vì mục tiêu nghệ thuật trước tiên chứ không phải vì cuộc chiến Việt Nam, vì quê hương, hay vì một quá khứ nào đó, v.v... Những thứ ấy có thể là chất liệu tốt nhưng không nên là lý do để sáng tác của bạn soi về. Vì thế, tôi sáng tác tự do , không có khuynh hướng rõ rệt. Tùy tâm cảm, hoàn cảnh thời đại, mà sáng tác.

Thđại: *Được thừa hưởng và hấp thụ tài năng từ thân phụ (hoạ sĩ Đinh Cường) anh có cảm thấy đó là một điều may mắn so với những người khác. Và, nếu nhìn lại "lịch sử" hội hoạ những năm tháng cũ của VNCH, rất nhiều hoạ sĩ đã làm tài danh: Nguyễn Trung, Nghiêu Đề, Nguyên Khai, Ngọc Dũng, Đinh Cường,v.v... anh có trân trọng những gì mà thân phụ của anh và những người đi trước đã để lại?*

ĐTC: Vâng, chắc chắn là như thế. Tôi đã lớn lên trong môi trường hội họa từ bé. Như đã nói ở trên, xung quanh tôi lúc nào cũng hăng hắc mùi dầu xăng, màu, cả mùi thơm của những tấm bố mới. Sự quan sát dài hơi từ hội họa Bố tôi giúp tôi có một cái nhìn về hội họa từ bên trong, bên trong cả tâm hồn một người họa sĩ. Khi lớn lên, tôi có ghi danh học các lớp vẽ, kỹ thuật căn bản, bố cục, chân dung, anatomy, v.v... để giúp mình thêm kỹ thuật vẽ. Bố tôi thật sự chưa bao giờ dạy tôi trực tiếp nhưng ông là người thầy lớn nhất bởi ông đã truyền cảm hứng hội họa đến cho tôi.

Thời ấy, khoảng 15–20 tuổi, tôi vẽ rất nhiều và vẽ vô tư. Một hôm, họa sĩ Đỗ Quang Em thấy tranh tôi vẽ quanh phòng và nói một câu: "cháu đã dần dần có khái niệm về màu quý và biết cách pha màu trầm, quý". Lúc ấy, trong tôi bắt đầu mơ hồ có khái niệm về màu: làm sao cho nó đừng quá sống, quá tươi, quá "bùn", quá dơ... Qua tranh Nguyễn Trung, tranh Đỗ Quang Em, tranh Bố tôi treo đầy chung quanh tôi, khái niệm về cách dùng màu của tôi hình thành dần và tôi tự quan sát làm sao cho tranh mình có sự hài hòa về màu sắc. Hầu hết tôi học được về "màu" từ những câu chuyện bàn luận về hội họa, về tranh của Bố tôi và các bạn ông trong studio luôn đầy người đó.

Và như thế đó, studio của Bố tôi là "ngôi trường mỹ thuật" đầu đời và hình thành phong cách của tôi sau này. Tôi sống và lớn lên trong studio của Bố tôi, nơi ông đã miệt mài sáng tác chưa bao giờ ngưng nghỉ cho đến cuối đời. Ở đó, ngoài là "chứng nhân" cho các tác phẩm được thành hình của ông, tôi còn được "tham dự" (không chính thức) không biết bao nhiêu cuộc gặp gỡ giữa Bố tôi với bạn bè ông. Họ thường vẽ cho nhau trong các cuộc gặp gỡ như thế, bàn bạc những ý tưởng về hội họa, thi ca, âm nhạc,... những loại hình nghệ thuật bổ sung cho nhau. Vốn "kiến thức" đó, cộng thêm sự tò mò của tôi, như một vốn liếng vô tận đã cho tôi những nhận thức mà có khi bạn phải cần một khoảng thời gian dài để học hỏi và mày mò, cho dù là loại kiến thức "ngoài lề." Tôi đã rất "hands-on" khi lớn lên trong môi trường đó – "ngôi trường mỹ thuật" duy nhất mà tôi đã dự thính. Tôi vẽ một cách tự nhiên và tự do. Dĩ nhiên tôi không tránh khỏi lối vẽ của Bố tôi, vì đó là mỹ cảm đã ăn vào người tôi từ nhỏ. Nhưng với cá tính của mình, tôi biết tách ra khỏi bóng mát đó. Một điều quan trọng nữa là ý tưởng mình có trước khi tạo hình. Cái này thì không ai giống ai, và cũng không ai bắt chước được ai (trừ khi cố ý). Vẽ tranh là thể hiện những tâm tư nội tại lên không gian trước mặt. Với những ý tưởng riêng có được, thường trực đến, tôi thể hiện lên tranh với mong muốn tạo ra một sự riêng biệt cho con đường sáng tác của mình. Phần kỹ thuật thì có thể trau dồi thêm, mỗi ngày sẽ học hỏi được từ những cái "xấu," "thô," những đường nét bố cục vụng của chính mình vẽ ra, rồi cải thiện qua thời gian. Một khi mình quên đi được kỹ thuật, thả lỏng người khi sáng tác, thì lúc đó mình mới có sự "tự do" cần thiết cho sáng tạo.

Thđại: *Như đã đề cập ở trên tôi biết anh đã làm thơ, làm rất nhiều thơ mà những bài thơ ấy lại rất hay vậy thì giữa thơ và vẽ nếu phải chọn lựa thì anh chọn thơ hay vẽ?*

ĐTC: Cám ơn anh THĐ. Mọi phương tiện nghệ thuật thường có thể bổ sung cho nhau. Nếu bắt buộc phải chọn thì tôi chọn vẽ tranh, như một ưu tiên thứ nhất. Nếu hôm nay tôi có được gọi là họa sĩ thì cũng vì thế – sự miệt mài và say mê làm việc của mình cho bộ môn nghệ thuật tạo hình này, dù chẳng đi đến đâu và chẳng mang đến cho ai niềm vui nào khác ngoài chính mình ra.

Còn không, tôi sẽ phải giữ cả hai.. vì đó là hai đam mê rất lớn của tôi. Vì sao thì tôi đã trải bày trong một câu hỏi trên , phần "trị liệu" của 2 bộ môn nghệ thuật này.

Thđại: *Vẽ là một trạng thái của thư giãn và viết là sự "nghỉ ngơi" của trí não - có một số người quan niệm như thế - còn đối với anh?*

ĐTC: Tôi nghĩ làm nghệ thuật là một công việc nghiêm túc. Nó đòi hỏi sự suy ngẫm dài hơi và sự khó khăn với chính mình. Tùy mỗi người vẽ, người viết - vẽ cho ai và viết cho ai. Cũng tùy theo giai đoạn sáng tác và sự đón nhận của công chúng.

Dĩ nhiên có những lúc, bạn có nhu cầu viết và vẽ để có một sự cân bằng trong đời sống bận rộn mưu sinh. Những lúc đó , làm nghệ thuật có giúp thư giãn trạng thái con người - nhưng tôi không nghĩ đó là việc để "nghỉ ngơi" trí não. Có thể trí não được chuyển qua một "hệ" suy nghĩ khác, nên người ta thường nói về "não trái" và "não phải" của con người. Làm một bộ môn nghệ thuật có khi chỉ là một sự xê dịch trong trạng thái não bộ mà thôi.

Thđại: *Nhiều người cho rằng (nghĩ rằng) hội hoạ hiện đại và hội hoạ hậu hiện đại giống nhau ở chỗ đều nhấn mạnh đến tính sâu thẳm, nhưng lại khác nhau ở chỗ:*

- Hội hoạ hiện đại nhấn mạnh hơn về: tính phức tạp và tính nguyên sơ.

- Còn: Hội hoạ hậu hiện đại lại nhấn mạnh đặc biệt về: tính tự do và tính cá nhân. Xin được nghe ý kiến của anh về vấn đề này.

ĐTC: Tôi không rành và không biết hai nhận xét trên đến từ đâu. Hội họa hiện đại và hậu hiện đại đều mang tính "tự do" và tính cá nhân, và cả hai đều là những trường phái, giai đoạn đầy phức cảm.

Những họa sĩ hiện đại và hậu hiện đại đều vẽ tự do và đẹp, và thể hiện nội tâm lên bố một cách tinh tế nhất. Tôi cho đó là cái quan trọng nhất chứ không phải đi theo trường phái. "Trường phái" của họ chính là hội họa, tác phẩm của họ. Bạn sẽ thành một "master" khi loại bỏ được trường phái và kỹ thuật trong đầu khi thực hiện tác phẩm. Mọi thứ sẽ tự nhiên trôi theo đầu ngón tay, đầu cọ với những chất liệu của màu sắc và ánh sáng. Nói cho cùng vẽ tranh đối với tôi là một công việc tự do, hay một việc làm để thể hiện sự tự do. Hình thức, trường phái do con người đặt ra, và dĩ nhiên, cần thiết. Nhưng nói cho cùng ,ở trường phái , giai đoạn nào, người nghệ sĩ cũng thể hiện cái sâu thẳm nhất của tâm hồn mình lên tác phẩm. Những nghệ sĩ đích thực không chạy theo giai đoạn, phong trào, mà họ chỉ dựng lên tác phẩm gần với sự biến động của thời đại nhất - đó là thứ phản ánh "hiện đại tính" rõ rệt và trung thực nhất. Ở thời đại nào, vẽ figurative hay abstract hay phá cách hơn với mixed media, hay gì đi nữa, thì cũng có thể đẩy nó đi xa đến sự sáng tạo cao nhất. Ngày nay, tranh vẽ "figurative" không nhất thiết là không "hậu hiện đại".

Thđại: *Câu hỏi sau cùng xin anh "BÓI" cho một quẻ nhân ngày đầu năm: Với con mắt và nhận xét của một hoạ sĩ anh nghĩ:*

-Tương lại của Hội Hoạ Việt Nam cả trong và ngoài nước rồi ra sẽ ra sao?

ĐTC: Câu hỏi này đòi hỏi một sự theo sát nền hội họa trong nước. Tiếc rằng, những năm gần đây tôi không có dịp theo dõi , không có dịp đọc các tạp chí Mỹ Thuật trong nước, không về Việt Nam để có thể đến xem các triển lãm tranh của các họa sĩ đương đại, các họa sĩ trẻ đang lên trong nước, nên tôi không thể bói quẻ này. Qua các social media như Facebook, tôi thấy khá nhiều tranh đẹp của các họa sĩ trẻ sau này, nhưng điều đó cũng không thể tổng quát hoá hay kết luận về một "tương lai" của bộ môn nghệ thuật phức cảm này.

Thđại: *Thưa anh, chuyện trò của chúng ta hôm nay theo tôi như thế cũng là tạm đủ vậy trước khi nói lời cám ơn để chia tay anh có điều gì cần thêm thắt thì xin mời?*

ĐTC: Xin cám ơn anh Triều Hoa Đại rất nhiều đã phỏng vấn. Tôi chỉ là một người vẽ "tay mơ" và một người làm thơ không chuyên. Khi cảm hứng đến, thì mình tạt màu lên bố hay rải chữ lên một mặt trống, để hình thành một ý tưởng, thế thôi. Chắc chắn có rất nhiều hoạ sĩ chuyên nghiệp sẽ trả lời những câu hỏi, vấn đề anh đưa ra rốt ráo và đầy đủ hơn tôi nhiều.

Thđại: *Cám ơn hoạ sĩ, nhà thơ Đinh Trường Chinh đã dành thời gian cho buổi chuyện trò này, quý mến cầu mong mãi mãi được bình an, hạnh phúc cùng anh chị và gia quyến và mong sao còn nhiều dịp được thưởng thức những bức tranh và những bài thơ tuyệt vời của anh.*

Tranh Đinh Trường Chinh

Tranh Đinh Trường Chinh

Tranh Đinh Trường Chinh

Tranh Đinh Trường Chinh

CHUYỆN TRÒ CÙNG NHÀ PHÊ BÌNH VÀ NHẬN ĐỊNH VĂN HỌC ĐOÀN NHÃ VĂN

Nhà thơ, biên khảo. Tên thật Lê Tảo. Sinh tại Nha Trang, Việt Nam, Hiện sống và làm việc tại California, USA.

Tác phẩm đã xuất bản:

Bình Minh Đến (thơ, Nxb Ngàn Lau – Hoa Kỳ), **Phác Thảo 15 Chân Dung Văn Học** (tiểu luận phê bình, Nxb Văn Mới – Hoa Kỳ).

Triều Hoa Đại (Thđại): *Mở đầu cho tập sách: "Phác thảo 15 chân dung văn học" của ông do nhà Văn Mới xuất bản cũng khá lâu dễ chừng cũng vào khoảng trên một thập kỷ ông đã viết: "Tập sách này gồm những bài viết về mười lăm nhà văn Việt Nam ngoài nước, mà phần lớn, tôi chưa từng gặp mặt và cũng chưa từng quen biết. Đó là một điều hay. Bởi vì, viết về họ, như thế, là khởi đi từ sự rung động ở chữ nghĩa chứ không phải bắt đầu từ sự thân quen hay vị nể". Với tôi cái quý, hiếm là ở đó bởi cái "tình" văn chương nó lạ lắm từ chỗ không quen rồi trở thành thân thiết, coi nhau như tình ruột thịt, từ chỗ "nghìn trùng xa cách" khi khổng khi không tha thiết vì nhau. Buổi chuyện trò hôm nay giữa hai chúng ta chắc hẳn là cũng bởi cái tình tha thiết ấy ông nhỉ?*

Đoàn Nhã Văn (ĐNV): Trước hết, cám ơn nhà thơ Triều Hoa Đại đã nhắc đến điều này, cái "tình" trong văn chương. Đúng vậy, nó lạ lắm. Có những lúc mình đọc ai, thích ai, cả cái khoảng thời gian đó mình thích, có lúc mê mẩn, những con chữ của họ. Từ những con chữ ấy, mở ra những kết nối trong đời thường. Nói nào xa, như thơ của Triều Hoa Đại, đủ thể loại, nhưng có lúc, tôi chỉ thích thơ năm chữ của anh mà thôi. Hôm nay được trao đổi với anh, hẳn là một cái "duyên".

Triều Hoa Đại: *Nhiều người đã đọc ông từ những tập san như: Văn Uyển, rồi Văn Học, v.v., nhưng hôm nay có thể một lần nữa ông giới thiệu về mình thêm một chút được chăng?*

ĐNV: Tôi rất ngại nói về mình. Chẳng phải khiêm tốn gì, nhưng thật ra, thấy không có gì để nói. Hồi đó tôi viết ít, đọc nhiều. Không chỉ đọc văn chương Việt Nam cả trong lẫn ngoài nước mà còn văn chương thế giới. Đọc để hiểu, để biết văn chương Việt Nam mình nằm ở đâu, có giống ai không, có đi cùng với người ta trên con đường lắm nhọc nhằn ấy không. Không chỉ về các thể loại truyện ngắn, tiểu thuyết và thơ, mà tôi còn rất thích đọc phần điểm sách và phê bình từ các tạp chí chuyên về văn chương của Mỹ. Ở đó tôi học được nhiều điều.

Tôi có một ít thơ, truyện và những bài viết đăng trên các tạp chí văn chương trong cộng đồng Việt Nam, trong số đó có *Văn Uyển, Văn Học* như anh nhắc. Tôi có thơ đăng khá thường trên trang Văn Học Nghệ Thuật Liên Mạng do nhà văn Phạm Chi Lan chủ biên, khoảng 1996-1999. Đây là một "diễn đàn" văn chương trên "net" có thể xem là đầu tiên của người Việt. Sau một thời gian cộng tác với VHNTLM, tôi có nhiều cảm hứng và bắt đầu viết nhiều, nhất là những bài điểm sách hay nhận định về các tác giả, nhưng không gởi đăng trên VHNTLM. Bởi vì lúc đó viết theo dạng chữ cũ, đọc những bài viết dài như thế, ngay cả chính tôi đọc còn thấy mệt, huống hồ gì độc giả. Vì thế, tôi chỉ gởi tới dăm bạn bè thân thiết đọc chơi thôi. Chỉ có một bài duy nhất, về phần điểm sách, tôi gởi cho VHNTLM là bài viết về tập truyện "*Ra Biển Gọi Thầm*" của nhà văn Trần Hoài Thư. Có lẽ tôi là người đầu tiên viết về tập truyện này. Lúc đó, tôi cũng chưa biết nhiều về nhà văn Trần Hoài Thư. Chỉ biết là ông có cộng tác với VHNTLM. Sau bài viết đó, tôi còn nhớ, nhà văn Lương Thư Trung (Hai Trầu) có email cám ơn, cho rằng tôi đã nói hộ ông một số ý trong bài viết này. Một thời gian sau, tôi mới cộng tác với tạp chí Văn Học (do nhà văn Nguyễn Mộng Giác làm chủ biên) thường xuyên, cũng từ sự thúc giục của một anh bạn nhà văn bên Canada.

Tôi có bài đăng trên Văn, Văn Uyển, Văn Học, Hợp Lưu, hay các diễn đàn văn học trên net, sau này, như Gio-O.com, Damau.org, v.v., và cũng cho chào đời một tập thơ và một tập tiểu luận - phê bình (Phác Thảo 15 Chân Dung Văn Học), do nhà xuất bản Văn Mới phát hành vào năm 2007. Tôi đã từng sẵn sàng in một tập truyện và thêm một tập tiểu luận nữa. Tập tiểu luận này viết về một số nhà văn và những vấn đề thuộc về văn chương, nhưng nghĩ lại, thời buổi bây giờ, còn mấy ai đọc những thứ này.

Thđại: *"Hồi đó tôi viết ít đọc nhiều" và "...đọc để hiểu, để biết văn chương VN mình nằm ở đâu, có giống ai không, có đi cùng với người ta trên con đường lắm nhọc nhằn ấy không" và "ở đó tôi đã học được nhiều điều" Thế thì theo ông văn chương VN có giống ai không, có đi cùng đường với người ta không? Nếu không thì tại sao?*

ĐNV: Thưa anh, theo thiển ý của tôi, một trong những điều mà tôi thấy được, sau những tháng ngày vùi đầu với chữ nghĩa của văn chương thế giới, đó là văn chương Việt Nam không đi cùng, mà đi sau, với khoảng cách xa lắm. Đi sau, không phải chỉ ở tài năng của người cầm bút, mà một phần không nhỏ, còn ở người đọc. Người đọc của mình ít lắm, cả trong lẫn ngoài nước. Kể anh nghe chơi, trong lần đi tu nghiệp ở Harvard, tôi thường đến sớm, và cả sau buổi ăn trưa, để đi bộ quanh trường. Có một hôm, tôi đi qua nhiều ngã rẽ. Ở hai khúc đường khác nhau, tôi bắt gặp hai người ăn xin, một nam, một nữ. Họ ngồi bên lề đường, dưới bóng cây. Trước mặt họ là cái tô giấy nhỏ, trong đó có vài đồng bạc lẻ của ông đi qua, bà đi lại. Họ không chèo kéo, xin xỏ. Ai có cho thì nói một tiếng cám ơn, vậy thôi. Cái họ giống nhau là trên tay cầm một cuốn sách. Cái hình ảnh này nó ám ảnh tôi mãi. Trong một đất nước mà người ăn xin mà còn biết quý trọng chữ nghĩa, thì dân tộc đó không bao giờ tàn lụi.

Bây giờ nhìn xa hơn. Như nước Pháp chẳng hạn, dân số họ bao nhiêu, con số nhà văn của họ như thế nào, một năm họ in ra bao nhiêu cuốn tiểu thuyết. Tỉ lệ số sách họ bán ra so với dân số phải nói là rất lớn so với rất nhiều nước khác, trong đó có Việt Nam. Những chi tiết này ai cũng có thể tìm được nên tôi không nhắc ở đây. Thêm nữa, thế giới khá chú trọng về tiểu thuyết, nên thường có những tiểu thuyết gia hàng đầu. Việt Nam thì số lượng thơ và truyện ngắn được in, cũng như số lượng người sáng tác trong lãnh vực này áp đảo số lượng tiểu thuyết. Nếu xem đây là điểm mạnh của mình thì truyện ngắn của các tác giả "lớn" Việt Nam được dịch đem vào dòng chính, anh thấy có mấy ai thành công? Vậy thử hỏi làm sao Việt Nam đi cùng với thế giới trên con đường nhọc nhằn này.

Thđại: *Xin hãy nói chút it về Văn Học Nghệ Thuật Liên Mạng mà đã một thời ông gắn bó.*

ĐNV: Tôi biết đến Văn Học Nghệ Thuật Liên Mạng (VHNTLM) không phải từ số đầu tiên, mà là khoảng vài tháng sau khi VHNTLM xuất hiện. Lúc đó, tôi vui lắm, vì thấy cách làm này lạ. Không những lạ, mà hay, bởi vì bài viết của các tác giả tới tay độc giả hằng tuần, chứ không phải đợi đến hằng tháng như các tạp chí giấy. Hồi đó viết bằng dạng chữ cũ, bỏ dấu đọc muốn ... khùng luôn, vậy mà thích.

Một thời gian sau đó, nhà văn Phạm Chi Lan, có ý muốn làm 1 cuộc họp mặt nhỏ tại Dallas, có mời 1 số người cộng tác thường xuyên. Thế là tôi "bay" qua. Phạm Chi Lan đến đón tôi từ phòng đợi, vừa ra khỏi máy bay. Hồi ấy, người đưa đón được vào tận bên trong, đến gần cả cầu thang nối với máy bay. Tôi gặp chị, nhận ra ngay, và cám ơn tấm lòng của chị. Trên dường về nhà chị, chúng tôi chỉ nói đến chuyện văn chương, từ những bài viết trên VHNTLM, tới các tạp chí văn học tại hải ngoại, tới những cái tên nổi cộm lúc bấy giờ. Trong lần gặp gỡ ấy, tôi có may mắn gặp vài thành viên trụ cột.

Hồi ấy, cộng tác với VHNTLM là những cây viết từ khắp nơi trên thế giới. Có những nhà văn, nhà thơ đã từng cộng tác với VHNTLM như: Trần Hoài Thư, Nguyễn Quốc Trụ (dưới một bút hiệu khác), Lương Thư Trung, Thận Nhiên, Nguyễn Phước Nguyên, Đinh Yên Thảo, Đinh Trường Chinh, Trần Trung Đạo, Phùng Nguyễn, v.v... Lâu rồi, tôi không còn nhớ hết.

Sau đó, chị Phạm Chi Lan muốn anh em, những

người cộng tác thường xuyên, tụ tập về Dallas mỗi năm một lần. Càng ngày càng đông những người yêu thích văn chương, những cây viết trụ cột về tụ hội. Lần nào chị cũng gởi thư mời tôi. Tuy nhiên, vì công việc và gia đình, tôi không tham dự được. Cũng nên nói thêm, những anh chị ấy hình thành một nhóm chính để phụ công việc với chị PCL. Nhóm anh chị em này làm việc và liên lạc với nhau qua cái tên "Ô Thước".

Thđại: *Cái thời của Văn Uyển, Văn Học, Văn..v..v., nay đã xa rồi, thế nhưng nếu chúng ta cùng ôn lại một thời "vàng son" ấy chắc cũng là một điều thú vị ông nghĩ có nên chăng?*

ĐNV: Cám ơn anh. Đúng như anh nói, cái thời đó rất thú vị. Tạp chí in ra, có bài mình viết, nhận được tờ báo in thơm phức trong lòng mình vui lắm. Vui hơn nữa là khi nhận được phản hồi từ độc giả. Anh tưởng tượng xem, những người xa lạ, từ một nơi chốn nào đó, viết thư tay về tòa soạn, nhắc đến mình. Rồi ông chủ báo, chụp lại, gởi mình xem. Cái cảm giác đó, nó "đã" lắm anh. Những phản hồi có lúc đồng tình, có khi trái ý, và cũng có lần độc giả ... giận nữa, vì mình viết về một tác giả mà họ yêu quý, khác với những gì họ mong đợi.

Hạnh phúc của một người viết là có phản hồi của người đọc. Hạnh phúc hơn nữa, những phản hồi đó là từ những người đọc xa lạ. Có nghĩa rằng cái viết của mình, lúc đó, không trôi vào hư không.

Thđại: *Khoan nói đến chuyện nọ, chuyện kia, chúng ta vừa nhắc đến tạp chí Văn Học, vậy để khỏi quên tôi muốn được hỏi ông một chuyện mà thời kỳ đó những bài nhận định và phê bình của ông đã làm xôn xao dư luận là bởi những nhận xét tinh tế, chi li rất mực của ông đã làm cho văn giới rất chú tâm và độc giả thì lại vô cùng thích thú. Do đó, đã có câu hỏi: Đoàn Nhã Văn là ai? Không một người nào biết cho nên chuyện đoán già,* *đoán non lại xảy ra lúc bấy giờ: Đoàn Nhã Văn là một bút danh khác của nhà văn Nguyễn Mộng Giác. Chuyện già, non ấy không biết có đến tai ông, mà nếu có ông đã nghĩ gì?*

ĐNV: Chuyện này có anh à. Sau dăm bài đăng trên Văn Học, nhà văn Nguyễn Mộng Giác (NMG) bảo: có một số độc giả hỏi Đoàn Nhã Văn là ai. Đến bài tiếp theo, tôi viết về thế giới chữ nghĩa của nhà văn Thảo Trường, thì nhà văn Nguyễn Mộng giác email bảo: "*Ông Thảo Trường gọi tôi tối hôm qua, nói "cám ơn anh. Anh viết về tôi thấu tình đạt lý quá, dù có chỗ anh cho rằng tôi viết chưa tới". Ông Thảo Trường cứ nghĩ đó là một bút hiệu mới của tôi (NMG). Cho đến khi tôi bảo rằng đó là một người rất trẻ, thì ông ta hết sức ngạc nhiên...*"

Vâng, mà không chỉ nhà văn Thảo Trường. Một nhà văn nữ đã gọi và nói chuyện rất lâu với ông NMG, không tin rằng đã có một người "trẻ" viết về bà. Sau đó ông NMG đã cho email của tôi để bà liên lạc. Lúc đó, bà mới thật sự tin ĐNV không phải là NMG.

Vui, đương nhiên là có. Nhưng cái hơi ... lạ là: tại sao người đọc cứ nghĩ những bài nhận định, điểm sách, phê bình là phải từ những ông chủ bút của các tờ báo ấy? Nó cho thấy một điều bất thường trong suy nghĩ của chúng ta, ngay cả ở những người cầm bút.

Thđại: *Lúc đó anh viết khá đều đặn cho Văn Học. Nhờ anh chia sẻ một vài kỷ niệm vui buồn trong thời gian ấy.*

ĐNV: Vâng, trong khoảng thời gian ấy, tôi có một vài kỷ niệm khó quên với tạp chí Văn Học (VH). Ngay trong lần đầu, tôi gởi một lúc hai bài cho tạp chí VH. Tôi biết VH rất khó tính trong việc lựa chọn bài vở, nên gởi vậy để ... phòng thủ. Lỡ bài này không được, thì có bài kia vớt vát. Vậy mà chiều hôm sau, tôi nhận được email của ông chủ bút NMG. Ông bảo, ông sẽ cho "đi" hết hai bài, nhưng hỏi tôi muốn bài nào "đi" trước. Email qua lại, ông hỏi tôi viết lâu chưa, trước đây viết dưới bút hiệu gì, v.v. Ông cứ nghĩ là tôi cùng thế hệ với ông. Đến lúc tôi nói thật, ông ... bật ngửa. Đó là kỷ niệm với "tòa soạn". Còn với độc giả, thì nhiều lắm. Kể sơ một chút, anh nghe chơi.

Thứ nhất, trong một lần có người bạn, là nhà thơ từ Canada qua Cali chơi. Anh cho biết đang ở chỗ anh Khánh Trường (KT) và muốn gặp mặt tôi, sau nhiều lần thư từ. Buổi sáng hôm ấy tôi chạy lên thăm anh. Thuở ấy "tòa soạn" của Hợp Lưu và cũng là nơi ăn – ngủ của nhà văn / Họa sĩ KT nằm trong khu vực mà tôi không hề nghĩ tới. Đó là một building nhỏ, mà trong dãy ấy, tôi thấy chủ nhân làm những nhà kho chứa hàng. Trước đó, tôi nghĩ tòa soạn chắc lớn lắm và sang trọng ghê lắm, có thư ký này nọ. Tôi hoàn toàn sai. Tôi đến, còn khá sớm. Lúc đó anh bạn nhà thơ ra mở cửa, anh KT ngồi trên ghế, mời tôi ngồi chơi. Anh tâm sự, với lối nói rất gần gũi. Anh cho biết vừa bị "stroke" lần thứ hai. Lần này anh phải bò, đúng nghĩa đen, từ cái giường vào phòng vệ sinh, chứ không đi được. Vệ sinh cá nhân xong, rồi bò ra. Anh nói tiếp, bây giờ đã đỡ rồi, chống nạng đi lại được rồi. (...) Một lúc sau có nhà thơ Nguyễn Mạnh Trinh đến. Tôi nhận ra anh vì tấm hình anh đăng trên một tạp chí văn học. Thế là ba ông nhà thơ, họa sĩ kia nói chuyện văn chương thôi. Tôi ngồi nghe, lâu lâu chen một câu. Có một lúc, chẳng biết từ chuyện gì mà anh KT chuyển sang, nhắc đến tờ Văn Học mới ra tháng này. Anh nói (đại khái): "thằng" Đoàn Nhã Văn vừa có 1 bài trên VH. Trong đó có một đoạn rất đúng ý tui, viết về cái dở của một cuốn truyện dài. Hắn nói ra được cái điều mà tôi không dám nói trên mặt báo. Rồi anh NMT góp ý gì đó mà tôi không nhớ. Tôi ngồi nghe tỉnh bơ. Một lúc sau, tôi xin phép dùng nhà vệ sinh. Xong, đi ra. Vừa mở cửa, anh NMT bước tới, nói: *cho bắt tay ĐNV một cái.* Anh KT vì bị tai biến, vẫn ngồi, và nói với một giọng rất ư là "giang hồ": *Mẹ, nãy giờ ĐNV ngồi đây mà không lên tiếng. Cho anh bắt tay một cái.*

Thứ hai, đó là lúc tôi gặp những tên tuổi gạo cội

tại nhà riêng của nhà văn NMG. Lần đó, sau khi một số bài viết của tôi đăng trên VH, trong dịp Tết về, NMG có email, nói rằng: mỗi năm, VH có làm một bữa gặp mặt những người viết, và ngỏ ý muốn tôi chạy lên, để "chơi với anh em VH". Tôi rất ngại gặp người lạ, và càng ngại hơn với lời mời của ông, vì "anh em VH" theo tôi biết, không có ai "nhỏ" cỡ tôi. Chỉ có một người tôi biết, là Phùng Nguyễn, dường như là "trẻ" nhất. Mà anh Phùng Nguyễn cũng đã từng ấy tuổi. Tôi ngại, và từ chối. Năm sau, ông cũng email, rồi gọi điện thoại, lại mời gặp anh em VH. Tôi cũng từ chối. Và lần thứ ba, không thể từ chối nữa, tôi chạy lên vào một buổi chiều. Dĩ nhiên, "anh em VH" đón tôi rất niềm nở, chẳng nề hà tuổi tác. Và đêm ấy, tôi đã gặp nhiều cây cổ thụ trong làng chữ nghĩa, như Võ Phiến, Nghiêm Xuân Hồng, Tạ Chí Đại Trường, v.v... Và nếu tôi nhớ không lầm, "trẻ" thì có Phùng Nguyễn, và "trẻ hơn nữa" là vợ chồng nhà văn Hoàng Mai Đạt – Minh Thủy. Tôi có dịp nói dăm lời với họ. Mỗi người để lại trong tôi một suy nghĩ khác nhau. Nhưng chắc chắn một điều: buổi gặp hôm đó dường như không có sự cách biệt về tuổi tác.

Một kỷ niệm nữa. Một nhà thơ, có lần nói: Vì ĐNV thân với Trần Vũ nên viết rất chân tình như thế. Rồi còn thêm: ĐNV quen biết nhiều với Dương Như Nguyện nên viết về bà như vậy, v.v. Thật ra, cho đến giờ này, tôi chưa một lần gặp mặt nhà văn Trần Vũ hoặc Dương Như Nguyện. Trong đầu độc giả, họ cứ nghĩ tôi thân thiết với ai đó nên mới viết về họ. Điều đó không đúng. Tôi rất ít khi muốn gặp một nhà văn ngoài đời. Tôi muốn giữ một khoảng cách khi viết về họ. Để khi tôi khen họ, thì cái khen ấy là từ một người không quen biết; và nếu tôi có "chê", thì cái chê ấy cũng rất minh bạch, từ chữ nghĩa của họ, chứ chẳng tư thù. Còn nhiều nhà văn mà tôi đã viết về họ mà chưa một lần gặp mặt, thậm chí, chưa một lần email thăm hỏi trước đó, vì tôi chẳng biết họ ở đâu, làm gì, và họ cũng chẳng bao giờ biết tôi là ai. Chẳng hạn như Thảo Trường, Nam Dao, Kiệt Tấn, v.v., sau khi tôi viết về họ, chính họ chủ động email hỏi thăm. Và cũng chỉ dừng lại một vài email ngắn xã giao. Thế thôi.

Còn nữa, nhưng mà thôi, sợ lại quá dông dài, phiền lòng độc giả.

Thđại: *Xuất xứ của một nhà văn nó "quan trọng lắm", đấy là ý kiến của nhà văn quá cố Nguyễn Huy Thiệp bởi vì "mình phải làm sao có mặt đúng lúc, chứ sớm hơn hoặc muộn hơn thì có tài giỏi đến đâu, nhiệt huyết lớn lao đến đâu mà nó lỡ trớn cũng bại" ông nghĩ thế nào về lời phát biểu ấy? Và rằng, thế thì ngoảnh nhìn lại những nhà văn đã đi trước, ông thấy đã bao người "có mặt đúng lúc" để trở thành một tên tuổi trên văn đàn?*

ĐNV: Tôi nghĩ *Nguyễn Huy Thiệp (*NHT) nói về đúng trường hợp của ông ấy. Nghĩa là, nếu NHT xuất hiện trước hay sau thời kỳ "đổi mới" chưa chắc tên tuổi NHT được biết nhiều (và nhanh) như thế. Nói thế, không có nghĩa là phủ nhận tài năng của ông. Người ta nói: buôn bán gặp thời. Tôi nghĩ, trong văn chương cũng có những trường hợp như thế. Chẳng hạn, giữa lúc người đọc quá quen thuộc với những cái tên trong văn giới của Việt Nam ở hải ngoại, phần lớn khởi viết từ trước 1975, đến sự xuất hiện của Trần Vũ, Hồ Đình Nghiêm, Hoàng Mai Đạt, Y Chi, Phạm Chi Lan, Vũ Quỳnh Hương, v.v... đầy tài năng, không những văn giới thích thú mà độc giả cũng vui không kém, trong đó có tôi. Những truyện ngắn và tùy bút của họ khác với những người đi trước, và tạo ngay những ấn tượng đẹp, thật đẹp. Họ có tài, dĩ nhiên. Nhưng theo tôi, họ cũng xuất hiện trong thời điểm thích hợp nữa, đó là lúc người đọc muốn thấy cái mới, cái suy nghĩ khác trong văn chương. Họ mang lại một luồng gió mới, tươi mát, và được đón nhận ngay,

Một trường hợp khác là Kiệt Tấn. Người đọc biết ông trước đó như một nhà thơ. Giữa lúc truyện ngắn

VN ngoài nước bội thực một bầu không khí chung, thì Kiệt Tấn xuất hiện, với những truyện ngắn như "Em điên xõa tóc", "Nụ cười tre trúc" rất khác với các truyện ngắn, truyện vừa đương thời. Những trang văn ấy đã làm ... chấn động "giang hồ". Và hiện tượng Kiệt Tấn lúc đó nổi cộm trên văn đàn. Một mình ông có khi được ưu ái và cũng có lúc truyện của ông xuất hiện trên cả mấy tờ nguyệt san văn chương cùng lúc. Anh nghĩ xem, nếu Kiệt Tấn xuất hiện ngay thời điểm bây giờ, trên facebook hoặc blog của riêng ông, hay trên các diễn đàn văn chương trên net, liệu có nhiều người biết đến ông như ngày xưa?

Nói như thế, để thấy rằng người đọc rất tinh tế, chỉ có điều họ hiếm khi lên tiếng, chứ không phải họ không biết.

Thđại: *Và rồi người ta đã đặt câu hỏi cho Nguyễn Huy Thiệp gặp thời và thế, văn chương đã mang lại những gì cho ông ấy. Mượn câu hỏi này tôi cũng xin được hỏi ông: Viết và lách từ bao lâu nay ngoái nhìn lại chặng đường đã đi qua, vậy thì văn chương có giúp được gì cho ông, và ông đã dùng chính ngòi viết của mình để giúp ích cho xã hội?*

ĐNV: Văn chương chẳng giúp gì cho cuộc sống bận rộn của tôi. Ngược lại, nó lấy đi nhiều thời gian là đằng khác. Với tôi, văn chương không là cứu cánh cuối cùng. Tôi có rất nhiều thứ để làm cho cuộc đời này, trong đó có những công việc thiện nguyện âm thầm, rất ít người biết. Tôi vẫn sống cân bằng nếu không có văn chương. Tuy nhiên, có đọc, có viết, cuộc sống của mình phong phú hơn, đa dạng hơn.

Với những nhà văn khác, có thể chữ nghĩa của họ giúp ít nhiều cho những thay đổi của xã hội. Với tôi, thì không. Tôi không bao giờ nghĩ mình là một chiến sĩ xã hội trên mặt trận chữ nghĩa. Đó là ý nghĩ rất thực của mình. Khi các nhà văn biết độc giả của mình, trong đó có tôi, đọc kỹ những gì họ viết, họ có phần đắn đo hơn khi đọc lại bản thảo, và sửa chữa kỹ càng hơn, từ câu văn đến hình ảnh chọn lựa, đến cách dàn trải. Chỉ như vậy, đã là hạnh phúc.

Thđại: *"Một bài thơ hay, rốt ráo, vì chứa đựng ý tưởng sâu sắc hoặc độc đáo. Sự sâu sắc cho phép bài thơ sống lâu. Sự độc đáo làm bài thơ nổi bật, vượt cao, như ngọn hải đăng soi biển tối" đấy là ý của nhà thơ Louise Gluck, thế còn ý kiến của nhà phê bình, nhà văn Đoàn Nhã Văn thì thế nào?*

ĐNV: Theo thiển ý, thơ hay khó nhận ra hơn thơ dở. Thơ dở, đọc, biết liền. Khoan hãy nói thể loại gì, ai viết. Một bài thơ trên trung bình là một bài thơ phải để lại ít nhiều rung động. Trên nữa, bài thơ ấy chứa đựng những hình ảnh lạ, ý hay, cách diễn đạt chỉ riêng mình. Phân tích thế nào là một bài thơ hay, không thể trả lời ngắn gọn mà được. Tôi thật sự không muốn giải thích theo kiểu hàn lâm. Mà thôi, cứ nói một cách nôm na thế này, một bài thơ mà ý, tứ và hình ảnh na ná với 100 bài thơ khác, thì khó thể gọi là bài thơ hay. Nếu nó chỉ gần gần với 5, 10 bài khác thì đã khá hơn nhiều. Nếu có vài chỗ hoặc một hình ảnh nào đó có hơi giống một hai bài khác, mà bài thơ ấy thu hút người đọc, là thuộc loại "ngon" rồi. Còn làm sao biết nó giống những bài thơ khác? Cái đó đòi hỏi nội lực và cả nỗ lực của người viết.

Nếu một bài thơ độc sáng cho riêng mình, thì quả là tuyệt. Độc sáng ở đây là ở tứ thơ, là hình ảnh, và cả nhạc điệu (nếu có). Ngắn gọn, một bài thơ hôm nay sẽ rất khó hay, nếu còn những hình ảnh cũ phảng phất trên các câu thơ của mình.

Thđại: *"Nhà văn ở phút nói thật" có một thời tạp chí Văn Học đã đưa ra chủ đề này để phỏng vấn các nhà văn, nhà thơ..v...v.., chuyện đã qua lâu lắm rồi ấy thế mà trong tôi vẫn còn ít, nhiều "théc méc" tiện đây ông giúp* *tôi giải toả cái "théc méc" ấy được chăng. Nhà văn ít khi nào nói thực phải thế không?*

ĐNV: Theo tôi, nhà văn Việt Nam rất hiếm khi nói thật trên các phương tiện truyền thông hay ở các "bàn tròn văn học". Họ có nói thật, nhưng cái thật đó thường là lúc cụng ly trên bàn nhậu, lúc trà dư tửu hậu. Và họ hăng hái nhất khi nói về người khác. Họ có thể nói thơ người này thiếu chất sống, văn người nọ chưa sạch nước cản. Tôi từng nghe họ chê ông A, bà B, những người không cùng "cánh" với họ. Họ cũng khen những lời có cánh cho những người quen biết.

Thưa anh, tôi thấy rất nhiều như thế, chứ không phải là tất cả. Đó cũng là một trong những lý do tôi rất ngại gặp các nhà văn Việt Nam ngoài đời.

Thđại: *"...sự thật là phẩm chất đáng quý của một nhà văn. Nếu nhà văn không dám nói thật thì nhà văn ắt phải nói dối, như vậy anh ta VÔ NGHĨA đối với xã hội, đối với nhân dân", tôi trích lời nói của nhà văn Mạc Ngôn người vừa mới bị đảng sản Trung Cộng gạt ra khỏi danh hiệu "nhà văn danh tiếng một trăm năm của Trung Quốc". Xem thế thì chúng ta đủ hiểu rằng làm một nhà văn chân thật cũng khó trần ai khoai củ, mà đã không nói thật thì lương tâm của người cầm bút để ở nơi mô? trách nhiệm của họ đối với người đọc ông đánh giá họ như thế nào?*

ĐNV: Anh lại hỏi khó tôi rồi. Những điều anh vừa nhắc đến, nó lớn lao lắm, không chỉ trả lời dăm câu mà rốt ráo được đâu.

Xin thưa ngắn gọn như thế này, nhà văn VN mà nói thật về một điều gì đó, nhất là về văn chương hoặc quan điểm của họ, thì trước sau cũng nhận gạch đá, hoặc ít nhất là dẫn tới ... gây lộn (chứ không phải tranh luận). Người Mỹ họ tranh luận học thuật một cách rất công khai, rất nhiều khi rất gay gắt, nhưng dựa vào quan điểm học thuật. Tranh luận theo nhà văn Việt Nam thì trước sau cũng chỉ đi vào ngõ cụt, với những cái TÔI đè nặng trên vai, chuyển đề tài ra hướng khác, để rồi đánh phá rất cá nhân. Anh có thể đã biết về những lần tranh luận trên Hợp Lưu, trên Văn Học, và sau này, như một lần tôi thấy, trên diễn đàn gio-o do nhà văn Lê Thị Huệ chủ trương.

Trách nhiệm của nhà văn đối với người đọc? Thực ra, theo tôi, họ không cần có trách nhiệm gì cả. Người đọc hôm nay chẳng nuôi sống một ai, nhất là người viết văn. Khi ta không nuôi một người khác, mà đòi hỏi người khác ấy có trách nhiệm với ta thì hóa ra, ta là ông Vua, là bà Hoàng rồi.

Người viết, khi không phải mang trên mình cái sứ mạng "một chiến sĩ văn hóa", thì họ chỉ có trách nhiệm với cái viết của họ mà thôi. Viết hay, được khen. Viết dở thiên hạ chê, vậy thôi. Khi có trách nhiệm với cái viết của chính họ, tức là họ đã có sự tôn trọng đối với người đọc, bớt viết cẩu thả, chú trọng đến cách dàn trải một câu chuyện, và cũng cần để ý nhiều đến cả những tiểu tiết.

Còn khi chúng ta phong cho họ là một "chiến sĩ văn hóa", thì nhiều lúc chúng ta đã đề cao họ một cách quá đáng, để rồi nhiều phần sẽ nhận lại sự thất vọng.

Thđại: *Ở Việt Nam nhà cầm quyền đã mở ra hai trường đại học:*

a/ Đại học công an

b/Đại học viết văn

Vậy thì đại học công an là gì nếu mục đích không ngoài việc bắt bớ, tra tấn phát triển đến trình độ cực kỳ tinh vi, chuyện này thì ai cũng đã biết rồi. Thế còn đại học viết văn thì sao, đại học này phát triển và dạy dỗ cái gì, đào tạo một Nguyễn Du hay một Shakespeare hay một Victor Hugo? Tôi thì không đồng tình với cái đại học này cho lắm bởi lẽ văn chương gì mà: "Nhớ nhau, anh gọi: em, đồng chí/ Một tấm lòng trong vạn tấm lòng" hoặc là: "Như buổi đầu hò hẹn, say mê/Anh nắm tay em, sôi nổi, vụng về/ Mà nói vậy: "Trái tim anh đó/Anh dành riêng cho đảng phần nhiều/ Phần cho thơ và phần để em yêu/ Em xấu hổ: "Thế cũng nhiều anh nhỉ/ Rồi hai đứa hôn nhau, hai người đồng chí" Theo thiển ý thì văn chương kiểu đó thì còn khuya mới đạt được trình độ đại học có chăng là trình độ học đại mà thôi, còn ông?

ĐNV: Trước hết, công bằng mà nói, những câu thơ anh trích không xuất phát từ "Đại học viết văn". Tuy nhiên, câu hỏi đặt ra là: có cần thiết cho một trường viết văn, như "Trường Viết Văn Nguyễn Du", hay không? Xin thưa, với nhà nước Cộng Sản (CS): cần. Với tôi thì không.

Với người cộng sản, văn chương là vũ khí. Trong mỗi một bài thơ, một truyện ngắn phải ẩn chứa một thông điệp. Không chỉ là một thông điệp bình thường, mà đó là thông điệp về lập trường. Một vài ví dụ về thông điệp của người CS, chẳng hạn: yêu nước là yêu chủ nghĩa xã hội, chỉ có Hợp Tác Xã mới mang lại công bằng cho người lao động và hạnh phúc cho người dân, Tính ưu việt của CNXH, CNCS, Chủ nghĩa tư bản đang trên đà giãy chết, v.v.

Ở trường viết văn Nguyễn Du, họ dược học không chỉ về lý thuyết văn chương, mà còn được nhồi vào đó những lập trường cách mạng, là thế. Nhà nước muốn đào tạo họ thành những "chiến sĩ trên mặt trận tư tưởng" chứ không phải một nhà văn được tự do trong suy nghĩ và độc lập trong lối viết. Không chỉ học, họ còn "đi thực tế". Ở những chuyến đi ấy, mọi thứ đều được thổi phồng trên những trang chữ của họ.

Nếu nhìn vào 9 khóa đào tạo của "Trường viết văn Nguyễn Du", tôi thấy trong số gần 300 học viên, nhưng rất ít người có những tác phẩm hay sau khi tốt nghiệp trường này. Có những người trước khi là học viên của trường này, họ đã là nhà văn được độc giả biết đến, chẳng hạn: Nguyễn Khắc Trường, Ngô Thị Kim Cúc, Lâm Thị Mỹ Dạ, Tạ Duy Anh, Dạ Ngân, Y Ban, v.v.

Tốt nghiệp trường viết văn chưa chắc đã trở thành nhà văn được mến mộ. Có những nhà văn được nhiều người biết đến, họ bước trên đôi chân của họ mà không cần phải qua đào tạo từ trường này.

Thđại: *Bây giờ nói về chuyện "nghề" một chút. Khi đọc lại bản thảo hay những bài viết đã đăng báo của mình, có khi nào ông thấy bài viết nào đó không "đạt" không?*

ĐNV: Thưa anh, tôi khá là khó với chính mình. Có những bản thảo, tôi viết rồi, đọc lại, thấy không ưng ý, tôi dẹp qua một bên, để lúc khác đọc lại. Có vài bài viết, đã đăng báo, sau đọc lại, tôi thấy không "đạt" như ý, tôi lôi ra sửa lại, rồi để đó, khi nào hứng, lấy ra đọc tiếp. Lại có những lúc muốn nhấn nút "delete" cho khỏe, vì khi "delete" rồi, mình không còn bận tâm tới nó nữa. Khỏe ru.

Thđại: *Vậy khi viết về một tác giả, một tác phẩm anh tìm ở họ điều gì?*

ĐNV: Trước khi viết về văn chương của một ai đó, tôi đọc họ rất kỹ. Đọc để tìm ra cái mà họ khác với phần lớn những ngòi bút đương thời là gì. Chẳng hạn, khi viết về dục tính, tại sao Kiệt Tấn viết khác Thế Uyên hay các tác giả khác. Ở cõi dục tính, KT viết "tới" hơn những người cùng thời với ông, ngay cả những nhà văn nữ trước và sau ông, mà họ rất ... thoải mái về vấn đề này. Ông chọn chữ để cho người đọc không thấy "dơ", mà ngược lại còn bị lôi cuốn, bị ghiền khi đọc ông. Khi viết về Nguyện Mộng Giác, tôi đọc kỹ và tìm thấy thói quen của ông trong diễn đạt ở thể loại trường thiên tiểu thuyết, mà ở đó, nhiều lúc ông lập lại một cách nói, rất nhiều lần ở những nhân vật khác nhau, ở nhiều thời điểm khác nhau. Hoặc ở Nguyễn Xuân Hoàng cái cách dụng chữ "rất" hết sức đặc thù của ông. Hoặc lục bát của Hoàng Xuân Sơn là cái lục bát của gãy đổ và thất tán...

Khi đọc một tiểu thuyết hay một truyện ngắn, điều tôi thường chú ý tới đầu tiên không phải là cốt truyện mà là ở đơn vị nhỏ nhất: câu văn. Sự hơn thua ở những nhà văn, nhiều khi không phải là cốt truyện, mà là ở cách họ dàn trải với những câu chữ họ sử dụng. Cái cách họ tạo ra một bầu không khí riêng, và những cao trào khi cần thiết. Có nhiều tác giả Việt Nam không chú trọng nhiều vấn đề này. Tuy nhiên, theo tôi, đây là sự thành bại khá lớn cho một tác phẩm.

Cứ lấy một thí dụ này cho dễ nhìn. Anh có bao giờ gói bánh tét, bánh chưng không? Hồi ấy, Ba tôi chỉ cho tôi từng chút một, tập nhiều lần, vậy mà có khi tôi gói "lỏng tay" quá, có lúc lại "chặt tay" quá. Quá lỏng hay quá chặt tay đều ảnh hưởng đến độ ngon của chiếc bánh, cho dù có chuẩn bị nếp, đậu, thịt, lá kỹ càng thế nào. Mà cho tới giờ này, tôi đã tập bao lần, cũng chưa thành công, để có một chiếc bánh ngon.

Cũng lấy một ví dụ nữa. Anh biết đánh cờ tướng chứ gì? Trước khi trở thành một cao thủ cờ tướng, việc đầu tiên là người đó phải sử dụng con ngựa/mã sao cho "sạch nước cản". Khi con mã của anh chưa sạch nước cản thì khoan hãy mơ tới những chân trời viễn mộng.

Gói bánh hoặc đánh cờ đều cần phải học kỹ thuật, có khi học từ người đi trước bằng một cách nào đó, có lúc phải doc nhiều và tự tìm cái nào hợp với mình hay thể loại mình viết. Đến lúc thuần thục rồi, mới "gói", mới "đi" theo cách của mình.

Anh thấy viết văn có cần những điều căn bản này không?

Thđại: *Có khi nào viết về một nhà văn hay một tác phẩm nào đó, tới nửa chừng ông ngưng không?*

ĐNV: Nhân câu hỏi của anh, tôi cũng thật tình chia sẻ luôn. Tôi đã ngưng ngang rất nhiều bài viết. Nói thẳng ra, tôi còn "nợ" một số nhà văn mà tôi yêu thích văn hoặc thơ của họ ở một khía cạnh nào đó. Tôi đã từng khởi đầu những bài viết về họ, nửa chừng ngưng ngang. Những trang viết của tôi về một số nhà văn, chỉ kể ra đây theo trí nhớ suy tàn trong lúc này mà không theo thứ tự gì cả, chẳng hạn: Hồ Đình Nghiêm, Nguyễn Thị Thảo An, Hoàng Mai Đạt, Lê Thị Huệ, Nguyễn Thị Thanh Bình, Phan Nhiên Hạo, Bùi Vĩnh Phúc, Phùng Nguyễn, Nhã Ca, Đặng Thơ Thơ, Hoàng Khởi Phong, v.v.

Những bài viết về họ vẫn còn nằm trong một "folder" dang dở, mà tôi không biết khi nào có thể trở lại. Có thể dăm tuần mà cũng có thể không bao giờ.

Thđại: *Là một nhà nghiên cứu, nhận định và phê bình văn học ông có thấy ở trong lãnh vực này những lúc gần đây thiếu vắng những bài phê bình và nghiên cứu nghiêm túc có TÂM và có TẦM. Và rằng có người còn nói: "ai cũng có thể làm nhà thơ, nhà văn nhưng muốn trở thành một nhà phê bình CHÂN CHÍNH thì đâu phải ai cũng có thể làm được điều đó". Có đúng vậy không?*

ĐNV: Đây là một câu hỏi khó. Khó ở chỗ là trả lời thế nào cũng ... "chết". Nói một cách nhẹ nhàng hơn, trả lời thế nào cũng... đụng chạm anh ạ. Nhưng anh đã hỏi thẳng, thì tôi cũng xin nói thật.

Thực ra chữ "Tâm" như anh nói, không chỉ trong thể loại phê bình, mà nói chung, ở văn chương, rất khó là định nghĩa. Mà viết thế nào là có... Tâm, cũng là một vấn đề nan giải. Tôi hiểu ý anh, "Tâm" ở đây theo cái nghĩa "Công Tâm".

Tôi lấy một thí dụ thế này cho dễ bàn. Có một nhà thơ mà giai đoạn sau này chuyển qua viết nhận định, phê bình và thường viết những bài tựa cho các thân hữu. Bài nào cũng tràn đầy những ý hay, chữ tốt. Tác giả nào ông cũng ưu ái dành những lời có cánh. Ông gom những bài này cùng một số bài nhận định khác để in sách. Với bạn hữu, ông là người có cái "tâm". Vậy với độc giả, ông có thực sự "công tâm" hay không? Cho nên, chữ "Tâm" cũng năm bảy đường diễn dịch, trong mỗi hoàn cảnh, nhìn theo mỗi người. Cũng như ngày xưa, cụ Nguyễn Du bảo: Chữ "trinh" kia cũng có năm, bảy đường mà. Tuy vậy, với tôi, trước hết mình phải viết thực lòng mình cái đã. Phải trung thực với suy nghĩ của mình trước, rồi hẳn tính. Khi trung thực với chính mình, mình viết thoải mái mà không phải nhọc công tìm câu chữ, hình ảnh để ... lách. Đó lý do mà chúng ta thường nghe chữ "viết lách".

Một người viết nghiên cứu và nhận định, nếu chỉ viết về tác phẩm hay chữ nghĩa của những người thân quen, thì họ bị xem là không "công tâm" với những tác giả khác. Tuy nhiên nhìn ở một góc cạnh khác, họ cũng như chúng ta, chẳng ai đọc hết tác phẩm của thiên hạ. Chẳng ai hiểu hết những ngóc ngách ẩn khuất trong khu rừng văn chương của mỗi tác giả. Và họ cũng chỉ có 24 giờ một ngày như chúng ta. Vậy, muốn "công tâm" trong việc dàn trải về nhiều vấn đề, viết về nhiều tác giả, nhận định nhiều tác phẩm, thì lực cũng bất tòng tâm.

Còn chữ 'Tầm" của anh, cũng là một vấn đề nan giải khác. Khi một người viết nhận định, phê bình, họ thường dựa vào một "thuyết" nào đó để làm cơ sở cho bài phê bình nhận định của mình (dù họ không nói thẳng ra và lắm khi độc giả cũng không biết được). Có bài họ viết, hợp với người này nhưng không hợp với người khác. Cách viết của họ cũng không giống ông A hay bà B như độc giả mong đợi. Có bài họ dựa vào những điều mới mẻ mà có những độc giả chưa bắt kịp. Cho nên, cái "tầm" cũng khó có một hệ quy chiếu nhất định.

Lại lấy một thí dụ cho dễ hiểu. Nếu ai đó viết một bài nhận định về một thi phẩm dựa trên lăng kính "hậu hiện đại", chắc chắn bài viết này sẽ có sự "lệch pha" giữa người viết và không ít người đọc. Bởi để ngang "tầm" thì cả người viết và người đọc phải có những điểm chung nhất định về "Hậu Hiện Đại". Do đó, theo tôi, dù "Tâm" hay "Tầm", cả hai đều có một sự tương đối trong suy nghĩ và kinh nghiệm của người đọc. Tuy nhiên, cái quan trọng là người viết phải thẳng thắn trong nhận định, dù đó là bạn của mình. Nếu thấy lấn cấn, tốt hơn hết là đừng viết gì cả về chữ nghĩa của người bạn ấy.

Tôi vẫn thấy có những bài viết nhận định thẳng thắn sau này, nhưng rất hiếm. Hiếm, một phần vì không có những tác phẩm hay để vực dậy cái đam mê của người viết. Thêm nữa, cõi viết hôm nay mênh mông quá, chẳng ai bao quát được cả thế giới. Và thêm nữa, nhưng rất quan trọng, chúng ta thấy rất nhiều những "tác phẩm" đẻ non trên blog và trên facebook. Không ai có đủ thời gian để đọc và đủ kiên nhẫn để nhận định về những sự "đẻ non" như thế.

Hy vọng câu trả lời không nhận gạch đá từ anh.

Thđại: *"hy vọng câu trả lời không nhận gạch đá từ anh", Tôi nghĩ đây là một câu nói đùa rất duyên dáng từ ông, vậy thì xin cứ việc yên tâm không khi nào chuyện gạch, đá sẽ xảy ra là vì với một người đã nghỉ hưu như tôi thì chỉ đủ tiền độ nhật qua ngày lấy đâu ra tiền để mà mua gạch với đá, vả lại sức già cầm sợi bún còn thấy nặng nữa là.*

ĐNV: Cám ơn anh, tôi chỉ nói đùa theo kiểu ... facebook hôm nay. Anh có thấy, dạo sau này, ai viết gì không giống suy nghĩ của người khác, người đó sẽ nhận muôn vàn gạch đá, tức là những "comment" rất đắng, chát. Không chỉ thế, mà có khi còn là những lời vu khống rất khó nghe.

Thđại: *Tôi đã làm phiền ông rất nhiều vậy chỉ xin được hỏi ông một câu sau cùng cho buổi chuyện trò hôm nay, một câu hỏi thật ra rất riêng tư ông có vui lòng không?*

ĐNV: Xin anh cứ tự nhiên.

Thđại: *Có khi nào ông cảm thấy mình cần làm mới lại chính mình, là bởi theo thi sĩ quá cố Tô Thuỳ Yên thì: "Đối với một người cầm bút chân chính, việc tối kỵ là lập lại chính mình, chép lại chính mình, đạo văn của chính mình"?*

ĐNV: Tôi không biết có cần "làm mới lại chính mình" hay không. Nhưng chắc chắn một điều rằng những bài tôi viết, đọc lại bất cứ lúc nào, tôi vẫn thấy cần sửa chỗ này, chỗ kia. Có khi nhìn lại, thấy rằng nếu viết vào lúc này, có thể cách diễn đạt của mình sẽ khác lúc ban đầu.

Vượt lên chính mình là một điều rất khó. Tôi cố gắng về cách diễn đạt, về hình ảnh chọn lựa khi viết về nhà văn C sẽ không lặp lại khi viết về nhà văn D.

Mà anh đã từng đọc một số bài viết của tôi, anh có thấy tôi lặp lại không?

Thđại: *Trước khi chúng ta chia tay ông có cần bổ túc thêm những thiếu sót mà tôi đã quên, hoặc sơ ý không đề cập tới trong lúc cùng nhau trò chuyện?*

ĐNV: Tôi nghĩ như vậy cũng quá đủ, cám ơn anh đã cho tôi được dịp chia sẻ một vài thiển ý của mình với bạn đọc. Và cũng hy vọng độc giả không phiền hà gì khi theo dõi cuộc trao đổi này.

Thđại: *Xin chân thành cám ơn nhà phê bình, nhà văn Đoàn Nhã Văn đã ưu ái dành nhiều thời gian cho chúng tôi trong buổi chuyện trò thật hữu ích này.*

Triều Hoa Đại – Đoàn Nhã Văn

(Đã đăng trên Tạp chí Ngôn Ngữ, tháng 11/2021)

Chữ nghĩa Kiệt Tấn: cháy bỏng đam mê giữa đời thường lạnh lẽo

Đoàn Nhã Văn

Kiệt Tấn tên thật là Lê Tấn Kiệt, sinh năm 1940 tại làng Vĩnh Lợi, Bạc Liêu. Học tiểu học ở Bạc Liêu, trung học ở Vĩnh Long, Mỹ Tho, Sài Gòn và đại học ở Québec, Canada. Từ năm 1975, sống tại Pháp với gia đình.

Trước 1975, ông có bài đăng tạp chí Sáng Tạo. Rồi hai chục năm không viết, không làm thơ. Cầm bút lại năm 1985, Kiệt Tấn đã cộng tác với các tạp chí hải ngoại Văn Học Nghệ Thuật, Văn Học, Văn, Làng Văn, Việt Nam Tự Do, Hợp Lưu, Thế Kỷ 21.

Tác phẩm đã xuất bản: Điệp khúc tình yêu và trái phá (thơ, Sáng Tạo 1966), Nụ cười tre trúc (tập truyện, Văn Nghệ 1987), Lớp lớp phù sa (truyện dài, Văn Nghệ 1988), Thương nàng bấy nhiêu (tập truyện, Người Việt 1988), Nghe mưa (tập truyện, Xuân Thu 1989), Em ơi biết đâu tìm (tập truyện, An Tiêm 1994), Việt Nam Thương khúc (trường thi, An Tiêm 1999), Tuyển tập Kiệt Tấn (tập truyện, Văn Mới 2002).

(Theo vanchuongviet.org)

****

Kiệt Tấn đến với làng văn nghệ trước tiên bằng thi tập Điệp Khúc Tình Yêu và Trái Phá vào năm 1966. Đúng 21 năm sau, tập truyện "Nụ Cười Tre Trúc" được xuất bản ở ngoài nước, và cũng chính tác phẩm này đã bắt cầu cho những tác phẩm khác nối tiếp nhau, làm nên tên tuổi Kiệt Tấn trên văn đàn. Ở ông, hừng hực một ngọn lửa: dám sống hết mình, dám viết tường tận về những điều mình sống và đặc biệt là dám đẩy ngòi bút vào vùng đất, mà đối với nhiều người cho đến nay còn thuộc loại "cấm kỵ", để rồi trở thành một hiện tượng văn học trong khoảng thời gian cuối thập niên

1980's: hiện tượng Kiệt Tấn.

Truyện ngắn của Kiệt Tấn mang nhiều tính "tự sự". Vì thế, dấu vết của nhân vật chính, xưng tôi, trong rất nhiều truyện ngắn, có thể xem là dấu vết một thời trai trẻ của ông. Ba tập truyện ngắn "Nụ Cười Tre Trúc" (NCTT), "Thương Nàng Bấy Nhiêu" (TNBN) và "Nghe Mưa" in đậm những chuyện tình từ thuở mới lớn ở quê nhà, đến những chuyện tình với các tình nhân tóc vàng mắt xanh ở Gia Nã Đại, Pháp khi ông đi du học. Lồng vào đó là những truyện ngắn viết về quê hương khi đứng bên này nhìn về bên kia biển trời lồng lộng, cũng như đời sống riêng tư ở Pháp với nhiều phiền lụy của cuộc đời. Tập truyện ngắn *Em Ơi Biết Đâu Tìm* (EOBĐT), thật ra có thể xem là những trang Ký lý thú, ghi lại một thời đã qua cùng những chuyến đi gặp bạn bè và những chuyến bè bạn đi thăm ông.

Truyện dài "Lớp Lớp Phù Sa" vẽ lại những mãnh đời trên vùng cò bay thẳng cánh miền Nam. Ông dựng lại nhiều lớp nhân vật, và dĩ nhiên, chuyện tình yêu và đàn bà cũng không thể nào vắng mặt.

&

Kiệt Tấn chẳng ưa chủ thuyết, bởi theo ông, thuyết nào cũng chứa sẵn mầm loạn trong đó. Thuyết càng lớn, loạn càng lớn (NCTT, trang 122). Ông càng ghê tởm chính trị, vì chính trị đồng nghĩa với điếm nên nhất định không phải là đất của chàng (TNBN, trang 132). Với ông, lãnh tụ cũng chỉ là ... tủ lạnh. Ông mệt với những anh hùng và nghẹt thở với những mớ triết lý. Và vì thế, ông "phát minh" ra cái triết lý của riêng mình – triết lý của "lỗ rún". Ông viết: "*Tôi muốn cái gì cũng phải có ý nghĩa. Cục đá phải có ý nghĩa. Con chó cũng phải có ý nghĩa. Tôi cũng phải có ý nghĩa. Cuộc đời cũng phải có ý nghĩa. Ý nghĩa theo cảm quan của tôi, dĩ nhiên. Vì có như vậy tôi mới chấp nhận. Tôi chỉ có thể chấp nhận tôi. Thiệt hết sức logique. Hết sức hợp lý. Tôi đã tìm ra được triết lý của lỗ rún. Ngó lỗ rún của mình mà lý luận. Mê lắm."* (NCTT, trang 133).

Giai đoạn mà Kiệt Tấn nổi bật trên văn đàn, viết những truyện ngắn hay, người ta đồn rằng ông không "bình thường". Nói thẳng ra, có người gọi ông ... điên. Không những không phủ nhận, mà thậm chí đó đây trên những trang viết của mình, ông còn nhận mình "điên". Vâng, có ai "bình thường" mà phát minh ra *triết-lý-của-lỗ-rún* như ông?

Lần bước theo những tác phẩm của Kiệt Tấn, người đọc bắt gặp một giọng văn dí dỏm, thỉnh thoảng chen vào đó là một sự mỉa mai, châm biếm và cũng không hiếm lần cười cợt. Cái dí dỏm của ông là cái cái dí dỏm của một anh chàng Nam Kỳ vui tánh. Tợp xong một ngụm rượu, đặt ly xuống kể một câu chuyện vui, xen vào những chi tiết lý thú, làm cả bàn tiệc xôn xao bàn tán, sau đó nổi lên những tràng cười đắc ý và thích thú. Xong tiệc, ai về nhà nấy, nhưng trên đường đi, thầm nghĩ, thằng chả kể chuyện thiệt là có duyên. Viết bằng một giọng văn dí dỏm là mang trong người một dòng máu yêu đời tha thiết. Bởi kẻ chán đời không thể nào mở được một nụ cười vui, chứ nói gì đến chuyện hóm hỉnh, dí dỏm cả ngàn trang sách. Tuy vậy, cái yêu đời của Kiệt Tấn cũng chẳng giống ai. Cái yêu đời của kẻ dám sống hết mình, như ông, đã vượt khỏi những thông lệ cũ càng, bứt ra khỏi những hàng rào định kiến bao đời. Từ yêu đời sang yêu người chỉ cách nhau có một bước. Từ yêu người nói chung, qua yêu đàn bà nói riêng, dĩ nhiên bằng *triết-lý-của-lỗ-rún*, cách nhau chưa tới gang tay.

&

Kiệt Tấn yêu đàn bà da diết và thèm đàn bà dữ dội. Thiếu họ, ông khật khùng, dở khóc dở cười. Mà thật. nhiều lúc ông khóc tàn canh gió lộng. Ông khóc ở Canada, ông ôm đầu, rơi nước mắt ở Paris, ông lồng lộn ở Sài Gòn, ông quay quắt ở Bạc Liêu. Thiếu hơi đàn bà là ông ủ dột, ngật ngưỡng, lù đù, tái mét, rũ rượu.

Vì thế trên những trang sách của ông, bàng bạc những cuộc tình, những môi hôn, những đồi núi, những nhung lụa, những hừng hực, mê mẫn, bừng cháy, tuyệt dịu, thần tiên, hoang đường, phơi phới, v.v... Ông nhắc đến người em xứ tuyết Gia Nã Đại. Ông cặn kẽ với người em xóm học Paris. Ông quay cuồng với người con gái Bạc Liêu. Ông đắm đuối với người này ở Biên Hòa, người nọ ở Gia định, kẻ khác ở Sài Gòn, người nớ ở Vũng Tàu. Mỗi người một vẻ, mỗi kẻ một đam mê, và mỗi nàng một cháy bỏng khác nhau. Tất cả những nhân vật đó góp phần làm nên văn phong vui tươi, sinh động của Kiệt Tấn trong vùng tình cảm đầy ướt át này.

Cũng nên nói thẳng rằng: nếu không có hơi hướm đàn bà của thời vẫy vùng tuổi trẻ, gần như chắc chắn không có tên tuổi Kiệt Tấn. Với ông, *"Đàn bà là cả một thế giới bí mật. Con gái cũng vậy. Càng nhỏ tuổi càng bí mật. Nhưng khi lớn lên các nàng lại càng tăng thêm bí mật – một cách khác" (EOBĐT, trang 10).* Càng bí mật, ông càng nhất mực tôn thờ. Ông đến với họ như một thứ tôn giáo của riêng ông, mà ở đó đã mở ra những dắm đuối, say mê, cởi mở, hạnh phúc, hừng hực, dập dồn, xốn xang, xao xuyến, thèm thuồng, quyến luyến... Và ông bơi lội trong vùng không gian này thỏa thích. Tuy vậy, chỉ cần một chút để ý, ta sẽ thấy ngay ông viết về những người đàn bà với một tấm lòng, một đam mê, và đằng sau đó là chiêm ngưỡng, là trân quý. Ông viết về họ là muốn cho họ sống lại dài lâu trong lòng độc giả bằng một sự trân trọng của mình. Ông minh định một điều: *"tôi viết tình dục với mục đích cho độc giả thấy tình dục là một điều tự nhiên và đẹp đẽ. (...) Tôi không thể yêu một người đàn bà không có thân thể, thứ đến tôi không tách rời nhục cảm khỏi tình yêu chớ tôi không nhìn đàn bà với con mắt thuần nhục cảm." (EOBĐT, trang 70).* Hơn nữa, Kiệt Tấn cần hơi đàn bà, nhưng không phải ông cần để làm cái chuyện bình thường của tạo hóa. Mà lắm lúc, Kiệt Tấn cần đàn bà là để giải tỏa nổi cô đơn. Trên đời, ông chỉ sợ có hai thứ: bệnh tật và cô đơn. Vì thế, *"mỗi lần đến một thành phố lạ nào, việc đầu tiên của tôi là đi tìm đàn bà – bất cứ người đàn bà nào cũng được. Không phải để giải quyết sinh lý. Tôi cần có sự hiện diện mà sự hiện diện đó phải là của một người đàn bà. Không có nàng tôi thấy đời sống trống rỗng, mênh mông, hoang vu dễ sợ. Tôi tưởng có thể ngã ra chết được. Tôi ghiền đàn bà như ghiền ma túy." (Thương Nàng Bấy Nhiêu, trang 82)*

Cái ghiền của Kiệt Tấn tạo nên những trang sách đẹp, bắt đầu cho cái ghiền khác, nơi độc giả. Đó là cái ghiền được nằm một mình, đọc những truyện tình của ông, nghe thấm thía ở mỗi tế bào, và lắm lúc, vừa đọc vừa cười thích thú.

&

Một trong những điểm đặc thù, ở chữ nghĩa của Kiệt Tấn, trong vùng tình cảm đầy ướt át này, là đặt nhiều cặp tính từ đàng sau một câu nói để nhấn mạnh điều diễn tả. Cặp chữ này nối liền cặp chữ kia tạo nên những đợt sóng dập dồn trong dòng suy nghĩ người đọc. Đợt sóng này chưa dứt, đợt sóng khác đã đến. Chưa kịp no đầy với cảm giác cũ, cảm giác mới đã xuất hiện, kéo người đọc vào dòng chảy mới của ông, hòa mình trong đó, trôi theo những ngọn triều dâng, nhấp nhô, nhấp nhô, đẩy đến tận cùng. Vì thế, người đọc như thấy mình tham gia đủ đầy qua những vùng chữ nghĩa của ông.

"Tôi cuối xuống cạ nhẹ môi tôi trên môi nàng. Lướt qua, khẽ lướt qua...Mướt như lụa. Tuyệt dịu. Thần tiên. Hoang đường! Chợt nghe kiểng đổ trong đầu, thánh thót, ngân nga, vang vang, lùng bùng. Môi nàng khép kín. Nụ hôn đầu đời. Phớt nhẹ. Một lần. Chỉ một lần thôi. Mà vĩnh viễn!" (Nụ Cười Tre Trúc, trang 64)

"Tuyết vừa ngồi xuống là tôi đi thẳng vào nỗi ám ảnh của mình. Bàn tay tôi sục sạo tìm kiếm đóa hoa thầm kín của nàng. Mềm mại, ấm áp, trơn ướt, nhung êm. Mê mẩn, sung sướng, hạnh phúc. (Thương Nàng Bấy Nhiêu, trang 56)

"Chân tay hai đứa quấn quýt chằng chịt rối ben tưởng không thể nào tháo rời được nữa. Rên rỉ, năn nỉ, xô ra, quấn vào, cuồng nhiệt, mê tơi, cực điểm, chết ngất..." (Thương Nàng Bấy Nhiêu, trang 105)

"Nàng hướng mắt về khung kiếng uốn cong truyền hình, loại truyền hình thu sẵn đông cứng, trong lúc đó đôi ngươi tôi lại dính cứng trên ô cửa bầu dục khoảng khoát, cũng truyền hình, nhưng lại là hình ảnh đời sống sờ sờ, tự tại, hiện hữu, linh động, hô hấp liên tục từng giây từng phút. Tuyệt vời. Ngoạn mục. Mãn nhãn. (...) Đừng mà, để yên cho em coi truyền hình một chút. Coi sao nổi mà coi. Dò dẫm. Xáp lại. Rờ rẫm. Mó máy. Ngoan nào, để yên cho người ta mò trăng một tí. Khám phá bờ giếng trên có móc cài. Nhưng cứ để nguyên như vậy. Thú vị là ở chỗ đó. Leo ra. Chận giữ. Tức vỡ. Be bờ. (Nghe Mưa, trang 74 – 75)

&

Ở thi ca, chúng ta thấy Bùi Giáng ăn ngủ, hít thở, sống chết với những tiếng bình dân trong cuộc sống. Thì ở thể loại văn xuôi, Kiệt Tấn đem ngôn ngữ đời thường vào văn chương rất ngoạn mục. Không có nhiều nhà văn đi theo con đường này thành công. Bởi vì, theo lối này đòi hỏi một bản lãnh nghệ thuật, một nhạy bén của chữ nghĩa, và quan trọng hơn hết, nó đòi hỏi người sử dụng nó có một tấm lòng tha thiết với đời để nhận thấy được: ngôn ngữ đời thường gần gũi và đáng yêu. Có yêu thương sâu đậm mới dành cho nó những vị trí xứng đáng, để rồi chắc lọc lại cho mỗi trường hợp, đem nó vào văn chương, gởi đến người đọc những ngạc nhiên, thích thú. Bàng bạt trên những trang sách là những tiếng đậm nét trong thể văn nói của miền Nam. Lâu lâu, nghe lại những tiếng này, ta cảm thấy đầy thích thú. Nghe Kiệt Tấn cho nhân vật của mình nói, lại càng thích thú hơn, bởi nó mang đầy chất sống, những chất sống tươi rói như phả vào câu văn, đưa đến gần người đọc. Chính chất liệu ròng này đã tạo nên những cảm giác hiếm hoi như khi có người gãi giùm mình đúng chỗ ngứa. Đã thiệt là đã.

Một khía cạnh khác trong văn chương Kiệt Tấn: đem thi ca, ca dao, vọng cổ vào những bản văn. Điều này có thể bắt gặp trong bất kỳ truyện ngắn, truyện dài hay ngay cả trong thể loại tùy bút của ông, và thậm chí trong những lá thư gởi người quen, gởi bạn bè. Khi đem vào những trang sách của mình, ông không hề "chú thích" liền sau đó. Ông cứ để dòng cảm xúc của độc giả chảy dài theo câu chuyện. Tôi đoán, những cái chú thích sẽ làm nghẽn giao thông, phá tan cái không khí mà ông tạo được trong suốt mạch văn. Sau cùng, ông chú thích cuối bài một loạt tên tác giả có thơ trích, hay ca dao, hay vọng cổ, nhưng không chi tiết câu nào là của ai. Trong rất nhiều trường hợp, ông biến một phần câu ca dao thành một phần câu văn của ông. Người được Kiệt Tấn mê nhất và được ông trích dẫn nhiều nhất, có lẽ là Nguyễn Bính và Phạm Thiên Thư. Tuy nhiên, cũng có nhược điểm trong lối viết này: nhiều chỗ, ông như lạm dụng, đẩy một hơi mấy câu Kiều thành câu văn của mình, hay làm một lèo mấy câu thơ của họ Nguyễn, họ Phạm thành đoạn văn của mình, ngon ơ. Ở điểm này, ít nhiều, có thể làm bực mình những độc giả khó tính. Nhưng, thật rõ ràng, một lần nữa, Kiệt Tấn đã bày một lần ranh minh định: *bên này là Kiệt Tấn, bên kia là người khác.* Tôi mường tượng ông sẽ nói: *Ai chịu thì ở lại, còn không ...cũng không sao, nhưng đọc ai cũng dzậy, đọc tui, tui cảm ơn.*

&

Kiệt Tấn có một lối diễn tả nội tâm nhân vật, nhất là những nhân vật nữ, rất tới. Ông không dẫn giải chi li, mà ngược lại, dùng hình ảnh nói thay cho sự chuyển đổi trong suy nghĩ của họ. Tôi tin rằng những hình ảnh này, nếu lên phim, chắc chắn sẽ là những thước phim đẹp.

Chẳng hạn, ở truyện ngắn, *Người Em Xóm Học*, trong tập *Thương Nàng Bấy Nhiêu*. Ông cùng Diane quấn quýt bên nhau như đôi sam trong những ngày hè khi ông từ Quebec qua Paris, thăm Lộc. Sắp hết ngày hè, giờ chia tay sắp đến. Dẫu chậm thế nào thì cũng phải chia tay. Những kỷ niệm, vấn vương, xao xuyến, bồi hồi làm cho cuộc chia tay nào cũng cảm động. Nhưng cho nhau gì đây để nhớ mãi, giữ lại gì đây để mỗi khi nhìn vật sẽ nhớ người. Kiệt Tấn cắc cớ, xin người tình một chiếc quần lót của nàng, anh viện dẫn để nhớ mãi mùi hương thầm kín. Diane dẫy nẩy và nhất định không cho. Nhưng nàng tặng chàng một cái khác. Cái gì đây? Tôi xin không trích, để bạn đọc tự tìm hiểu cho chính mình, để thấy cái tài của ông.

Ở một truyện ngắn khác, *Yêu Em Xứ Tuyết*, trong tập *Nghe Mưa*, sự thay đổi, cái dùng dằng của người con gái, và cái quyết định dứt khoát của cô, khi giấu người yêu của mình, đi lấy chồng, rất tới qua ngòi bút của Kiệt Tấn.

"Sau khi quần áo chỉnh tề, nàng mở ví tay lấy thỏi son mùi hoa hồng thoa lên môi, tô đi tô lại nhiều lượt trước tủ gương nhỏ máng quần áo của tôi. Xong nàng đặt môi áp hôn cửa kiếng in lại nguyên vẹn vết tích đôi môi nàng rồi dùng thỏi son viết khít ngay bên dưới "jet'aime!". Nàng mở ngăn kéo bàn viết học trò của tôi quăng thỏi son vào đó và đóng lại, ngó tôi chăm chú:

-Thôi em về!

Chưa bao giờ tôi thấy nàng hấp tấp như vậy. Tiếng chân nàng chạy nhanh đột nhiên dừng lại ở khoảng giữa cầu thang như chần chờ. Một giây, hai giây, ba giây ... Bước chân lại tiếp tục đi xuống. Cánh cửa ở cuối cầu thang mở ra rồi đóng lại." (Nghe Mưa, trang 106-07)

Nàng chủ động trao thân cho người yêu trong lần cuối cùng gặp mặt. Trong những giây phút yêu đương đó, nàng lảm nhảm như nấc khóc là dấu hiệu của dằn co, ray rứt. Bởi đây là một quyết định quan trọng, một quyết định của sự một đi không trở lại. Như tức tưởi, như nghẹn ngào. Nàng để lại vết son trên cửa kiếng của người tình như muốn nhắn chàng rằng hãy nhớ mãi vết son này. Và cuối cùng gởi lại cho chàng thỏi son trong ngăn kéo bàn viết. Tại sao lại thỏi son? Thỏi son cũng giống như vật bất ly thân của người phụ nữ phương Tây. Thiếu gì thì thiếu, trong ví của họ không thể thiếu thỏi son khi ra đường. Để thỏi son ở lại, như để lại kỷ niệm cuối cùng, trong một tâm trạng bã bời. Rồi cũng phải ra đi. Sự chuyển đổi tâm lý từ trạng thái giằng co qua sự quyết định bằng sự hấp tấp với những tiếng bước chân chạy nhanh. Phải thật nhanh, nếu không, sợ chính mình sẽ đổi ý. Nhưng chân đi mà hồn để lại. Nàng như lừng khừng. Thật ra, cái lừng khừng bắt đầu từ khi "tô đi tô lại nhiều lượt" son môi. Không phải vô tình mà Kiệt Tấn "bắt" nàng tô đi tô lại nhiều lần. Sự dùng dằng, quyến luyến càng rõ rệt hơn khi nàng chạy ra khỏi phòng, rồi dừng lại. "Một giây, hai giây, ba giây ..." và cuối cùng là sự dứt khoát, dứt khoát nhưng không giấu nỗi sự đau lòng. "Bước chân lại tiếp tục đi xuống. Cánh cửa cuối cầu thang mở ra rồi đóng lại". Chấm hết. Ở câu cuối cùng ta lại bắt gặp một nét đẹp khác. Cánh cửa không chỉ khép lại để ngăn cầu thang và dãy phòng ngủ. Nó còn như một vật chắn, khép lại một mối tình, làm một bức ngăn, chia cách người đi, kẻ ở. Như một nhát kéo, cắt sợi dây oan, mỗi người giữ một nữa rời, nghiệt ngã. Hình ảnh tuy đơn giản nhưng không phải ai cũng đặt nó được trên trang sách đúng vào vị trí của những sự chuyển đổi và tâm trạng rối bời của nhân vật một cách đắc địa như Kiệt Tấn.

&

Như bao lưu dân khác, đi đâu thì đi, Kiệt Tấn cũng có một chỗ để nhớ về. Viết gì thì viết, Kiệt Tấn cũng không khỏi viết về nơi chốn sinh ra: quê hương. Đứng bên này trời, nhìn về bên kia biển lớn (ở những năm 1980's và 1990's), nghe lòng se thắt, từng nhịp tim đập rộn lên nỗi nhớ nhà. Quê hương trên những trang sách của Kiệt Tấn không những đậm nét những vùng ông đã đi qua, để lại ít nhiều những mối tình, mà còn là hình ảnh những bà già. Từ *bà-già-bán-cà rem, bà-già-bán-đậu-phộng-lép, đến bà-già-lượm-lon, bà-già-điên* trong thành phố .v.v.... Những bà già ít nhiều để lại trong ông những niềm thương nhớ vô vàn, da diết, và không ít xót xa, bã bời. Trong số những bà già quê hương đó, có một người ông nhắc tới rất nhiều, đó là người mẹ thân yêu của ông. Ông viết về mẹ mình thật đẹp. Thật ra, khi viết về Mẹ, không riêng gì mẹ mình, mà là tất cả những người mẹ Việt Nam, ông dụng lối viết nhẹ nhàng, đằm thắm. Ở đây, độc giả như đọc được ý nghĩ của ông: chữ nghĩa văn hoa không chở hết tâm hồn đôn hậu của mẹ hiền; câu cú thời thượng không mang nổi tấm lòng cưu mang rộng mở của những bà già chốn cũ. Bóng mát của mẹ, nụ cười của mẹ là cả một trời, một biển. Vặn vẹo chữ nghĩa sẽ làm xiêu lạc những tấm lòng quê. Vì thế, Kiệt Tấn lấy hình ảnh đơn sơ của ruộng đồng mà viết về Mẹ, tạo nên những hình ảnh liên tưởng đẹp ngút ngàn.

"Mặt bà nhăn nheo hiền hậu, cười móm, giống bà già bán cà rem ở trường tiểu học, lúc tôi học lớp nhứt, mười tuổi. Buổi trưa, khi ngồi vá áo bên cửa sổ, bà ngó tôi cười móm trong vuông nắng, tự nhiên tôi có cảm giác đang nằm dưới một gốc tre già bên bờ ao, lá tre trên cao thoảng gió rì rào, giọt nắng trộn lẫn bóng lá tre nhảy nhót trên khuôn mặt tôi mát rượu, tôi thiu thỉu ngủ, giấc mơ thơi thới...(...) Cho dù má tôi không cười thành tiếng, tôi vẫn nghe có tiếng rì rào thanh thoát của tre trúc rộng lượng chở che. Tôi là con trâu nghé nằm trong bóng lá im buổi trưa hè nắng gắt." (Nụ Cười Tre Trúc, trang 15)

Một đoạn văn khác, Kiệt Tấn viết về mẹ ông, hay những người mẹ Việt Nam chân lấm tay bùn, *nhưng có trái tim to bằng bồ lúa.*

"Nếu ngọc trai là ngọc của sò biển, nếu gạo thóc là ngọc của trời thì nước mắt là ngọc của má tôi. Cả đời má tôi buông nhả loại ngọc đó rất nhiều, cho bất cứ gì, cho bất cứ ai, vô tình hay cố ý, đến gõ cửa trái tim bà.

Tôi thường ví trái tim bà là bồ lúa, mà mỗi hột lúa là một mối thương tâm, một mối thương tâm rất gần với từ bi, khiến cho bà sa nước mắt ngùi ngùi vô số kể, suốt cuộc đời bà. (...) Cả đời tôi chưa hề nghe tiếng "hy sinh" thốt ra từ cửa miệng của bà. Bởi vậy, khi thấy má tôi khóc, đừng tưởng bà đau khổ, đừng tưởng bà đang nghĩ bụng mình hy sinh rút ruột cho con ăn, mình thức đêm thức hôm dầm sương dang nắng vì con cái. Khi sung sướng, người ta cũng có thể chảy nước mắt lắm chớ, phải không? Vì vậy nước mắt của má tôi cũng rì rào như nụ cười tre trúc của bà: thương yêu, chở che, rộng lượng." (Nụ Cười Tre Trúc, trang 20-21)

Rời vùng truyện ngắn, Kiệt Tấn bước vào truyện dài bằng *"Lớp Lớp Phù Sa"*. Một tác phẩm viết về đời sống và tâm tình của người dân miền Nam, trên ruộng đồng, trên sông nước. Ở đây, Kiệt Tấn không còn kể chuyện mình, mà bắt đầu kể chuyện người, chuyện đời. Dẫu rằng trong những cảnh đời đó, người đọc bắt gặp một số nhân vật và dễ dàng nhận ra ngay những nhân vật này đã được ông đề cập đến trong các tập truyện ngắn, như chú câm, như lão thần y và dăm nhân vật khác. Ông mượn những người chung quanh mình để dựng truyện. Hình ảnh nhân vật có chắc lọc nhưng dăm chỗ hình như vẫn còn thiếu chất sống. Cái chất sống cần thiết để tạo ra những mảng đời sống, khó trùng lặp trên vùng phì nhiêu, sông nước miền Nam. Giọng điệu câu văn cũng thế. Nhiều lúc ông rề rà quá sức ở những chỗ không cần cái rề rà.

Với tôi, tôi mê truyện ngắn của ông hơn là truyện dài.

Khi Kiệt Tấn viết về quê hương, người đọc thấy hình ảnh người mẹ hiền ấp ủ trong lòng người viết; trái tim nhân hậu, tấm lòng cởi mở của bà theo suốt cuộc đời của ông, cùng những giọt nước mắt buồn, vui, thấm suốt đời người. Khi viết về tình ái, người đọc thả hồn mình vào những chuỗi tháng ngày mới lớn của Kiệt Tấn, chia sẻ với ông những mời gọi, rủ rê đó. Tất cả những điều này đến với độc giả không ngoài chữ nghĩa và cái giọng văn của riêng ông. Đó là nét đẹp của nghệ thuật. Khi nghệ thuật đạt đến một tầm mức nào đó, người ta không còn thấy lớp vỏ nghệ thuật hiện hữu nữa, mà chỉ thấy hình ảnh rực sáng bên ngoài, những biến chuyển nội tâm sục sôi bên trong, tạo thành một hiện tượng, rất mạnh mẽ nhưng cũng khá ngắn ngủi: *hiện-tượng-Kiệt-Tấn*. Hiện tượng này như tia sáng lóe lên từ mũi hàn với nhiệt độ cao. Bùng lên. Sáng xanh. Cháy bỏng. Thiêu đốt. Khi hết hơi, mũi hàn tắt, thôi thúc đã hết, đam mê đã ngừng. Cũng có nghĩa là, ông không còn "điên" nữa, mà đã tìm lại sự quân bình trong đời sống của chính mình.

Cuộc đời cần những *cơn-điên-nghệ-thuật*, hay những cơn *lên-đồng-chữ-nghĩa*, như thế.

Chữ nghĩa của Kiệt Tấn như những đường kiếm đẹp. Khi kiếm rời khỏi vỏ, kiếm và người là một, chiêu thức không còn nữa, người ta chỉ thấy cái uy lực, vũ bão của nó.

Đoàn Nhã Văn
2000

Hạt bụi vo tròn trong bụng Mẹ cút côi

Một đêm mùa hè năm 1985, trên căn gác ọp ẹp của căn nhà vách phên mái lá, gần phi đạo của trại tị nạn Palawan, lần đầu tôi nghe một nhạc phẩm "lạ". Tiếng hát bật ra từ chiếc máy của căn nhà lá đầu dãy, quyện cùng tiếng mõ, cất lên:

Mẹ ngồi nguyện cầu hằng bao đêm

Lời kinh vọng xa thật êm đềm

Mẹ cầu cho con, vượt qua ngày tròn

Mẹ cầu cho em tuổi trời xanh còn nguyên đừng biến mất

Lần đầu tiên nghe, tôi không biết ai đã sáng tác nhạc phẩm này. Điệu nhạc và giọng hát quyện vào nhau, da diết. Ca từ của nhạc phẩm này ám ảnh tôi. Nhiều hôm sau, tôi muốn nghe lại, tiếc rằng chủ nhân của chiếc máy đã mở những bản nhạc khác. Sau này, tôi mới biết đó nhạc phẩm "Kinh Khổ", của nhạc sĩ Trầm Tử Thiêng.

Cũng mãi sau này, tôi có nghe nhiều giai thoại về cuộc đời ông, nhưng trong đó có một giai thoại, tôi nhớ đến tận giờ. Đó là, sau 1975 ông nhiều lần tìm đường vượt biên. Liên lạc bao nhiêu đầu mối, qua nhiều trung gian uy tín, nhưng tất cả đều lắc đầu từ chối vì những chủ ghe không muốn nhận ông đi cùng. Khi hỏi: người hành khách đó là ai? Người trung gian nói tên ông. Tất cả mọi chủ ghe đều từ chối. Rất đơn giản, vượt biển, không ai dại gì nhận theo mình một người có cái tên: Trầm + Tử + Thiêng.

Nhưng rồi, ông vẫn đến được bến bờ tự do. Có lẽ lần này, ông cho chủ ghe biết, tên thật của mình là Nguyễn Văn Lợi. Có ông đi là mang lại thuận lợi chăng.

Nghe nhiều nhạc phẩm của Trầm Tử Thiêng, ở những

góc riêng của mình mỗi bài hát như đi vào từng tế bào, chiếu rọi vào trong, chiêm nghiệm. Ở những khoảnh khắc ấy, tôi như "uống" từng chữ trong ca từ của ông, một cách mê mẩn. Cũng từ đó, tôi nghiệm ra, phần ca từ trong những nhạc phẩm của Trầm Tử Thiêng có nhiều điều đáng suy ngẫm.

I – Trái tim của một người Việt Nam chân chính

Có nhiều nguồn liệt kê danh sách những nhạc phẩm của Trầm Tử Thiêng, và những nguồn đó đều cho rằng con số sáng tác của ông đến hơn 200 nhạc phẩm. Từ những sáng tác ấy, phảng phất một trái tim mẫn cảm với đời, luôn đập những nhịp đập với sự nổi trôi của vận nước.

Đất nước chiến tranh, súng đạn vô tình, ông đau với cái đau của người còng vai gánh nặng những điêu linh, những người đã để lại một phần thân thể của mình cho đất nước, hay nằm yên trong huyệt lạnh vô danh vì hai chữ "quê hương". Lời ca của ông như một lời tạ ơn chân thành, tha thiết.

Cám ơn anh kịp lớn giữa thù hằn
Thấp đôi vai gồng gánh nỗi điêu linh
Bóng vinh quang lấp sâu trong huyệt lạnh
Hay ngồi đau thầm lặng giữa thanh bình

(Cám ơn Anh)

Cũng trong thời chinh chiến ấy, có bà Mẹ nào nhìn thấy từng đứa con ngã xuống mà không nhói lòng. Trong tất cả những nỗi đau, không có nỗi đau nào lớn hơn cảnh lá vàng khóc lá xanh rơi, đó là nỗi đau của bà Mẹ mất con. Hình ảnh một người mẹ ngồi nguyện cầu từng đêm, từng đêm cho những đứa con của mình. Lời nguyện cầu nhỏ nhoi giữa một thời chinh chiến đầy lửa đạn. Ở cuối nẻo điêu linh mà người dân Nam gánh chịu, nhạc phẩm "Kinh Khổ" viết năm 1973, đã lay động lòng người.

Mẹ ngồi nguyện cầu hằng bao đêm

Lời kinh vọng xa thật êm đềm

Ca từ và điệu nhạc quyện vào nhau, chở nhạc phẩm vào thẳng trái tim của người thưởng ngoạn. Người Mẹ ấy không còn của riêng ai. Không còn của tôi, của anh, của chị. Đó là Mẹ Việt Nam.

Người về một ngày một lưa thưa

Người đi càng đêm càng đông dần

Từng dài âu lo

Từng đêm đợi chờ.

Mộng thật cam go

Miễn là mai niềm đau thành nụ cười

(Kinh Khổ)

Đây là một trong những bài hát có ca từ mang những ẩn dụ, có thể xem là rất khác xa những bài hát khác của ông. *"Người về một ngày một lưa thưa / Người đi càng đêm càng đông dần"*. Từng đợt người về, rồi từng đợt ra đi.

"Lạ" ở chỗ: tiếng cầu kinh cứ đều đều, tiếng bước chân cứ liên tục. Người về, rồi người đi. Mà người ở đâu về? Rồi người từ đâu đi? Và đi về đâu? Không rõ.

Tuy nhiên, chúng ta biết chắc một điều: *Từ khi loạn ly vào đêm đầu / Tình người tiêu hao / Niềm tin bội bạc.* Để rồi ông mở ra:

"Lạnh lùng một ngày một qua mau

Lời kinh mù sương mờ trên đầu

Mộng chờ sau đêm

Ngày mai thật lạ

Thù hằn anh em, bỗng nhìn nhau gọi nhau thật đậm đà"

Đó là ước vọng cao đẹp của hai chữ "đồng bào", đó cũng là mơ ước của tình máu mủ. Không có gì đẹp hơn hình ảnh *"bỗng nhìn nhau gọi nhau thật đậm đà"*. Xa hơn, với tôi, nhạc phẩm này không chỉ vẽ lại một phần lịch sử, mà còn có tính tiên tri cho vận mệnh của dân tộc Việt, trong nhiều năm sau nữa. Cứ nhìn lại giai đoạn lịch sử cận đại sẽ rõ.

1954, kẻ về, người đi. Vâng, kẻ ở rừng, người về thành ở lại, rồi người ra đi, xuôi Nam.

1975, cũng từng lớp người về từ Trường Sơn, lại từng lớp người khác xuôi nhau ra biển. Cuộc ra đi vẫn tiếp diễn và kéo dài thêm nhiều năm sau đó, như ông tiên liệu "người đi càng đêm càng đông dần"?

2000 cho đến nay và sẽ cho đến nhiều năm sau nữa, cũng lớp lớp người trở về, và vẫn lớp lớp người ra đi. Đi và về, hay Về rồi đi. Lịch sử đang tiếp diễn, nối tiếp từ thế hệ này qua thế hệ khác, như lời tiên tri của ông. Dẫu đi hay về, người Mẹ vẫn ngày đêm nguyện cầu "Thù hằn anh em, bỗng nhìn nhau gọi nhau thật đậm đà". Đó là một ước mơ, từ trái tim bật máu của một người Mẹ.

Không đau với nỗi đau chung của dân tộc, không thể viết nên một nhạc phẩm hay như thế.

Đất nước chiến tranh, đồng hoang xơ xác, bạn bè gục ngã, thiếu phụ khăn tang, trái tim người nghệ sĩ bật máu với cái mất mát tận cùng, ông đã từng khóc với chiếc cầu Trường Tiền gãy đổ qua ca khúc *"Chuyện một chiếc cầu đã gãy"*. Để rồi, ông ước mơ một ngày mai hòa bình tươi sáng, để còn thấy con sông quê lặng yên, con đò chiều chở trăng tĩnh mịch; để ngửi mùa lúa đang chín tới, để thương ngọn khói chiều hôm ở cuối thôn làng.

Mai đây Hòa Bình.

Ta về ngắm lại dòng sông xưa.

Đồng hoang xơ xác hai bên

Sẽ mai này thơm mùi lúa chín.

Trên sông người về

Con đò chở đầy vầng trăng quê

Hò khoan cô lái du dương

Đón đưa người đi về chung đường

(Hòa bình ơi, Việt Nam ơi)

Ước vọng đồng hoang trở thành những đồng lúa chín, không chỉ là ước mơ của ông, mà còn là ước mơ của bao thế hệ. Và ông đã viết cho mình, cho quê hương, như thế.

Sau khi chiến tranh bằng súng đạn chấm dứt, lại có một cuộc chiến tranh khác không kém phần nghiệt ngã, đó là cuộc chiến của lòng thù hận đã diễn ra tàn khốc. Để rồi, "Cây cột đèn nếu có chân cũng phải ra đi", nên bao người đã nằm xuống trên đường vượt thoát. Cuối "mùa" tị nạn, thế giới làm ngơ, lương tâm nhân loại đã ngủ quên đâu đó trước tiếng kêu gào của máu đỏ, da vàng, Trầm Tử Thiêng song hành với đồng bào mình, nhất là những em thơ mở to đôi mắt nhìn xuyên qua những dãy rào kẽm gai, ước mơ được tự do, bay nhảy với bầu trời xanh bên ngoài song chắn, bên ngoài những dãy rào kẽm gai.

Bên em đang có ta, hát về em tương lai xót xa

Hát giùm em cơn mơ thiết tha, giấc mơ tuổi hoa

Bên em đang có ta, thống thiết kêu vang lương tâm thế gian

Cứu vớt em rời khỏi ngày u ám, giữa trại giam

(Bên em đang có ta)

Cuối thập niên 1970's, tự điển của thế giới có thêm từ mới là "boat people". Thuyền nhân hay "boat people" là một điều không thể không nhắc tới nếu nói đến lịch sử cận đại Việt Nam. Mà trong giai đoạn 1975-1995 ấy, có người nhạc sĩ nào đau đáu với nỗi đau của đồng bào tị nạn như Trầm Tử Thiêng? Có nhạc sĩ nào đã viết những ca khúc về người tị nạn, chẳng hạn như "Tâm ca của người tù vượt biển", "Trại tị nạn Ga Lăng", "Bên em đang có ta", "Có tin vui giữa giờ tuyệt vọng", v.v., như Trầm Tử Thiêng? Không phải chỉ có thế giới ngoảnh mặt, mà chính những nhạc sĩ Việt Nam dường như không đủ lửa để viết về (nhìn vào số nhạc phẩm sẽ rõ) hoặc đi bên cạnh những những nỗi đau ấy, trong suốt hai mươi năm tưởng đá vàng phai này, như Trầm Tử Thiêng đã từng.

Trầm Tử Thiêng lừng lững, bước tới một mình, và đã sáng tác những nhạc phẩm cho đồng bào, cho dân tộc mình, ở một khúc quanh lịch sử đầy nước mắt và dậy tiếng kêu than như thế. Khi cả thế giới quay lưng, các trại tị nạn trục xuất, cưỡng bách đồng bào về lại Việt Nam, bao nhiêu máu đã đổ xuống, một cách tự nguyện, để chống cưỡng bách hồi hương tại: Hồng Kông, Mã Lai, Thái Lan, và ngay cả Phi luật Tân. Tuy nhiên, ngay sau đó, chính phủ Phi đã mở lòng nhân đạo, cho người Việt tị nạn một con đường sống, đồng ý cho người tị nạn ở lại trên đất Phi (nhưng không được nhập tịch Phi), với làng Việt Nam mở ra. Trầm Tử Thiêng, Việt Dzũng, và nhiều người khác nữa đã về "làng Việt Nam". Không phải về để thăm đồng bào mình trong cách thế của một người về từ bến bờ tự do, mà ngược lại, ông về để bưng chén cơm, chan nước mắt mừng vui với đồng bào kém may mắn của mình. Và hơn thế nữa, ông đã viết một ca khúc lẫy lừng *"Có tin vui giữa giờ tuyệt vọng"*.

Có tin vui giữa giờ tuyệt vọng.
Một vòng tay vừa mới mở ra
Cứu anh em những đời mạt vận
Đường mơ đi càng bước càng xa

Có tin vui giữa giờ tuyệt vọng
Hai mươi năm tưởng đá vàng phai
Có em tôi nuốt từng giọt lệ
Ngậm oan khiên đợi mãi một ngày ...

Hãy nói cho mọi người cùng nghe:

Người đã cứu người

Hãy nói cho mọi người cùng nghe:

Làng Việt Nam đang xây thêm bên ngoài Việt Nam

(Có tin vui giữa giờ tuyệt vọng)

Đã rớt nước mắt trong niềm hạnh phúc vô tận, đã vang vang hô lớn giữa đất trời lồng lộng, *"Hãy nói cho mọi người cùng nghe: Người đã cứu người"*. Bao nhiêu nhạc sĩ Việt Nam đã làm được như ông, trong một thời dâu bể, tang thương?

Cũng nên nói thêm, vì nhờ lòng nhân đạo vô bờ bến của chính phủ Phi, mà mấy năm sau, nhiều ngàn đồng bào được chính phủ Mỹ mở ra ân huệ cuối cùng cho người tị nạn Việt Nam. Bao nhiêu năm chờ đợi, nhiều ngàn đồng bào kém may mắn, đi sau, đã thực sự đến bến bờ tự do.

Cuộc bỏ phiếu bằng chân đã mở ra một hướng mới: người tị nạn Việt nam đã đặt chân trên khắp năm châu. Một lần nữa, có bao nhiêu nhạc sĩ đã viết về họ, những bước chân Việt Nam này, từ những hoang mang, hơ hoảng bước đầu, đến những tự tin, rồi thành công ở nhiều lĩnh vực? Cũng chỉ mình ông làm điều ấy. Và ông mơ những trái tim mang dòng máu da vàng, dù bất cứ chân trời góc bể nào, hãy cùng tựa vào nhau, cùng hát vang lên lời Việt Nam, cho bình minh xua tan bóng tối.

Dù nhục dù vinh, xin hãy hát vang lời Việt Nam

Tựa vào lòng nhau, ơi những trái tim cùng dòng máu

Gọi người gọi ta

Gọi số kiếp lưu đày gần xa

Gọi bóng tối ngưng bài cuồng ca

Cho tiếng hát mơ ngày Việt Nam.

(Một ngày Việt Nam)

Tấm lòng ông còn thể hiện qua rất nhiều bài hát, trong đó có một số bài viết chung với Trúc Hồ, chẳng hạn: *Việt Nam Niềm Nhớ, Một ngày Việt Nam, Bước chân Việt Nam, v.v...*

Hỡi kiếp sống mang khổ đau chưa qua bên niềm mơ tương lai chưa tới

Hãy cất tiếng qua đại dương mênh mông ta cùng ca chung nỗi mong chờ

Hỡi những bước chân Việt Nam lưu vong đang còn chu du trên thế giới

Hãy cất tiếng ca cùng tôi câu ca mang tình thương gửi tới quê nhà

(Việt Nam Niềm Nhớ)

Và,

Khắp nơi trên địa cầu, giờ in dấu bước chân Việt Nam

Những đôi chân miệt mài, đang vươn tới dưới ánh ban mai

(Bước chân Việt Nam)

Thuở chinh chiến, đi sát với thời cuộc, ông viết những nhạc phẩm *"Đưa em vào hạ", "Chuyện một chiếc cầu đã gãy", "Bài vinh thăng cho một loài chim", "Kinh khổ"*, v.v... Sau chiến tranh, ông theo bước chân của những người tị nạn Việt Nam, đã rút ruột của mình ra mà viết: *"Tâm ca của người tù vượt biển", "Dứt bão bắt đầu nước mắt", "Gởi em hành lý", "Trại tị nạn Ga Lăng", "Bên em đang có ta", "Có tin vui giữa giờ tuyệt vọng"*, v.v... Ở xứ người ông xiển dương hai tiếng Việt Nam bằng những sáng tác tuyệt vời, như *"Bước chân Việt Nam", "Một ngày Việt nam", "Việt Nam Niềm Nhớ"*, v.v...

Ông đau với nỗi đau của Mẹ trong thời chinh chiến. Ông quặn lòng trước cái mất mát, điêu tàn của quê hương, trái tim đã bật máu với bạn bè đã ngã, và xót xa trước cảnh ngục tù ở trại tị nạn của các em thơ, v.v. Trước và sau, ông yêu đất nước Việt Nam vô bờ bến bằng cách song hành với bao nhiêu khổ nạn của đồng bào. Hai tiếng Việt Nam như thể luôn vang vang trong lồng ngực.

Chưa có một nhạc sĩ nào viết về những khổ nạn của người Việt Nam, về trái tim VN, về những bước chân VN trên khắp địa cầu như ông, từ năm 1975 đến nay. Và cũng dường như chưa có một nhạc sĩ nào mơ những trái tim mang dòng máu da vàng, dù bất cứ chân trời góc bể nào, cùng hát vang lên lời Việt Nam, như Trầm Tử Thiêng.

Với tôi, ông là *một-người-Việt-Nam-chân-chính* đúng nghĩa.

II - Một tấm lòng thơ

Không chỉ điệu nhạc và tấm lòng, mà ca từ trong rất nhiều ca khúc của Trầm Tử Thiêng đã đến và ở lại trong trái tim của nghe khắp năm châu. Đó là những hình ảnh đẹp, nghe xong khó thể nào quên, dù đó là tình ca hay những nhạc phẩm viết về thân phận, về quê hương đất nước.

Ở tình ca, ông viết:

Trong xót xa mắt nào đã khóc

Trong thiết tha môi nào đã hôn

...

Đêm hắt hiu nhớ vòng tay góa

Em vẫn đi theo đời cuốn xô

(Một thời để nhớ)

Hoặc:

Bảy ngàn đêm giấc ngủ chưa tròn

Giấc ngủ hao mòn

cơn mơ thành bại

mắt còn đỏ hoe.

(7000 đêm góp lại)

Đẹp không? Đẹp chứ!

"Cám ơn cha đã cho con hạt bụi,
vo tròn trong bụng mẹ cút côi"

(Cám ơn anh)

Hạt bụi vo tròn trong bụng mẹ cút côi không chỉ là hình ảnh đẹp, mà còn gói trọn một tình yêu, khởi đầu một sự sống mới, như hạt mầm nguyên sơ một ngày nọ xôn xao lòng đất, lớn dậy, trưởng thành. Đó cũng là vòng quay của đời sống, với tấm lòng tha thiết, tạ ơn đấng sinh thành.

Năm 1968, khi chiến tranh đã bắt đầu dâng lên cao độ, ông đã sáng tác nhạc phẩm "Đưa em vào hạ", với phần lớn ca từ rất đơn giản, dễ hiểu. Tuy vậy, đoạn trích sau đây chứa đựng một vài hình ảnh rất khác.

Tiếng nỉ tiếng non khi chiến trường nằm im thở khói

Đứa bé nhìn cha đang chờ giặc dưới giao thông hào

(Đưa em vào hạ)

Chiến trường có thể lắng đọng vì hai bên chiến tuyến có thể đang tìm cách hạ gục đối phương. Nhưng *"chiến trường nằm im thở khói"* là một hình ảnh hiếm thấy trong âm nhạc.

Còn *"tiếng nỉ tiếng non"* là tiếng gì, từ đâu tới? Ở góc cạnh của mỗi người nghe, chẳng hạn người lính chiến hay người dân thị thành, có thể có câu trả lời khác nhau. Trên chiến trường mạng người như rơm rạ thì có phải đây là tiếng rên rỉ của oan hồn từ những người đã ngã?

Câu kế tiếp *"Đứa bé nhìn cha đang chờ giặc dưới giao thông hào"*, có phải những người lính đem vợ con theo ở trong các doanh trại tiền đồn? Không dẫn giải, ông đã đưa hình ảnh của một cuộc chiến đặc thù vào âm nhạc, mà hình như không có hình ảnh này trong bất kỳ cuộc chiến tranh nào khác. Có thể nói, trong hàng trăm những nhạc phẩm viết về thời chiến của nhiều nhạc sĩ khác nhau, khó tìm ra một bài thứ hai với hình ảnh mà ông chọn lựa.

Ca từ của những bài hát về chiến tranh thường có tính cách dẫn giải. Riêng ông, ông thu gọn chiến tranh bằng cách nhìn của riêng mình. Lạ lẫm và độc đáo.

Năm 1972, ông cho chào đời nhạc phẩm *"Tưởng Niệm"*, có đoạn.

Bàn tay làm sao níu một đời vừa đi qua

Bàn tay làm sao giữ một thời yêu thiết tha

...

Mang ơn trên cho cuộc đời ta

Vài vạn ngày gió cuồng mưa lũ

Trăm cơn đau một ***vừng*** *nhang khói*

Kéo ta về, về cõi hư vô

(Tưởng niệm)

Bạn có để ý cách dùng chữ của ông không? *"Níu một đời", "giữ một thời"*. Rồi tiếp theo, vài **vạn** ngày; **trăm** cơn đau, **một** vừng nhang khói, cuối cùng là **cõi hư vô**. Cuộc đời như một chiếc xe từ đỉnh trời, không phanh lao xuống dốc đời. Thời gian cứ trôi đi, đời người cứ ngắn dần, con số cứ nhỏ lại, để rồi một ngày nào đó ai cũng phải trở về với cát bụi, với hư không. Từ vạn xuống trăm, từ trăm xuống một, từ một về zero (hư vô). Đó là một cách dàn trải theo toán học, từ cực đại trở về cực tiểu. Đem cách nhìn ấy vào góc độ thi ca, ông đặt cái hữu hạn xác thân nằm trong cái vô hạn của đất trời. Chất triết lý gói tròn trong hình ảnh toán học, được dàn trải một cách đầy thi vị. Sắp xếp được những con chữ ôm trọn một cuộc nhân sinh, để đưa được vào những nốt nhạc như thế không hề là một sự may mắn, mà là một tài năng âm nhạc. Với tôi, đây là một trong những nhạc phẩm "để đời" của ông.

Thêm nữa, hiếm có nhạc sĩ nào viết "một **vừng** nhang khói". Ngay cả trong văn chương, người ta thường viết "một vùng" chứ không phải "một vừng". Chữ "vừng nhang khói" của ông thật đắt. Đó là lối dụng chữ của một tấm lòng nặng nợ với âm nhạc và thi ca. Tuy vậy, có nhiều ca sĩ đã hát sai lời thành "một vùng hương khói". Tiếc!

Thử nhìn thêm một nhạc phẩm khác, *"Đêm nhớ về Sài Gòn"*, viết sau khi định cư tại Mỹ.

Đêm nhớ về Sài Gòn

Thấy phố phường buồn xưa chưa nguôi

Những con đường thèm đôi chân vui, đã bao lâu chờ đợi

Đường im nghe quá khứ trong sâu

Đường chia ly vẫn ngóng tin nhau

Tình lẻ loi canh thâu

Đêm nhớ về Sài Gòn

Tiếng nhạc vàng gọi từng âm xưa

Ánh đèn vàng nhạt nhòa đêm mưa

Ai sầu trong quán úa

Bóng mẹ hiền mờ mờ bên song

Mắt người tình một trời mênh mông.

Gợi bao nhiêu cho cùng ...

(Đêm nhớ về Sài Gòn)

Nếu có ai đó chưa từng nghe bài này (qua tiếng hát, ví dụ, của Vũ Khanh, Tuấn Ngọc, Lệ Thu, Nguyên Khang, v.v.), không sao. Cứ đọc trích đoạn ca từ như một phần của một bài thơ xuôi. Và đây là bài thơ xuôi nổi trội, so với hàng ngàn hàng vạn bài thơ xuôi mà chúng ta thấy nhan nhản suốt hơn nửa thế kỷ qua. Không chỉ nổi trội, mà còn là một bài thơ hay.

Ở nhạc sĩ khác, người ta sẽ nhớ góc phố này với tiếng cười nói rộn ràng, nhớ con đường nọ có lá me bay, nhớ trưa xa lộ, nhớ chiều Hàng Xanh, v.v. Nhưng ông thì khác. Cứ nhìn hình ảnh *"Những con đường thèm đôi chân vui"* mà ông đã dàn trải. Trầm Tử Thiêng đã nhân cách hóa con đường như một con người biết nhớ, biết thương, biết đói khát, biết thèm thuồng, biết lo lắng. Như rừng già nhớ thú hoang, như sông sâu nhớ trăm suối cạn, như bầu trời nhớ những đám mây bay... Với tôi, con đường ấy cũng chính là những nhịp đập của một trái tim lớn, trái tim của một người Việt Nam chân chính mang tên Trầm Tử Thiêng. Một trái tim hít thở với cội nguồn, để nghiêng tai nghe con đường nỉ non chia sẻ, để "hiểu" sự thèm thuồng, háo hức, chờ đợi ... những bước chân vui. Đó cũng là cái nhớ quay quắt của một người từ xa, nhìn về cố quận, để bật ra những ca từ không thể hay hơn. Ngay cả trong văn chương, không có nhiều tác giả chọn được và giữ lại hình ảnh "thèm". Trong thi ca, "thèm" càng hiếm hoi. Xác xuất gần như là zero phần trăm chữ "thèm" xuất hiện trong những nhạc phẩm. Vậy mà Trầm Tử Thiêng làm được. *"Những con đường thèm đôi chân vui"* là một hình ảnh lạ và đẹp trong âm nhạc. Không chỉ làm được, mà còn hay. Không chỉ hay, mà còn độc đáo. Không chỉ độc đáo, mà còn cho thấy một bản lãnh. Tuyệt!

Hoặc:

Con đã thấy mùa xuân trong lòng mẹ

Mẹ đã tìm mùa xuân trong mắt cha

Mẹ rưng rưng ôm xuân nồng hội ngộ

Cha mừng xuân trong sắc áo sương pha

(Ta đã gặp mùa xuân)

Đây không còn là một đoạn của một ca khúc, mà đích thị là một đoạn thơ. Hình ảnh gần gũi và lay động của đứa con thấy phơi phới, hân hoan như mùa xuân về trong lòng mẹ, như sắc xuân về trong ánh mắt Cha. Và đặc biệt là âm điệu. Cái nhẹ nhàng, trong vắt của mùa xuân, cái rưng rưng của hội ngộ, cái lâng lâng không chỉ của thời tiết, đất trời, mà của xuân lòng phơi phới. Mùa xuân khởi đi từ tận đáy lòng. Một trích đoạn ngắn thôi, nhưng bộc hết nỗi niềm của ba nhân vật. Ca từ này không "thơ" hay sao?

Rồi:

Mười năm yêu em ta thấm đời mộng mị
Mười năm yêu em ta thấu tình cuồng si
Mười năm yêu em ta hóa thành chiếc lá
Trôi theo từng cơn lũ của kiếp sống

Tình chưa yên vui bên sóng đời cuồng nộ
Chợt đêm chia phôi ngăn cách một đại dương
Từng đêm gian nan ta ngỡ mình sắp đuối
Nhưng em tình vẫn hát từ bến trời

(Mười năm yêu em)

Hãy nhìn hình ảnh cuộc đời như chiếc lá bồng bềnh trên dòng lũ nhân sinh để hiểu rằng: đó không chỉ là lời nhạc. Đó là ... thơ. Đó còn là sự chắt lọc của một trái tim bao lần tưởng như ngưng đập, của từng đêm gian nan, "ngỡ mình sắp đuối".

Và đây nữa:

Có tin vui giữa giờ tuyệt vọng
Lời cầu kinh vừa có người nghe
Trái tim ơi, đất trời lồng lộng
Chờ đêm đêm biển hát tình ca

Có tin vui giữa giờ tuyệt vọng
Bao sinh linh nhận phép giải oan
Xiết tay nhau cúi đầu gạt lệ
Tạ ơn Trên, người vẫn thương người

(Có tin vui giữa giờ tuyệt vọng)

Lời nhạc thật hay. "Thơ" không? "Thơ" quá đi chứ! Thơ bảy chữ đưa vào nhạc chở được cái hiển lộng của tình người không phải ai cũng làm được.

"Lời cầu kinh vừa có người nghe" và *"Bao sinh linh nhận phép giải oan"* là chứng nghiệm của niềm tin vào những điều tốt đẹp. Đó cũng là điều ông gởi gắm: chúng ta có thể mất tất cả, nhưng đừng bao giờ để mất niềm tin, ngay cả trong lúc tuyệt vọng nhất. Không đập những nhịp đập lạc quan, không bao giờ có những ca từ hay như thế. Chất thơ như rắc mật ngọt trong từng câu chữ, có thể mở được những cánh cửa khó tánh nhất từ người thưởng ngoạn. Nhạc của ông, thơ của ông đã gieo rắt niềm tin vào cuộc đời này.

Cũng xin nói thêm một bài nữa, đó là bài hát mà tôi đã nghe, đã rớt nước mắt. Tôi khóc cho tâm trạng của một thuyền nhân. Và cũng khóc cho hàng trăm ngàn thuyền nhân khác không bao giờ tới được bến bờ tự do.

Dứt bão bắt đầu nước mắt
Chia ly bằng những âm thầm
Chiếc bóng nhân tình ngơ ngác
Như lần từ biệt trăm năm

Dứt bão bắt đầu nước mắt
Ta không chờ mãi bình minh
Chết giữa cánh đồng héo hắt
Mặt trời đến lúc vô tình

(Dứt bão bắt đầu nước mắt)

Đây không còn là một trích đoạn của một nhạc phẩm, mà đích thị là thơ. Không chỉ là thơ, đây là một phần của một bài thơ "đẹp". Đẹp ở hình ảnh, đẹp ở âm điệu.

Trầm Tử Thiêng có phổ thơ không? Có. Tôi đọc và tìm thấy một số mà tôi biết chắc đó là lời của những bài thơ hay. Chẳng hạn, Ông có phổ thơ của Nhã ca, với bài "Bài Nhã Ca thứ nhất"; thơ của Hoàng Trúc Ly với bài

"Cõi nghìn trùng"; thơ của Định Nguyên với bài "Thầm Thì"; hoặc thơ của Thâm Tâm, với bài "Tống Biệt Hành", v.v. Tiếc là những nhạc phẩm phổ thơ, người ta đăng lại nhưng thường không ghi tên những thi sĩ mà ông phổ nhạc.

Vậy ca từ của nhạc phẩm "Dứt bão bắt đầu nước mắt" ông phổ từ thơ của ai hay của chính ông? Tôi không tìm thấy tài liệu gốc của nhạc phẩm này. Tuy nhiên, hình ảnh và ý tưởng lấp lánh một tấm lòng, một trái tim trong dòng nhạc dành cho những người tị nạn, cho những thuyền nhân của thế kỷ hai mươi. Do đó, tôi vẫn nghĩ, đây là chữ nghĩa của ông. Và trong ý nghĩ đó, tôi tin rằng ông đã viết lời thơ trước khi đưa vào nhạc. Phải từng trải qua cuộc nhân sinh chia ly, thất tán; phải đớn đau giữa hội ngộ trùng phùng và từ biệt miên viễn, phải lội ngược đêm đen để ước vọng bình minh, phải thấy những cánh đồng mạ non đang chết khát để hân hoan chào đón nước về, v.v., mới viết được những vần thơ như thế. Có những bài thơ "đẹp" không hẳn đã hay. Khi một bài thơ lôi cuốn lòng người, chữ nghĩa không thể thay thế, không thể thêm vào một chữ hoặc lấy bớt đi một chữ, đó đích thực là một bài thơ vượt lên cái tầm thường. *"Dứt bão bắt đầu nước mắt"* là một bài thơ không chỉ đẹp, mà còn hay. Không chỉ hay, mà còn cho thấy sự tài tình của ông khi giữ nguyên bài thơ trên những khung nhạc như thế.

Tôi chỉ lướt qua những nhạc phẩm mà tôi thường nghe. Vì thế, chắc chắn trong gia tài âm nhạc của Trầm Tử Thiêng còn nhiều, rất nhiều những hình ảnh đẹp, những ca từ đầy chất thơ đi vào lòng người. Từ góc độ nhìn riêng của mỗi người, tôi tin rằng, những người thưởng ngoạn nhạc sẽ phát hiện ra nhiều điều thú vị khác về ca từ, trong gia tài lớn ấy của ông.

Nhà văn, nhà báo Giao Chỉ cho rằng Trầm Tử Thiêng đã *"để lại cho chúng ta một tình yêu mênh mông giữa con người và đất nước. Giữa con người với con người. Ông đã viết nên những lời não nùng nhất của nhân loại".*

(1)

Nhà văn Huy Phương cho rằng *"Trầm Tử Thiêng là người chép sử lưu vong bằng âm nhạc".* (2)

Cả hai đều khẳng định ông là một nhạc sĩ tài năng. Theo tôi, đó là những nhận định Đúng nhưng chưa đủ.

Trầm Tử Thiêng là một nhạc sĩ tài hoa đã để lại một gia tài lớn cho người yêu âm nhạc, Hơn thế, ông còn mang trong mình một tâm hồn thi sĩ, đã rút ruột mình gởi cho đời những vần thơ hay, đầy tình người giữa những đổ nát ở cõi nhân sinh. Và hơn thế nữa, trong gia tài ấy, dù khó tính tới đâu, không ai có thể phủ nhận một điều: ông là *một-người-Việt-Nam-chân-chính*, với những nhạc phẩm viết cho đồng bào, cho Mẹ Việt Nam, trong giai đoạn nổi trôi của vận nước không thể hay hơn, như thế.

Đoàn Nhã Văn

7/2020

(Tạp chí Ngôn Ngữ số 9, 9/2020)

(1) Giao Chỉ: Trầm Tử Thiêng - người viết Kinh Khổ: http://phiendasau-vongngayxanh.blogspot.com/p/tram-tu-thieng-nguoi-viet-kinh-kho.html

(2) Huy Phương: Trầm Tử Thiêng - người chép sử lưu vong bằng âm nhạc. http://thoibao.com/tram-tu-thieng-nguoii-chep-su-luu-vong-bang-am-nhac/

ĐỖ TRƯỜNG: ĐƯỜNG XA VÁC NẶNG

Nhà văn. Tên thật Đỗ Trường. Sinh ngày 15 tháng 1 năm 1960 tại Trực Ninh, Nam Định, dòng đại phú họ Đỗ. Quê ngoại họ Đặng, ở làng khoa bảng Hạnh Thiên, Xuân Trường. Tốt nghiệp sư phạm, theo học tiếp khoa Ngoại ngữ, bỏ ngang đi lao động tại Đức năm 1987. Hiện định cư tại Đức. Bài viết trên tạp chí Viên Giác và nhiều nơi khác.

Tác phẩm đã xuất bản:

Không Bao Giờ Thành Sẹo (truyện), **Luận, Phê Bình** (nhận định văn học), **Men Còn Đọng Lại Nơi Đáy Vò** (chân dung và phê bình, Nxb Nhân Ảnh, 2022), **Mùa Trăng** (truyện ngắn, tùy bút, tản văn, Nxb Nhân Ảnh, 2023).

Bây giờ là tháng tám. Cái nắng quái của ngày đầu thu rọi xuống hồ nước sau nhà, rồi hắt ngược lên những vòm lá, nhuộm vào nền trời một màu vàng nhạt. Và cái nhạt vàng ấy, như níu những làn mây trôi chậm lại. Mặt hồ lặng gió, song có những sợi khói dường như quyện xoắn lên nơi chúng tôi "ngồi". Và bất chợt nỗi nhớ nhà, nhớ quê ập đến. Một chút lao xao, tiếc nuối, kéo hồn người về với dĩ vãng của tuổi thơ mà phút chốc đã vụt đi chẳng có cơ duyên gặp lại.

"Gặp" nhau qua những con chữ quen quen của tháng ngày ở nơi xứ lạ đã là một trong muôn vàn may mắn, của bao nhiêu cái duyên từ muôn nghìn kiếp trước khéo tu. Bây giờ là mùa thu: *"thu đi cho đám cưới về"*, và rồi *"em có nghe mùa thu"* có thấy *"nai vàng ngơ ngác"?* Rồi, bất chợt Đỗ Trường đọc lên mấy câu thơ: *"Suốt ngày mải mê công việc/ trời đất thay mùa không hay/ áo ấm ai phơi bờ giậu/ giật mình, ồ thu đã sang/ nỗi lạnh từ đâu bỗng ùa về/ tuổi già cảm thấy lòng hiu hắt/ Nha Trang không có lá vàng phương bắc/ hơi thu bàng bạc ướp màu thời gian"* (Thơ Văn Biển). Tuyệt quá giữa lúc này với những câu thơ nhắc nhở tuổi của thời gian không đợi, không chờ. Nhưng thôi chuyện của mùa thu mình để đó rồi sẽ tính sau, chỉ biết rằng, được cùng nhau uống một ly café chuyện vãn ở nơi xứ lạ, quê người lúc này đã là hạnh phúc lắm rồi. Tôi đã "gặp" nhà văn Đỗ Trường qua một bạn văn: nhà thơ Luân Hoán. Chuyện có chút dài dòng nhưng để "hồi sau sẽ rõ". Còn bây giờ thì mời mọi người hãy cùng trò chuyện với nhà văn Đỗ Trường.

Triều Hoa Đại: *Chào anh Đỗ Trường.*

Đỗ Trường: Vâng, chào nhà thơ Triều Hoa Đại.

Thđại: *"Gặp đây ta nắm bàn tay/ ngày xưa em trắng sao rày em đen". Đó là chuyện trai gái hẹn hò không phải của chúng ta. Vậy thì hôm nay "gặp" anh tôi chỉ muốn hỏi ba điều bốn chuyện anh có vui lòng không vậy?*

Đỗ Trường: Vâng, rất vui và hạnh phúc được hầu chuyện một nhà thơ cùng quê, cùng họ mà mình yêu mến bấy lâu. Có lẽ, bác mới biết em thôi. Nhưng em biết và đọc bác Triều Hoa Đại đến gần ba chục năm rồi. Bắt đầu từ bài phỏng vấn nhân tập thơ *Mộng Còn Say* của bác sĩ Đặng Huy Lưu (Houston) ra lò!

Thđại: *Anh có thể vui lòng tự giới thiệu chút ít về mình.*

Đỗ Trường: Tôi người gốc Nam Định. Họ Đỗ nhà tôi đã nhiều đời sống ở làng Cát Chử, huyện Trực Ninh. Cải cách ruộng đất đợt cuối 1954-1955 gì đó, ông bà nội tôi bị quy địa chủ. Của cải, nhà cửa, ruộng vườn bị tịch thu cả, ông bà tôi bị đấu tố lên bờ xuống ruộng. Cũng may, bố mẹ tôi kịp chạy thoát. Sau này, bà tôi hay kể cho tôi nghe. Đó như là món nợ, để sau này, tôi viết thành truyện "Những ngày không bình yên", để trả cho bà tôi. Rất tiếc, bà tôi mất trước đó, nên không thể đọc.

Quê ngoại tôi thuộc làng Hành Thiện, Xuân Trường, với dòng họ Đặng nổi tiếng về sự học, làm quan to nhỏ thời nào, chế độ nào cũng có. Tuy nhiên, ông bà ngoại tôi rời quê lên Hà Nội làm cho Sở dây thép vào thập niên đầu thế kỷ hai mươi. Tuổi thơ tôi khi ở Hà Nội, lúc ở Nam Định. Tôi gắn bó nhiều và rất yêu mến vùng biển Nghĩa Hưng, Nam Định. Tuy nghèo khó, nhưng mảnh đất và con người nơi đó, đã nuôi dưỡng tâm hồn tôi. Học xong trung học (cấp ba), tôi đi khắp tỉnh thành miền Nam, từ Nha Trang, Buôn Ma Thuột đến Saigon, Châu Đốc, Long Xuyên, học đủ các môn, song nghề nào cũng bỏ nửa chừng. Cuối cùng đành quay về Hà Nội ăn bám mẹ. Buồn buồn, lại dzọt xuống Hải Phòng ở với bà nội, và làm cùng em con chú ruột tôi. Bố tôi mất rất sớm, nên bà và chú rất thương tôi...

Thđại: *Anh qua Đức từ năm nào, cùng với gia đình?*

Đỗ Trường: Tôi sang Đức (Đông Đức) lao động năm 1987. Lúc đó, tôi mới 27 tuổi (còn giai tơ) chưa lập gia đình. Hình ảnh chiếc bị cói khoác trên vai, cùng với các bạn bước lên máy bay của hãng hàng không Rumani, cứ in đậm mãi trong ký ức tôi.

Thđại: *Lúc đó bức tường Berlin đã sụp đổ chưa?*

Đỗ Trường: Chưa anh. Lúc đó bức tường Berlin còn vững chãi lắm. Mãi đến mùa thu năm 1989 biểu tình thứ hai hàng tuần, được nhóm lên từ Nhà thờ Thomas (Thomaskirche) Leipzig, thành phố tôi đang sống. Và từ đó lan rộng đến Berlin và các thành phố khác. Cuối cùng cơn gió mùa thu ấy đã quật đổ bức tường Berlin. Rất may mắn, tôi được chứng kiến giây phút lịch sử đó. Nó cho cảm hứng, và tôi bắt đầu viết, và viết khá nhiều. Nếu được phép, tôi xin đọc đoạn kết trong bài viết *Bức tường Berlin sụp đổ và vài kỷ niệm nhỏ*. Anh nghe, có lẽ hiểu hơn cái không khí, và tâm trạng không của riêng tôi lúc đó:

"Bức tường Berlin tuy đã bị đập phá, dân chúng hai miền đã thông thương. Nhưng đồn bót canh gác của hai bên vẫn còn. Những người nước ngoài, hoặc người Việt sống ở phía Đông muốn sang Tây Berlin chơi, hoặc xin tị nạn vẫn phải trốn. Đi cổng chính, hoặc chui tường, nếu như cảnh sát Đông Đức nhìn thấy vẫn có thể bị giữ lại, không cho qua. Tôi có người bạn gái, hẹn đón bao lần ở cổng Bradenburg, nhưng không qua được. Cứ chiều xuống, tôi lại đứng dưới mưa nhìn dòng người qua lại, mong có bạn tôi trong đó. Nhưng chờ mãi, chờ mãi không thấy bạn đâu, để rồi:

... ngoài trời mưa tầm tã
Lòng anh lạnh như mưa
chỉ một bức tường kia
hai trái tim ly biệt...
Hỡi bức tường kia ơi!
Ngươi vô tri vô giác
Sao mà ngươi độc ác
ước mơ em nho nhỏ
ngươi nỡ bóp tan tành...
Em vẫn ở đằng đông
Anh thì ở bên tây
Hai khoảng trời cách biệt...

Đó là những đoạn thơ ngắn, nói thật tâm trạng của

tôi trong những ngày này. Không hiểu tại sao năm ấy, gió và rét đến như vậy."

Thđại: *Trong một lần trả lời phỏng vấn với anh Đỗ Quyên cách đây đã lâu lắm rồi, anh Phan Tấn Hùng có nói: "Tôi phải đi khỏi Việt Nam để mà thương Việt Nam hơn". Còn anh, rời xa quê nhà bấy lâu anh có cùng một niềm thương nhớ quê nhà như anh Phan Tấn Hùng không?*

Đỗ Trường: Vâng, tôi hiểu được tâm trạng của anh Phan Tấn Hùng. Và tôi cũng vậy thôi, ba mươi lăm năm xa quê cũng là bấy nhiêu năm thương nhớ quê hương và người thân anh ạ. Có thể nói văn vẻ một chút: ngày thân đất khách, hồn đêm quê nhà. Nói thật sự với anh, nếu không xa quê và nhớ quê, chắc chắn tôi không viết văn. Tôi viết như thể gói hồn mình vào trang văn gửi về nơi quê nhà vậy. Mà không viết có khi ức chế sinh bệnh chẳng đùa đâu anh. Có những lúc nghĩ hơi rồ rồ, dại dại như thế. Nhưng tôi tin, hầu như người Việt nào xa quê cũng đều có tâm trạng như anh Phan Tấn Hùng, và tôi.

Thđại: *Giờ đây nếu có một lúc nào đó nghĩ về, nghĩ đến Việt Nam thì anh nghĩ về điều gì trước tiên?*

Đỗ Trường: Chắc chắc điều trước tiên, tôi nghĩ đến bố mẹ, dù các cụ không còn nữa. Rồi đến anh chị em, gia đình cùng bạn bè và bà con chòm xóm. Sau đó, tôi nghĩ đến thân phận đất nước và con người. Do vậy, nếu theo dõi và đọc tôi, anh có thể thấy, nỗi đau của đất nước, con người hiển hiện rất rõ trên các trang viết, và truyện của tôi. Kể cả mảng viết về chân dung, phê bình các nhà văn của tôi. Chẳng vậy, nhà thơ Thế Dũng (Berlin) có lần viết: Đỗ Trường là người của những nỗi đau.

Thđại: *Ở Đức có một dạo anh em bên đó thành lập tập san* Bàn Tròn Tự Quyết, *anh có tham gia không, anh nghĩ sao về việc làm này? Lại nữa ở bên ấy (ĐỨC) lâu lắm rồi cũng có tờ Gió Đông mà anh em bên đó trêu đùa gọi lái là "Đống Tro", tôi nghe đâu cũng xôm trò ra phết,* *mà rồi sao anh em không cùng duy trì để có tiếng nói với người ta?*

Đỗ Trường: Hai tập san này, có thể được thành lập trước khi bức tường Berlin sụp đổ, thuộc phía Tây nước Đức, nên tôi không được biết, và chưa nghe tên. Hoặc nếu thành lập sau 1990, không biết, không nghe thì có lẽ, lỗi tại tôi thời gian đó cắm đầu vào làm kiếm tiền giúp đỡ gia đình ở Việt Nam, và chăm sóc gia đình nhỏ của mình chăng?

Tuy nhiên, sau khi bức tường Berlin sụp đổ, phía Tây nước Đức đã có một số báo chí, nguyệt san như: *Độc Lập, Cánh Én, Viên Giác, Diễn Đàn Forum, Hướng Việt*... của đồng bào tị nạn thuyền nhân, Phật tử và của anh chị em sinh viên, rất xôm tụ, tập hợp được nhiều cây bút tài năng. Ngay thời gian đó tôi đã viết, và cộng tác với các báo, tạp chí này. (Báo chí Việt lúc đó, phần phía Đông nước Đức chưa có). Và truyện ngắn đầu tay "Phượng ơi, đừng nở nữa" của tôi được đăng trên tạp chí Hướng Việt được mọi người khoái lắm. Rất tiếc, tạp chí này mấy năm sau tự đình bản. Và đến nay, sau hơn ba chục năm ròng rã, tôi vẫn cộng tác viết đều đều cho Tạp chí Viên Giác do nhà thơ Tùy Vân phụ trách.

Còn hai tập san *Bàn Tròn Tự Quyết* và *Gió Đông*, tiện lúc nào đó, anh hỏi nhà văn Ngô Nguyên Dũng, có lẽ biết rõ hơn.

Thđại: *Tôi biết anh đọc nhiều và hằng lưu tâm đến văn học, thế thì cho tôi hỏi câu này: Anh nghĩ sao về nền văn học Việt Nam ở hải ngoại nói chung và ở Đức nói riêng?*

Đỗ Trường: Có thể nói, Văn học VN hải ngoại như một sự nối dài của nền Văn học miền Nam vậy. Ngoài các cây bút gạo cội như: Võ Phiến, Mai Thảo, Tô Thùy Yên, Thanh Tâm Tuyền, Du Tử Lê, Luân Hoán... vài ba chục năm gần đây, ta thấy xuất hiện hàng loạt các cây viết mới, lạ: Trần Vũ, Phạm Tín An Ninh, Khánh Trường, Tưởng Năng Tiến, hay Lê Thị Huệ. Có thể nói, họ đã thổi luồng sinh khí mới vào Văn học hải ngoại. Điển hình là một số tác phẩm *Ở Cuối Hai Con Đường, Rừng Khóc Giữa Mùa Xuân* của Phạm Tín An Ninh, *Truyện*

Ngắn Khánh Trường, hay *Ngôi Nhà Sau Lưng Văn Miếu* của Trần Vũ... Tuy nhiên, đây là những nhà văn thuộc thế hệ thứ nhất. Và gần đây ta thấy xuất hiện một số cây viết thuộc thế hệ thứ hai, thứ ba. Đó là điều đáng mừng, song đều viết, sử dụng bản ngữ nơi họ sinh ra và lớn lên. Sự nối tiếp các thế hệ dường như rất èo uột, bởi sự mai một nền tảng văn hóa, và vốn tiếng Việt. Do vậy, tôi hơi (bị) bi quan, khi nghĩ đến tương lai Văn học Việt nơi hải ngoại, anh ạ.

Thđại: *Tiện ta đang nói về văn học hải ngoại và ở Đức, anh có thể nói rõ hơn chút đỉnh những sinh hoạt văn hóa của anh chị em bên ấy lúc này ra sao, tương lai cái nền văn học ấy rồi sẽ ra sao?*

Đỗ Trường: Vâng, thưa anh! Nhắc đến sinh hoạt văn hóa ở Đức, thì trước hết ôn lại chút ít lịch sử nước Đức và sự hình thành cộng đồng người Việt ở đây. Có thể nói, không nơi đâu có sự hình thành hai luồng văn học thật rõ ràng như cộng đồng người Việt ở Đức. Sự khác biệt ấy, không chỉ về tư tưởng, mà còn về cả phương thức sáng tác. Hố ngăn đó, bởi nhiều nguyên nhân, nhưng lịch sử chia cắt là yếu tố chính tạo nên hai dòng chảy này. Nếu những sáng tác của người Việt (thuyền nhân) vùng phía Tây là sự tiếp nối của Văn học miền Nam, thì những sáng tác của người Việt ở miền Đông nước Đức là cánh tay nối dài của các bác Văn học miền Bắc. Không chỉ văn học miền Bắc hay miền Nam, mà các bác lính Việt Nam CH, hoặc mấy anh bộ đội cũng vậy, với tôi bác nào cũng là máu thịt nhà mình cả. Do vậy, hai dòng (hay hai nhóm) Văn học Việt ở Đức tôi đều quan tâm. Nếu hai nhóm cần, tôi đều đóng góp công tâm, và hết lòng.

Sinh hoạt Văn học Việt ở Đức kể cả hai nhóm hiện tại khi âm thầm, lúc thì sôi nổi. Ở phía Tây, phần đông các nhà văn, nhà thơ đến Đức tị nạn bằng con đường vượt biển và các cựu du học sinh trước 1975. Có thể kể đến nhà thơ Phù Vân, Trần Đan Hà, Văn Công Tuấn, nhà văn Hòa thượng Thích Như Điển... với các đầu sách ra hằng năm rất đều đặn, cùng *Tạp chí Viên Giác*. Hay nhà văn, nhà thơ Ngô Nguyên Dũng xuất thân từ du học sinh, sức viết dồi dào, giọng văn sinh động, sâu sắc. Đặc biệt, anh đã có những tác phẩm viết bằng Đức ngữ. Có thể nói, Văn học Việt ở miền Tây nước Đức có nền móng khá chắc chắn. Tuy nhiên, các nhà văn này đều lớn tuổi, các nhà văn trẻ, tôi chưa nhìn thấy đâu.

Các nhà văn nhà thơ xuất thân từ miền Bắc, phần lớn là lao động và cựu sinh viên, hoặc tường nhân từ các nước Đông Âu đến tị nạn. Do hạn chế tư tưởng, tài năng, nên thơ văn họ thường chỉ dừng lại ở mức độ cộng đồng.

Có điều không thể không nhắc đến, ngoài hai nhóm văn thơ trên, ở Berlin còn một số nhà văn có tư tưởng tự do, độc lập như Phạm Thị Hoài, Võ Thị Hảo, Thế Dũng, hay Lê Minh Hà. Đặc biệt, Phạm Thị Hoài và Võ Thị Hảo là những nhà văn tài năng, chí khí hàng đầu của nền Văn học Việt Nam. Do vậy, có thể nói, Văn học người Việt ở Đức khá đa dạng, và phong phú. Tuy nhiên, nó cũng mang những ưu khuyết điểm chung của dòng Văn học hải ngoại, cho nên tôi vẫn thấy lo lắng về những thế hệ kế cận.

Thđại: *Nhà thơ Hoàng Xuân Sơn ở bên Canada với tôi là chỗ thâm tình, vẫn thường mail qua, mail lại hôm rồi có nhắc với tôi khi trò chuyện với Đỗ Trường đừng quên hỏi ông ấy: "Nếu có gạch nối với văn chương đàng ngoài và nền văn học bị bức tử (thì) cho đến giờ này, người đó là Đỗ Trường" và vì vậy mà anh Hoàng Xuân Sơn mong anh "có thì giờ thâm cứu để có cái nhìn sâu lắng tổng thể hơn". Không những chỉ một mình Hoàng Xuân Sơn, theo tôi nếu những ai còn quan tâm đến văn học nước nhà thì cũng đều mong ước như thế. Vậy thì, anh nghĩ sao, nghĩ thế nào về chuyện này?*

Đỗ Trường: Cảm ơn anh và nhà thơ Hoàng Xuân Sơn đã yêu mến Đỗ Trường. Thật ra, Đỗ Trường không được học hành đến nơi đến chốn. Do vậy, viết phê bình phần nhiều bằng cảm tính, cảm xúc riêng. Tuy nhiên, do yêu mến Văn học Việt Nam nói chung, Văn học miền Nam và hải ngoại nói riêng, cho nên tôi cố gắng tìm tòi, mày mò nghiên cứu, hòng đưa cái hay, cái đẹp nhất đến với người đọc, dù tác giả đó là ai, và ở đâu. Như vừa nói với anh, Văn thơ miền Bắc, hay Văn học miền Nam, và tác giả là Cộng sản, hay Cộng hòa cũng đều là máu thịt của mình cả, cho nên đọc cứ thấy hay, đẹp là tôi yêu tuốt tuồn tuột. Nói theo ngôn ngữ chè chén vỉa hè là làm công việc cửu vạn thôi, chứ nói to tát như bác Hoàng Xuân Sơn, làm Đỗ Trường ngượng chết đi được.

Thật ra, thực chất Văn học miền Nam đã mang cái giá trị nhân đạo, và giá trị hiện thực, do vậy không ai có thể phủ nhận hay giết chết nó. Tuy nhiên, điều kiện chính trị xã hội hiện nay ở trong nước, ta vẫn cần ngòi dẫn để thế hệ sau có thể tiếp cận nó. Với nỗ lực bản thân, có lẽ tôi chỉ có thể đào bới, cửu vạn từng phần, từng tác giả đến người đọc mà thôi. Nếu khơi quật tổng thể như bác Hoàng Xuân Sơn nói, có lẽ phải cần đến một nhóm tác giả nghiên cứu chuyên sâu mang tính khoa học cao. (Ví dụ như, Giáo sư Nguyễn Hưng Quốc (Úc châu) hay nhà nghiên cứu uy tín Đặng Tiến (Paris) đứng chủ xị, những người như Đỗ Trường bậu xậu xung quanh, giúp sức chẳng hạn). Tuy nhiên, không được như vậy, tôi vẫn một mình túc tắc chiến đấu thôi.

Và cũng như nghiên cứu Văn học miền Nam thôi, làm một chiếc cầu nối các bác văn chương đàng ngoài và nền văn học bị bức tử này lại với nhau vẫn phải cần chân móng. Và chân móng ấy chính là nhóm hội tụ tác giả như nói ở trên.

Thđại: *Nhìn về đất nước của chúng ta ngày nay theo tôi nhà cầm quyền vẫn chưa/ vẫn không có cái nhìn rộng lượng với văn học, lấy ví dụ gần đây nhất là trường hợp của họa sĩ Bùi Chát thì như ai cũng đã rõ, thế thì theo anh rồi ra mai này văn học của chúng ta sẽ chìm, sẽ nổi như thế nào?*

Đỗ Trường: Cái gì càng cấm cản, thì người đọc càng tìm đến nó. Do vậy, văn học đích thực không bao giờ chết. Anh có chôn xuống thì nó ủ mầm bén rễ, đội đất trở lại xanh tươi hơn. Như anh biết, nhạc vàng, nhạc Bolero trước 1975 bị chôn sống gần nửa thế kỷ, nay vẫn sống ở miền Nam, và sống khỏe, lan rộng ăn sâu vào người thưởng ngoạn miền Bắc. Và đến nay, người ta vẫn tìm đọc in ấn tác phẩm của các tác giả thuộc Nhân văn-Giai phẩm, và các tác giả miền Nam. Thơ Trần Mạnh Hảo mấy chục năm cấm cản, đến nay buộc phải cho in ấn phát hành. Nghe nói, thơ Trần Mạnh Hảo đang bán đắt như tôm tươi ở trong nước. Bởi, đó là thứ thơ người đọc cần đến. Cho nên, đã là văn học đích thực sẽ sống mãi, và sống khỏe. Hơn nữa, hiện nay điều kiện in ấn phát hành, lưu trữ bằng kỹ thuật công nghệ toàn cầu, không hạn chế như trước.

Thđại: *Nếu phải "chống" lại những áp bức từ giới lãnh đạo thì theo OCEAN Vương nhà văn phải "Cứng Đầu". Giờ đây lớp nhà văn Việt Nam liệu có còn đủ dũng khí để làm công việc ấy nữa hay không?*

Đỗ Trường: Tôi vẫn tin cái dũng khí của các nhà văn trong nước, và ngoài nước. Nhất là các nhà văn trong nước, tôi rất cảm phục họ. Bởi, ở trong nước hiện tại có nhiều nhà văn viết hay và can đảm. Ngòi bút của họ dám chọc thẳng vào cái ung nhọt của xã hội. Cái sự lo ngại trước cường quyền không còn như trước nữa. Có thể nói, ngoài nhà văn tài năng, can đảm Dương Thu Hương, Võ Thị Hảo, Phạm Thị Hoài đã ra nước ngoài, ta còn thấy những Bùi Minh Quốc, Trần Mạnh Hảo, Hoàng Minh Tường, Nguyễn Quang Lập, Thùy Linh, hay Tạ Duy Anh và còn nhiều văn nghệ sĩ nữa, đã và đang cho ta thấy cái dũng khí ấy, qua những tác phẩm của mình. Cho nên, tôi tin ngoài tài năng, cái sự can đảm mang tính kế thừa của các nhà văn ở trong nước ngày càng mạnh mẽ, và sâu sắc.

Thđại: *Về thơ Việt ở Đức trong cuốn "Men còn đọng lại nơi đáy vò" của anh tôi thấy: "Thơ Việt ở Đức đã có sự thay đổi cả hình thức và nội dung chất lượng khá rõ rệt, nhất là khâu tuyển chọn. Tuy nhiên, cuốn sách nào cũng vậy, dù sàng lọc thật kỹ vẫn có những khuyết điểm cần bàn..." Những khuyết điểm dưới con mắt tinh tế của nhà phê bình như anh nếu được đóng góp cùng tôi thiết nghĩ đó là một điều rất trân trọng, anh có dịp để đóng góp* *với anh chị em bên đó chưa?*

Đỗ Trường: Vâng, thưa anh. Thơ Việt ở Đức đã in ấn hai cuốn do nhà thơ Thế Dũng, và anh Sa Huỳnh cựu du học sinh miền Nam trước 1975 biên tập. Nhà xuất bản Vipen Berlin xuất bản và đề nghị tôi viết lời bình, giới thiệu cho hai tập thơ này. Tác giả của những tập thơ này hầu như là những công nhân lao động đồng nghiệp của tôi, hoặc cựu du học sinh thời còn Đông Đức, sau thống nhất ở lại. Do vậy, tài năng, tư tưởng không đều, và khác nhau. Nhìn chung văn thơ của họ ở mức cộng đồng mà thôi. Nhưng tình yêu thơ văn của họ làm tôi cảm phục, yêu mến. Hai tập thơ này, tôi viết lời bình ngay và viết rất tận tình. Tuy nhiên, cái anh chị em nhà thơ cộng đồng hay mắc phải, loay hoay mất thời gian gò ép từ ngữ vào khuôn khổ thể loại thơ. Điều này, tôi cũng đã đưa ra lời bàn luận với anh chị em. Bởi, đọc một bài thơ, câu thơ dù phá cách, cho ta cảm xúc, sự rung động, vẫn khoái hơn bài thơ đúng niêm luật, song không hồn vía, vắng cảm xúc. Thực vậy, đôi khi tự nhiên bật ra tứ thơ với những hình, từ ngữ rất hay, đẹp, nhưng do cố gò ép, thay đổi từ ngữ cho đúng niêm luật làm cho câu thơ trở nên nhạt nhẽo. Gần đây, ta thấy một số nhà thơ đôi khi có những câu phá cách, (bỏ qua niêm luật) làm cho cả bài thơ mềm mại, và hay hơn nhiều lắm. Điển hình là tập thơ *Vịn Vào Lục Bát* của Trần Hoài Thư gần đây mà tôi đã được đọc. Tất nhiên, vừa hay, lại đúng niêm luật thì là nhất rồi, khỏi phải bàn luận.

Tuy nhiên, đây cũng chỉ là một trong nhiều lỗi của các nhà thơ cộng đồng ở Đức. Tôi cũng xuất thân từ người lao động, cùng cảnh cũng có sự cảm thông hơn, nên biết đến đâu giúp anh chị em đến đó.

Thđại: *Anh biết OCEAN chứ? Tôi chắc chắn là anh biết rất rõ về nhân tài này. Có lần ông ta phát biểu: "Nghệ thuật là công việc của tình yêu bạn phải yêu nó, nhưng nếu bạn chỉ viết để được xuất bản hay để được đón nhận, bạn sẽ đánh mất bản thân. Bạn không phải phục vụ về nghệ thuật mà chỉ là nô lệ của đám đông." Anh có ý kiến gì không, anh có cần thêm hoặc bớt?*

Đỗ Trường: Tôi rất vui, khi biết tin về nhà văn tài năng trẻ sinh năm 1988 người Mỹ gốc Việt này. Điều đáng tiếc anh ấy viết bằng Anh ngữ, tôi không thể trực tiếp đọc. Vâng, anh ấy nói đúng. Viết văn là công việc nặng nhọc và cô đơn, hy sinh và mất mát. Bởi, viết văn chân thực chắc chắn sẽ có sự va chạm, đôi khi là nguy hiểm. Như tôi cũng vậy, hàng chục năm nay có muốn về thăm quê cũng chẳng được, bởi tại viết văn thôi. Nếu không có tình yêu, chắc chắn tôi, hay anh không thể ngồi tiếp tục viết.

Thđại: *Anh nghĩ sao về việc có người đặt ra câu hỏi: Nhà văn có cần phải có trách nhiệm với người đọc hay không. Riêng anh, thì nhà văn có trách nhiệm gì với người đọc?*

Đỗ Trường: Nói trách nhiệm nghe to tát quá anh. Vâng, nếu phải trả lời, thì với tôi: Sự chân thật trong văn chương đó chính là trách nhiệm của nhà văn với người đọc, cũng như đối với chính mình vậy.

Thđại: *Người Việt của chúng ta quả là rất sính thơ cứ ra ngõ là gặp nhà thơ, đọc ở trên mạng, trên facebook, v.v... thấy thơ ở đâu mà nhiều quá, nhưng nếu cất công tìm một bài thơ hay thì tôi e rằng rất khó, anh có chia sẻ với ý kiến này không?*

Đỗ Trường: Vâng, cái nạn nhà nhà làm thơ, người người làm thơ, đọc thơ đã nhiều lần trong lúc nhấc lên đặt xuống với nhau, chúng tôi đã đề cập đến. Thôi đó cũng là niềm vui của mỗi người tự chọn, tôi cũng rất tôn trọng. Tuy nhiên, nhiều khi thấy nhảm nhí quá, cũng hơi thấy sượng trong lòng. Do vậy, hôm rồi tôi buộc phải viết mấy dòng vui thôi, chứ không có ý chỉ trích ai cả. Thay cho trả lời câu hỏi này, tôi xin đọc một đoạn bác nghe nhé:

"Mấy năm gần đây, gã ăn cũng thơ, ngủ cũng thơ. Bùa mê thuốc lú gì, mà cái món này làm cho gã cứ như bị ma ám, với mức độ tăng dần đều. Ban đầu tháng một lần, rồi đẩy lên hằng tuần, cho đến nay, ngày nào gã cũng đọc thơ, ngâm thơ, trình diễn thơ, ghi hình, gửi khắp nơi cho bạn bè FB, hoặc ngoài đời. Mấy ông, mấy bà sồn sồn hưu trí, nội trợ bếp núc được gã trình diễn thơ của mình khoái lắm. Các mỹ từ vây quanh, làm gã hơi bị bất ngờ, choáng. Vậy là, thành nghệ sĩ rồi còn gì nữa. Gã vội tút lại khuôn mặt, quần áo chim cò nhún nhảy, nhưng khổ cái, dáng đi hơi bị chàng hảng không giấu được, nhìn phát biết ngay nghệ sĩ tỉnh lẻ, cấp phường xã. Từ ngày về hưu Tú Gái càng rách việc. Cưới xin, ăn hỏi, hội hè, ma chay nào gã cũng nhảy phóc lên đọc thơ. Giọng lúc nào cũng run rẩy, méo như sắp khóc của gã đọc nơi đám ma thì ngon lành, chứ nơi cưới xin vui nhộn quả thực tai hại. Bởi, gã không phân biệt, cảm nhận được thơ hay, dở dẫn đến lẫn lộn cảm xúc thật, giả. Gã cứ ngỡ giả run rẩy đánh lừa cảm xúc. Do vậy, hôm cưới con ông bạn cùng đội lao động cũ, gã đang đọc thơ trên sân khấu, bị bọn trẻ bế xuống, và dọa, sẽ đưa thẳng vào trại cai thơ. Thấy gã giãy giụa, kể cũng ái ngại, chủ nhà vội can, và bảo:

- Chúng mày bỏ bác ấy ra. Không đọc thơ nhạt miệng, bác ấy chịu thế chó nào được. Cái món này còn khó cai hơn cả thuốc phiện ấy chứ... lại."

Thđại: *Đề cập đến thơ HAY xin hỏi anh: anh quan niệm thế nào là một bài thơ HAY?*

Đỗ Trường: Cái câu hỏi này mênh mông lắm. Bởi, thơ hay dở cũng như thưởng thức món ăn vậy. Ngon với người này, dở với người khác. Mỗi người một gu, một kiểu. Tuy nhiên, bài thơ, câu thơ hay trước hết phải làm cho người đọc rung động cái đã. Chứ gần đây, có một số người viết những câu đọc không thể hiểu, rồi gán cho nó những mỹ từ, trừu tượng, tân hình thức... Vâng, đọc không hiểu tác giả viết cái quái gì, thì làm sao tiết ra được cảm xúc, và rung động.

Thật ra thơ hay hoặc dở, cũ hay mới, chẳng liên quan gì đến thể loại lục bát, tứ tuyệt, hay thể tự do... Thể loại chỉ là hình thức. Tải đến, làm người đọc rung động là những ngôn từ. Ngôn từ làm nên hình tượng thông qua sự tưởng tượng cảm xúc của nhà thơ. Thơ hay dứt khoát phải có từ mới, hoặc cụm từ mới. Từ hay cụm từ mới không có nghĩa người viết chế, nghĩ ra, mà do cách sử dụng từ ngữ. Nhiều từ, cụm rất cũ, nhưng người viết đặt hoặc ghép trong câu đúng văn cảnh nào đó, gây bất ngờ cho người đọc, nó trở thành câu mới, nghĩa mới. Nhà thơ tài năng, ngoài kiến thức ra, dứt khoát phải là người có trí tưởng tượng và sự liên tưởng phong phú.

Thđại: *Còn rất nhiều điều (tôi nghĩ) anh em chúng ta chưa bàn tới, thời gian tuy thế mà ngắn ngủi quá cho một buổi chuyện trò văn học. Vậy xin anh vui lòng dành cho một câu hỏi chót: Thưa anh, tôi nghe người xưa bảo rằng: "Đi đường xa dù chỉ cầm một chiếc lá cũng thấy nặng". Vậy mà, nhà văn Phạm Tín An Ninh đã đánh giá về anh: "Người chuyên chở Văn Học Miền Nam qua vũng lầy lịch sử", với tôi thì e rằng công việc này quá đỗi "nhọc nhằn". Liệu anh có đủ kiên cường để mà "chuyên chở" cả một nền văn học của 4000 năm lịch sử?*

Đỗ Trường: Cảm ơn nhà văn Phạm Tín An Ninh đã có cái nhìn ưu ái về Đỗ Trường. Tuy nhiên, trong bài viết: "Người chuyên chở Văn Học Miền Nam qua vũng lầy lịch sử", nhà văn Phạm Tín An Ninh chỉ muốn nói đến cái sự cửu vạn của tôi đưa Văn học miền Nam đến gần với người đọc thôi (tức là công việc viết chân dung, phê bình các nhà văn) chứ không đến nỗi to tát, nhọc nhằn như anh nghĩ.

Vâng, có thể nói, chẳng cứ viết văn, mà làm bất cứ công việc gì cũng vất vả, nhọc nhằn cả thôi, nếu làm hết khả năng. Và như đã nói với anh, không có tình yêu thì không thể làm được bất kỳ việc gì một cách bền bỉ và trọn vẹn. Đến bây giờ tôi vẫn yêu, và còn đang yêu với văn học, với cái đẹp thì phải viết thôi. Khi nào hết yêu, hết cảm xúc sẽ dừng công việc này lại. Còn khi nào, quả thực khó mà biết trước được.

Thđại: *Cám ơn nhà văn Đỗ Trường, nhưng trước khi chúng ta chia tay anh có cần bổ túc, thêm bớt gì không?*

Đỗ Trường: Vâng, bác tra vấn em hơi bị kỹ. Từ bé đến lớn chưa ai từng tra vấn em như vậy. Nhân có sự tra hỏi này, em cũng xin cảm ơn bác, và qua bác cảm ơn đến bạn đọc, các nhà văn, nhà thơ đã yêu quý, động viên, khích lệ Đỗ Trường.

NGƯỜI ĐÀN BÀ TRONG ĐÊM

(Truyện ngắn của Đỗ Trường)

Mùa đông năm nay, châu Âu không có nhiều tuyết rơi, và những cơn gió lạnh thấu hồn người. Song cái rét cứ dùng dằng, dai dẳng. Gần hết tháng 4 rồi, dường như cái lạnh còn ủ ở đâu đó. Mặt trời đã lấp ló, vậy mà sân ga Leipzig vẫn còn vắng bóng người. Và bất chợt có những cơn gió rít lên từng hồi, như gió bấc nơi quê nhà vậy. Khi tôi đến, tàu Leipzig đi Nürnberg, München đã chuẩn bị rời bến. Nhảy vội lên, và tôi đi ngược về phía đầu tàu. Đến toa Bistro, tôi đứng lại, định mua ly cafe. Bất chợt có tiếng khẽ gọi, và hỏi: Trường! Đỗ Trường phải không?. Tôi giật mình quay lại, thấy đôi vợ chồng già Việt- Đức ngồi ở bàn ăn, bên cửa sổ, với khuôn mặt lạ hoắc. Tôi gật đầu cười cười, nhưng mặt nghệt ra. Người đàn bà đứng dậy, đi về phía tôi: Đúng Đỗ Trường rồi, em không nhận ra chị thật sao? Tôi nhíu mắt, lặng yên... và lắc đầu. Chị vồn vã, nói một thôi một hồi: Giang, Vũ Lê Giang, bạn (nhà văn) Dương Thu Hương, chị của Dương Hoài Nam... Thời Đông Đức, các em đã từng đến thăm chị ở đội may 500 trên đồi...

Tôi sững người, bối rối: Vâng, em nhớ chị, nhà thơ Vũ Lê Giang...nhưng nhìn thấy khác lạ quá...

Như sực nhớ ra, và có lẽ bản tính thẳng ruột ngựa trở về, nên chị huỵch toẹt luôn: Giời đất ơi! Có tý tiền đâm rửng mỡ em ạ. Mặt mũi chị đã được sửa sang, tân trang lại đấy. Chứ để cái khuôn mặt cười tưởng khóc, khóc lại ngỡ cười của chị, ai nhìn vào cũng phải bỏ chạy, tủi thân phụ nữ, xấu hổ ban đại diện lắm.

Câu nói thành thật, pha một chút cay đắng ấy, làm tôi nghèn nghẹn, suýt bật ra tiếng cười, như ngày đầu gặp và quen chị, từ gần 40 năm trước...

Chiều cuối tuần, của năm đầu thập niên tám mươi, Dương Hoài Nam (Nam Võ) ra nhà rủ tôi về Bắc Ninh. Dường như gia đình hắn có cúng giỗ gì đó. Thời gian này, Nam Võ đang theo học trường Đại học văn hóa.

Còn tôi chán nản, dẫn đến bỏ việc làm, nên đi cùng hắn ngay. Đám giỗ đông vui, khách khứa chủ yếu là các nhà văn, nhà thơ bạn của chị Dương Thu Hương.

Trời vào đêm, tôi và Nam Võ ra đầu hè, ngồi đàn ca khật khừ. Lúc đầu, các bác nhà văn, nhà thơ cùng hò hét khá xôm tụ. Trong đó, có một số bác tên tuổi cũng kha khá, đang theo học Trường viết văn Nguyễn Du. Về khuya, tôi và Nam Võ chuyển nhạc, thay nhau đàn hát những bản của Vũ Thành An, Phạm Duy, Trịnh Công Sơn, Vũ Đức Sao Biển... các bác tự nhiên biến mất. Lúc sau, có tiếng kéo ghế, tôi chợt ngẩng lên, và hơi bị giật mình, khi bắt gặp khuôn mặt kỳ dị của người đàn bà trong đêm. Có lẽ, cảm nhận được điều đó, nên chị thu người lại. Nam Võ vội giới thiệu: Đây là chị Giang, nhà thơ Vũ Lê Giang. Tôi dừng đàn. Và cầm bàn tay lạnh ngắt, khi chị chìa sang tôi. Chị cười, với khuôn mặt nhăn xoắn lại, méo mó. Gặp lần đầu, tôi ngỡ chị khóc. Rồi chị với ba chiếc cốc và nhấc chai rượu được bọc ủ khá kỹ, từ sau cửa:

-Đây là rượu quê chị, tuy không thể so sánh với Làng Vân, song có hương vị rất đặc biệt. Cạn phát cho khí thế nhé.

Có thể nói, thần kinh, tửu lượng của chị rất tốt. Sâu rượu như Nam Võ cũng phải bái phục chị. Rượu vào lời ra, chị qui tuốt tuồn tuột đại từ nhân xưng, sở hữu về một mối: Mày, tao cho đồng hạng. Chị bảo, thích nhất bản Không Tên Số 4 của Vũ Thành An, với những câu từ: "Triệu người quen có mấy người thân/ Khi lìa trần có mấy người đưa". Có lẽ, nó vận đời chị sau này. Khi nãy, ngồi ở trong nhà, nghe chúng tôi đàn hát, chị đã khóc. Rồi chị yêu cầu chúng tôi đàn lại bản nhạc này, cho chị hát cùng...

Trăng hạ huyền gầy cong như lưỡi liềm, đã mờ dần sau ngọn đa ở bên kia con phố nhỏ. Chị vẫn uống, và chị hát. Tiếng hát của chị như lạc vào cõi đêm. Nam Võ gật gù, vượt ngưỡng, hỏi:

-Đã hơn ba mươi mùa lá rụng, sao chị vẫn cô đơn như vậy?

Chị dừng hát, đôi mắt trắng hoang dại như rọi vào

khoảng không trước mặt. Rồi bất ngờ, chị bá vai hai thằng tôi:

-Hai thằng có tin, đến nay chị mày vẫn còn là con gái không?

Nam Võ và tôi lặng người nhìn chị. Với linh cảm, có lẽ chị đã nhận ra sự cảm thông hiện lên từ ánh mắt rất gần của chúng tôi. Xoay người, chị cầm chai rượu, rồi bảo, "camfuchia" cho ba ly cuối cùng nhé! Chúng tôi chưa kịp trả lời, chị đã nói tiếp, mười lăm năm từng là thanh niên xung phong cho đến người lính, và trở thành nhà thơ, nhà văn, song tình yêu với chị là một sự hoàn toàn xa lạ. Bởi, cái gương mặt nhem nhuốc, dị dạng của chị. Sự xa lánh của mọi người, và cái bất hạnh đó, luôn làm cho chị tự ti, mặc cảm. Và nỗi cô đơn, dày vò ấy, đã ủ chín tâm hồn chị vào trong văn thơ. Rồi cũng chính văn thơ cho chị khát vọng. Chị thích và yêu bóng đêm. Dường như bóng tối cho chị sự đồng cảm và tự tin hơn chăng? Có những đêm thời chiến lang thang một mình giữa rừng sâu, hay sau này, lầm lũi trên con ngõ vắng, chị thầm mong, bị (hay được) một kẻ lưu manh, giang hồ xa lạ nào đó bắt giữ làm nhục, để trở thành người đàn bà một đêm...

Dứt lời, chị ngửa cổ, dốc ngược ly cuối cùng, rồi đứng dậy, vỗ vỗ vào vai chúng tôi: Đôi khi, có suy nghĩ điên rồ như vậy đấy chúng mày ạ!

Mắt tôi cay sè, ngước nhìn lên, không hiểu chị đang khóc, hay đang cười. Nhưng với âm giọng xúc động ấy của chị, dường như ít có người phụ nữ nào đủ can đảm nói thẳng tưng như vậy...

Thấy chúng tôi đứng chiêm bao, hầu đồng chắn lối đi trên tàu đã khá lâu, nên người bán hàng giục trả tiền cafe, làm tôi giật mình. Vừa lấy ly cafe, chị kéo ngay tôi về bàn của mình. Giới thiệu tôi với chồng, người đàn ông xứ Schwaben. Không biết tiếng Việt, song có lẽ, ông hiểu được sự việc qua thái độ, tâm trạng của chúng tôi. Vừa ngồi xuống, chị đã hỏi:

-Đỗ Trường đi đâu một mình thế này?

-Nürnberg. Bởi, Phương Thảo, con gái của Sinh Liên bạn em bị tai nạn Auto. Hôm nay 49 ngày của cháu.

Chị giật mình, ngạc nhiên, nhưng vẫn hỏi lại:

-Có phải Sinh, trước phiên dịch cho đội bóng đèn Auto ở Eisenach không?

-Đúng rồi.

- Vậy thì, chị biết vợ chồng Sinh Liên. Bởi, trước đây chị cũng ở Nürnberg, cạnh nhà nhau. Cách nay hai chục năm, chị chuyển về München, cháu Phương Thảo còn bé tí tẹo. Chị chưa thể thăm Sinh Liên ngay được. Em cho chị gửi lời chia buồn đến vợ chồng nó nhé.

Ra khỏi thành phố, tàu như lạc vào cánh đồng vàng màu hoa cải, trải dài theo những cánh quạt điện gió, và mặt trời. Bức tranh đồng quê ấy, dường như gợi lên thi hứng bất chợt, chị khẽ đọc. Không bật thành tiếng, song tôi cảm được mấy câu từ Trường Ca Tổ Quốc của tôi. Trong một lần cùng với Nam Võ đến thăm, rượu vào hăng tiết vịt, tôi đã đọc cho chị nghe, cách nay đã trên ba chục năm:

"...Mẹ là những cơn gió hè đưa con vào mùa gặt
Gọi nắng về làm cho thóc ai khô
Mẹ là những câu chuyện tình bất tử
Để đá Vọng Phu đứng đợi ai về..."

Tôi xúc động cảm ơn chị có trí nhớ tuyệt vời, và luôn nhớ đến đàn em. Rồi hỏi, dạo này, chị còn hứng thú với thơ phú nữa không. Chị cười: Còn viết, nhưng không nhiều, bởi có lẽ, ngoài cảm hứng còn do tuổi tác nữa. Rồi chị ghé tai tôi: Hình như, sự đầy đủ, bình yên, ít nhiều đã làm rơi rụng đi cảm hứng viết, và mài mòn chí khí của nhà văn...

Tôi không thể chia sẻ, đồng cảm hết những suy nghĩ này của chị, nên đã cắt ngang lời:

- Đã mấy lần, em được Nam Võ kể cho nghe về nỗi đắng cay, u buồn của chị và gia đình. Nhiều đoạn không thật rõ ràng, và có chút mâu thuẫn, nhưng lần nào cũng vậy, luôn làm cho người nghe bị ám ảnh. Vài lần, em định hỏi chị, nhưng không tiện. Đến nay, thời gian đi qua đã rất lâu rồi, nếu được, chị có thể kể rõ hơn được không?

Chị không trả lời, mà với mắt nhìn khoảng không thoắt thoắt hiện qua ô cửa tàu. Rồi chị quay sang tôi, hai mắt ngân ngấn như có nước. Và câu chuyện của chị được bắt đầu như vậy...

Mới tám tuổi, song hình ảnh người cha bị mẹ xỉa xói, đấu tố cho đến chết, vẫn ám ảnh, day dứt, không thể xóa nhòa trong trí nhớ của chị. Cha chị là người nhân từ, phúc hậu, nhưng chị lại mang dáng vóc, khuôn mặt kỳ dị của mẹ. Không ai biết nguồn gốc, thân thế của mẹ chị. Chỉ biết, bà được người đánh dậm nhặt được ở bờ sông mang về nuôi dưỡng. Và từ đó Nhặt cũng là tên gọi của bà. Năm Nhặt lên mười, người đánh dậm bị bệnh qua đời. Nhặt quanh quẩn xin ăn ở nơi đình chùa, và chợ búa. Tuy nhiên, với khuôn mặt kỳ dị, người bẩn thỉu, nên Nhặt thường bị khinh miệt, xua đuổi. Thương tình, cụ Cửu Bình mang về nuôi, và sai vặt trong nhà. Cụ Cửu có người con trai duy nhất là Vũ Lê cũng đã có vợ con, nhưng thường phải đi làm ăn xa. Năm cụ Cửu qua đời, Vũ Lê mới về ở hẳn nhà. Vũ Lê vẫn để Nhặt giúp việc vặt. Khi Nhặt đến tuổi trưởng thành, Vũ Lê đánh tiếng và nhờ người mai mối, với của hồi môn kha khá. Nhưng gặp Nhặt một lần, không một gã đàn ông nào đủ can đảm quay trở lại. Đến năm tuổi tròn ba mươi, Nhặt càng héo hắt. Đột nhiên, Vũ Lê tuyên bố, Nhặt sẽ là bà hai trong nhà. Mọi người ngơ ngác, cứ tưởng ông đùa. Thời gian sau, bụng Nhặt phình ra như cái rá úp. Lúc đó, mọi người mới tin là sự thật. Khi Nhặt đẻ con gái, Vũ Lê mừng lắm, đặt tên là Vũ Lê Giang. Và tự tay ông sửa mới ngôi nhà ngang cho mẹ con Nhặt. Vậy mà, không hiểu ăn phải cái bả gì, cải cách ruộng đất, Nhặt tố ngược lại ông Vũ Lê, và bà cả. Ông Vũ Lê bị xử tử, bà cả và con cái bị đuổi ra khỏi nhà.

Năm sau, đi mò hến, sông không sâu, không hiểu sao, Nhặt bị nước cuốn trôi, mấy ngày sau xác mới nổi lên. Dân làng bàn tán, đó là quả báo, do ăn ở thất đức của Nhặt. Mẹ chết, Vũ Lê Giang được bà cả đón về nuôi ăn học. Tuy khuôn mặt kỳ dị, nhưng Vũ Lê Giang học rất giỏi, có năm được nhảy cóc lớp. Tốt nghiệp (cấp ba) trung học, Vũ Lê Giang thừa điểm du học nước ngoài. Nhưng với cái lý lịch nhọ như đít chảo, tương lai của chị chỉ có thể lấy đít trâu làm thước ngắm. Do vậy, chính quyền có lần gợi ý: Mẹ chị ở đợ, bần cố, thành phần ưu tú của chế độ, trong cải cách có công tố cáo, đấu tranh giai cấp. Nếu chị khai lại lý lịch, từ bỏ mục bố là địa chủ Vũ Lê, như mẹ chị đã từng làm trước đây, có thể chính quyền sẽ xem xét cho học ở trong nước.

Vũ Lê Giang thẳng thừng từ chối, thà chết ngay, chứ không từ bỏ bố, từ bỏ gia đình, anh chị em, dù chỉ trên giấy tờ. Tính chị là vậy, sự chính trực, thẳng thắn, bất cần có ngay từ buổi đầu, khi chập chững vào đời.

Để giải thoát, năm 1966, vừa tròn 20, chị xung phong vào bộ đội. Vẫn cái vết đen lý lịch, chính quyền địa phương, cũng như tỉnh đội, tỉnh đoàn chỉ chấp nhận cho chị vào lực lượng thanh niên xung phong...

Đêm tháng 5 trời oi nồng, vậy mà cung đường qua núi Nấp màn đêm đổ xuống rất nhanh. Vũ Lê Giang siết và kiểm tra chiếc bu lông cuối cùng để phát lệnh thông tàu. Chợt có tiếng gầm rú, bầu trời bị xé toạt ở trên đầu, chị vội nằm úp mặt xuống đường rày. Tiếng nổ, đất rung chuyển cắt phăng tiếng quát của ai đó: Chúng đánh bom tọa độ. Bị sức ép chị lộn mấy vòng, nằm ngửa mặt lên trời. Đất đá quyện với máu, thịt người tung lên rào rào, hất thẳng vào chị. Tai ù đặc, chị lịm dần....

Khi chị tỉnh dậy, dường như đã quá nửa đêm. Cố cựa quậy, sờ nắn thấy chân tay vẫn còn đầy đủ, chị định bò dậy, nhưng không dược. Người đau nhừ, dù không có vết thương. Chị lấy ngón tay móc bùn đất còn dính chặt ở hai lỗ tai. Máu từ từ chảy dính bết xuống chân tóc. Im lặng, và ngột ngạt. Bên kia cầu Hàm Rồng, pháo sáng vẫn còn treo lơ lửng, rọi vào những vòng khói đen cuộn lên như tạc vào nền trời. Đến gần sáng, người của đơn vị, và dân làng mới tìm thấy chị, đưa về bệnh xá. Mới một năm ở trên cung đường này, chị đã thoát chết rất nhiều lần. Song có lẽ, 40 người chết và bị thương đêm đó, là trận bom khủng khiếp nhất.

Và những bài thơ, tùy bút đầu của chị được vắt ra bằng cảm xúc thực, từ nỗi đau bi thương ấy.

Tin một số văn nghệ sĩ trên đường trở lại chiến trường dừng chân ở núi Nấp, làm đơn vị chị rất phấn khởi. Đêm giao lưu ca hát, văn thơ diễn đơn giản, vui vẻ. Không ngờ những bài thơ của chị đọc lên được mọi người đồng cảm, và xúc động đến vậy. Ngay sau đó, nhà thơ Phạm Tiến Duật khen ngợi, và bảo chị, hãy chép tất cả những bài thơ đó lại, để anh gửi ra Tạp chí văn nghệ quân đội.

Lúc đầu chị không tự tin cho lắm, và cứ tưởng Phạm Tiến Duật khen cho vui vậy thôi. Nhưng không ngờ, mấy tháng sau, thơ chị không chỉ trên Văn nghệ Quân đội, mà Báo Văn nghệ của Hội nhà văn cũng đăng và giới thiệu mấy kỳ liền. Từ đó, trong đơn vị, từ sếp lớn đến người đầu bếp nuôi quân, ai cũng gọi chị là nhà thơ.

Kể đến đây, chị bật cười. Tiếng cười có vẻ sảng khoái lắm...

- Làm thế quái nào, đang là thanh niên xung phong chị trở thành bộ đội, rồi suýt nữa phải ngồi bóc lịch?

Thấy tôi hỏi tiếp, chị thôi cười, hai con mắt nhíu lại: Thì cũng từ thơ văn thôi. Ngày đó có thơ đăng báo, nhất là hai ông báo Văn nghệ, và Tạp chí quân đội là oách xì dầu lắm. Và đương nhiên mình trở thành nhà văn, nhà thơ rồi còn gì nữa. Được bạn bè khen tặng, báo chí ngợi ca, đâm ra cái máu dở dở, ương ương gọi là nghệ sĩ đểu lòi ra lúc nào cũng chẳng hay. Lúc đó, đơn vị chị đã chuyển vào gần Binh trạm 22. Trong người, tự nhiên cảm thấy bức bối, chật chội, chị xin chuyển vào phía trong, nhưng không được. Do vậy, nhân ngày nghỉ, rình đúng mấy gã lái xe quen mê thơ, chở hàng vào trong, chị xin đi nhờ. Đến Binh trạm 33, rất may gặp ngay nhà thơ Phạm Tiến Duật đang ở đó. Duật ngạc nhiên hỏi:

-Nhà thơ đi đâu thế này?

Chị kéo tuột Duật ra ngoài:

-Em xin chuyển vào trong này, nhưng không được, nên tự động chuồn vào đây. Anh có cách nào cho em ở lại Binh trạm.

Duật giãy nảy lên:

-Vô kỷ luật vậy là không được. Mà trong này nguy hiểm, ác liệt hơn ngoài đấy nhiều...

Ấn tập bản thảo thơ, tùy bút, truyện ngắn vào tay Duật:

-Anh xem, em viết như bổ củi thế này. Nếu không đi thẳng vào chiến trường thực tế, tìm tư liệu, thì làm sao viết.

Duật đọc lướt qua, và nghe chị nói có lý, nên gật gù:

-Thôi được, thôi được...có giấy tờ gì thì đưa đây, để anh trình bày với Binh trạm thế nào đã.

Chẳng hiểu Duật nói gì, hôm sau Trạm trưởng gọi chị vào. Đe nẹt, lên gân một hồi, rồi ông bảo:

-Binh trạm sẽ gửi công văn cho Tổng đội thanh niên xung phong, và đơn vị cũ. Em tạm thời về đại đội kho. Em viết hay lắm. Về đơn vị mới cố gắng viết thật nhiều nhé.

Sau này chị mới biết, lãnh đạo Binh trạm ông quái nào cũng khoái văn thơ. Nên với văn nghệ sĩ thường mắt nhắm mắt mở. Vì thế, chẳng riêng nhà thơ Phạm Tiến Duật, ông nhà văn, nhà thơ nào qua lại binh trạm cứ tự nhiên như ở nhà vậy.

Nằm sâu trong khu vực đèo Tha Mé, nhà kho nhìn chẳng khác gì lán trại. Lưng tựa vào vách núi, cửa thông với hang, ngách nhỏ. Không xa có những ngôi làng bỏ hoang của người Vân Kiều, và Pa cô. Khi Vũ Lê Giang đến chỉ còn hai người trông coi ở đó. Bom đạn ngày càng ác liệt. Kho trống trơn, có lẽ nơi đây là điểm đón tiếp thương bệnh binh thì dúng hơn. Tuy thiếu đói, bệnh tật cùng bom đạn trút xuống hàng ngày, nhưng công việc khá tự do, nên chị có nhiều tư liệu, cảm hứng viết lách. Văn thơ có tính thời sự của chị xuất hiện đều trên các trang báo lớn. Do vậy, không chỉ Binh trạm, mà cả Lãnh đạo Bộ tư lệnh cũng biết đến nhà thơ Vũ Lê Giang.

Mới chớm sang hè, vậy mà gió Lào đã quất cái nóng vào mặt người. Mảnh đất sặc mùi tử khí nơi đây như kéo hồn người đến gần hơn với cái chết. Cố gượng dậy sau mấy ngày nằm bẹp, Vũ Lê Giang men theo nương sắn ở bên kia con suối, hy vọng kiếm được nắm rau rừng, sau trận mưa của tuần trước. Được mấy bước, nghe có tiếng động nhẹ, chị vội nằm xuống quan sát.

Rồi tiếng rên, tiếng thở khò kè nặng nhọc từ đó vẳng lên. Với kinh nghiệm, chị biết ngay có người bị thương và đang trong tình trạng sốt cao, kiệt sức. Chị bò lại, gặp người đàn ông nằm co quắp, mắt nhắm nghiền, tay nắm chặt gốc sắn đã bị mảnh bom phạt ngang thân. Với quần áo của người đi rừng bản địa, chị không thể biết ngay, hắn từ đâu đến...Mà vùng này làm chó gì còn người dân nào. Không lẽ là thám báo, hay B quay (bộ đội đào ngũ)? Do vậy, chị lật áo hắn, chỉ tìm thấy mấy vết thương ở phần mềm, nhiễm trùng rất nặng. Kiểu sắp (thở) hắt ra như thế này, có lẽ do mất máu nhiều và đói khát lâu ngày thôi. Nếu được cứu ngay, may ra sống. Sắp nghẻo, nằm hiền khô như thế này, còn đánh đấm, hận thù gì với nhau nữa. Vũ Lê Giang lẩm bẩm như vậy, rồi quay về tìm người cùng đưa hắn về kho. Chị rửa ráy vết thương, và chăm sóc cho hắn. Mấy ngày sau, vết thương bắt đầu khô miệng, da dẻ hồng hào trở lại, song hắn có vẻ còn li bì, chỉ có thể lắc, gật, khi hỏi chuyện. Vậy mà, sáng hôm sau, tỉnh dậy, chị không thấy hắn đâu. Cứ ngỡ, hắn đã có thể tự đi vệ sinh cá nhân ở đâu đó. Lúc sau chị quay lại, và đi tìm không thấy...Vậy là hắn đã chuồn rồi.

Cứ tưởng vậy là xong, không ngờ mấy ngày sau người của Binh trạm và An ninh đến tìm, và hỏi chị về mối quan hệ với hắn. Lúc đó chị mới biết hắn là lính thám kích thuộc Quân đội Việt Nam Cộng Hòa. Sau đó, chị bị đưa về Binh trạm để điều tra. Trước sau chị khai đúng sự việc đã xảy ra, và chỉ nhận lỗi không báo cáo ngay sự việc lên các cấp chỉ huy. Với bảy năm ở chiến trường và là một nhà thơ khá nổi tiếng, nên sự việc của chị cứ như trái banh bị đẩy đi, đẩy lại mãi.

Năm sau, chị mới được chuyển ra Bắc, và làm văn nghệ địa phương. Rồi những năm bảy chín, tám mươi của thế kỷ trước cả nước đói. Nếu đi được, ai cũng muốn chuồn ra khỏi quê hương, tổ quốc mình. Và chị bỏ lại tất cả, khăn gói sung vào đội quân cày thuê, cuốc mướn ở Đức...

Dừng lai giây lát, rồi bất chợt chị giật giọng hỏi tôi, rồi kể tiếp: Em có biết không? Có một điều rất thú vị. Khi bức tường Berlin sụp đổ, chị chuồn sang Tây Đức, ngụ tại thành phố Nürnberg. Thời gian sau, chị vào làm ở nhà máy bia (brauerei). Một hôm, đang mải rửa vỏ chai, thấy có một gã người Việt cũng làm ở nhà máy, cứ đứng nhìn chị. Từ xưa đến nay, thằng đàn ông nào nhìn vào cái bản mặt chị, bảo đảm không qúa một vài giây cũng phải bỏ chạy. Vậy mà, thằng cha này bị bệnh thần kinh hay sao, nên mới đủ dũng khí nhìn chị chằm chằm như vậy. Thôi kệ nó, không nghĩ ngợi nhiều cho đau đầu. Sáng hôm sau, chị vừa đến cổng nhà máy, thấy gã đã đứng đó từ bao giờ. Thấy gã ngập ngừng, chị trợn mắt. Tưởng hắn biến. Nhưng không. Hắn đến gần và hỏi:

-Có phải những năm đầu thập niên bảy mươi, chị là bộ đội đóng quân ở khu vực đèo Tha Mé không?

Chị giật mình, gật đầu:

-Đúng rồi, sao ông biết.

Hắn cười:

-Tôi là người sắp chết ở rẫy sắn, được chị cứu năm xưa đây.

Chị ngạc nhiên hỏi lại:

-Sao ông nhận ra tôi?

-Bởi cái khuôn mặt của chị, làm tôi ám ảnh. Hôm nay gặp được chị ở đây, dù thế nào đi chăng nữa, tôi cũng nói lời cảm ơn. Một lời tôi đã nợ chị rất lâu rồi.

Quá khứ hiện về, tự nhiên chị bật ra một câu, dường như vô thức:

-Đ. mẹ ông. Ông đi rồi, nó hành khổ tôi.

Thế rồi, ôm nhau cười chảy ra nước mắt.

Rồi chị quay sang ông chồng người Đức, bảo: Chồng chị là bạn đồng nghiệp của hắn. Và chính hắn là người mai mối cho chị. Hơn chục năm trước, vợ chồng hắn cứ thúc giục chị phải làm lại khuôn mặt. Thấy chị lưỡng lự, chồng chị và vợ chồng hắn ép chị về bằng được Saigon. Bây giờ khuôn mặt của chị mới được như thế này, trách gì Đỗ Trường nhận không ra.

Tàu đã vào ga Nürnberg, tôi đứng dậy tạm biệt vợ chồng chị. Nắm tay tôi chị hỏi, theo Đỗ Trường, chị có nên làm tuyển tập không. Tôi trả lời, đã ở cái tuổi 73 và có bề dày của sự nghiệp văn chương, chị nên làm. Thế Đỗ Trường giúp chị lọc và biên tập cuốn này nhé. Vâng! Nhất định em sẽ giúp chị trong khả năng của mình.

Leipzig ngày 27-5- 2019
Đỗ Trường

MỘT ĐÓA HOA MƯA
TRONG LÒNG CHÂU THỔ

Nhà thơ Huỳnh Thị Quỳnh Nga (còn có bút danh là Hoàng Song Quỳnh), sinh năm 1978, quê quán xã Ngũ Hiệp, huyện Cai Lậy, hội viên Hội Văn học - Nghệ thuật tỉnh Tiền Giang.

Tác phẩm đã xuất bản:

Cắt dọc mùi hương (Nxb. Hội Nhà văn, 2022), **Nguyên bản xanh** (Nxb. Hội Nhà văn, 2023), **Trăng Phục Sinh** (Nxb Nhân Ảnh, 2021).

Đây là lần thứ nhì tôi được cái hân hạnh trò chuyện với một tác giả hiện đang cư ngụ trong nước, lần trước thì với nhà thơ bác sĩ Lê Vĩnh Tài - một người mà tay phải thì đang hành nghề cứu nhân độ thế và tay trái lại miệt mài làm thơ tưởng chừng như suối chảy trên ngàn chả ai biết đến khi mô dòng suối ấy sẽ ngưng chảy. Lần này người tôi trò chuyện lại là một nhân vật còn rất trẻ, rất đỗi đam mê với văn chương, chữ nghĩa và "sống" với thơ như hơi thở, người đó là Huỳnh Thị Quỳnh Nga vừa được trao giải nhất về thơ do tạp chí Ngôn Ngữ - một tạp chí chuyên về văn chương ở hải ngoại trao tặng. Cũng vì cái tính tò mò ấy mà tôi đã rất thích thú tìm đọc thơ của Quỳnh Nga, một cái tên có vẻ như hơi xa lạ với sinh hoạt chữ nghĩa ở bên ngoài Tổ Quốc.

Gặp nhà thơ Quỳnh Nga giữa lúc bên ngoài đang có những lao xao, những âu lo phiền muộn về dịch hạch hoành hành nhưng nhà thơ đã rất vui vẻ tiếp đón chúng tôi người từ "ngàn dặm trở về", vậy thì để chia sẻ phần nào cái thích thú dù là rất chủ quan chúng tôi mời quý bạn đọc hãy cùng tham dự buổi trò chuyện này.

Triều Hoa Đại: *Chào chị Quỳnh Nga.*

Quỳnh Nga: Vâng, xin chào anh Triều Hoa Đại

Thđại: *Bấy lâu nay những người yêu thơ đã vô cùng thích thú tìm đọc thơ của chị và rồi từ cái thích thú ấy dẫn đến những vui mừng vì rằng hình như đâu đó họ như cảm nhận được như từ vô lượng một đoá hoa mưa rơi rơi trong lòng châu thổ, gặp và được cùng chị trao đổi một đôi điều đấy là một niềm vui. Thế thì theo chị trước tiên chúng ta nên khởi sự từ chỗ nào?*

Quỳnh Nga: Dạ thưa anh. Trước tiên xin cám ơn anh và ban biên tập tạp chí Ngôn Ngữ đã ưu ái trao giải nhất về thơ. Được góp mặt trên tạp chí Ngôn Ngữ cùng với các anh chị văn nghệ sĩ trong và ngoài nước là một niềm vui lớn. Mong ước góp thêm những bông hoa tươi sáng nhỏ xinh cho vườn hoa nghệ thuật là một vinh dự phải không anh?

Thưa anh bên cạnh niềm vui chúng ta cũng không quên một hiện trạng hết sức nóng bỏng hiện nay đó là: Đại dịch toàn cầu nó đã gây nên quá nhiều nỗi đau cho nhân loại, thần chết cứ hiện diện khắp mọi nơi nỗi ám ảnh trắng và những ngọn lửa đỏ cháy đến rợn người bên bờ sông Hằng hiện lên thật kinh hoàng và khủng khiếp, xin một phút mặc niệm để tiễn đưa những linh hồn đáng thương ấy và cầu mong đại dịch qua mau thế giới trở lại yên bình. Biết rằng mọi người, mọi quốc gia vẫn đang chung tay góp công góp sức để chống và đẩy lùi đại dịch lần nữa xin được cầu nguyện cho thế giới an yên.

Thđại: *Chị có thể vui lòng tự giới thiệu về mình một chút được chăng?*

Quỳnh Nga: Dạ cám ơn anh. Quỳnh Nga hiện sinh sống và làm việc tại Tiền Giang, ngoài công việc chuyên môn ở trường. Quỳnh Nga cũng có tham gia viết lách. Hiện là hội viên hội VHNT Tiền Giang và đã có thơ đăng trên các báo, tạp chí trong và ngoài nước. Cũng xin thưa với anh Quỳnh Nga cũng vừa được NXB Nhân Ảnh (Hoa Kỳ) in và phát hành tập thơ *Trăng Phục Sinh* và sắp tới cũng dự định in thêm vài tập nữa. Quỳnh Nga xin phép anh được trải lòng một chút về quê nhà. Quỳnh Nga muốn hỏi Anh đã về Miền Tây và đến Tiền Giang ?

Đợt hạn mặn năm rồi làm người dân khốn đốn lao đao, cuộc sống hết sức khó khăn miền tây không như giấc mơ, nhưng vẫn cám ơn những gian nan và khó khăn đã khiến họ có thêm nghị lực sống và chiến đấu để sinh tồn, Quỳnh Nga cũng vậy cuộc sống này có quá nhiều những chông gai và thử thách hy vọng mỗi chúng ta sẽ tìm thấy cho mình con đường sáng trong cả tư tưởng và văn chương cầu mong sự bình an và hạnh phúc đến với tất cả mọi người.

Thđại: *Sông nước miền Nam đã tạo thành những tâm hồn rất chân chất, cởi mở, rộng lượng và bao la có lẽ khởi từ những cánh đồng trải rộng phù sa, chim bay mỏi cánh, nhà thơ Lý Đợi khi đưa ra nhận xét về thơ của chị đã viết: "Cái đặc biệt của thơ chị là sự lặp lại nhiều lần những chữ như: Xanh, miền. Như hai từ mã khoá của thơ. Như vậy thơ Quỳnh Nga mang màu xanh của ước vọng và là thơ của người châu thổ đồng bằng sông Cửu Long...", nếu quả như nhận xét ấy thì thơ của Quỳnh Nga đã gánh trên vai nhiều nỗi "nhọc nhằn" ... của người châu thổ đồng bằng sông Cửu Long, chị thấy trách nhiệm ấy có nặng nề lắm không?*

Quỳnh Nga: Dạ thưa anh, cám ơn anh về câu hỏi rất thú vị này, hầu như ai tinh ý sẽ nhìn thấy những điều anh nói có thể nó như mã khóa thơ một nét riêng thôi chứ không dám nhận là đặc biệt gì cả.

Anh biết đó Quỳnh Nga sinh ra và lớn lên ở đồng bằng, hương gió, hương đất đã ngấm vào da thịt. Cái xanh của lá, cái xanh của dòng sông cây cỏ như gắn liền với thân phận những dòng thơ nó được cất lên từ chính nỗi niềm thẫm sâu, hàm ơn và mong ước... Những điều tốt đẹp, trong trẻo, thiện lương được thắp lên mãi trong trái tim của người đồng bằng.

Không dám gánh nỗi nhọc nhằn vì ai nhưng nếu được. Có thể viết và sống hết mình cho quê hương cho xứ sở này vì đó là nơi mình chôn nhau, cắt rốn mà anh.

Thđại: *Viết về thơ hình như chị hay đề cập nhiều đến cái đẹp của một sáng nắng mai chan hoà, những cơn mưa đầu hạ hay cuối thu: "Mưa trổ tiếng hát giữa lòng đất xanh", như thế chắc hẳn rằng trong thâm tâm của nhà thơ khi ấy phải là những cái man mác những thương yêu miền đất phù sa, bình dị và chứa chan tình người?*

Quỳnh Nga: Dạ, cám ơn anh nét đẹp của nắng sớm, của bình minh của ban mai,.. khiến mỗi chúng ta thêm yêu cuộc đời này vì tự nhiên có những bí mật riêng và sự quyến rũ của nó anh có thấy như thế không ?

Với vị trí địa lý đặc biệt, ở miền nam chỉ rõ rệt hai mùa mưa nắng Quỳnh Nga lại có ấn tượng với mưa nhiều hơn như câu thơ anh trích dẫn. Có thể nói đây là câu thơ Quỳnh Nga viết và cảm thấy hài lòng với chính cảm xúc của trái tim mình.

Thđại: *Vì yêu mưa chăng?*

Quỳnh Nga: Đúng như anh nói "Vì thương yêu miền đất phù sa, bình dị và chứa chan tình người" nên khi nghe mưa trổ giữa lòng đất xanh ý niệm chợt lóe sáng lên trong nỗi cằn khô của cuộc đời này của niềm tin và khát vọng sống sự vươn lên của những hạt xanh trong đất mưa là sự tưới tắm là sự ban ơn của thượng đế để mọi vật có thể sinh tồn và cống hiến sứ mệnh của mình.

Thđại:*Một nhà thơ ở bên ngoài Tổ Quốc tôi tin là chị cũng đã nghe qua, đó là Trần Mộng Tú có lần đã nói: "Yêu ngôn ngữ, cũng là tình yêu quê hương, yêu đồng bào của mình" chị nghĩ thế nào về câu nói ấy?*

Quỳnh Nga: Dạ cám ơn anh. Anh nhắc nhà thơ Trần Mộng Tú một nhà thơ viết đẹp và viết mới theo cảm nhận của Quỳnh Nga. Với chị ấy: "Yêu ngôn ngữ, cũng là tình yêu quê hương, yêu đồng bào của mình". Nhà thơ Trần Mộng Tú đã nói thay nỗi lòng của bao người dù đi đâu về đâu tiếng mẹ đẻ, ngôn ngữ thuần túy của dân tộc luôn là niềm hãnh diện và đáng trân trọng. "Tôi yêu tiếng nước tôi". Một trong những động thái tích cực giữ lề, giữ bản sắc văn hóa trong thời hội nhập này một nét riêng đáng trân quý và nên gìn giữ anh cũng nghĩ vậy phải không. Quỳnh Nga xin cám ơn anh về một câu hỏi thật thú vị.

Thđại: *Cũng vẫn theo Trần Mộng Tú quan niệm thì: Thơ dễ hơn viết văn vì: "Thơ tự nhiên đến như gió vậy chẳng* *cần báo trước gì cả". Với chị thơ có đến tự nhiên như gió không?*

Quỳnh Nga: Dạ thưa anh! Thơ hay văn Quỳnh Nga thấy viết gì cũng không dễ nhất là để viết hay viết độc đáo và có một lối đi riêng vì sao thưa anh ngoài cảm xúc, người viết phải đầu tư rất nhiều. Ở đây không nói đến học hàm, học vị người viết trở trăn và đắm linh hồn trong men chữ, đi đến tận cùng những khát khao ... Và với thơ câu từ cần chắt lọc, tinh tế, khác biệt vì thơ ngắn gọn hơn văn chăng?

Trở lại với quan niệm của nhà thơ Trần Mộng Tú thì: "thơ có thể đến bất chợt tự nhiên như gió". Để thấy rằng một câu thơ, một bài thơ xuất thần nào đó có thể sẽ chào thế giới này. Và tin đó là niềm vui sướng lớn lao của người gieo chữ trên đồi cảm xúc!

Thđại: *Trái ngược với Trần Mộng Tú thì nhà văn quá cố Nguyễn Xuân Hoàng có lần "than thở": "làm thơ thật là khó", chị sáng tác thơ thì như thế nào, khó, dễ ra sao?*

Quỳnh Nga: Như vừa trao đổi cùng anh làm thơ hay không phải dễ còn nếu như viết để giải tỏa cảm xúc thường nhật thì không khó nó đơn giản và bình dân ai đọc cũng hiểu ai nghe cũng biết nhưng để đạt tầm trong thơ. Đòi hỏi người cầm viết và cân chữ phải sẩy sàng, đo đếm, chắt lọc thật khổ tâm trí chứ chẳng phải chuyện viết chơi với chữ thăng hoa cùng với chữ là cả một trời nghệ thuật vì trong thơ có cả : Mỹ Thuật, Âm Nhạc, Điêu Khắc, Triết học, ... Quỳnh Nga nghĩ viết thơ khó đó anh. Anh nghĩ sao!

Thđại: *"Thơ chưa ra khỏi bút/ Giọt mực đã rụng rời/ Hồn ta chưa kịp nói/ Giấy đã toát mồ hôi" đấy là những gì mà nhà thơ Hàn Mặc Tử đã chiêm nghiệm bởi vì một bài thơ tưởng như đã như xong nhưng nhà thơ ấy vẫn như còn cảm thấy mình vẫn chưa tròn với chữ, mỗi nhà thơ có mỗi suy nghiệm riêng và chứng nghiệm riêng* *trong lúc làm ra tác phẩm của mình. Nhà thơ Quỳnh Nga có bao giờ vướng mắc vào những suy tư như thế hay không?*

Quỳnh Nga: Dạ thưa anh người ta bảo mắc nợ chữ nghĩa hay nghiệp chữ phải trả chẳng ai biết từ khi nào và tại sao các nhà thơ lại phải viết thơ phải rút ruột nhả tơ và phải lắng nghe những con chữ chạy rần rần trong huyết quản tỉ mỉ sắp xếp chúng lại bằng một trật tự khác biệt có khi chẳng thể giống ai hầu như những bài thơ ra đời như thế đến nỗi nhà thơ Hàn Mạc Tử đã viết "Thơ chưa ra khỏi bút/ Giọt mực đã rụng rời/Hồn ta chưa kịp nói/ Giấy đã toát mồ hôi" đó là những gì mà nhà thơ đã tưởng chừng viết xong một bài thơ nhưng thật ra nhà thơ ấy vẫn như còn cảm thấy mình vẫn chưa tròn nợ với chữ. Đồng ý với anh " mỗi nhà thơ có mỗi suy nghiệm riêng và chứng nghiệm riêng trong lúc làm ra tác phẩm của mình" và Quỳnh Nga cũng không thoát ra được nỗi ám ảnh ngọt ngào chữ nghĩa đó vậy thì thơ có gây nghiện không thưa anh!

Thđại: *Có người chia thơ ra làm ba lãnh vực:*

a/Tình yêu.

b/Đất nước.

c/Và chiến tranh.

Trong thơ của chị ngoài ba lãnh vực như vừa nêu (tạm thời chấp nhận như thế) chị còn có thêm lãnh vực nào khác không?

Quỳnh Nga: Dạ thưa anh tình yêu, đất nước và chiến tranh dường như là sợi chỉ đỏ xuyên suốt của nền văn học nhân loại. Thơ nói riêng một chút có những thăng trầm sâu sắc. Hiện tại viết về những đề tài ấy trong nền văn học mới, khá cởi mở, thoáng hơn ngày xưa rất nhiều, hi vọng thơ sẽ có những bước tiến vượt bậc trong tương lai thưa anh! Và trở lại với câu hỏi của anh. Quỳnh Nga thấy khai thác tâm linh, cõi thẳm sâu của con người cũng là một mảng thơ rất đẹp về lòng trắc ẩn và sự nhìn nhận ở một góc độ khác cũng đầy tính thuyết phục , thường gọi thơ kinh hay thơ thiền sự hướng thiện khiến con người gần nhau hơn. Anh nghĩ sao thơ có nên mang một sứ mệnh như thế?

Thđại: *"Làm thơ thì phải có cái tâm thật thiêng liêng thì thơ mới hay. Thơ hay thì sống mãi. Làm thơ mà không có tình, có tâm thì chả ra gì" đấy là lời phát biểu của thi sĩ Hữu Loan, chị có ý kiến gì không về lời phát biểu này?*

Quỳnh Nga: Dạ thưa anh. "Làm thơ thì phải có cái tâm thật thiêng liêng thì thơ mới hay. Thơ hay thì sống mãi. Làm thơ mà không có tình, có tâm thì chả ra gì" nhà thơ Hữu Loan nói thì đấy là quan niệm của ông . Cũng thật tâm đắc Quỳnh Nga lại nghĩ thơ hay tùy thuộc vào nhiều yếu tố lắm chứ không hẳn ta nghĩ gì, ta đau gì, ta viết đó thì sẽ hay nói về vấn đề này chắc vài ngày chưa hết nhưng nhìn nhận thêm ở những góc khác của văn chương thơ hay phải viết lên từ sự sáng tạo cần mẫn sự lao động miệt mài và một chút may mắn ta bắt gặp những giây phút xuất thần thì bài thơ mới thật sự độc đáo và ấn tượng.

Thđại: *"Thơ xuất phát tự nhu cầu của bản thân, còn văn xuôi đáp ứng nhu cầu bên ngoài" như vậy có thể hiểu là thơ "sống" nhiều ở nội tâm hơn là văn, là một người làm thơ thì chị nghĩ sao về nhận định ấy?*

Quỳnh Nga: Dạ thơ thường ra đời từ tâm thức người viết mang một chiều kích khác của cuộc sống. Sâu sắc và cũng đầy biến động thiết nghĩ thơ khác văn xuôi nhiều nhưng mục đích của chúng ta không nên phân biệt quá lớn vì tất cả viết văn hay làm thơ cũng đều một tâm hướng chung vị nhân sinh vì thế giới này cầu mong hạnh phúc, chia sẻ nỗi đau tìm về yêu thương.

Thđại: *Nhà văn quá cố Nguyễn Thị Vinh trong một lần trả lời phỏng vấn đã cho biết ý kiến của bà về văn học và chính trị như sau:" Văn học có thể tương quan với chính trị, nhưng tuyệt đối không bị bó buộc phải phục vụ chính trị", chị nghĩ thế nào về lời phát biểu này, có bao nhiêu phần trăm đồng ý và không biểu đồng tình, tại sao?*

Quỳnh Nga: Dạ thưa anh thơ có sứ mệnh riêng của nó chứ sứ mệnh gắng kết, yêu thương, chia sẻ, xây dựng và cảm thông nữa thơ phục vụ bất cứ mục đích gì thì không gọi thơ nữa nên gọi là công cụ thì đúng hơn.

Thđại: T*hi sĩ Joseph Huỳnh Văn bảo: Quá nhiều chữ nghĩa để làm thơ, nhưng không nhiềuchữ nghĩa để thành thơ, hiểu như vậy thì theo chị làm thơ DỄ hay KHÓ?*

Quỳnh Nga: Dạ phải thưa anh quá nhiều chữ nghĩa để làm thơ, nhưng không nhiều chữ nghĩa để thành thơ thi sĩ Joseph Huỳnh Văn bảo như thế không sai đâu bởi vì thơ thật ra không dễ làm nếu dễ thì ai cũng có thể thành nhà thơ rồi xin nói đây là những nhà thơ đúng nghĩa, chứ không phải thợ kết chữ thưa anh vì bản chất câu thơ phải tạo ra được một không gian dài rộng, đa chiều và có tính kết nối nữa.

Thđại: *Phùng Quán một nhà thơ mà ai cũng biết đã một lần bảo là có những lúc chán nản ông đã phải vịn câu thơ mà "đứng dậy", Hữu Loan cũng thế:" Có một cái lạ là thơ của tôi đã có lần cứu sống tôi", có phải vì như thế mà Quỳnh Nga chọn Thơ là con đường để mà đi?*

Quỳnh Nga: Với Quỳnh Nga thơ là sự cứu cánh thưa anh, sự nhìn nhận của hai nhà thơ lớn đã làm rõ thêm nhận định này với nhà thơ Hữu Loan ông từng nói "Có một cái lạ là thơ của tôi đã có lần cứu sống tôi", Ông ấy xem thơ là "ân nhân" là nơi gửi trao những đau khổ, những khát vọng, những hoài bão ông tin thơ vì thơ là nơi cứu rỗi linh hồn và thân xác ông và "vịn câu thơ mà đứng dậy". Mới thấy thơ có một nguồn năng lượng đặc biệt, một sức mạnh phi thường đủ sức kéo một tâm hồn bị thương tổn đứng lên như nhà thơ Phùng Quán vậy.

Thđại: *Lại có những người bảo rằng:" Thơ hay bao giờ cũng là một công dụng, nhưng là một công dụng xa, giúp cho sự hình thành nhân cách con người", nếu hiểu như vậy thì quả thực thơ là một cái gì "màu nhiệm", Quỳnh Nga có nghĩ thơ là một sự màu nhiệm ít ra là cho những người làm ra nó?*

Quỳnh Nga: Dạ thưa anh với tầm hiểu biết có hạn của mình xin phép anh nêu lên vài thiển ý nhưng không biết có đúng hay không :

1/ Thơ là máu thịt của người làm thơ vì tư duy và những cảm xúc hình thành từ trong tâm thức nhà thơ những câu thơ sáng trong, yêu đời dường như phản ánh một tâm hồn cũng tương tự như thế.

2/ Nhân cách định hình từ chính ý niệm và bản ngã sâu thẳm của con người nó đã là bản chất thì khó đổi dời vậy thơ có làm thay đổi nhân cách và bản chất thật của các nhà thơ?

3/ Thơ là sự đi ra từ một nỗi niềm gì đó trong vô thức nó mầu nhiệm và đầy nỗi ám ảnh thơ cũng dự cảm và cũng mang nặng những hệ lụy nếu như thơ bước ra từ một tâm hồn đầy cực đoan.

Thđại: *Nhà thơ Trần Mạnh Hảo mới đây đã đưa ra một nhận định về thơ, ông ấy bảo: "Không cách tân ấm ớ kỳ khu đánh đố người đọc bằng giọng nửa ngô nửa ngọng hoặc bí hiểm chẳng ai hiểu được của món "tân hình thức" hay "hậu hiện đại", "tân con cóc", thơ đích thực không luỵ vào chuyện mới hay cũ, rốt ráo là nó hay hoặc dở mà thôi", nhà thơ Quỳnh Nga có đồng ý như thế hay hoặc có ý kiến gì để phản bác lại?*

Quỳnh Nga: Dạ thưa anh nhà thơ Trần Mạnh Hảo Quỳnh Nga thích nhất ở ông ấy là cá tính. Nói thật, nói thẳng và nói có lý lẽ vì vậy với nhận định này đồng ý với anh. Rõ ràng thơ cuối cùng cũng về chính bản ngã của nó hay hoặc dở thế thôi. Còn ai thấy hay, ai cảm thấy chưa hay là do người lĩnh hội nó và người chế tác nó công phu hay qua loa chiếu lệ và còn tùy vào tay nghề người thợ sản phẩm chính là những bài thơ được viết ra và thời gian cũng là những vị giám khảo anh minh, sẽ sàng lọc và để lại cho đời những viên kim cương chữ lấp lánh.

Thđại: *Giữa Thơ và Văn xem ra khó phân biệt bên nào quan trọng hơn bên nào, đây ta hay "nghe" nhà văn Nguyễn Huy Thiệp: "...Xuất xứ của nhà văn quan trọng lắm. Mình phải làm sao có mặt đúng lúc, chứ sớm hơn hoặc muộn hơn thì có tài giỏi đến đâu, nhiệt huyết lớn lao đến đâu mà nó lỡ trớn cũng bại", vậy thì chị có nghĩ là xuất xứ của một bài thơ cũng cần phải đợi đến đúng lúc, - phải chờ đúng giờ hoàng đạo hay nói theo ngôn ngữ đời nay thì phải chờ cái giờ đèn xanh, đèn đỏ bật lên thì mới bắt đầu?*

Quỳnh Nga: Dạ thưa anh theo nhà văn Nguyễn Huy Thiệp "nghe" ông nói về nghề viết văn mới thấy cũng lắm công phu và dúng giờ linh nữa chứ đúng thời điểm có thể mang lại những tác phẩm có giá trị sâu sắc! Trở lại với thơ thưa anh thơ cũng cũng cần lắm chứ đó là khoảnh khắc chín của cảm xúc, của tư duy của ý niệm và một khoảng "bay thoát xác" trong tâm linh để có những câu thơ, những bài thơ thật ấn tượng độc đáo và khác biệt .

Thđại: Chị có nhận xét gì về văn chương của những nhà văn, nhà thơ hiện nay đang sáng tác và sống xa lìa Tổ Quốc?

Quỳnh Nga: Dạ thưa anh phải nói là những nhà văn,

nhà thơ người Việt chúng ta ở nước ngoài rất đông đảo và họ cũng đầy nhiệt huyết, viết rất đều đặn và bền bỉ. Cùng với một nỗi đau đáo quê nhà. Họ cũng mang nhiều tâm tình thiết tha và đầy lòng trắc ẩn.

Thđại: *Thế còn những nhà văn, nhà thơ hay nói chung là những nghành, nghề sáng tác hiện nay ở trong nước thì sao?*

Quỳnh Nga: Dạ trong nước, hoạt động văn nghệ nói chung cũng sôi động không kém thưa anh nhất là với thời đại công nghệ bùng nổ như hiện nay thì khoảng cách địa lý không còn là vấn đề sự trao đổi học hỏi lẫn nhau giữa các nhà văn nhà thơ, giới văn chương nói riêng trong và ngoài nước thông qua các phương tiện trở nên dễ dàng và nhanh chóng được học hỏi và chia sẻ là điều vô cùng thú vị.

Thđại: *"Những người đánh cá khi gặp nhau họ không bao giờ nói về chuyện đánh cá" đó là chuyện của những người đánh, bắt cá với nhau, thế còn những nhà văn, nhà thơ như chị chẳng hạn khi gặp nhau nếu không bàn về chuyện sáng tác thì các anh chị bàn về chuyện gì nào? Và, riêng chị có hay thường xuyên trao đổi việc sáng tác với họ hay không?*

Quỳnh Nga: Dạ thường thì như vậy nhưng có một điểm chung là những người yêu thích văn chương tâm hồn họ trong trẻo lắm những lúc hứng khởi cũng vui vẻ trao gửi những điều mình biết những kinh nghiệm quý báo cho bạn bè cùng đam mê cùng sở thích may mắn là Quỳnh Nga cũng có được những bạn văn như thế điều đó thật hạnh phúc phải không anh.

Thđại: *Tôi nghe được rằng thì là: Ở trong nước cách đây không lâu có một ông đã phải bỏ ra đến 30 mươi năm để nghiên cứu chữ Việt Nam mới thế thì cái nghiên* *cứu ấy nó đi đến đâu rồi, thiên hạ hưởng ứng ra sao?*

Quỳnh Nga: Dạ thực ra chữ viết đó Quỳnh Nga thấy từ khi bắt đầu có internet, có mạng xã hội các bạn trẻ đã sử dụng rồi. Thời đó mình cũng khó chịu lắm khi các bạn ấy nhắn tin hay trò chuyện với lối chữ như vậy nhưng đến nay đã im lắng một thời gian rồi thưa anh không còn nghe nhắc đến nữa vì thế đương nhiên là không khả thi rồi. Chữ Việt và hồn Việt ngấm vào máu dân Việt rồi, cũng không dễ gì thay đổi nếu có thay đổi thì phải hay và phải đẹp đẽ hơn chứ.

Thđại: *Ngôn ngữ chỉ nẩy sinh, phát triển khi người ta tụ hợp, quây quần thì tự nhiên nẩy nở, chẳng hạn cái thời xa xưa người "trong Nam mình" hay nói: " thôi bỏ đi tám" ý là muốn chê bai một cái gì đó, hoặc là ở "ngoài Bắc mình" thường nói: ĐẰNG ấy nói sao, TỚ nghỉ chơi với ĐẰNG ấy, tao thì ĐINH cho mày một trận, ông lại lại NỆN cho mày một trận, hoặc là: Tới luôn đi bác tài... v...v.... (những loại ngôn ngữ đó theo thời gian nay đã không còn nữa) để rồi lúc sau này khi miền Nam được "giải phóng" thì lại những "chữ "mới ra đời chẳng hạn như: Xưởng đẻ, bức xúc, nhà ỉa, anh sẽ quản lý đời em v.v..., rồi lại có những kiểu viết tắt xem ra khó tiêu hoá nên (ở "ngoài này" có kẻ nói đùa: Chắc là người ta vì thiếu thốn nên dã tìm cách viết ngắn gọn hơn để tiết kiệm giấy cho nhà nước) là một nhà thơ chị nghĩ sao về những ngôn từ đại loại là như thế và xã hội càng đông thì ngôn từ càng phát triển để nẩy sinh ra nhưng chữ mới của nhân gian?*

Quỳnh Nga: Dạ điều này Quỳnh Nga cũng nghe nhiều, nhưng để nó thành phổ thông và đi vào văn chương với những chữ "mới" như vậy thiệt tình chưa thấy đẹp, chưa thấy sáng tạo chi, chỉ làm lỗi thêm hệ thống chữ viết vốn đã hoàn hảo rồi. Sự sinh ra chữ cũng lắm kỳ công vì chữ đẹp thì lời đẹp và câu văn mới đẹp thiết nghĩ cần chi "đẻ ra thêm chữ mới" như thế.

Thđại: *Nói về chuyện viết tắt theo chị thì có nên áp dụng vào văn chương chữ nghĩa hay không, ta hãy thử lấy ra một một bài thơ của chị, bất kể là bài thơ nào trong tập "Trăng Phục Sinh" rồi thì hãy viết tắt bài thơ ấy chị cảm thấy ra sao, buồn, vui, hay chỉ tặc lưỡi: Đó là thơ: Tân hình thức, hay Hậu hiện đại đấy mà?*

Quỳnh Nga: Dạ thưa anh nói về chuyện viết tắt và có nên áp dụng vào văn chương chữ nghĩa hay không trước tiên chúng ta cũng đã hiểu thơ là đã nén chữ, co chữ lại hết mức rồi nếu phải viết tắt nữa thì ai hiểu thiết nghĩ không nên như vậy. Thơ: Tân hình thức, hay Hậu hiện đại cũng đâu thể viết tắt đừng tạo sự lạ hóa để đánh đố người đọc nhất là trong thơ. Ngôn ngữ cứ sáng tạo, cứ bung tỏa hết mức và hãy thể hiện sự tài hoa chính từ đôi tay người thợ kết chữ thưa anh. Như bức tranh vậy tại sao có những bức tranh ta nhìn thấy rất đẹp, rất ấn tượng, có những bài thơ đọc lên cảm thấy rất hay, rất sắc sảo tất cả đó là cảm xúc và sự tài tình của những vị phù thủy ngôn từ họ thêu dệt và làm nổi bật chứ không làm biến dạng bài thơ.

Thđại: *Ai mà chẳng có những giấc mơ nhất là những người làm thơ, chả thế mà có lần Xuân Diệu bảo rằng:" Là thi sĩ, nghĩa là ru với gió, Mơ theo trăng và vơ vẩn cùng mây", tôi chắc là Quỳnh Nga cũng có nhiều giấc mơ lắm nhỉ. Và, nếu có không biết giấc mơ của Quỳnh Nga có giống với giấc mơ của nhà văn quá cố Nguyễn Huy Thiệp không, ông Thiệp thì mơ: "... mong văn học Việt Nam ngày càng cởi mở, có nhiều tác phẩm mới, đẹp đẽ hơn nữa..."?*

Quỳnh Nga: Dạ thưa anh nhắc đến nhà thơ Xuân Diệu ông hoàng thi sĩ về thơ tình ta nhớ ngay câu "Là thi sĩ, nghĩa là ru với gió. Mơ theo trăng và vơ vẩn cùng mây" Nếu không mơ mộng không bay bổng, không lãng mạn chắc là không thể viết hay được thưa anh. Anh cảm thông cho thi sĩ. Quỳnh Nga cũng vậy "*Ta lơ đãng quên* *đi tên đi tuổi/ Vì yêu em hóa lá hát ru người*"(hai câu này QN vừa nghĩ đến),thơ thường gắn với tình yêu là thế, thơ mang niềm tin về cuộc sống thơ hướng thiện và thơ cũng chính là đi tìm đến những giấc mơ khát cháy nữa anh.

Trở lại với câu hỏi chính của anh nhắc đến nhà văn Nguyễn Huy Thiệp ông mơ ước: "Mong văn học Việt Nam ngày càng cởi mở, có nhiều tác phẩm mới, đẹp đẽ hơn nữa..." Dạ vâng! Mong ước của ông ấy cũng chính là mong ước chung của chúng ta về một nền văn học: Tươi mới , sáng tạo và đầy bản lĩnh nữa. Hi vọng và tin tưởng như vậy.

Thđại: *Một tác phẩm mới và đẹp đẽ hơn, thế thì tập thơ: "Trăng Phục Sinh" của chị cũng là một tập thơ đẹp đẽ đấy chứ vậy thì tại sao chúng ta không nói về một bài thơ đẹp đẽ trong tập thơ ấy, một bài thôi. Vâng chỉ một bài mà chị ưu thích nhất, tại sao lại là bài ấy mà không là một bài nào khác và bài thơ ấy được chị viết vào thời điểm nào?*

Quỳnh Nga: Thật cám ơn anh. Dạ thưa anh tập *Trăng Phục Sinh* chỉ vỏn vẹn 50 bài được chọn lọc và ưu ái lên sàn chỉ 50 bài thôi trong tầm gần 1000 bài mà Quỳng Nga đã viết. Chưa in lần nào và chưa công khai xa như Trăng Phục Sinh các con tinh thần này có phần ưu ái hơn để ra mắt cùng bạn đọc và giới văn nghệ để chọn một bài ưng ý trong tập thơ này thì xin phép anh chọn ngay bài thơ có tiêu đề trùng với tập thơ: Trăng Phục Sinh.

Mời anh và quý vị lắng nghe nhé:

TRĂNG PHỤC SINH

Em vầng trăng tháng chạp...
Soi sáng đêm kinh cầu!
Tôi một mình thánh lễ...
Chuộc tội trái tim đau

Tiếng chuông hay tim vọng?
Quá khứ về phương nào
Ơi trăng em mắt đỏ
Phục sinh tôi nhiệm mầu...!

Giáng Sinh 12/2014

Bài thơ này viết về dịp giáng sinh năm 2014 cách đây 7 năm lúc đó thật lạ bài thơ viết rất nhanh trong vòng chưa đầy 3 phút.Như rơi vào một thế giới khác đầy ám ảnh một mùa phục sinh, một tình yêu rất lạ về thế giới này nếu tinh ý anh sẽ thấy Quỳnh Nga là chàng trai chứ không phải cô gái trong bài thơ một tiền kiếp khác của Quỳnh Nga chăng. Và sau này một loạt bài thơ cũng viết với tâm thế một chàng trai! Anh thấy có lạ lùng không ?

Thđại: *Sau bao nhiêu năm tan nát vì chiến tranh giữa anh em hai miền, bây giờ ngồi nghĩ lại mà buồn cho đất nước đẹp đẽ của chúng ta, riêng về lãnh vực văn học (theo tôi) vẫn còn xa cách quá thế thì làm thế nào mình có thể xích lại gần với nhau hơn, là một nhà thơ tôi tin ở nơi chị cũng lắm lúc, nhiều khi băn khoăn về vấn đề này. Mình phải làm thế nào đây thưa chị?*

Quỳnh Nga: Dù không nói ra nhưng những điều anh nói vẫn đang và đã âm thầm diễn ra cầu mong sao một nền văn học thống nhất sẽ gắn kết chúng ta lại gần nhau hơn một tâm thế sẵn sàng Quỳnh Nga luôn hân hoan chào đón các anh chị em trên mọi miền không nên phân biệt gì nữa. Chúng ta chung một nhà, một tổ quốc, một ý chí mong muốn một nền văn học bền vững, phát triển, hiện đại hơn và thông thoáng hơn.

Thđại: *Dự tính trong tương lai?*

Quỳnh Nga: Hiện tại Quỳnh Nga cầu mong đại dịch sớm kết thúc tất cả chúng ta trở lại nhịp sống bình thường khi ấy mong có thêm nhiều tác phẩm mới của bạn bè xuất hiện cùng vui, cùng chia sẻ, cùng vượt qua những khó khăn trong cuộc chiến sinh tồn này.Và Quỳnh Nga cũng mong ước những đứa con tinh thần khỏe mạnh lần lượt chào đời. Anh Triều Hoa Đại cũng vậy nhé!

Thđại: *Chiều đã về dần từ những cánh đồng xa, văng vẳng đâu đó tôi nghe được tiếng trẻ đang gọi trâu về chuồng, chị biết không quê hương dù chỉ là hai tiếng nói ngắn ngủi nhưng với tôi quê hương Việt Nam của chúng ta bao giờ và lúc nào cũng đẹp, cũng luôn ở mãi trong tâm hồn một kẻ xa lìa cố quốc từ đã bao năm vời vợi cách xa, được cùng chị trao đổi và chuyện trò tôi như cảm thấy mình đã đến thật gần, đã ôm trọn Tổ Quốc vào lòng, xin cám ơn chị đã dành cho buổi nói chuyện này mặc dù tôi vẫn cảm thấy như mình vẫn còn nhiều thiếu sót, chị có thấy thế không, và có cần giúp tôi bổ túc những gì thiếu sót ấy?*

Quỳnh Nga: Quỳnh Nga nghĩ cuộc trò chuyện giữa chúng ta như vậy cũng là tạm đủ thưa anh. một lần nữa xin cám ơn anh và chúc anh cùng gia đình luôn an vui tiếp nối những chặng mới của cuộc sống này. Vì chúng ta ai cũng chỉ sống có một lần, Quỳnh Nga nghĩ chắc đây hẳn là một mối duyên từ nghìn năm trước chăng? Cám ơn cuộc gặp gỡ hôm nay. Quỳnh Nga thật vui và xin cám ơn anh lần nữa cũng như quý độc giả đã theo dõi buổi trò chuyện này.

Thđại: Thay mặt cho đọc giả những người đang theo dõi buổi trò chuyện này xin chânthành cám ơn Quỳnh Nga cầu mong mọi điều tốt đẹp sẽ đến cùng chị và gia đình.

Quỳnh Nga: Quỳnh Nga cũng xin cám ơn quý đọc giả, cám ơn nhà thơ Triều Hoa Đại về buổi trò chuyện rất thú vị này!

TÔI NGHI NGẠI VỀ MỘT GIẤC MƠ...

Có những luồng ánh sáng kiều mị
Cứ phả vào mắt ngây dại
Cứ trùng vây như chông nhọn và lông vũ

Trong cảm quan của tôi
Bên cạnh những gì còn sót lại sau trận mưa đầy dấu xanh
Là những chấm phẩy không ngừng nghỉ

Tôi thấy. Từng con đường trôi
Từng khóm mây ẩn thoại
Tan vào bầu trời một đêm rực trắng

Đồi ánh sáng tinh khiết và uyên nguyên
Ắp ôm một linh thể khác
Không giống như tôi từng nghĩ

Có lẽ bạn cũng không kịp nhận ra
Trong từng sát na phục sinh
Mùi trầm hương sau vườn húng quế

Cành cọ vẫn thắp lên mặt trời xanh
Vô ngôn và tận hiến
Một thế giới khác sinh sôi trong giấc mơ

Lập dị và cô độc
Nhìn đi từ những nơron cuối cùng phát sáng
Đủ để thấy một bản thảo khác trên kệ thời gian

Khoảnh khắc phúc âm
Từng dòng kinh thánh trôi trên định mệnh
Một loài hoa khác vừa khai sinh trong quỹ đạo đỏ

Tôi nghi ngại về một giấc mơ
Và biết rằng chúng vẫn tồn tại
Chúng sinh nở trên chính những điều tôi không thể tưởng tượng.

Huỳnh Thị Quỳnh Nga
Tg. 18.06.2022

QUE THỜI GIAN

Huỳnh Thị Quỳnh Nga

Bước qua ý niệm xanh
Tôi chạm mùa trăng đỏ phục sinh
Ngày em phơi sợi gió trên cánh đồng sen vàng

Lấp lánh ánh sáng hát
Cầm chiếc que thời gian xanh biếc
Thắp lên mùa suy tưởng

Thiên di. Trên đôi chân bầy sóc nhảy múa.
Tôi bước về phía khu vườn cổ
Những cánh hoa ưu đàm bay đi

Mùa kỷ nguyên tựa vàng thành ghế
Nghe những cọng rêu mỏi
Đong đưa xanh giấc dạ đề

Tôi đốt ly vang muộn. Bên triền thế kỷ
Thấy buổi chiều đậu quanh mắt em
Mùa thu trắng như áo mây trinh nữ

Linh giác tôi chảy tràn uyển my
Nghe mùi viễn phương bay đi
Dịu xanh đẫm từng mắt lá

Phía khu vườn cổ
Tôi thấy những đôi cánh
Vỡ mặt sông xưa. Dòng hải lưu thai nghén

Trổ một loài linh lan trắng
Về phía đoàn người hành hương
Ngược dòng châu thổ. Đi tìm mê khúc đồng lam

Tôi cúi xuống nhặt bóng chiều
Nghe đồng bằng sâu trong vòm mắt
Thấy em bay lên phía đàn chim lạc Việt!

GƯƠNG MẶT SỐ

Huỳnh Thị QuỳnhNga

Nâng buổi sáng lên
Như nâng cánh hoa
Trong lòng tay thật nhẹ

Nâng buổi trưa lên
Như nâng câu hát
Trong lòng ngực còn ru

Nâng buổi chiều lên
Như nâng ly vang ngọt
Nghe chớp mắt. Giọt tan

Nâng buổi tối lên
Như nâng vết trăng
Ngọn nến khát. Còn lại

Mùi nguyệt quế ngoài sân khuya
Trắng buốt thịt da
Những giọt sương mòn đi. Rất thật

Trôi tận mùa thu nào
Em nở môi
Cười tôi. Ngây ngô

Nâng một ngày trôi
Nâng một đời nhau
Bằng bao dung và trắc ẩn

Tôi không
Em không
Ai có thể . Cùng đi qua một giờ ẩn ngữ

Vết sáng
Vết trưa
Hạt chiều. Hoa tối

Thì thầm . Ra đi. Trở lại
Theo chu kỳ 24 giờ
365 ngày tôi quay. Em có thể ngồi yên lặng

Nhìn ngắm những ngón tay
Nhìn ngắm một gương mặt số
Vút qua tháng 12 . Lần thứ mấy!

Tg. 15.10.21
h.t.q.n

GIẤC CỎ

Huỳnh Thị Quỳnh Nga

Tôi ngồi xuống triền đê
Đan tay nghe đồng chiều đón gió
Hỏi cánh diều bay em còn đợi tôi ở đó ?
Ai thả lên trời
Vạt nắng chói chang ...!
Con kênh nhỏ hỏi dòng nước đi hoang
Sao chưa về xanh lên ruộng mạ...?
Tôi đợi em xâu từng phiến lá
Xanh như màu mắt trẻ thơ
Con đê chiều dài như câu thơ
Mênh mang giấc cỏ
Tôi ước chi một lần là cánh gió
Cõng ngày xưa về cho hôm nay
Tôi ước chi là đám mây
Gọi mưa về xanh khóm lá
Cọng cỏ khát mùa ...vàng đụng rơm gốc rạ
Ai đốt đồng chiều lam... khói cay
Con bìm bịp kêu nước ròng nước lớn chiều nay
Tôi thả rong vạt trăng non về phố thị
Đậu lên nhánh phố
Thương nhớ miền cỏ xanh mộng mị
Tôi theo chiếc cầu vòng sau mưa hay theo vết môi son

Ngày tôi hai mươi tuổi
Người họa sĩ vẽ thời gian bối rối
Vẽ hoàng hôn sau rặng gió gọi con thuyền về khơi
Tôi thấy chân dung tôi
Hóa cánh cò thôi miên ngẩn ngơ bay theo chiều ráng đỏ
Bay qua miền chiêm bao tìm em ở đó
Về khoảng trời ký ức nhuộm xanh mùi nhựa cỏ
Em. Đánh thức giấc mê tôi một thời
Một thời. Tôi ở đó
Tôi đi tìm tôi. Tôi đi tìm em
Xăm xắp chiều nắng mật. Gọi em giấc cỏ trôi ...!

Tranh Hoạ sĩ Nghiêu Đề

LÊ CHIỀU GIANG:
"KHÔNG ĐỨNG MÃI TRONG TRANH"

Lâu lắm rồi, từ những năm 1999, có lẽ là như vậy. Kể từ lúc tạp chí Văn Học của nhà văn quá cố Nguyễn Mộng Giác, rồi Thế Kỷ 21, Văn và Hợp Lưu... cho đăng rải rác những bài thơ của một người cứ tạm coi như là ở một "hành tinh" khác chợt bay vào làng thơ hải ngọai với cái tên rất ngắn: "Giang". *[Năm 2014, bút hiệu đổi thành Lê Chiều Giang, khi góp mặt trong tác phẩm "Nguyễn Xuân Hoàng Trong Và Ngoài Văn Chương" do Da Màu thực hiện].*

Độc giả và văn hữu vừa ngạc nhiên, vừa thích thú Đón nhận những hương thơm trong vườn thơ rất lạ.. Thơ của Lê Chiều Giang đọc lên nghe vừa bương bướng, vừa quyết liệt lại xa xót, ngậm ngùi. Thú vị hơn nếu trên tay có một ly rượu chát với chút ánh đỏ của ráng chiều, và rồi hãy nhẩn nha cùng nhau đọc thơ của Lê Chiều Giang. Hoặc với một ly cafe ngát thơm đầu ngày nắng gọi thì mới thấy, thì mới ngấm Đến tận cùng Cái thú của đọc thơ.

Vậy thì Chiều Giang là ai? Bạn bè trong giới thầm hỏi, và rồi biết được rằng Lê Chiều Giang là hiền thê của cố họa sĩ Nghiêu Đề một hoạ sĩ tài hoa trong Hột Hoạ Sĩ Trẻ.

Những bài thơ của Lê Chiều Giang như những kỷ niệm được cất giấu, như những êm đềm một thuở xa xưa ấp ủ bỗng giờ đây thức giấc với nhân gian. Trong phần mở đầu tập: **Không Đứng Mãi Trong Tranh** nhà văn Nguyễn Thi Thuỵ Vũ đã viết: "Chúng tôi sẽ đọc Lê Chiều Giang, những dòng chữ chảy lui về quá khứ. Một quá khứ của thời đã "chết đi, sống lại"."

Trò chuyện với Lê Chiều Giang hôm nay chúng ta sẽ tìm lại những gì đã mất, chúng ta sẽ với nhau (hy vọng) sẽ cùng hát lên những bài ca của Sài Gòn thuở trước với Nguyễn Đình Toàn, với Nguyễn Thị Thuỵ Vũ, với Nghiêu Đề, với Lê Chiều Giang ở những đêm trăng sáng nơi thuyền trôi tưởng như cùng với Lưu Nguyễn đi vào cõi mộng.

Nắng đã lên cho một ngày mới. Xin mời mọi người hãy cùng tôi, chúng ta cùng nhau vào chuyện với nhà thơ Lê Chiều Giang.

Triều Hoa Đại: *Thưa chị khởi đầu cho cuộc trò chuyện này cũng như thường lệ là gia chủ vậy thì không gì bằng xin chị tự giới thiệu về mình đôi chút.*

Lê Chiều Giang: "Tiểu sử", với tôi là lan man trong những bài tôi đã viết. Những thoáng qua, những nho nhỏ của một đời người. Có khi chính là tôi đó chứ, lại nhiều lúc chẳng rõ nét chút nào. Thôi, anh cứ nhìn tôi như một bức tranh siêu thực. Mông lung và mờ ảo.

Thđại: *Có đường đột lắm không thưa chị khi mà độc giả nôn nóng muốn được nghe chị kể về cái thuở xa xưa với những kỷ niệm đầy ắp ở những thuyền trôi mà chị đã cùng với những bạn bè "đi" dưới ánh trăng đầy thơ, đầy mộng bên dòng sông Thanh Đa của Sài Gòn xưa cũ.*

LCG: "Ôn bài" thiệt khó, nhất là phải ôn lại những cảm xúc. Anh cho phép tôi trích đoạn nhé:

"...Những đêm trăng, chúng tôi xuống hết chiếc ghe nhỏ với cây guitar của Trần Quang Lộc hát hò tới nửa đêm. Nhạc Nguyễn Dình Toàn được hát bởi Khoa, bạn của Trần Quang Lộc. Anh Duy Trác không bao giờ hát... dưới ghe, nên anh Toàn, Khoa, Lộc và tôi thay nhau hát. Hát say mê dưới trăng sáng mơ màng trên sông, hiu hiu chút gió và tiếng khua nước của ghe chèo...

Bóng trăng có khi bị che khuất bởi những tán cây ven sông, và bóng tối như đã ôm ấp tiếng hát nghìn trùng của chúng tôi, trải dài những âm vang dặt dìu xuôi theo dòng nước."[Trích:KĐMTT]

Thđại: *Bây giờ chúng ta nói tới KĐMTT, tác phẩm rất mỏng của chị, Nhân Ảnh in với bìa thật đẹp, tranh của anh Nghiêu Đề.*

Bác sĩ, nhà văn Đỗ Hồng Ngọc ông cứ thắc mắc: "không biết nên gọi KĐMTT là gì cho đúng? Tuỳ bút? Không phải. Tản mạn? Không phải. Viết ngắn? Không phải. Thơ...ừ, thơ "Đúng là thơ rồi", nó cuốn hút, nó xao xuyến, nó ray rứt..." [Trích Đỗ Hồng Ngọc]. Đọc mãi tìm hoài, cuối cùng ông đã tìm ra KĐMTT là thơ. Còn chị thì mọi người nên gọi thế nào cho chính danh?

LCG: Họa sĩ Trịnh Cung hay anh Phan tấn Hải khi viết bài điểm sách về cách tôi viết. Thiên hạ cứ nhất định cho rằng tôi viết gần như một bài thơ dài.

Vậy mà tôi vẫn không nghĩ mình đã viết như thơ, hình như nó lại là như...hát.

Thđại: *"Không Đứng Mãi Trong Tranh", tại sao lại thế được nhỉ, độc giả thắc mắc là bởi những bức tranh mà hoạ sĩ cố hoạ sĩ Nghiêu Đề đã vẽ ra và hiện nay còn được cất giữ từ những người yêu mến ông thì ở trong đó không một bức tranh nào không có bóng dáng của chị thì sao lại bảo là: KĐMTT?*

LCG: Như một sự phải "Bước ra với đời", nên tôi "Không đứng mãi trong tranh". Trong bài thơ "Đầu hàng", tôi "tâm sự" rằng: Sau những năm dài, vai góa phụ tôi đã "diễn" xong. Hăng hái lắm, tôi trở lại với đời, nhưng tôi lạc lõng, và khi chung quanh chỉ còn là những khô héo, nên tôi lại phải:

"...Bước lại trong tranh. Và

Diễn tiếp.

Hỡi thế gian. Ta

Bỏ cuộc chơi." [Trích "Đầu hàng"]

Thđại: *Thơ chị đọc lên thiên hạ bảo là: sao nghe như có những tiếng thở dài, những nuối tiếc, những muộn phiền cam chịu của một hạnh phúc, một số phận, những mặn nồng chưa thoả chị có đồng ý thế không?*

LCG: Dạ, có thở dài, có tiếc nuối...Nhưng tôi không "cam chịu", bởi thật phi lý nếu tôi cứ nhất định ngồi đó với "Tiết hạnh" rồi "khả phong".

"...Vai "Đào thương" ta đóng

Đã xong.

Thì đi bước nữa. Rồi

bước nữa.

Bảy tỷ!

Nhân gian chẳng thiếu ai

Chợt nghe trong gió lời bạt mạng

Chẳng thiếu ai, vẫn thiếu ...

Một người." [Trích:"Cinema" KĐMTT]

Thđại: *Là vợ của một họa sĩ tiếng tăm chị nghĩ sao khi mỗi lần bán được tranh thì Nghiêu Đề cho rằng: "cứ như là một sự "lường gạt" khi ông trả lời với nhà văn Nguyễn Ngu Í là bởi tiền nhiều quá "Tôi thấy số tiền đó như từ trời rơi xuống", công sức của Nghiêu Đề và cả của Người Đứng Mãi Trong Tranh thì sao lại bảo là "lường gạt", lại bảo là "từ Trời rơi xuống"?*

LCG: Tự cười cợt, chế nhạo mình là cách sống của anh Nghiêu Đề. Như khi Nguyễn Đức Quang phàn nàn, hoạ sĩ mà sao nhà không treo tranh của chính mình? Anh giải nghĩa: "Lừa gạt để thiên hạ treo tranh mình đã là quá đủ, phỉnh phờ chi nữa với vợ với con?".

Đặc biệt nhất anh thường nói với bạn bè, không ai nhận xét tranh Nghiêu Đề đúng bằng Bé Búp. Khi cô con gái 3 tuổi của chúng tôi nửa đêm dụi mắt, chập chững ngang qua chỗ anh Nghiêu Đề đang vẽ, buông lời phê phán: "Bố vẽ con Ma,...". Và anh nhận ra rằng, chỉ Bé Búp mới là người phê bình tranh Nghiêu Đề chân thực nhất, đúng nhất.

Thú vị hơn nữa, khi anh được Medal cho giải Hội Hoạ năm 1962. Một bạn thân từ Huế lang thang vô

Saigon, Nghiêu Đề đã tặng để bạn bán đi cho những bữa Cơm Xã hội và những ly nước mía. Với anh, sống là một cuộc vui chơi cùng bè bạn, Medal hay gì gì đi nữa, cũng chỉ là những Bọt bèo, phù phiếm.

Thđại: *Cố hoạ sĩ Nghiêu Đề đã từng vẽ ra hằng trăm bức tranh nhưng ông ấy lại nói: "tôi thích nhất bức Chân dung của Lê". Của Lê? Chắc là Lê Chiều Giang phải thế không nào?*

LCG: Ngày anh Nghiêu Đề, mang "Chân dung của Lê" tới phòng triển lãm năm 1962, tôi còn là một cô bé nhỏ xíu, mới học lớp ba. Thưa Anh. "Định mệnh" là những thứ rất lạ lùng, và khó hiểu.

Thđại: *"Hội họa là thi ca được nhìn thay vì cảm, và thi ca là bức tranh được cảm thay vì nhìn "do đó" thi ca và hội hoạ chỉ khác nhau về phương tiện và chất liệu sáng tạo nhưng cứu cánh là một" người ta cho là như thế, vậy còn với nhà thơ Lê Chiều Giang?*

LCG: Tôi rất đồng ý với anh về: Tranh là một bài thơ để đọc và thơ là một bức tranh để xem.

Nhưng để sáng tạo ra một bức tranh, bên cạnh tài năng, Họa sĩ còn phải là người kiên nhẫn.

Anh Nghiêu Đề khi vẽ xong tranh, nếu không bằng lòng chi tiết nào đó, có khi Anh cần cả tháng hay lâu hơn thế để vẽ lại. Thơ thì dễ hơn nhiều lắm, dù như anh nói "cứu cánh" đều như nhau.

Thđại: *Một bức tranh đẹp là "hôn lễ của trần gian" thế còn một bài thơ hay theo chị là gì?*

LCG: Tôi hiểu câu hỏi của anh hoàn toàn theo nghĩa đen, nên Van Gogh, Michael Angelo...Dù tranh, tượng rất đẹp, nhưng họ đã chẳng có một "Hôn lễ" nào như anh định ví von.

Thơ "hay"? Thôi, tôi đành coi là...Hôn lễ của trần gian như ý của anh vậy.

Thđại: *"Văn chương hải ngoại rẻ như trứng gà" nhà văn Tuý Hồng bảo thế, là một nhà thơ chị có cho đó là một điều xúc phạm?*

LCG: Nếu người viết trang trọng đủ với "chữ" và "nghĩa", họ sẽ thấy Chị Túy Hồng không hề xúc phạm và không thể xúc phạm gì đến họ. Thưa anh.

Thđại: *Cũng vẫn theo nhà văn Tuý Hồng thì:" Ở hải ngoại nhiều người viết văn kiêm làm thơ. Tài không? ...tuy đáng yêu, thơ hải ngoại không khỏi vấp phải một khuyết điểm chung: chữ nhiều nhưng nghĩa ít..." là nhà thơ chị có ý kiến gì về vấn đề này?*

LCG: Đó là khi tôi làm thơ, rất ngắn. Tôi viết cũng không bao giờ dài hơn điều cần diễn tả.

Có thể tôi không có khả năng làm thơ dài, hay viết ra những truyện kể lê thê bất tận. Tôi thích sự vừa đủ.

"-Ta?
-...Tố!
-Ta tố hết:
Đời.
Canh bạc cuối
Người dám cùng ta. Chấp?
cuộc chơi.
Hay thôi,
ngồi lại ta cùng uống
Bàn chuyện nhân gian vá đất trời
Nói về trăng tan và
Tuyết nguyệt
Một chút hoàng hôn

Chút mưa bay..
Chỉ xin đừng nhắc thêm gì nữa
Chuyện ta yêu người hay
Yêu ai?" [Trích POKER]

Thđại: *Chị làm thơ có dễ không, tôi biết có nhiều người khi sáng tác họ cần một không gian tĩnh lặng, một chút cafe, một chút âm nhạc, một chút...chị có cần những chuyện như thế để giúp đẩy đưa trong lúc "với thơ"?*

LCG: Tôi không làm thơ trong những giây phút mơ màng, cũng chẳng phải ngay lúc khổ đau.

Chữ nghĩa chợt đến, như một sáng ngồi trên cỏ mướt xanh, với nắng vàng rực rỡ:

"Ta chôn chồng ta
Một lần.
Duy nhất.
Ở giữa rừng gai
Không hoa trái mọc
Đất.
Đá.
rực cháy những lửa
Điêu tàn.
Ta đứng giữa trời
Lặng thinh.
Không khóc..." [Trích 1998]

Thđại: *Hãy kể thêm về những kỷ niệm êm đềm của Sài Gòn năm xưa, những sáng, những chiều trốn lễ nhà thờ, trốn trường lớp để được ở gần CHÀNG và ở gần những bức tranh còn ướt sơn.*

LCG: "... Những lần trốn học, bỏ nhà thờ, tôi hay tìm đến với Tranh, hít hà mùi sơn dầu chưa khô và trầm ngâm bên cạnh những màu sắc, bố cục mà tôi chẳng hiểu chút gì.

Những lần hò hẹn, phở chỉ một tô, nước mía lề đường có mỗi một ly. Anh Nghiêu Đề ngồi nhìn tôi uống hồn nhiên như tôi khát đâu từ tháng trước...Dễ thương nhất là có một chiều, chúng tôi và anh Trần Tuấn Kiệt ngồi ở La Pagode. Anh TTKiệt màu mè hỏi nếu tôi muốn uống thêm? Thích sữa tôi "dạ". Đến lúc tôi hối anh NĐề cho về, vì giờ hẹn hò của tôi phải chấm dứt khi Thánh lễ hết, và nhà thờ sắp đóng cửa. Anh chần chờ, lần khần...Sau này tôi mới hiểu chỉ tại ly sữa uống thêm của tôi, mà anh Nghiêu Đề phải ngồi chờ để anh TTKiệt hớt hải qua bên Khai Trí tìm xem có Văn nhân Thi sĩ nào lảng vảng, hỏi mượn vài đồng trả thêm cho ly sữa... Và nạn nhân hôm đó là Ngọc Thứ Lang, dịch giả đang giàu có với "Bố Già".

Thđại: *Có nên không nhờ chị đưa chúng tôi vào "thăm" lại nơi chốn mà CHÀNG cùng những người hoạ sĩ tài danh của hội hoạ sĩ trẻ đã trưng bày tranh của họ, nhưng nay mọi sự đã trễ tràng duy chỉ có một mình chị là có thể giúp ôn lại "sau, xưa" nơi chốn ấy, chị có thể "vẽ" lại cái khung cảnh trước và sau mỗi kỳ triển lãm mà chị hằng có mặt?*

LCG: "Không khí phòng triển lãm Alliance Française tràn đầy những tinh hoa, thoát bay và ấm áp

Khói thuốc Haft & Haft thơm tho, Basto nặng nồng, hay Lucky mờ mịt. Mắt tôi bốc cay với khói mà tưởng như có thêm cả chút nồng nàn, sướt mướt.

Những bức tranh với tên gọi bàng bạc như Thơ.

Anh Trịnh Cung với "Vương Hương"; "Trăng, Chim, Hoa và Nàng" của anh Đinh Cường; Nghiêu Đề với "Vùng Thanh Thoát"; và Nguyễn Trung của "Đêm Chân Không". Tôi mê những bức tranh cổ điển của anh Đỗ Quang Em. Ánh sáng và bóng tối, lạnh toát hay vắng tanh, anh đã làm ấm lại trong tranh chỉ với chút ánh đèn dầu le lói. Và tranh Cù Nguyễn đẹp như một thinh lặng, gắn bó cùng nỗi chết, đâu đó mãi tận cuối chân trời.

Sàigòn, những ngày xao xác cùng chiến tranh, những lửa đạn kinh hoàng Khe Sanh, Quảng Trị...

Đạn lạc tên bay tận những nơi xa vời để bảo vệ cho Sàigòn. Một Sàigòn không tiếng súng.

Và tôi, trốn hết học hành trường lớp. Tôi mê muội theo những hương thơm ngát của sơn dầu, tôi bàng hoàng bên những nét cọ sắc sảo. Nét cọ mà khi dào dạt cùng tranh, đã phải óng ánh hơn những nét bút rời rạc; chữ nghĩa lơ mơ chợt quên, chợt nhớ của tôi trong trường lớp. Tôi bị cuốn theo những chiều rực rỡ La Pagode, những đêm Givral hoa đèn lấp lánh.

Và cả với những sáng khi Sàigòn còn mờ hơi sương, lúc phòng tranh chưa mở cửa. Nơi đó, có năm bảy chàng họa sĩ trong Hội Họa Sĩ Trẻ, ngồi nghi ngút cùng café bên góc hè của Continental Hotel, ngay cạnh phòng triển lãm Alliance Française.

Hình ảnh mà sau này tôi xem trong phim tài liệu về những Họa sĩ thuộc thế kỷ 19th: Claude Monet, Rodin, Degas, Renoir, Cezanne... Họ đã có những sáng vang vang bốc khói cùng café, những đêm rượu đổ đầy đường trên phố Montmartre. Họ cũng đã ngồi cùng nhau bên những câu chuyện đầy màu sắc, ấm áp và chan chứa nhiệt tình, không khác gì những vị trong Hội Họa Sĩ Trẻ...Từ The Boulevard Montmartre tới Đại Lộ Tự Do Sàigòn.

Trăm giấc mơ đã cùng với khói thuốc mịt mù bay, họ say sưa bàn bàn, nói nói về những tác phẩm tinh khôi, nhằm sáng tạo ra nhiều nét khác biệt hẳn với những tàn dư cũ.

Những bước chân reo cho một ước mơ dài: Làm mới, làm thăng hoa thêm cho nền hội họa của Miền Nam Việt Nam...

"...Tôi cafe mỗi sáng, rượu đỏ mỗi tối bên những tranh của Đỗ Quang Em, Nguyễn Trung, Đinh Cường, Nguyễn Lâm, Ngy Cao Uyên, Nguyễn Phước...Những xanh mượt mà. Những vàng ánh xôn xao. Những đỏ thắm như mặt trời, trắng xóa như chẳng còn thấy gì, âm u lạnh toát trong tranh Nghiêu Đề...Bắt chước La Dolce Vita, tôi thắp sáng những ánh đèn, tôi tạo ra một không gian ấm áp và bừng lửa. Ánh sáng trầm như nhạc, sắc như gươm đã như ngàn tiếng hét hò trong đời sống tôi. Lặng im.

Ánh sáng như giục giã, như gọi mời, để lắm khi dù đêm đã sắp tàn, những nhân vật vẫn lặng lẽ, vẫn mơ hồ bước ra từ tranh. Họ điềm đạm ngồi uống với tôi, nhắc lại cùng tôi những điều rất xa xôi từ trăm năm cũ." [Trích: "Nhớ Về Hội hoạ sĩ trẻ." KĐMTT]

Thđại: *Có lúc chị đã thử cầm cọ như CHÀNG (Nghiêu Đề) nhưng xem ra khung bố cũng như sơn có vẻ như không thích hợp nên chị đành vứt bỏ và chị đã quay sang "thơ" có phải thế không?*

LCG: Cái ngây ngô rất dễ thương của tôi khi ghi danh học hội họa, chỉ là vì nhớ như điên cái mùi hăng hăng của sơn dầu, chút hương mà tôi đã hít thở suốt 25 năm dài. Đến khi vẽ tôi mới hiểu ra rằng, để có một bức tranh đẹp, Họa sĩ không thể vẽ bằng khứu giác. Họ cần rất nhiều tài năng, những điều mà tôi chẳng hề có.

Thđại: *Chị nói nhiều về TRĂNG tôi chắc là chị "mê" Trăng lắm, "Lune, quel esprit sombre/ Promène au bout d'un fil, /Dans l'ombre..", vậy ngoài trăng, ngoài những bức tranh còn ướt mực sơn ra chị còn thích những thứ gì khác nữa?*

LCG: Tôi vẫn muôn đời chỉ mê Trăng. Trăng như thời thơ ấu, vàng soi trên cánh đồng mênh mông sáng. Trăng như dấu chấm trên đầu chữ I của Alfred De Musset, với giọng đọc mơ màng từ người Thầy cũ. Trăng vời vợi như một đêm trên cầu Charles Bridge Tiệp

Khắc, với tiếng Violin tuyệt vời của người hát rong mà tôi suýt mơ để đi hát dưới chân cầu, góc phố như một Bohemian. Và Trăng thảm thương như nước mắt tôi rơi suốt trên đường về nhà, nơi có anh Nghiêu Đề thoi thóp đợi.

Người ta chọn lớp học, trường thi, chọn người để yêu thương và ngay cả chọn nhà, chọn phố...

Nước mắt tôi rơi như sông như suối, khi tôi đã vừa chọn xong chiếc Quan tài. Tôi đứng chơ vơ giữa chồng chất áo quan, chọn lựa rất lâu trong kinh hoàng, khiếp sợ. Và cuối cùng tôi đã "chọn" xong. Đêm đó, trăng sáng một cách lạ lùng. Trăng của nỗi chết.

Nhưng mới đây thôi, thưa Anh. Đã có Trăng như lửa. Khi nhìn trăng đỏ như máu ai, cũng là lúc tôi nghiệm ra nhiều điều thay đổi, là lúc tôi tập sống với một: *Vầng Trăng Mới.*

Thđại: *Sau cùng một câu hỏi chót muốn được nghe chị cho biết dự tính về những ngày phía trước, những ước mơ và mơ ước chắc là đã có nhưng chưa kịp đơm mầm?*

LCG: Tới một giai đoạn nào đó của đời người, phải chăng chúng ta đã chẳng còn can đảm nào cho một ước mơ? Tôi không còn nghĩ đến, nhưng biết đâu anh Nghiêu Đề vẫn còn nấn ná với nhiều mơ ước, dù rất lâu rồi đã bỏ đời ra đi.

Kể với anh chút chuyện gia đình. Khi anh Ngô Thế Vinh xuống thăm, nhắn nhủ 3 đứa nhỏ của chúng tôi: đừng theo nhau học ngành thuốc men, như gia đình người bạn trên San Francisco. Gia đình mà 7 người đều là Bác sĩ. Mỹ nó đã chẳng thể nào hiểu nổi. Lập tức anh Nghiêu Đề buông lời bông đùa:" Thôi ông Vinh, 7 đứa bác sĩ trong một nhà thì rất khó hiểu. Nhưng nếu tôi nói rằng:" Thưa bạn, gia đình chúng tôi tổng cộng có 7 Thi sĩ, hay 7 Họa sĩ!". Thì chắc cả thế giới này sẽ đều không hiểu...

Mang trong tâm thức một đời sống nhiều tai ương, nhọc nhằn. Anh Nghiêu Đề chỉ muốn con cái đừng nối điêu theo lối sống đầy va vấp như chính mình. Nhưng cô út của chúng tôi. Sau khi tốt nghiệp Stanford rồi PHD ở Berkeley... Lại chẳng thiết tha gì với những thứ đã học. Khải Thư nghe theo lời kêu gọi của Art. Ngành Đạo diễn!

Art. Âm vang của những gì đẹp nhất, thanh thoát nhất. Nhưng Art là tiếng nói của một đời sống bấp bênh với mọi điều bất trắc. Và chắc là ở nơi xa xăm kia, anh Nghiêu Đề đang lo lắng, đang sợ hãi. Rồi anh cũng đành phải thuận theo để cùng mơ ước, mong Nguyễn Khải Thư thành công trong sự lựa chọn đầy thơ mộng này. Thưa Anh.

Thđại: *Xin cám ơn chị, nhà thơ Lê Chiều Giang đã dành cho chúng tôi có được buổi trò chuyện thân mật này, kính chúc mọi điều tốt đẹp ở mãi cùng chị và gia đình.*

LCG: Cám ơn anh Triều Hoa Đại. Nhưng vẫn thắc mắc sao anh nhất định cứ cho tôi thành "Thơ"? Trong "*Không đứng mãi trong Tranh*", tôi còn có 20 bài viết về "*Mơ*" nữa chứ. Hay anh nghĩ như anh Đỗ Nghê rằng: Tôi viết như thơ, những bài thơ dài lắm. Và kết thúc cho cuộc phỏng vấn, mời Anh nghe bài thơ mới nhất.

"Ta mê người
Trái tim liều mạng
Dốc hết giang san:
Một môi cười
Thế giới?
Nhỏ.
Như vài chiếc lá.
Giật mình. Ta
Chắc phải yêu thôi."
[Trích:"Liều mạng"]

Tranh, tiếng nói cuối cùng

Ta chôn chồng ta
Một lần.
Duy nhất
Ở giữa rừng gai không hoa trái mọc
Đất. Đá.
Rực cháy những lửa điêu tàn
Ta đứng giữa trời
Lặng thinh.Không khóc.

LCG

Làm thế nào để giải nghĩa về cái chết? Những điều nằm bên ngoài tất cả mọi sự hiểu biết của nhân gian, nhưng lại nằm bên trong những bí ẩn muôn đời của vị Thượng Đế ở mãi trên trời cao kia.

Lại càng không thể bàn tán gì, khi cơn đau ốm, bịnh hoạn đó đang không phải là của chính mình.

Tôi, một kẻ đứng bên ngoài sự lâm chung.

Sau khi được vị Bác Sĩ trưởng khoa phân tích, giải thích chi tiết về những điều không còn gì có thể cứu vãn với căn bịnh ngặt nghèo của chồng.Tôi mang cảm xúc của một cô gái bé nhỏ, biết trước mình sẽ trơ vơ, sợ hãi nằm im dưới đáy sông chờ chết.

Tôi đang ngộp thở, tôi mới là người sắp chết, tôi đang vẫy vùng trong tuyệt vọng, tôi không biết bơi...

Anh vẫn ngồi ngoài phòng đợi với niềm tin rằng, đây chỉ là căn bịnh đơn giản, mọi thứ rồi sẽ qua đi, sẽ chỉ như cảm cúm thường tình.

Thẳng lưng vào thành ghế, tôi thở, nhịp thở hụt hơi nhưng vội vã.

Không khí ở khắp đất cùng trời, đã chẳng ai thèm quan tâm, nhớ đến. Nhưng khi đụng tới chút hơi hướm của nỗi chết, chúng ta thở rất vội vàng. Chúng ta sợ không khí sắp cạn, sợ nó sẽ hết...

Rất nhanh, tôi xếp đặt những lời nói dối. Làm sao tôi dám nói ra sự thật kinh hoàng như vị Bác Sĩ vừa nói với tôi bằng cái giọng lạnh lẽo của thuốc men và kim chích kia?

Anh cười rất tươi khi thấy tôi, nhưng sao mắt tôi nhìn ra nhiều ai oán? Bây giờ tôi mới hiểu ra sự tài tình của các họa sĩ, khi diễn đạt qua mầu sắc: Những môi cười bi thảm, méo mó giữa khổ đau trùng trùng, hoặc sự sợ hãi triền miên, nhãn tiền của nỗi chết. Những nụ cười trầm luân thoát ra khỏi niềm vui mê dại, đụng chạm tới sự bàng hoàng của một chấm hết không ngờ.

Và tôi cũng đang ráng cười, cười như thật. Nói huyên thuyên với anh về một chứng bịnh bình thường, chẳng có gì phải lo lắng, quan tâm.

Nếu chỉ cần nói dối mà đối phó được với những tai ương, hoạn nạn, thì tôi đang là kẻ nói dối rất chuyên nghiệp. Đời sống, có phải đôi khi chúng ta cần đãi đằng, an ủi nhau, dù chỉ bằng những lời dối trá, chẳng cần gì đến sự chân thật chết người, những chân thật chất chứa đầy muộn phiền, đớn đau và bi thảm.

Anh muốn vui bằng một bữa ăn tối ngoài trời, như hét ra niềm tri ân cùng thế giới. Lòng tôi dù tê tái, hoang mang, vẫn nồng nàn với rất nhiều ly rượu đỏ, cười vui chan hoà cùng chút nắng chiều hắt lên khuôn mặt anh sáng rỡ niềm hy vọng, chứ không thể là những tăm tối, u hoài của một nỗi chết.

Chúng tôi ngồi trong đêm, với mịt mù không lối thoát của tương lai, nhưng anh chẳng hề biết. Tôi bỗng thấy quí từng giây từng phút khi ngồi bên anh, những điều tôi đã phí phạm, vung vãi một cách hào sảng trong suốt bao năm dài... Lòng tôi nhủ thầm sẽ không còn bao giờ nữa. Vậy mà sao tôi cười, tôi nói và tôi giả ngây ngô?

Trên đường về qua nhiều Freeway vào phố. Tôi dừng xe lại ở đèn xanh, vượt qua hết mọi đèn đỏ... Với tâm trạng náo loạn, tôi lái xe như điên khiến anh hoảng hốt. Tự trấn an mình, run run tôi hát. Hát miên man bài anh thích nhất: "Chiều về trên sông" .

"Sông", trước hiên nhà xưa của chúng tôi. Dòng nước trôi theo cùng với những hạnh phúc, gian nan và khốn khó... Sông hiền hòa êm ái, nhưng chẳng phải đã không có những chìm nổi, lao đao, và nhiều sóng dữ.

"...Hãy cất tiếng ca cho đời thêm buồn

Hãy cất tiếng ca

Cho lòng thôi khô héo...

Chiều buông,

Trên dòng sông cuốn mau

Thương đời, thương lẫn nhau...

Trong chiều

Về đâu?

Bọt bèo tuôn khắp nơi..."

[Phạm Duy]

Đường về nhà mà tôi quanh co lạc lối. Lan man tôi rẽ trái, rẽ phải cho đến khi cầm trong tay tấm giấy phạt của cảnh sát, tôi mới biết rằng mình đã đi lạc rất xa.

Tôi muốn mau về nhà.

Tôi muốn nhìn lại từng góc, từng xó, mỗi góc vuông trong căn nhà mà mới sáng nay thôi, vẫn ôm ấp nhiều niềm vui và hy vọng. Tôi thèm tìm ra những khác lạ nào đã thay hình đổi dạng, những bàn ghế, chiếu chăn... Hay chỉ có mình tôi đang nhìn ra một đổi thay lớn lao, đầy sợ hãi?

Khóc giấu.

Câu nói như thơ, đã chẳng "thơ" chút nào những lần tôi dấm dúi khóc.

Khóc ngoài đường, khóc khi lái xe và khóc cả lúc một mình ngồi với cafe nơi quán nhỏ.

Nhưng chỉ sau vài tháng, Bác Sĩ đã không để chút bình yên cho chúng tôi. Mọi thứ giấu diếm đã được tung ra, như ngọn lửa thiêu đốt trên mặt mũi tôi cười gượng gạo. Riêng anh. Im lặng.

Chúng ta im lặng khi giận dữ, lúc chán nản, hay ngay khi ngời ngời, chói lòa cùng hạnh phúc. Nhưng trước niềm tuyệt vọng này, sự im lặng đang ẩn chứa những gì?

Suốt những năm dài tuổi nhỏ, rồi thơ mộng tuổi thiếu nữ, khi lập gia đình... Tôi may mắn với nhiều hân hoan của đời ban phát. Cũng chẳng có nghĩa tôi đã thờ ơ được với những đớn đau. Nhưng trong sự im lặng này của anh, im lặng mà như đã nói nhiều hơn những điều cần nói. Cái âm thanh của "không nói gì hết", khi đối diện với điều tận diệt trước mắt, đã làm tôi chới với, đã làm tôi hãi sợ...

Lặng lẽ, anh sắp xếp lại những cọ vẽ, sơn dầu. Tôi ngồi im nhìn như quan sát một tử tội, đang xếp muỗng nĩa cho ngay ngắn trước bữa ăn cuối cùng.

Có phải khi luyến tiếc một cõi đời, Anh có ý trở lại từ những bắt đầu?

Anh muốn vẽ.

Từ ngày rất nhỏ, Anh dùng đũa vót nhọn, vẽ muôn hình trên những tàu lá chuối mướt xanh. Khi mê man cùng màu sắc, khó khăn lắm Anh mới đủ tiền mua được tấm canvas. Vậy mà khi nhận được giải Hội Họa Quốc Gia 1961 cùng với anh Nguyễn Trung và Cù Nguyễn, Anh đã chân tình đưa tấm huy chương đó tặng người bạn vừa rời bỏ Huế, sống lang bạt ở Sài Gòn. Chỉ để Bạn bán đi, đổi lấy những bữa ăn và những ly nước mía ở Quán Cơm Xã Hội...Anh trao niềm vinh dự cho Bạn, cái vinh dự mà Anh cho là bọt bèo, phù phiếm.

Bây giờ Anh thèm vẽ, vẽ bức tranh cuối cùng. Anh

muốn nhận chân ra đời sống qua từng hơi thở. Dù có đang thoi thóp, tàn hơi, Anh cố thở những hơi dài, đứt quãng...

Hơi Thở. Phải chăng mới là tấm Huy Chương miên viễn của đời người?

Sơn dầu, một mùi hương gay gắt nồng, mà tôi đã thở cùng trong những năm dài chung sống.

Với tôi, nó như một biểu hiện của sự thủy chung, lòng yêu mến và những gắn bó không rời.

Suốt bao năm dài, anh hay dùng những màu âm u, lạnh lẽo, những màu tái ngắt, lạnh tanh. Bức tranh cuối cùng anh dùng màu hoàng kim, rực rỡ và ấm áp.

Sự im lặng của anh đang dàn trải trong tranh...

Nhưng xô dạt trong tĩnh lặng, tôi nghe ra những âm thanh ầm ỹ, đầy cuồng nộ.

Tôi nghe ra hết những đắng cay, nghiệt ngã, những buồn phiền, điên đảo của đời người... Buồn hơn thế, tôi nghe ra trong tranh lời nỉ non, van vỉ của một níu kéo, trì hoãn thảm thương...

Và qua nét cọ, sắc như những vết dao. Vết dao chém dọc, chém ngang, chém quyết liệt, kinh hoàng trên mặt của nỗi chết...

Bức tranh đã không được hoàn tất.

Anh buông rơi những cây cọ, những tuýp màu, và mùi dầu sơn vương vãi...

Suốt bao năm dài, tôi đã không thu vén dọn dẹp. Tất cả còn nguyên đó như có thêm bức "Tĩnh Vật" trong căn phòng tối tăm.

Căn phòng không bao giờ cần có đèn thắp sáng.

Lê Chiều Giang

[Tưởng niệm 25 năm Nghiêu Đề]

PHÍA BÊN KIA VẦNG TRĂNG

Biển chạy dọc, dài theo hết California, vừa huyên náo, rất mơ màng, lại có chút gì đó nhịp nhàng trong cái tĩnh lặng của hoàng hôn.

Chiều tàn, với sắc đỏ thắm rọi soi xuống dòng nước, là chút mầu sâu thẳm của ráng chiều đang nhạt nhoà vào đêm tối. Chút ánh sáng sắp tàn, phai dần cho bóng đêm, đã luôn làm tôi chìm đắm trong những ly rượu đỏ, có khi muốn uống hết, uống cho đến khi nào im hơi...

Mới bốn giờ, quá sớm cho bữa tối, tôi lang thang dọc theo phố biển San Francisco, nơi thiên hạ dập dìu với nhiều quán xá...

Tiếng guitar văng vẳng trong gió đã làm tôi phải đi theo, tìm đến. Rất bồi hồi, tôi ngập ngừng rồi ngồi đại xuống lề đường, cạnh cái hộp đàn bên trong có những đồng tiền rơi vãi. Không chút ngạc nhiên, người nhạc sĩ hát rong vẫn tiếp tục ngân dài, thiết tha ...*The lunatic is in my head... I'll see you on the dark side of the moon...*

Tiếng guitar không mạch lạc, óng ánh như David Gilmour, guitarist của Pink Floyd, nhưng chồng chất trên sáu sợi dây đàn hơi lúng túng là tiếng hát tuyệt vời. Tiếng hát diễn đạt mơ hồ ra một nơi hò hẹn, mà cho dù phải đợi tới ngàn năm sau, chắc cũng chẳng hề có ai muốn tới...

Chúng tôi sẽ không tới, vì sợ sẽ làm ánh trăng vỡ tan, và cũng sẽ vỡ hết những vần thơ trác tuyệt, đẹp ngời như những giấc mộng vàng của ngàn xưa đan góp lại.

oOo

Cũng chẳng phải tôi đã quên mất một chiều khi đi

cùng Anh tới Los Angeles Bus Station. Giờ để lên chuyến Amtrak đi Santa Barbara đã sát xao, tôi lại cứ nấn ná bên một ông homeless già, ngồi đàn say sưa Nocturne số 9 của Chopin trên một Piano rất mới, đặt ngay góc bên ngoài một quán Cafe của Bus Station nhộn nhịp, đông người. Anh gay gắt hối thúc, tôi năn nỉ được đổi vé chuyến sau...

Nocturne, Ballade và ngàn ngàn chuyến xe bus, amtrak xuyên bang... Những tưởng mọi âm thanh xô bồ, náo loạn trên toàn thế giới đã hòa quyện cùng nhau nơi đây.

Nhưng sao tôi vẫn nghe ra những mơ màng, nhận ra cách sống bạt mạng, sôi nổi và đầy những đam mê của George Sand, cùng với khói thuốc cigar của Bà quyện bay nồng nàn, trong từng note nhạc đắm say của Chopin.

Nhạc, chúng ta nghe lúc thức, khi ngủ và ngay cả khi không nghe thấy gì giữa những ầm ĩ của thế gian. Nhưng bất chợt chúng ta nghe ra, nhìn thấy những đam mê, những chìm đắm của Chopin đang được đàn bởi một homeless.

Santa Barbara, ngày mai hay tuần tới? Những chuyến xe chắc vẫn chờ chúng tôi, bền bỉ. Nhưng sau hôm nay thì tôi còn biết sẽ tìm người Homeless Pianist này, nơi đâu?

Cuối cùng, chuyến đi Santa Barbara của chúng tôi đã bị hoãn lại chẳng biết đến bao giờ, sau những lườm những nguýt và cả những đùng đùng giận dữ...

oOo

"Mùa Hè Đỏ Lửa", Nhà văn Phan Nhật Nam đã gắn tên của một tác phẩm vào những nghiệt ngã, trầm luân của quê hương. Vậy mà tuổi trẻ chúng tôi chỉ loáng thoáng "nghe" chiến tranh qua radio hoặc với những phóng sự trên truyền hình, báo chí...

Riêng anh tôi đã không chỉ nghe, mà còn "sợ". Nếu

thi rớt, tương lai sẽ là những xa khuất mịt mù, không còn biết mình sẽ ở tận chốn nào, và đến những nơi đâu?

Một chiều tan học tôi về trễ, vì còn mải quanh quẩn trong sân trường hít hà mùi đất ướt. Tôi mê đắm cái mùi đất vừa ngai ngái vừa nồng nồng đầy quyến rũ, sau những cơn mưa nho nhỏ của Saigon. Cái mùi âm ẩm mốc đó, đã chẳng còn có bao giờ tôi được hít đầy cho hết phổi như muốn để dành thở tiếp, sáng mai. Nó đã mất tiêu, biến hết đi theo cùng với cement, và gạch đá.

Đi ngang qua phòng học của anh, tôi thấy chút là lạ. Lờ mờ trong bóng chiều sắp tối, anh tôi giật mình khi tôi mở sáng đèn. Trên bàn, bên cạnh sách vở là cây guitar bị đập nát. Tôi oà khóc và anh tôi cũng khóc theo, tiếng khóc của mất mát, của phẫn nộ, và bi ai. Tiếng khóc của anh em tôi trong một chiều tăm tối, ngân dài lan man với nhiều điều tiếc xót...Tôi mở hết những khoá, gỡ sáu sợi dây đàn như tách rời ra hết những mộng mị triền miên của anh mình, của chúng tôi.

Jimmy Page, Guitarist của ban nhạc Led Zeppelin, người mà anh tôi mơ ước sẽ trở thành !!

Bản "*Going to California*" của Robert Plant, với lead guitar Jimmy Page đã làm anh em tôi say sưa, nghe đi nghe lại từng sáng, mỗi chiều... Bỏ bê xao lãng hết việc học hành, đã nhiều lần làm Ba tôi giận dữ, la mắng.

Phải chăng khi đập nát một giấc mơ chỉ để đuổi theo một giấc mộng khác ít "dễ sợ" hơn, lòng anh tôi cũng đã nát tan như cây đàn mới vỡ?

Chập chờn trong những giấc mơ của tôi sau đó, không phải bạn bè nào hết, cũng chẳng có gương mặt xanh xao vì sách vở của anh tôi, mà là cây đàn.

Cây đàn đã châm theo ngọn lửa biến ra tro, đã không còn treo bên cạnh tủ sách trên căn gác nhỏ. Nhưng nó đã vang lên trong những giấc mơ đêm, mà loáng thoáng đôi khi còn có thêm đôi mắt biếc xanh, dáng dấp bụi đời, với mái tóc hippie quăn dài rất hấp dẫn của Jimmy

Page.

oOo

Từ Downtown San Diego, tôi thích theo chiếc ca nô nhỏ qua bờ bên kia, thành phố biển Coronado.

Biển, cho dù có sóng tràn, nước dạt đến đâu, âm thanh vẫn ngọt ngào thân ái. Tôi mê biển như nhớ dòng sông nhỏ trước hiên nhà những tháng năm còn ở lại, còn sống với những đay nghiến, rất âu lo và muôn ngàn tức giận...

Dọc theo con phố rộn ràng đầy du khách, tôi mua hai cafe, để cùng ngồi uống với một homeless hát rong.

Tôi thích ngồi với những nhạc sĩ bất đắc chí này ngoài đường phố, có khi là chai beer, hay một ly rượu đỏ. Tôi đã không nghe họ hát với lòng trắc ẩn, bởi sự trắc ẩn đâu đó đã như một xúc phạm lớn lao.

Qua tiếng hát đục khàn hay vút cao. Chính họ đã phát sinh, nuôi nấng, đã gợi ra cho tôi những cảm xúc mới tinh, tuyệt vời và trong veo như giọt sương sớm trên những lá xanh...

"Stairway to Heaven", theo yêu cầu của tôi Ông đã hát thêm lần nữa, chỉ với cây guitar cũ kỹ bằng gỗ chứ không là đàn điện.

Robert Plant hát bài này cường điệu và quay quắt làm dáng bao nhiêu, thì ông đã chỉ bằng một giọng chân phương hơi đơn điệu, nhưng với tiếng đàn rất bóng bẩy, tân kỳ. Ông hát như một tín hiệu cho nhân gian biết rằng : " Đường lên tới trời cao, lên tới chốn thiên đàng xa xăm mù mịt kia, sẽ mãi mãi, sẽ muôn đời như một ước mơ đầy bất trắc..."

Nhìn cây guitar ôm trong đôi tay gầy ốm của người hát rong, tôi chợt rùng mình. Trong xót xa tôi nhớ tới cây đàn của anh tôi, cây đàn đã nát tan theo cùng giấc mộng ngây thơ của tuổi mới lớn.

Bỏ thêm những đồng bạc vào chiếc khay nhỏ, tôi yêu cầu ông đàn bản *"Going to California"* của Led Zeppelin. Nhạc đã dìu tôi trở về với những ngày tháng mà cả hai anh em lơ là, bỏ quên sách vở... Trên căn gác nóng như lửa thiêu, ngồi nghe như nghe kinh thánh từng note một, qua tiếng đàn thuỷ tinh của người nhạc sĩ mình yêu mến.

oOo

California, tôi đang ngồi đây, biển xanh êm đềm trong nắng chiều lấp lánh. Hôm nay đã chẳng có một người hát rong nào nơi những con phố tôi đã đi qua.

Nếu có guitar bây giờ, tôi sẽ ôm đàn ngồi ngân nga hát. Tiếng hát tôi sẽ như tiếng chuông vang giữa chợ đời.

Tôi sẽ hát cho những giấc mộng xa vời tuổi nhỏ, những thất thoát niềm tin tuổi mới lớn. Và còn mong manh chút hơi thở cuối cùng, tôi dành lại chỉ để hát cho phía tăm tối bên kia của vầng trăng.

Trăng. Nơi tôi sẽ phải đến, sắp đến như đã cùng có lời hò hẹn...

"...The lunatic is in my head..."

I'll see you on the dark side of the moon..."

* Brain Damage : Pink Floyd

* Nocturnc #1 Op.9 : Chopin

* Going to California; Stairway to Heaven.: Led Zeppelin

Lê Chiều Giang

Tranh Hoạ sĩ Nghiêu Đề

TRÒ CHUYỆN CÙNG NHÀ THƠ: LÊ GIANG TRẦN

Nhà thơ. Tên thật Vương Kim Vân. Sinh năm 1952 tại Bạc Liêu, Nam Việt. Định cư tại quận Cam, California – Hoa Kỳ, từ năm 1980. Viết trên các tạp chí: Văn, Văn Học, Hợp Lưu,...

Tác phẩm đã xuất bản:

Sài Gòn Ở Phố Lưu Vong (thơ, Tân Thư, 1990), **Trạm Người Quá Bước 1992-2012** (thơ, Nxb Sống, 2013).

Rất vui khi chúng tôi được "gặp" và trò chuyện với nhà thơ: Lê Giang Trần - một người mà bấy lâu nay được coi như giữa đời sống của anh và chữ nghĩa không thể sống rời, không thể cách chia, là một người lăn lộn và trăn trở, tiếp xúc và sống với, sống cùng những bậc thầy chữ nghĩa chẳng hạn như: Phạm Công Thiện, Lữ Mộng Sinh v.v... trong một khoảng thời gian dài, những chuyện kể, học hỏi từ giáo lý nhà Phật, nào là những: Sắc, những Không, những cái Uẩn trong đạo nhà thơ hầu như thấm đẫm "tương, chao". Giới thiệu với bạn đọc và quý văn, thi hữu bài phỏng vấn này hy vọng chúng ta sẽ cùng nhau có được phút giây thong dong, nhàn nhã lìa xa những lao xao bởi vì: Ai biết được mai này rồi sẽ ra sao, "Sắc tức thị không, không tức thị sắc", cát bụi rồi cũng mờ phai có người nào mà giữ lại được lâu dài.

Vậy thì bây giờ chúng ta hãy cùng nhau trò chuyện với nhà thơ:

Triều Hoa Đại: *Là một người chung đụng với chữ nghĩa khá lâu và đã từng làm ra cả ngàn bài thơ vậy thì thơ đến từ đâu?*

Lê Giang Trần: Thưa anh, câu hỏi đầu tiên này tôi có phát biểu trong Lời Tựa cho tập thơ "Tiềm Ẩn Dạ Quang" sắp xuất bản trong năm nay 2022, nên xin dùng để trả lời:

"Nói một cách bình thường, khi nào tâm hồn lãng đãng, không bị lo toan về cuộc sống ám ảnh, cứ mơn man ngắm nhìn mọi thứ xung quanh: Áng mây trên trời không "dự báo thời tiết", chỉ thấy dáng mây mơ hồ một hình dung nào đó; nhánh cây không già hay non, chỉ thấy xôn xao chao lá rung cành tươi non sức sống hay vàng nâu màu Thu; tiếng chim không cần biết chim nào, chỉ nghe ríu rít nhã nhạc diễn buồn vui... Lơ tơ mơ như thế, bất chợt những con chữ tượng hình bay ra thành nốt nhạc thi ngữ, cuốn hồn lâng lâng theo chuỗi thanh âm đang hóa thành câu thơ rôm rả rộn ràng...

Khi cái nhìn ngắm không phải cái trí khoa học nhìn, mà dường như thấy cái dáng linh động của sự sống, của tâm trạng, của cảnh trí cuộc đời lung linh thị hiện một TIỀM ẨN khiêu gợi tâm hồn lan man cảm nhận, như vui, như buồn, mơn man dâng lên cảm xúc... giống như cánh cửa mở ra gọi bước vào, giống như cánh cổng "Jurassic Park" mời tiến vào thế giới hoang sơ chưa từng gặp...

Bước vào thơ, như kẻ nhập đồng vào thế giới DẠ QUANG. Kỳ lạ thay, cấu trúc vẫn là những chất liệu thật của đời sống nhưng lại ở dạng mơ hồ như giấc mơ, linh diệu như cảnh mộng, như hình ảnh qua xảo thuật Photoshop hay đoạn phim kỳ diệu qua xảo thuật điện ảnh; đôi khi cảnh trí lạ kỳ, hoang đường hay huyễn hoặc, chuyên chở một hàm ý dị biệt khác với kinh nghiệm quen thuộc của ý thức."

Thđại: *Làm thế nào để phân biệt một bài thơ hay với một bài thơ dở?*

LGT: Đây là một câu hỏi tế nhị, có thể một nhà phê bình văn chương mạnh dạn đưa ra nhận xét và lý giải; còn đối với nhà thơ hiếm hoi phán quyết rằng bài thơ này dở. Nhưng nếu được hỏi "CẢM NHẬN về bài thơ ABC" thì có lẽ ít ngại ngần. Đa phần thể thơ được dùng nói lên cảm xúc của thi nhân, và nếu sự diễn tả rung động của tác giả được "đồng cảm" với người thưởng thức thì bài thơ này sẽ được truyền bá rộng rãi và lâu dài, có khi trở thành bài thơ bất hủ, ngàn năm còn lưu truyền. Trường hợp ngược lại, tạm gọi là "bài thơ dở", nghĩa là người làm bài thơ này đã thất bại hoàn toàn với một sáng tác đưa ra: đứa con sinh ra đã bị yểu mệnh; và đó là hệ quả tất yếu xảy ra trong thế giới văn chương.

Thđại: *Có phải một bài thơ hay thì cần rất nhiều yếu tố chẳng hạn như: phẩm chất để tạo thành, xúc động để* *làm nên, v.v. và v.v...?*

LGT: Tôi có viết một bài tản mạn "Loài Người và Loài Thơ" năm 2018, trong đó có nói một chút khá liên quan đến ý nghĩa câu hỏi này, xin trích đoạn nêu ra:

"Thi-ca, từ ngữ này đã được dùng ám chỉ riêng cho thơ phú, ngầm bao gồm hai lãnh vực thi ngữ và nhạc tính (nhạc của âm chữ), do được "ngâm" lên và "ca" lên những ngôn từ đa phần diễn tả về cảm xúc; và do tạo được sự đồng cảm nên tồn tại như một tác phẩm."

"Thi nhân có người trở thành thi sĩ. Văn chương ghi thành một áng thì người ta gọi là "viết" văn. Thi phú sáng tác thì gọi là "làm" thơ. Động từ "làm" hẳn nhiên bao hàm hành động "viết". Cho thấy sáng tác thi ca ở một tầng cao hơn sáng tác tản văn, dù rằng sự định vị này chỉ là một sự thiên vị hay tự hào của giới thi nhân. Nhưng rõ ràng có nhiều nhà văn không làm chữ thành được thơ, thi sĩ đọc vào cho rằng chỉ là một cách hào nhoáng chữ nghĩa đặt trong khuôn âm điệu của vần thơ.

Vịn vào đâu mà thi sĩ từ chối một bài "văn vần", không công nhận đây là bài thơ? Sự việc quan trọng đầy tính "sĩ diện" này tôi không dám lạm bàn. Tuy nhiên, cá nhân tôi từng có đọc qua những bài "gọi là thơ" mà không cảm nhận được "là thơ" chút nào. Dòng suối chảy róc rách khác xa với tiếng nước sôi ùng ục. Căn bản trước nhất là không rung động được người đọc, chỉ choáng ngợp "văn hay chữ tốt"; giống như sự khác biệt hoàn toàn giữa hai nhan sắc, một là giai nhân có sắc đẹp tự nhiên và một kia là sản phẩm của nghệ thuật giải phẫu thẩm mỹ; ai cũng phải thừa nhận sức hấp dẫn thuộc về nhan sắc "nghiêng thành đổ nước" do tạo hóa nắn thành, chứ không phải bị thu hút từ một hình hài được cắt xén cấy ghép căng độn bởi bàn tay phù thủy phẫu thuật." [ngưng trích]

Bài thơ hay cần nhiều yếu tố? Tất cả mọi thứ trên đời, cái nào cũng đều có nhiều yếu tố tổ hợp. Điều này làm tôi nhớ tới câu chuyện thí dụ về "cỗ xe ngựa" trong đạo Phật: Vị sư hỏi người vấn đạo, ông nhìn thấy đây là một cỗ xe, nhưng nếu tháo rời ra tất cả bộ phận ráp thành nó, thì ông còn thấy là một thùng xe ngựa kéo nữa không? Trong Kinh "Tứ Niệm Xứ" đức Phật giảng về "Ngũ Uẩn". Khi quán về thân thể thì 5 uẩn nằm trên hay trong cái bọc thân thể..., nên không phân biệt con người về màu da, sắc tộc, đẹp xấu... Tạm ngắn gọn như vậy. Và như thế, cái gọi là "hay" hoặc "dở" đều có những yếu tố hình thành nên, mà tiếng nhà Phật gọi là DUYÊN SANH. Sự vạch trần minh bạch này để cảnh tỉnh con người về sự phán xét của trí óc tự ngã, thật là đáng cho chúng ta nghiền ngẫm.

Thđại: *Thơ có cần phải mang vác một sứ mạng thiêng liêng và cao cả nào không?*

LGT: Hầu như chúng ta có biết đã một thời người ta đặt câu hỏi: "Nghệ thuật vị nghệ thuật hay nghệ thuật phục vụ cho một lý tưởng?" (Nguyên văn là vị nghệ thuật hay vị nhân sinh). Hai trường phái Nghệ Thuật và Lý Tưởng đã chống bác nhau sôi nổi, bởi một thứ thuộc phạm trù tâm hồn, một thứ là mục tiêu của lý trí. Riêng về THƠ, duyên sanh từ cảm xúc, từ trái tim, theo thiển ý tôi thì Thơ không chuyên chở "sứ mạng" theo "nghĩa đen". Trong chiến tranh vũ khí còn có bên cạnh là "tâm lý chiến"; cuộc chiến tranh tâm lý được sử dụng mọi phương tiện từ văn thơ, âm nhạc, tranh ảnh, phim kịch v.v. để tuyên truyền vụ lợi hướng về mục đích mà nhà chính trị khôn khéo khoác cho nó một "sứ mạng" được tôn vinh là thiêng liêng hay cao cả, Sự việc này, người Việt Nam trải qua lịch sử và chiến tranh đều đã biết rõ. Thế thì câu hỏi quan trọng là những phương tiện này có "tự phát" không?? Ai cũng biết cảm xúc diễn tả cả hai mặt nhị nguyên "một cách tự do". Nhưng thơ tán tụng thần tượng của ông Tố Hữu thì thối không thể tả!! Thơ bi hài của Bút Tre thì thích thú cười vỡ bụng!!

Thđại: *Nói đến sứ mệnh của thơ tôi có đọc được ở đâu đó nhà thơ Lê Vĩnh Tài có ý kiến đại để: "Sứ mệnh của thơ là tiếng kêu lạc giọng, đau đớn làm dấu hiệu của nỗi đau đã gây ra nó" và rồi thì: "Sứ mệnh của nhà thơ là làm sao cho tiếng kêu ấy phải là âm thanh ngôn ngữ của mình." Anh có cần thêm ý kiến về vấn đề này?*

LGT: Giống như trong đạo Phật có nhiều Tổ Sư đắc đạo và mỗi vị tùy duyên mà đắc một Pháp. Lạ thay, dù đắc qua một Pháp mà các vị đó đều liễu ngộ trọn vẹn, "tài biện vô ngại" khi thí Pháp. Nhà thơ Lê Vĩnh Tài phát biểu một cách "thi vị" về sứ mệnh của thi ca và sứ mệnh của thi sĩ, "Pháp ngữ" tư duy về Thơ của ông sẽ được những "người thơ" suy tư, vì mỗi nhà thơ đều có một loại ngôn ngữ riêng. Xin đưa ra đây hai phát biểu của hai thi sĩ Bùi Giáng, Phạm Công Thiện, được tôi xem là những lời nói áo diệu về thi ca của hai vị này:

Thi sĩ Bùi Giáng trong bài "Nguồn Thơ", bảo là:

Nguồn thơ lớn tuôn ra từ từng bước
Của lang thang người phiêu bạt giang hồ
...
Một định mệnh từ hồng hoang quyết liệt
tới hoang liêu từ hỗn độn miệt mài

(BG)

Và tâm hồn Bùi thi sĩ dường như mang hai tâm trạng song hành "vui" và "đau", như 4 câu thơ trong bài Cố Quận của ông:

Niềm vui bản thể xanh rờn
Niềm đau bản chất dập dồn huyền hoa
Niềm vui thao thiết gần xa
Niềm đau ở mãi mãi và tận đâu

(BG)

Phạm Công Thiện trong tập tiểu luận về thi hào Seamus Heaney của Ái Nhĩ Lan, người được trao giải Nobel văn chương năm 1995, thi sĩ triết gia Phạm Công Thiện đưa ra một số tra vấn về thơ, về liên quan đến người thơ: "... Cái gì làm thi sĩ thành ra thi sĩ? Hiển nhiên là việc làm thơ. Cái gì làm thơ ra thơ?". Sau khi đặt vấn đề, ông tự trả lời bằng chữ nghĩa của triết gia:

"Thơ xuất hiện trước thi sĩ; Thơ chính là tiếng nói nguyên thủy của con người: thi sĩ được đẻ ra trong Thơ, nuôi dưỡng bởi Thơ và trưởng thành trong Thơ; thi sĩ chỉ được gọi là làm thơ; vì chính Thơ đã làm ra cái làm của thi sĩ; cái gọi là thi hứng hay cảm hứng chỉ là cách nói lên sự xuất hiện linh động toàn diện của Tiếng Nói uyên nguyên, thế lực vũ bão của nguyên âm và phụ âm trong lòng thu nhập sự im lặng vào tận trung tâm điểm ba động của vũ trụ và thế giới, của mặt đất và thiên thanh, của nhân và phi nhân, của chư thiên và quỉ thần, của biến động lịch sử và chấn động thiên địa. Thơ là cuộc đại ba lãng của hư không và vũ trụ...

Thơ làm cho nhà thơ nhìn thấy những gì kẻ khác không thể nhìn thấy được; thi nhân nghe được cái nghe bất động lắng sâu dưới sự ba động của âm thanh và vọt lên trên sự tịch lặng của vô thanh vô hưởng. Mỗi bài thơ là một thế giới nguyên sinh, linh ứng hiện hình và vang động nhịp nhàng với hồn thơ vạn đại... Sự hiện diện và hiện tính của bài thơ thay hình đổi dạng liên tục, chuyển âm, biến thanh, chuyển sắc lộ diện một cách mới lạ không ngừng; mỗi khi điệu được đồng, thanh được ứng, âm được hưởng, và hình sắc được ảnh hiện thì Thơ xuất hiện".

Mỗi người thơ có riêng một sắc thái ngôn ngữ, tôi vẫn vui vẻ trung thành với chữ nghĩa chân chất dung dị. Phát biểu ở trên thâm thúy, đẹp đẽ văn chương, dành cho Thơ và Người-Thơ, rất đặc thù ngôn ngữ Phạm Công Thiện, mà tôi mạn phép mượn của ông để bổ túc thêm phong phú.

Thđại: *Có nhiều người lo xa cho nên họ cho rằng thơ Việt một ngày nào đó sẽ chết đi là bởi người làm thơ* *nhiều quá, đông vui đáo để, nhưng làm ra rồi để đó ít ai muốn đọc, in thơ ra không bán được nên chỉ mang tặng bạn bè, vậy thì thơ đang chết, sắp chết hoặc chết một cách từ từ, là người làm thơ anh nghĩ sao về một tương lai ảm đạm như thế của thơ?*

LGT: Thưa anh, đáng buồn thật về "ngày tàn" của sách báo giấy nói chung trong thời đại lên ngôi của Internet. Làm tôi nhìn lại, ở quãng thời gian vài năm đầu định cư ở Chicago rồi sang sống ở California, từ 1980-1983, cá nhân tôi đã nổi lên một sự ưu tư rằng chữ Việt có thể sẽ mai một ở thế hệ con cháu của mình. Nhưng đến 1985 khi tôi bắt đầu gia nhập vào việc làm báo chí, thì ưu tư đó dịu lại, thấy an tâm khi thơ văn bùng phát, trăm hoa đua nở, sách văn chương trước 1975 được in lại khá nhiều, đồng thời những tác phẩm sáng tác mới cũng thi nhau xuất hiện trên văn đàn hải ngoại, báo chí đùng đùng lan tràn nhộn nhịp, chưa kể đến âm nhạc hồi sinh...

Tôi làm công việc layout sách báo lâu dài đến nay nên biết khá rõ về tình trạng "ảm đạm" đưa đến một tương lai càng âm u hơn cho những tác giả sáng tác thơ văn. Riêng về thơ, mà như anh nói "chết từ từ" thì cũng không ngoa! Độ hơn 5 năm trở lại, nhà sách Tự Lực không còn nhận "gởi bán" những thi tập mới xuất bản, trên kệ sách đã không còn thấy bày những tập thơ.

Và như anh nói, *"in thơ ra không bán được nên chỉ mang tặng bạn bè, vậy thì thơ đang chết..."* cũng là một nỗi buồn thấm thía; rõ ràng qua việc hoàn thành một tác phẩm của các tác giả mà tôi thực hiện thành sách, là để hoàn tất một công việc của mình tập trung vào quyển sách; sau khi in ấn, sách chủ yếu bán trên mạng nhưng con số người mua rất èo uột, còn bán cho nhà sách Tự Lực chỉ có loại tản văn như truyện, biên khảo, dịch thuật, và họ ưu tiên chọn các cây bút tên tuổi; chứ thơ thì bị từ chối thẳng thừng với lý do "chả ai mua thơ nữa".

"Anh nghĩ sao về một tương lai ảm đạm như thế của thơ?" Không riêng tôi, các văn thi hữu đều thúc thủ trước hiện trạng điêu tàn của sách báo giấy, việc hạnh phúc cầm một quyển sách trên tay đã dần dần được thay bằng cầm một máy tính bảng (tablet) hay một điện thoại tân tiến để đọc những tác phẩm lưu trữ hoặc download dưới dạng E-book.

Nói chung là sách in xong mang tặng nhau trong vòng thi văn hữu và bằng hữu, có khi qua buổi họp mặt bỏ túi tại tư gia hay ở quán cà phê, tạo một cơ hội gặp nhau chung vui, một số bạn "mua yểm trợ" ủy lạo tinh thần, vậy là vui lắm rồi!!

Thđại: *Một lần cách đây cũng khá lâu tôi nhớ có nghe một người đặt ra câu hỏi: Tại sao anh/chị làm thơ, có những câu trả lời nhì nhằng, ấm ớ tôi làm thơ vì thế này, vì thế nọ, chuyện tưởng cũng đã qua nhưng nay bỗng dưng nhớ lại mới biết chưa qua, vậy xin hỏi lại nhà thơ Lê Giang Trần: Tại sao ông làm thơ?*

LGT: *"Tại sao làm thơ?"* Coi lại thì việc làm thơ đã lâu dài và trải qua nhiều giai đoạn, tôi có gặp câu hỏi tương tự của anh Du Tử Lê hỏi anh Ngọc Hoài Phương trong một cuộc phỏng vấn và câu trả lời cũng tiêu biểu đồng dạng. Hồi đó trong khoảng học ở bậc Trung học, đến lớp tuổi như tôi, thì vẫn còn hầu hết học sinh đều có làm thơ, ghi vào tập "lưu bút ngày xanh" dịp mùa Hè chia tay nhau hay đăng trên "Bích Báo" của lớp hoặc của trường để kỷ niệm, rồi tất cả quên đi hay không còn lưu giữ.

Tôi làm thơ lác đác trở lại khi ở trên đảo tị nạn, rồi đôi bài khi bắt đầu định cư; tất cả bài thơ này chỉ là bày tỏ tâm tư của riêng mình đối với một số cảm nhận bức xúc ở thời gian thay đổi cuộc đời. Đến khi định cư ở Santa Ana, California, trong khoảng 3 năm bị tai nạn cột sống không thể lao động nên đọc sách và làm nhiều thơ, gởi đăng trên một số báo và tạp chí thì được gọi là "nhà thơ", từ đó dấy lên một niềm vui và chấn chỉnh lại thái độ làm thơ của mình, không còn là một việc bốc đồng làm thơ. Những bài thơ từ năm 1985 bắt đầu được chú ý qua bút hiệu Lê Giang Trần; và đó cũng là thời gian tôi viết tản mạn nhiều, tựu chung thơ văn tôi nói về "đời sống lưu vong". Đến năm 1991 tôi phát hành tập thơ đầu tay với tựa thi tập là "Sài Gòn ở Phố Lưu Vong". Mãi đến 2013 tôi mới in tập thơ thứ hai, "Trạm Người Quá Bước".

"Làm thơ vì thế này, vì thế nọ ư?" Tôi rất thận trọng trả lời khi có ai hỏi mình về việc làm thơ, hoặc thường tránh né nói về thơ, vì cảm thấy cá nhân mình còn phải học hỏi nhiều hơn nữa để có kiến thức tối thiểu về lãnh vực thi ca. Cho nên tôi rất trân trọng những thi nhân làm những bài thơ có sức hấp dẫn tâm hồn mình. Còn tôi mỗi khi làm một bài thơ mà mình thấy ngạc nhiên hay thú vị, thì tôi cho là "bà nhập", chữ nghĩa "nhập đồng", cho mình một cảm giác "tự sướng" vui vẻ với bài thơ ấy.

Thú thật tôi không có khả năng làm một bài "thơ tưởng tượng". Tất cả những bài thơ từ chập chững cho đến bây giờ, đều phát sinh từ "sự thật"; cảm xúc về cái sự thật đó được diễn tả bằng chữ nghĩa thơ, có "thêm mắm dặm muối" thì chỉ là nêm gia vị vào món ăn: "bỏ tiêu cho ngọt, bỏ hành cho thơm". Ý tưởng hình thành bài thơ thì ngay khi đặt bút viết, tự "con chữ" đã chọn một "thể thơ", giống như thức ăn này chọn cái dĩa, cái tô, cái chén, để đặt vào. Nên là bài lục bát, tự do, câu 4,5,6,7,8 chữ gì đó.

Và, cũng đừng ngạc nhiên khi mình rất thích thú bài thơ này mà sao độc giả lại thờ ơ? Bài thơ kia mình làm trông bình thường giản dị mà lại được nhiều người xuýt xoa? Mới thấy yếu tố "đồng cảm" là một yếu tính. Người ta không bao giờ chia sẻ một câu chuyện "đặt điều" vô lý cả!! Tóm lại, với tôi, không thể nào làm thơ vì thế này, vì thế nọ. Thơ thành hình do tâm thức trăn trở về một cái gì đó đến khi chín muồi, giống như nước nấu đến độ sôi thì bốc hơi, vậy thôi.

Thđại:*Nói về thơ thì nghe ra nó dông dài lắm nào là thơ mới, thơ cũ, thơ hậu hiện đại, thơ tân hình thức v.v và v.v. có người ví von như một tô phở, nào là phở tái, tái nạm dòn, tái gầu, tái béo v.v., ấy thế cho nên có nhà thơ bảo: "không cách tân ấm ớ, kỳ khu đánh đố người đọc bằng giọng nửa ngô nửa ngọng, bí hiểm chẳng ai hiểu gì cả" và "tân hình thức hay hậu hiện đại, tân con cóc, thơ đích thực không lụy vào chữ mới hay cũ, rốt ráo là hay hoặc dở mà thôi". Xin được nghe ý kiến của anh.*

LGT: Mỗi một người trong đời sống của họ toàn quyền chọn cho mình một "thái độ" sống. Kinh Pháp Cú bảo là "chúng ta là những gì chúng ta suy nghĩ"; chính thái độ tư duy của tâm thức mình mà tạo thành cách sống của bản thân mình. Nói một kiểu khác, hoặc mình chọn cho mình một trò chơi, hoặc trò chơi nào đó sẽ chọn lấy mình. Câu hỏi này như là nói về những người không lập trường, như trong truyện Tàu thời Đông châu Liệt quốc, có anh chàng thấy trời mưa nên học nghề làm dù, khi thành nghề thì hạn hán liên miên. Rồi chiến tranh xảy đến nên anh ta học nghề đúc giáo làm tên, khi hành nghề thì chinh chiến chấm dứt. Cứ thay đổi nghề và anh ta cứ thất bại liên tục đến cuối đời.

Trở lại câu hỏi, muốn tìm hiểu lịch sử từng thời kỳ trường phái thi ca của Âu Mỹ, tốt hơn nên tìm đọc bộ sách biên soạn giá trị của thi sĩ Khế Iêm chưởng môn nhân của thơ "Tân Hình Thức", với tựa đề "Vũ Điệu Không Vần" mà ông đã bỏ ra hơn 10 năm biên soạn công phu. Tác phẩm này đã nhanh chóng được trong nước phát hành năm 2019 và còn mời ông thuyết trình, một cách đầy ngưỡng mộ. Tôi xin phép anh Triều Hoa Đại được miễn "ý kiến" về câu hỏi này, cảm ơn anh.

Thđại: *Anh thấy đấy ngày nay có quá nhiều người làm thơ nhưng tôi lại đâm lo là bởi: Thơ ở khắp nơi từ báo* *chợ, báo chùa, báo miếu, báo đền, báo mạng... thôi thì đủ cả hầm bà lằng, bát nháo; sách báo cũng vậy, người in thơ đông vui ra phết so với những bộ môn văn chương khác, nhưng người mua để đọc thì thiếu vắng là vì sao vậy, có lẽ rằng thì là nó thiếu vắng một cái gì, mà có lẽ nào nó lại thiếu đi sự nghiêm túc của thơ, của người thơ làm ra nó, anh có nghĩ vậy không?*

LGT: Câu hỏi này giống như bổ túc cho một câu hỏi bên trên, cũng mang một chiều dài thời gian lẫn không gian, để nhìn thấy hành trình của thơ, gần hơn thì chỉ tính bắt đầu từ mốc "20 năm Văn học Nghệ thuật miền Nam". Thời ấy Thơ được sống một đời sống trang trọng, vì học sinh sinh viên, tuổi trẻ ấy "sính thơ", nên đã phát sinh những tiếng thơ trẻ thành danh, như Nguyễn Tất Nhiên, Huy Tưởng, Nguyễn Lương Vỵ, Võ Chân Cửu, v.v. Đài phát thanh có chương trình ngâm thơ "Tao Đàn" nên thơ được truyền tải đến quần chúng, phổ biến rộng rãi, thi sĩ được quý mến và hãnh diện.

Lúc tôi làm nghề layout cho nhiều báo ở quận Cam, báo nào cũng có đăng thơ. Khi còn một ô trống của trang bài đã dứt, ô trống này thường được tìm một bài thơ cho vừa khung để đặt vào thay vì lấp chỗ bằng một hình ảnh hay một câu chuyện cười. Nói chung thì thơ được để mắt đến và người ta còn thích đọc thơ. Nhưng đến thập niên (20)10, hầu hết báo chí không còn đăng thơ nữa, ngay cả như báo Xuân của nhật báo Người Việt đã không còn đăng thơ, ngay cả những bài Thơ-Xuân góp phần ca tụng Ngày Xuân ngày Tết. Những thi tập xuất bản bày bán ở hiệu sách bắt đầu bị thất sủng, rồi đi đến tình trạng không còn bán trong nhà sách như tôi đã trình bày; đưa đến câu hỏi lo lắng, "lẽ nào nó lại thiếu đi sự nghiêm túc của thơ, của người thơ làm ra nó?"

Tôi thiết nghĩ, chữ nghĩa đối với người sống với chữ nghĩa thì luôn cẩn trọng, tiền nhân đã nghiêm túc cảnh giác, "bút sa gà chết". Từ ngữ dùng cho thi ca càng được thi sĩ chắt lọc, như vậy tính chất "nghiêm túc" của người làm thơ không phải là không có. Câu hỏi ở đây muốn nêu lên "tình trạng" thơ bị lạm dụng bừa bãi, xuất hiện tràn lan, lạm phát người thơ nên thơ phát hành mất giá trị. Như vậy cần phục hồi lại giá trị của thơ và người thơ chăng (?)

Vấn đề "thiếu vắng" những tác phẩm văn chương trong thời đại "mạng xã hội" chi phối sinh hoạt toàn cầu, không chỉ riêng lẻ là một vấn nạn, mà còn bị ảnh hưởng trùm khắp lên nhiều thứ nghệ thuật giải trí khác... Đó là áp lực của bước đi "văn minh thực dụng", chắc chắn làm buồn lòng những thứ bị đào thải trở thành cổ điển, bất hợp thời v.v. Thật là những cảm nghiệm đáng buồn...

Thđại: *Nghe đâu nhà thơ, nhà tư tưởng Phạm Công Thiện với anh là chỗ thân tình, người ta nói, viết về ông ấy khá nhiều. Là một người gần gũi với Phạm Công Thiện, anh có thể cho biết về những giao tình, những kỷ niệm anh cùng ông ấy đã trải dài năm tháng?*

LGT: Thưa anh, về Phạm Công Thiện, một người tôi hết sức kính trọng như một vị Thầy, quý thương như người anh ruột, tình cảm cá nhân riêng tư này tôi rất giới hạn viết ra; ở đây tôi mạn phép xin trích đoạn một số trong một bài tôi đã viết đăng trong quyển "Con đường tay trái đi về mặt trời" vừa phát hành vào tháng 6, 2022 (có bán ở nhà sách Tự Lực), nói lên đôi chút tấm lòng tôi kính quý ông.

Tôi được quen anh Phạm Công Thiện qua "nhà văn trẻ" Trần Trúc Giang. Lúc tôi bị tai nạn mẻ cột xương lưng, không đi làm sở được, trong 5 năm đau đớn ở không ấy, Nguyễn Diệu Thắng mua quyển vừa tái bản của nhà xuất bản Đại Nam, "Tự Do Đầu Tiên và Cuối Cùng" là quyển Phạm Công Thiện đã dịch ở VN trước 1975, đưa tôi đọc. Tôi tóm lược bằng chọn những câu hay ho nhất tập hợp hữu lý thành một tập, gửi đăng trên báo Việt Nam Tự Do của Duy Sinh mà không ghi người soạn thảo. Có lẽ do vậy, khởi duyên để Trần Trúc Giang giới thiệu tôi với anh Thiện, vì Giang trước đó có gửi lá thư cho PCT mà được PCT dùng để chua vào bài viết Tựa cho quyển tái bản "Ý Thức Mới trong Văn Nghệ và Triết Học" cũng do Đại Nam tái bản, nên Giang giữ liên lạc với anh Thiện từ khi anh ở Pháp sang Mỹ tạm ở chùa Việt Nam của Thầy Mãn Giác trên L.A.

Tôi lại làm cầu nối để giới thiệu nhóm anh em với anh Thiện. May là tất cả đều được anh Thiện thương mà chơi thân tình bạt mạng với nhau từ đó. Lữ Mộc Sinh và Nguyễn Diệu Thắng là hai bạn mà anh Thiện dành nhiều ưu ái nhất. ... Anh Thiện chưa hề đối xử với nhóm em bạn này bất cứ một thái độ nào cao ngạo. Tôi ngồi viết bài, ảnh thấy cái gạt tàn nhỏ sắp đầy, ảnh xếp tờ giấy thành cái lạo rồi đến nhẹ nhàng trút tàn thuốc lá vào gói lại đem đi đổ. Có khi anh bất chợt hỏi một câu, tôi ngước lên ngơ ngác nhìn anh, anh liền vội nói anh xin lỗi, em viết tiếp đi, tao không làm phiền mày nữa. Kiểu gói tàn thuốc bỏ cho không hôi thùng rác trở thành cái cả bọn bắt chước, bây giờ đã thành thói quen, và làm sao không cảm động khi anh dọn đổ tàn thuốc cho thằng em đang ngồi viết, nó tự hỏi, mầy là cái thá gì?

Căn nhà xe lùi vào một chút của khuôn nhà anh Du Tử Lê được dùng làm tòa soạn báo Tay Phải. Tôi ngủ ở giường sắt nhỏ nhà binh sát vách với ngoài đường của garage. Một đêm mùa đông, anh Thiện từ chùa Diệu Pháp ở Moterey Park nhờ người chở xuống tòa soạn Tay Phải ở lại chơi với tôi vì mai là cuối tuần. Tôi nói anh ngủ giường em có mền, em dọn trống bàn anh Cao Đông Khánh ngủ trên đó. Anh Thiện nhứt định không chịu, nói tao ngủ trên bàn thằng Khánh, mày bị gãy lưng ngủ ở giường cho êm. Tôi đành dọn sạch cái bàn viết sắt to tướng để ảnh nằm nói chuyện chơi, vì ngoài trời rất lạnh. Anh Thiện móc trong túi xách ra một xâu chuỗi hạt nâu nhỏ loại đeo thấy trước ngực, có thể dùng lần hạt niệm chú. Anh cười vui nói, có người đi Ấn Độ thỉnh ở chùa đem về tặng anh, anh thấy em cần hơn nên đem xuống cho em đeo. Tôi cảm động và đeo chuỗi này cẩn thận nên 8 năm sau mới bị đứt dây bung mất nhiều hạt đành cất sợi chuỗi đứt trên bàn thờ Phật. Anh Thiện nằm đắp đỡ lạnh bằng mấy tờ báo trên ngực, nói chuyện đã đời rồi ngủ ngáy khò.

Đêm đó tôi trằn trọc mãi, nghĩ sao mà ảnh thương mình quá vậy? mình chỉ là một thằng nhóc đang sống lang thang ăn nhờ ở đậu bơ vơ chợ đời... Cái tình này của anh đã làm thay đổi cả cuộc đời tôi, giống như người anh vỗ vai thằng em bảo nó đứng dậy và bước tới, đã chuyển hóa tôi, và tôi sống với một quan niệm duy nhất: "ở hiền gặp lành".

[hết trích]

Thđại: *Cổ nhân bảo: "gần mực thì đen, gần đèn thì sáng" gần gũi với một nhà thông thái như thế hẳn rằng cũng giúp ích để tạo thành những tác phẩm mà anh sẽ gửi đến người đọc trong những ngày sắp tới?*

LGT: Trong nhóm bạn thân chúng tôi được anh Phạm Công Thiện chơi cùng chung thì có 3 người dính tới chữ nghĩa được anh Thiện thương mến và gần gũi nhất là Lữ Mộc Sinh, Nguyễn Diệu Thắng, Lê Giang Trần. 3 người em này lúc ấy đọc sách nhiều nhất. Sinh cũng là thi sĩ rồi sau đó đi Tây Tạng tu theo Phật giáo Mật Tông, trở về lập chùa ở Houston, TX, có nhiều đệ tử theo tu học, (ngôi chùa vẫn còn sinh hoạt đến hiện nay). Thắng bỏ việc ở Cali, dọn sang Texas, cũng như anh PCT, LGT, để gần thầy Sinh. Thắng trở thành dịch giả dịch sách của Osho, đã chuyển ngữ đến cuốn thứ 8 trong bộ 12 cuốn của Osho giảng về kinh Pháp Cú, được anh Du Tử Lê viết 3 bài khen tặng chữ nghĩa dịch thuật. Lê Giang Trần tiếp tục làm thơ văn đến nay. (Thầy Sinh mất sau Thầy PCT 2 năm.)

Thđại: *Anh có nhận được những phản hồi từ đọc giả về*

những gì mà anh đã viết ra, nếu có xin cùng chia sẻ?

LGT: Nói chung thì mỗi khi nhận được lời khen tặng thân mến thì đó làm một niềm vui tinh thần đối với cái nghiệp chữ nghĩa thơ thẩn của mình. Có một số thi văn hữu viết bài về tác giả tác phẩm cho LGT, như anh Du Tử Lê, thầy Thiện Hỷ, Hoàng Mai Đạt, đặc biệt bài viết của Phan Tấn Hải làm cho cảm động. Cũng có vài bài thơ được phổ nhạc bởi các nhạc sĩ: Lê Uyên Phương, Thu Hồ, Việt Dzũng, Trần Duy Đức, Bình Thủy. Tất cả là một niềm vui ấm áp.

Thđại: *Một chút về anh để giúp những độc giả của chúng ta, tôi nghĩ cũng là điều cần thiết, anh có nghĩ vậy không?*

LGT: xin trích đoạn bài viết về LGT của nhà văn Hoàng Mai Đạt vào năm 1998, một hình ảnh tương đối rõ nét:

Thi sĩ Lê Giang Trần tên thật là Vương Kim Vân. Ông sinh năm 1952 tại Bạc Liêu và vượt biên đến Hoa Kỳ vào năm 1980. Trong những năm tháng đầu tiên ở quê người, ông đã định cư một thời gian tại Chicago, nơi mà sau ba năm cặm cụi đi học lại, ông đã tốt nghiệp một chứng chỉ kỹ thuật. Theo tiếng gọi của bạn bè thân thuộc, Lê Giang Trần đã quyết định tìm về Nam California, để lại Chicago một việc làm lương cao và chút ít kỷ niệm. Tại Quận Cam, qua những va chạm trong đời sống của một người tị nạn xa quê hương, ông đã tiến gần đến thế giới văn chương, gần với những người bạn đang sống vật vã trong khổ đau và hạnh phúc của văn chương, chữ nghĩa.

Tại Quận Cam, Lê Giang Trần đã sống bằng nhiều nghề, mà nhiều nhất là nghề trình bày báo chí. Ông đã cộng tác với hầu hết các tờ báo tiếng Việt lớn cũng như nhỏ tại đây, kể cả những tờ báo như Tay Phải, Người Việt, Việt Báo Kinh Tế, Sài Gòn Nhỏ, Mũ Đỏ, vân vân. Ông thường xuất hiện tại những tòa soạn với một cặp nhỏ cầm theo ở trong tay, và trong cặp này là những băng keo, vài cây viết, một cây thước, kéo, dao, cây lăn, hộp xịt keo, dăm ba tấm hình vẽ trang trí, vân vân, những thứ cần thiết cho một người thường lưu động và chuyên sống bằng nghề trình bày những trang báo ngày và báo tuần.

Lê Giang Trần đã làm cho nhiều tờ báo để kiếm sống, và công việc của ông tại mỗi tòa soạn thường chỉ tạm thời và không kéo dài được bao lâu. Tại bàn làm việc ở những tòa soạn khác nhau, từ giữa thập niên 80 cho đến nay, Lê Giang Trần với mớ tóc dài buộc túm ở đằng sau ót và đôi kiếng cận vẫn thường cặm cụi với những trang báo.

Tuy đời sống gia đình cũng như kế mưu sinh có nhiều trắc trở và đôi khi khắc nghiệt, Lê Giang Trần vẫn không hề lên tiếng than phiền với ai. Ông giàu tình bạn, và đối với bạn bè, những người như nhà thơ Du Tử Lê, Phạm Công Thiện, nhà văn Cao Xuân Huy, nữ thi sĩ Ngô Tịnh Yên, thi sĩ Nguyễn Hoàng Nam, họa sĩ Khánh Trường, các bạn Lữ Mộc Sinh, Trịnh Y Thư, Kiều Nguyên Tá, Lê Giang Trần là một người bạn hiền, sống thành thật và hết lòng với bạn bè.

[hết trích đoạn]

Và cũng xin trích đoạn vài lời ngắn của thi sĩ Du Tử Lê trong lời tựa cho thi tập "Sải Gòn Ở Phố Lưu Vong", XB 1991:

"... Trong ký ức tôi, mãi tới đầu năm 1985, mới có ba chữ Lê Giang Trần.

"Tự nào giờ, tôi vẫn cho thi ca là tiếng nói đầu tiên và cuối cùng, tinh khôi nhất của một trái tim, tinh ròng không có chỗ những làm dáng màu mè, trí thức. Tinh ròng hay, sần sùi, thô, nháp, là đặc tính đáng ghi nhận nhất của cõi thơ Lê Giang Trần.

"Lê Giang Trần chính là người ở với kỷ niệm, ở với nơi chốn. Cõi thơ của anh, đầy những cánh chim về núi. Cõi thơ của anh, bay trên những dặm trường khuất lấp, chân mây..."

(hết trích đoạn)

*

Tác phẩm xuất bản:

Thi tập:

Sài Gòn ở Phố Lưu Vong (1991)

Trạm Người Quá Bước (2013)

Trái Bom Tình Yêu (2017)

Pha Thơ Vào Biển Gió (2019)

Tiềm Ẩn Dạ Quang (tháng 9, 2022)

Lồng Trăng Dưới Nước (tháng 1, 2023)

Tản Văn:

Con đường tay trái đi về mặt trời (tháng 6, 2022)

Những tấm lòng chữ nghĩa (tháng 9, 2022)

*

Thđại: *Trong các thể thơ anh sính thể thơ nào nhất, xin cho được đọc một bài:*

LGT: Thưa anh, tôi không thiên về một thể thơ nào, hồi trẻ thì thích thể thơ tự do vì có thể diễn phóng túng, âm điệu có thể dài hơi, dễ tạo thi nhạc cho một câu thơ, dù ngắn. Đến tuổi xế chiều bỗng thể thơ lục bát quyến rũ dù biết là khó tạo mới lạ, nhưng vẫn thản nhiên, và quả là phải trả giá đối với chữ nghĩa dung dị. Xin ghi hai bài lục bát gần đây:

MỘNG HƯỜNG SAU LƯNG

Nhớ ai mộng nhập sau lưng
Cửa sau cửa trước nhện vung tơ vờn
Ẩm mưa nụ nấm mơn mơn
Lá che bông kín đáo còn hồng hoang

Chùm mắc cỡ gió vuốt ngang
Giật mình lá nở vội vàng mím môi

Chân thon tháp lũng thắp đồi
Âm truông khe suối gọi mời tiếng chim
Búp sen hường thoảng hương tim
Lồng trong gương nước gợn triền lẳng lơ
Như cung tơ - nốt nhạc chờ
Bàn tay dìu phím - truyền vô dương cầm

Có hơi thở phả trên lưng
Trăng rằm vén áo mây tầng khêu ra
Lá sương vừa ướt vườn hoa
Quỳnh hương khai đóa ngọc ngà thu đêm

Ấn niêm hoa mở - ngõ thiền
Đỉnh Nam Cực thắp diệu huyền ngân quang
Giao thoa giây phút điện trường
Còn nguyên vết mộng úa hường sau lưng...

(03/06/21, giấc mơ sau lưng đêm)

BỖNG ĐINH TRƯỜNG CHINH

Đỉnh thiêng ngất ngưởng tháp chùa
Tâm hồn cánh hạc vào mùa thiên di
Mắt trôi nỗi nhớ vô vi
Rượu sầu trắng lạnh màu bi hoang tình
Rừng chìm xuống đáy u linh

Hay lòng trơ lặng khô hình tướng yêu
Giấu trong nón mộng cô liêu
Ám trời xám một cảnh chiều tịnh tâm
Tình xa họa một tương lân
Chống tay đỡ một hồn băng sơn còn
Đôi cây cổ tích tân hôn
Có con đường trắng chứng nhân huy hoàng
Đinh Trường Chinh níu thời gian
Trầm ngâm độc ẩm hôn hoàng sơn lâm.

Chủ Nhật 07/09/22
(Đinh Trường Chinh tự họa)

**

Lê Giang Trần xin cảm ơn anh Triều Hoa Đại đã dành cho một cuộc phỏng vấn để nói lên đôi điều về Thơ, và cám ơn độc giả đã chia sẻ bài vấn đáp này, có điều chi sơ xuất hay thấp kém, mong quý vị thông cảm bỏ qua cho những hiểu biết hạn hẹp. Xin cảm tạ.

Lê Giang Trần
[trả lời xong ngày 09 tháng 7, 2022)

LƯU DIỆU VÂN:
"KẺ PHẢN GIÁO BẤT ĐẮC DĨ"

Lưu Diệu Vân

Nhà thơ, dịch giả. Tên thật Lưu Diệu Vân. Sinh tháng 12, năm 1979. Biên tập viên tạp chí văn chương Da Màu. Tốt nghiệp bằng thạc sĩ từ đại học Massachusetts vào năm 2009. Các sáng tác song ngữ và dịch phẩm của cô đã được xuất bản và đăng tải trong nhiều tạp chí văn chương.

Tác phẩm đã xuất bản:

7 Giờ 47 Phút (thơ, nxb Văn Nghệ, 2010), **Màu Cỏ Xanh Trong Suốt** (truyện chớp, đồng tác giả, Nxb Trẻ, 2010), **Poems of Lưu Diệu Vân, Lưu Mêlan, Nhã Thuyên** (tập thơ Anh ngữ, đồng tác giả, Nxb Vagabond Press, 2013), **M of December** (tập thơ Anh ngữ, Nxb Vagabond Press 2016).

Khởi đầu cho cuộc nói chuyện hôm nay với nhà văn, nhà thơ Lưu Diệu Vân chúng tôi thiết nghĩ không gì hay hơn là nên trích dẫn bài viết của nhà thơ Trịnh Y Thư khi ông giới thiệu về thơ Lưu Diệu Vân, trong một tuyển tập thơ tiếng Anh.

Mời quý độc giả và văn hữu cùng đọc: "Có nhiều người sẽ có chung một cảm nhận rằng sức hấp dẫn của thơ Lưu Diệu Vân nằm ở cách sử dụng hình tượng tài hoa, tinh thế. Thực chất, có thể nói nó đã lên đến mức điêu luyện (tour-de-force). Gần như ở bài thơ nào chúng ta cũng có thể thấy một sức hấp dẫn tạo nên bởi cách lựa chọn ngôn từ độc đáo, được xuất hiện đúng lúc đúng chỗ. Lời thơ gần giống như lời ca, nhưng lại như một sự kết hợp khá lạ thường, trừu tượng, đưa đến một không khí huyền bí, mà tới lượt nó, lại được trưng dụng để gây cảm giác về nỗi bất an. Ở đây chẳng có gì tuyệt đối xác thực. Chẳng có gì dứt khoát. Chẳng có gì trọn vẹn. Bản thể nội tại bị mổ xẻ khi được đặt ngay trong môi trường sống đầy bấp bênh ấy, bởi nhà thơ sở hữu một năng lực tự ý thức sâu sắc về những mối quan hệ, không chỉ là những kết nối liên cá nhân, mà còn là những quan hệ giữa mỗi cá thể với chính môi trường mà mình đang sống trong đó." Trịnh Y Thư viết tiếp: "Lưu Diệu Vân là một nhà thơ, người mang một tình yêu nồng cháy với cuộc đời, nhưng đồng thời cũng là kẻ bị khước từ, bị ruồng bỏ bởi những tập tục và đạo đức quy phạm. Cô còn có thể là gì khác đây, nếu không phải là một kẻ phản giáo bất đắc dĩ?"

Triều Hoa Đại (THĐ): *Thưa chị Lưu Diệu Vân, khi được (bị) nghĩ là mình là một kẻ phản giáo dù chỉ là "bất đắc dĩ" trong tức thời chị có cảm giác ra sao và hiểu thế nào là một kẻ phản giáo?*

Lưu Diệu Vân (LDV): Không cùng tôn giáo thì bị xem là PHẢN GIÁO, xưa bị đem lên giàn hỏa, bị rút phép thông công, bị ném đá, bị gièm pha, v.v... Không cùng lý tưởng chính trị thì bị xem là PHẢN ĐỘNG, phản quốc, phản chủ, v.v... Khi bị gán cho chữ PHẢN là xem như bị cô lập, bị cách ly bởi đám đông.

Trong văn chương, người viết bị cô lập, bị cách ly... chưa hẳn là điều có hại cho văn chương, và chưa hẳn điều ấy làm tổn thương thanh danh của một người viết. Vậy nên tôi cảm thấy yên lòng, và khá thích thú, khi bị xem là "kẻ phản giáo." Việc đi ngược chuẩn mực thường đòi hỏi can đảm, và theo tôi, viết ra những dòng chữ thiếu can đảm thì chưa thể được gọi là người viết đích thực.

THĐ: *Một vài bạn văn mà tôi nghe được khi bàn về không gian truyện của Lưu Diệu Vân thì họ cho rằng đang được nhà văn cho đi thám hiểm đại dương bởi khi đọc* Ghim Trong Lăng Kính *"mà trong đó người phụ nữ luôn là nạn nhân của dục vọng nam giới", nếu không đúng như thế thì bao giờ mới "là sự chờ đợi mỏi mòn về một tương lai có đôi"?*

LDV: Trước khi bàn về ý tưởng trên, tôi muốn thưa rằng, tôi là một thi sĩ, và dẫu đôi khi có thử trải nghiệm với văn xuôi, qua vài chục truyện cực ngắn đã xuất bản, vài mẩu tùy bút, và vài ba truyện ngắn, tôi đích thực là kẻ chưa đủ thẩm quyền bàn về văn xuôi. Nhưng nay, được hỏi, về một truyện ngắn hiếm hoi mang phong cách hư cấu kỳ ảo tôi đã từng viết cho tạp chí Da Màu, tôi xin mạn phép.

Dục vọng là thứ ghi trong cấu trúc di truyền của con người (nhất là ở nam giới), và được cổ võ bởi nội tiết tố testosterone. Nhưng nếu nhân vật (của tôi) cho rằng, chỉ phụ nữ là nạn nhân của dục vọng, thì tôi e, nhân vật ấy đang cổ súy sai lầm cho những tiêu-chuẩn-kép. Còn "tương lai có đôi", tôi nghĩ, chẳng dựa vào dục vọng, bởi tương lai đòi hỏi đường dài, mà dục vọng thì rất thoáng chớp.

THĐ: *Thông thường thì khi viết nhà văn có cần đến: không gian, địa điểm và thời khắc để giúp họ tạo thành một tác phẩm dù chỉ là trong tưởng tượng hoặc là hư cấu?*

LDV: Tôi nghĩ việc tái định nghĩa không gian, địa điểm, và thời khắc, hoặc hành động bẻ cong, làm nhòe đi những yếu tố này, mới chính là tinh chất cần thiết để ủ nên một tác phẩm. Làm sao để không cần phải theo một không gian, địa điểm hay thời khắc nào, mới chính là sự thành công của một nhà văn. Bất cứ một yếu tố đòi hỏi nào đều là giới hạn, và bất cứ giới hạn nào, đều không dẫn đến một tác phẩm hay.

THĐ: *Nói đến chuyện viết văn có một nhà văn bảo thế này: "Hiện giờ rất hiếm nhà văn viết truyện dài, khủng hoảng văn chương? Hay là nhà văn bất tài (?) ít người có khả năng viết truyện dài vài ba trăm trang trở lên", là một nhà văn chị thấy nhận xét ấy đúng/sai?*

LDV: Thêm một câu hỏi thiên về phạm vi văn xuôi, mà như tôi đã trình bày bên trên, đó không phải là thể loại tôi theo đuổi, cũng không phải là chất xúc tạo nên một Lưu Diệu Vân của ngày hôm nay. Tuy vậy, tôi nghĩ văn chương là sản phẩm của con người và xã hội. Con người và xã hội thay đổi thì văn chương đương nhiên sẽ thay đổi theo. Thời giờ eo hẹp, khoảng chú ý của con người rút ngắn, sự xâm lấn bộc lộ qua mọi hình thức. Thời của những trường thiên tiểu thuyết đã qua. Tôi không nghĩ là nhà văn bất tài. Tôi nghĩ là họ không đủ kiên nhẫn để viết dài khi biết chắc là người đọc sẽ khó đón nhận.

Riêng cá nhân tôi, luôn chuộng những gì vắn tắt, súc tích, nhưng cô đọng, tôi thích vài câu văn dồn nén dưới áp suất ý tưởng ấp ủ lâu dài, và cuối cùng là đoạn cao trào bùng nổ đưa người đọc đến nhận thức bất ngờ. Thơ và truyện cực ngắn của tôi thường được cấu tạo như thế.

THĐ: *Là nhà văn chắc chị lúc nào cũng nghĩ về một tương lai tươi đẹp mà chúng ta đã bỏ lại sau lưng. Vậy thì cái hướng nhìn và hy vọng ấy phải chăng là một Việt Nam hướng về phương tây hay một Việt Nam tiêu cực có vô số lỗi lầm biết đấy mà không hề sửa đổi chỉ vì thiếu tự tin và thiếu lòng độ lượng?*

LDV: Ôi, nhà văn Triều Hoa Đại đã quá độ lượng khi cho rằng Việt Nam không sửa đổi chỉ vì thiếu tự tin và thiếu lòng độ lượng. Tôi không là người vọng ngoại, hay khinh nội. Dân tộc chúng ta có những cá tính đáng quý, và người phương Tây cũng có những tính chất giúp họ dễ tạo nên, và tuân thủ, một xã hội dân chủ. Vài giá trị mà người Việt đề cao: trọng nam khinh nữ, kính trên nhường dưới, áo mặc sao qua khỏi đầu, v.v..., thật sự là rào cản cho một xã hội tiến bộ hơn. Tuân thủ kính trọng trong gia đình là điều cần thiết, nhưng trong công việc, sinh hoạt hội đoàn, mà người trẻ cứ phải lắng nghe khi người lớn nói, rồi phải nghe lời khi người lớn nói xong, thì chúng ta làm sao có được một tương lai tươi đẹp? Theo tôi, chúng ta thiếu nhận thức về sự bình đẳng: bình đẳng giữa người trẻ và người lớn, bình đẳng giữa nam và nữ, bình đẳng giữa người không mang chức vụ và người có chức danh, v.v... Bản Tuyên Ngôn Độc Lập của người Mỹ, bắt đầu với câu: "Tất cả mọi người sinh ra đều có quyền bình đẳng...", và khi họ viết ra, họ dùng chữ "men," và dần dà đã thay đổi để dám nhìn thẳng và thừa nhận, đáng lẽ, lúc ấy, ông cha nên viết là: "all men, women, and LGBT are created equal." Ấy là sự độ lượng chúng ta cần.

THĐ: *Một số người cho là: "thơ cần phải mang vác trên mình một sứ mệnh thiêng liêng hay phải phụng sự nghĩa vụ thanh lọc đời sống con người", còn chị?*

LDV: Thơ, khi vác lên mình hơi hướm "thiêng liêng" sẽ mất khả năng làm bất cứ nghĩa vụ nào, bởi cứ hễ cái gì thiêng liêng là tuyệt nhiên chúng ta không được bàn đến, chỉ trích, đào sâu, mà chỉ có thể tắm rửa sạch sẽ, mặc quần áo chỉnh tề, đứng nhìn cung kính, rồi vái lạy. Những thứ không qua sàng lọc, thử thách, điều chỉnh, thì lại có thể làm nên điều gì lớn lao?

THĐ: *Khi nói đến thơ dù là "Hậu hiện đại, Tân hình thức" nhà thơ Trần Mạnh Hảo đưa ra nhận xét: "Không cách tân ấm ớ kỳ khu đánh đố người đọc bằng giọng nửa ngô nửa ngọng hoặc bí hiểm chẳng ai hiểu được của món tân hình thức hay hậu hiện đại, tân con cóc, thơ đích thực không lụy vào chữ mới hay cũ, rốt ráo là hay hoặc dở mà thôi," vậy thì ý kiến của nhà thơ Lưu Diệu Vân về vấn đề này?*

LDV: Tôi rất ngại cho ý kiến từ một trích dẫn bắt nguồn từ một phát biểu. Trong bối cảnh tòa án, khi một người trích dẫn câu người khác đã nói thì thường không được tòa chấp nhận như bằng chứng bởi vì nó được liệt kệ vào phạm trù "lời đồn". Khi một nhà văn, nhà thơ, tuyên bố hoặc phát biểu, thông thường, ý tưởng của họ khó được hiểu trọn ý trong vòng một hai câu trích. Tôi xin được không trả lời câu hỏi về phát biểu của Trần Mạnh Hảo.

Nhưng tôi sẽ đưa ra ý kiến cá nhân về thơ tân hình thức. Tôi vẫn nghĩ, bất cứ phong cách nào có cố gắng vẽ ra một đường lối mới hơn, đều nên có một chỗ đứng tạm dung trong văn đàn. Và xin đừng khạc nhổ, hay vái lạy chung quanh khu vực này. Hay hay dở, còn tùy thuộc vào tương lai, dòng chảy của sự phát triển. Nếu thử nghiệm đó dở, tự nhiên, sẽ bị đào thải. Thơ tân hình thức ở nước ngoài đã xuất hiện từ những thập niên 80, và cũng đã hơn một thập niên từ khi Tạp Chí Thơ tại hải ngoại khởi xướng và thúc đẩy thơ tân hình thức. Thời gian sẽ chứng minh sự tồn tại hoặc thất bại của mọi thứ trên thế gian này.

THĐ: *Làm thơ tôi chắc chị hiểu câu nói này: "Cõi thơ*

không là thơ, không còn gì nữa hết là thơ. Nơi không còn gì nữa hết khởi đầu thơ. Một xóa bỏ xong tôi. Không còn gì nữa hết. Tôi thơ"?

LDV: Câu văn này của Mai Thảo làm tôi gợi nhớ câu nói của một tác giả quên tên, "Tất cả đều là thơ, miễn là có một thi sĩ." Tôi từng xem một cuốn phim, trong đó, nhân vật họa sĩ đã quá nổi tiếng, quá tài ba, để rồi đến cuối đời, khi ông ta chết, người ta tìm thấy rất nhiều những khung bố trắng, chỉ có chữ ký ở một góc, còn những bức tranh thì đã được hình thành trong khối óc, trong mắt họa sĩ nên ông ấy không màng vẽ nên chúng nữa. Làm tôi chợt nghĩ, cõi thơ ấy, chắc hẳn, rất cô độc, nơi người nghệ sĩ nhập một thành chính tác phẩm (đã hoặc chưa hình thành) của họ.

THĐ: *Lúc còn sinh tiền có lần nhà văn Mai Thảo nói rằng:"Đàn bà không làm thơ được, làm thơ là công việc của đàn ông chúng tôi", câu nói này có khác chi với câu: Đàn bà không đái qua ngọn cỏ, có xúc phạm lắm không, có kỳ thị giới tính lắm không, theo chị?*

LDV: Tôi không nghĩ Mai Thảo lại có thể nói câu ấy, bởi nó không khác gì câu "Đàn bà không đứng đái được, đứng đái là chuyện của đàn ông chúng tôi." Nhưng nếu thực sự Mai Thảo nói câu ấy thì chắc cũng chỉ trong bàn nhậu, khi nồng độ rượu đã lên cao trong máu. Và như vậy tôi chẳng bận tâm vì câu ấy, bởi trước khi Mai Thảo nói câu ấy thì Việt Nam đã có những Hồ Xuân Hương, Bà Huyện Thanh Quan, Sương Nguyệt Anh, Mộng Tuyết, Thụy An... và ngay khi ông Mai Thảo nói câu ấy thì tiếng vang của những vần thơ của "đàn bà" như thơ Nhã Ca đã rộn ràng không gian văn học miền Nam Việt Nam, rộn ràng đến nỗi át cả tiếng đùa cợt trên bàn nhậu.

THĐ: *Ta hãy nói về truyện ngắn* Ghim Trong Lăng Kính *một chút, nhiều người có đọc nhưng hiểu thì họ như đi* *lạc vào cõi sương mù dày đặc bao phủ là bởi tác giả đã quá chú trọng nhiều đến cấu trúc và ám ảnh không gian thay vì tình tiết của cốt truyện và rồi tiếp đến "muốn tạo một không gian tương phản đến cực độ: đại dương và đất liền, ánh sáng và bóng tối v.v...". Ý kiến người đọc là vậy, còn sự giải thích lại tùy thuộc vào tác giả, vậy thì xin chị nói rõ chút ít được chăng?*

LDV: Khi đã ra khỏi tầm tay của tác giả, tác phẩm phải tự biện hộ cho chính nó, phải đủ sức tỏa ra sự hấp dẫn riêng. Tác giả không còn quyền hạn gì nữa. Cũng như nếu tác giả tạo được một không gian bí ẩn chung quanh họ, khi biết khéo léo giữ những riêng tư, những chỉn chu trong đối thoại đời thường. Tác phẩm cũng thế. Tôi nghĩ tôi không nên giải thích giùm cho tác phẩm của mình để giữ trọn không khí mời mọc sự khám phá cho độc giả.

THĐ: *Một lần được trò chuyện với nhà phê bình và nhận định văn học Đoàn Nhã Văn tôi có vui miệng mà hỏi ông: "Văn chương Việt Nam mình nằm ở đâu, có giống ai không, có đi cùng đường với người ta không?" Nhà phê bình chắc cũng vui miệng mà trả lời rằng: "Văn chương Việt Nam không đi cùng, mà đi sau, với khoảng cách xa lắm. Đi sau không phải chỉ ở tài năng của người cầm bút, mà một phần không nhỏ, còn là ở người đọc." Chị có đồng tình với ý kiến vừa nêu hoặc cần bổ túc gì thêm?*

LDV: Nếu những người cầm bút thích chiều chuộng độc giả, thích viết theo số đông, thì chúng ta có lý do nào mà đổ lỗi cho người đọc về khoảng cách lẽo đẽo của văn học Việt? Can đảm gánh trách nhiệm, can đảm dám thử nghiệm, can đảm chấp nhận sự cô độc, can đảm nhận hết những lời phê bình, thì mới dám hy vọng một ngày nào đó, chúng ta may mắn có được một nền văn học Việt "không giống ai."

THĐ: *Theo tôi chị là một người cầm bút may mắn (có*

khi là bất hạnh không chừng) khi được sinh ra sau chiến tranh vậy thì khó mà hình dung ra những tang thương mà chiến tranh đã để lại cho Tổ Quốc, Quê hương (dù là có theo dõi sách báo), bây giờ sau gần một nửa thế kỷ đã trôi qua nếu quay nhìn lại phía sau quãng thời gian ấy chúng ta đã thấy những gì, thi ca, âm nhạc, hội hoạ, điêu khắc, v.v... vẫn chưa (không) có gì gọi là khởi sắc, nhà nước vẫn không đối xử công bằng với những người sinh hoạt trong những lĩnh vực này vậy thì chị nghĩ thế nào?

LDV: Có lẽ may mắn hơn là bất hạnh, vì những người viết thế hệ mới có khả năng sử dụng tiếng Anh để tiếp cận bằng cả hai thứ tiếng. May mắn vì được thoát khỏi những Trích Dẫn Khổng Tử, những Năm Điều Bác Dạy, những Khẩu Hiệu Răn Đe... Tôi nhận thức rõ sự tự do mà tôi đang có được, và với bất cứ những gì tôi viết ra, đều lấy niềm can đảm để làm chuẩn mức cho chính mình. Ngay cả những đoạn văn linh tinh tôi viết mỗi tuần trên trang Facebook cá nhân, tôi cũng chọn những đề tài nhạy cảm trong xã hội mà tôi mong muốn có sự thay dổi, tôi không sợ bị người ghét, người cười, người đánh giá, người cô lập. Tôi chỉ sợ một tôi-rụt-rè.

Tôi nghĩ chúng ta chưa khởi sắc, vì, chúng ta còn sợ nỗi cô đơn dưới mọi lớp mạng che.

THĐ: *Văn học rất cần thiết cho đời sống tinh thần là bởi con người không chỉ là cái giá để mắc áo và cũng không thể là cái túi để đựng cơm, chị là người đọc nhiều mà đi cũng lắm, chị có bao giờ thấy được nhà nước nào trên thế gian này hiểu điều đó hay chăng? Và, nếu họ hiểu được sự cần thiết của văn học cho đời sống người dân thì họ phải làm những gì?*

LDV: Nhà nước chỉ cần lan tỏa tự do thì tự nhiên cái túi đựng cơm sẽ tự động đầy ắp mà không cần phải ép dân cống nạp. Văn học nghệ thuật, song song với khoa học và thần học, là những yếu tố giúp con người trở nên nhạy bén, nhân từ, và hữu ích hơn, và một xã hội cưu mang nhiều những con người như thế sẽ phát triển lành mạnh, vững vàng, và hạnh phúc hơn.

Có lẽ, chúng ta không nên chờ nhà nước làm gì cho mình, mà tự mình hãy năng đến trường, năng đọc sách/ thưởng tranh/xem kịch nghệ/nghe nhạc... và chọn tin vào một lý tưởng sống thiêng liêng nào đó.

THĐ: *Chúng ta "cần có thêm văn học trong và ngoài nước, và văn giới hai nơi cần liên hệ gần gũi, trao đổi với nhau, để làm phong phú thêm cho đôi bên, và không nên kỳ thị, không nên để bị thành kiến chi phối"? Ý kiến của Lưu Diệu Vân?*

LDV: Trao đổi thì có đấy, nhưng chỉ là trao đổi một chiều. Sách từ hải ngoại về khó khăn, sách từ trong nước ra dễ dàng. Tạp chí văn chương hải ngoại liên tục bị tường lửa, còn tạp chí tuyên truyền trong nước ra thì, ôi thôi, trăm hoa đua nở. Tôi cảm thấy, tôi đang/ bị tiêu thụ quá nhiều những trao đổi một chiều, và sự nhẫn nại của tôi, nay đã đến giới hạn.

THĐ: *Có người đặt ra câu hỏi: "trách nhiệm của nhà văn với người đọc, vậy đã có mấy ai đặt ra câu hỏi trách nhiệm của người đọc với nhà văn thì thế nào", chị có nghĩ như vậy là công bằng không?*

LDV: Chẳng ai có trách nhiệm với ai cả, bởi ai cũng theo đuổi một mục đích riêng. Độc giả ghét hay thương tác giả, chẳng làm tác giả đó sáng tác khá hơn hay biếng lười. Tác giả viết theo lối dễ hiểu hay đầy hàm ý, cũng chẳng thể khiến độc giả ưu ái hay ghét bỏ hơn. Đơn giản, chúng ta viết cho chúng ta, và, độc giả tìm đến thể loại văn chương họ thích đọc.

Nếu chúng ta có trách nhiệm nào đó với nhau, không ràng buộc, thì đó chỉ là, nên sống và viết với lòng tự trọng và nên sống và đọc với lòng trân trọng.

THĐ: *Trước khi kết thúc cho buổi nói chuyện giữa chúng ta, tôi muốn gửi đến chị một câu hỏi chót mà nhiều người trong đó có một số đông nhà văn muốn nhờ chị giải thích giúp đó là cách đây không lâu đọc được chị viết ở trên facebook thế này: "Nhà văn nghĩ rằng họ viết sách để lại cho đời, nhưng thật ra họ viết cho chính họ trước tiên, và vì vậy, viết lách là một hành động cực-kỳ-ích-kỷ được đội lốt vì tha nhân," và rồi vẫn theo chị, "tôi nhận thức cái mình đọc là 'xem ké' và cái mình viết ra là 'tư lợi' chẳng để lại cho ai và chẳng ai cần tôi để lại điều gì". Nhiều người bảo với tôi: Đấy chẳng qua là vì cao hứng mà chị nói vậy, nói theo kiểu tiếng Anh vịt què thì: She hot she say so nói để "tự sướng" chứ thực tình văn chương chữ nghĩa bao đời đâu có ai lại nghĩ như thế. Xin được lắng nghe lời giải thích từ chị.*

LDV: Thật sự, tôi ít nhận kết bạn trên facebook cá nhân mà chỉ để "followers" nên khi được biết "một số đông nhà văn" để ý đến status trên, thì tôi rất ngạc nhiên và có chút phấn khởi về sự quan tâm được dành cho đề tài "trắng trợn" này.

Tôi xác định, tôi chẳng phải "hot," nhưng cũng chẳng "nguội", không nổi tiếng nhưng cách xa không vô danh, chẳng phải thiên tài, nhưng chắc chắn không bất tài. Tôi biết địa vị của mình ở đâu, mục tiêu của mình là gì, và vì vậy, những phát biểu nào liên quan đến tôi, tốt hay xấu, tôi xin nhận, nhưng chẳng để ảnh hưởng.

Một tác phẩm luôn hình thành từ một thôi thúc nơi tác giả. Thôi thúc nội tại: niềm khao khát, ẩn ức... phải viết ra; hoặc thôi thúc ngoại lai: tiếng tăm, tiền nhuận bút... như vậy nhà văn viết hiển nhiên là cho mình trước tiên. Người viết có thể tin tưởng hoặc ra tuyên ngôn rằng mình viết cho tha nhân, cho tổ quốc, cho hậu thế, cho văn chương... gì gì đi nữa thì số đông người viết vẫn mong tác phẩm đến với người đọc, vẫn mong được báo đăng, mong được xuất bản.

Và thật sự, tôi chẳng có trách nhiệm phải giải thích

bất cứ điều gì tôi đã nói, hoặc làm, với bất cứ ai. Và tôi giải thích phát biểu này, trực tiếp với tác giả Triều Hoa Đại, và gián tiếp với độc giả, là vì sự nể trọng.

THĐ: *Trước khi chia tay chị có điều gì cần phải bổ túc hay không?*

LDV: Lúc chính thức có thơ đăng trên tạp chí Văn và rồi trở thành biên tập viên cho Tạp Chí Da Màu, tôi đã từng là tác giả trẻ nhất văn đàn hải ngoại. Bẵng hơn 15 năm sau, với hai tập thơ tiếng Việt, một vài dịch phẩm, một vài tuyển tập thơ in chung, và hai tập thơ tiếng Anh, một được Vagabond Press tại Úc xuất bản, và một sẽ được ra mắt vào tháng Năm, 2022, do nhà xuất bản Ugly Duckling Presse tại New York phát hành, tôi nghĩ thi ca thật sự là đam mê tôi sẽ theo đuổi suốt cuộc đời, và cho dù dưới bất cứ hình thức gì, tân hay cựu, tây hay ta, tôi vẫn sẽ dành trọn nỗ lực để tìm cho mình một cõi thơ đúng nghĩa. Tôi không mong trở thành nhà thơ nổi tiếng, có sách bán chạy, tôi chỉ mong mình sẽ tiếp tục rèn luyện để được trở thành một con-người-tử-tế, và một nhà-thơ-can-đảm.

Xin cảm ơn tác giả Triều Hoa Đại cho cuộc trò chuyện này.

THĐ: *Cảm ơn nhà thơ Lưu Diệu Vân.*

THẾ KỶ CỦA NHỮNG VẬT TẾ

chúng ta cứ chảy ngả ngớn về phía trước như thế

nơi đàn ngỗng chẻ sóng xôn xao về vị tổng thống trò hề

cùng cô ca nhạc sĩ hoa-hồng chơi ngông áo cộc không váy

kết hợp với tiếng tăm tráo trở được lộng kiếng

người đàn ông bên kia rào tìm cách thu thập tin tức từ mặt nước mà không cần phải rót mật vào tai không khí

cô bé da trắng thả tay mẹ trượt vội xuống mũi giày sờn đã cưu mang hơn 10,300 em bé da vàng mà tiếng chào của anh vẫn chưa vọng đến cuối cuộc chiến

trong chiếc cầu mũ viền lông tơ hơi thở chúng ta tranh chức giáo đầu

ngoài kia những bức tường biên giới đang được xây bằng lời bào mòn cờ hoa bị thóa mạ

vẫn trong trạng thái hành trang hơn hai thế kỷ nặng nề sự tử tế

anh gỡ chiếc vỏ bảo hộ những bạo lực ấu thơ

những vết bầm ẩn dụ kén khổ chủ

trước và sau hàng cúc áo

liếm môi em như một lá thư sắp cháy cong

lịch sử chỉ là một tiếng rên phản kháng giữa đám đông cả tin nay đã sờn trí nhớ

em dũng cảm nhất trong xiềng xích vòng tay anh chai sạm

chiến sĩ trong em muốn thay đổi những gì bất dịch

thiền sĩ trong em muốn chấp nhận những gì bất dung

Xong giao dịch thịt da, em đưa tờ năm mươi đồng trả công

Anh thối lại một buổi chiều nắng đầy sỏi huyết dụ

lồng bên trong những viên tuyết tầm nhiệt

và trong cơn lốc nước ta nghe thoang thoảng con người đã biết biến cái lạnh thành vũ khí đấu tranh cho nhân quyền/nhân cách/nhân nghĩa

và nhân tình là vật tế hy sinh

NHỮNG KHUÔN MẶT GHẾ NHUNG

từ nỗi đe dọa đời ngắn sẽ lỡ gặp đời sau

ai đó gạ nhượng đôi mắt xanh lơ trong ngôi biệt thự tóc vàng

những giờ học phân tích tỷ lệ chênh lệnh giữa vận-may với phút dứt-tay

cô ta ôm hắn khóc nồng nhưng lại ướt áo sơ mi xanh lơ của người đàn ông

cách đấy bốn giờ di chuyển ly tâm

có ai đứng sau cánh tủ vẽ ra một ấu thể môi hé

anh có bao giờ nghe tiếng rên hừng hực của tờ lịch phán đoán

ngày càng lúc càng cương lên và tháng thì luôn đẫm ướt

thời gian phổng phao ưỡn mình

đẩy ký ức nhễu nhão chúi vào bụng dưới chiếc ghế nhung

bao nhiêu người hôn kẻ lạ ở ngã tư nhừ tử tiếng nhạc tự pha chế

bao nhiêu người quay lưng thêm thắt lời mời

đêm mỏng căng cấy tạo sợi dây giày đã cởi

cưa da nhau thành dăm bào mịn

bao nhiêu người trở lại bóng cửa đẩy đà

tìm chất sướng ngất trong cái khét mát rượi của thân thể lách tách chuẩn bị tự kiêu

đã bao lần chồng lên những cái ghế nhưng không sao đọc ra những khuôn mặt vít giữa dãy son chuốt nhọn

vẫn gật gù cái lắc đầu thảo khấu

TRA TẤN BẢNG MÀU

đội binh ngón tay gỗ trổ móng lông ngỗng bị châm thủng
màu xanh ganh tị
màu vàng dị dịch
màu hồng chủ chốt
màu đỏ điên tiết
điều răn tẩm trắng
quá đủ những tầm thường bi thương
cô đánh đập xanh dương hòng moi ra vị tha
ép chùm hạt sồi khai ra mọi sự thật về màu nâu
về nỗi đau rơi rụng, khô quắn, trở thành vật trang trí bị bơm phồng
tra tấn màu đen dưới tầng hầm cho đến khi bóng đêm chảy máu bầm đầy sàn
vẫn chưa chịu rút xương bảng màu
no nê yến tiệc bằng mắt
cô ép khung vải giữa hai lớp môi
siết cổ họa đồ
hồ đồ theo chuẩn mực
phát hiện từ lâu nó vẫn lén trộm màu
từ hàng kẹo ngoài góc phố
mỗi khi cô ẩn mặt tích tắc

KHU VƯỜN RÃ CÁNH

giữa trùng trùng điệp điệp những đối thoại có vẻ nằm trên bề phẳng của chiếc áo lụa

là cách tiềm thức chúng ta lao xao nghĩ về nhau

bên dưới lớp da thuộc về những ràng buộc rả rích

trong những bối rối kiếp này kiếp sau hay những kiếp giao đầu

xoắn bện tựa những hư thực truyền thuyết công chúa luôn phải cần hoàng tử giải cứu

không ai chiếm hữu được nỗi buồn đâu anh

chúng ta chỉ là những người chăm nom hộ chủ nhân kiêm nạn nhân kế tiếp

trong lúc những chiếc vòng đeo tay trên cườm gỗ mục đang nhập cuộc lột xác ngắn hạn

một ai đó sẽ hiểu đoan trang không là công thức định đoạt độ rơi nứt của trái tim

tỷ lệ của những người trong cuộc luôn luôn là số chẵn bị chẻ nhòe

có những cánh cửa mọc khe khẽ giữa rừng như nấm hoang

bên kia là người đàn bà đang nhọc lòng nhặt những mảnh ánh sáng nuốt vội vàng

phi tang những phân vuông đã bị mặt trời xâm phạm

xa hơn là người đàn ông đang mải miết chinh phục cánh cửa này đến cánh cửa khác

những bóng râm dẫm ngang dọc trên vũng hoa phi yến đã rã cánh

oằn nặng những nguyện vọng xương trắng

trong tan tác có an nhiên, trong tương ái có tai ương

ta hãy cất nỗi xót xa vào chiếc hộp chôn con sóc sơ sinh

và cầu nguyện cho những ánh nhìn bị nhốt trong hạt sương khuyết

mãi mơ về một tinh thể hoàn chỉnh

biệt tích giữa khu vườn tàng hình đang trườn cuộn vào chính thân xác mình

NGUYỄN VĂN SÂM: GỌT MỰC TỪ TÂM

Nhà văn. Tên thật Nguyễn Văn Sâm, sinh năm 1940 tại Sài Gòn. Nguyên Giáo sư Triết tại trung học Petrus Ký Sài Gòn (1966-1968); dạy môn Văn chương và Văn minh Việt Nam tại các Đại học Văn Khoa Sài Gòn, Văn Khoa Hòa Hảo, Văn khoa Cao Đài và Đại học Vạn Hạnh. Đã phiên âm các tuồng hát bội, truyện thơ viết bằng chữ Nôm, nguyên bản hiện lưu tại các thư viện ở Âu Châu như: Tam Quốc Diễn Nghĩa, Lôi Phong Tháp, Sơn Hậu Diễn Truyện, Trương Ngáo v.v... Là thành viên Ban Biên Tập Tự Điển Chữ Nôm Trích Dẫn. Trưởng ban Văn chương, Viện Việt Học. Đến Hoa Kỳ năm 1979. Cư ngụ tại California – Hoa Kỳ.

Tác phẩm đã xuất bản:

Văn Chương Nam Bộ Và Cuộc Kháng Pháp 1945-1954 (Lửa Thiêng, 1972), Văn Chương Đấu Tranh miền Nam (Kỷ Nguyên, 1969), Văn Học Nam Hà (Lửa Thiêng, 1973), Miền Thượng Uyển Xưa (truyện, chung với Đặng Phùng Quân, Bách Việt, 1981), Câu Hò Vân Tiên (truyện, Gió Việt, 1985), Ngày Tháng Bồng Bềnh (truyện, Gió Việt, 1987), Khói Sóng Trên Sông (tập truyện, 2000), Quê Hương Vỡ Vụn (truyện ngắn, Viện Việt Học – Hoa Kỳ, 2011).

Khi viết về hoặc nói tới giáo sư, nhà văn và nhà nghiên cứu Nguyễn Văn Sâm không một ai dù là ít theo dõi nhất những "bước đi" của ông cũng không thể nào không biết tới những gì mà ông đã cống hiến cho văn chương chữ nghĩa, những công trình nghiên cứu văn chương chữ NÔM mà hình như hầu hết cuộc đời ông đã sống với ở lãnh vực này, là một thành viên trụ cột trong viện Việt Học chữ Nôm ông đã miệt mài cùng với những người "đồng chí" vun sới và bồi đắp cho một nền văn chương nghe ra đã hình như xa lắc, xa lơ với những người Tây học, những lớp người trẻ của thế kỷ hôm nay. Tìm đến và được ông vui vẻ tiếp đón chúng tôi rất mong mọi người trong chúng ta sẽ được nghe ông kể chuyện sau xưa ..., chuyện mà bấy lâu khó tìm ra những lời giải thích thoả đáng ngoại trừ một số người ít ỏi am tường.

Thđại: *Thưa anh bấy lâu nay kể từ cái ngày quen biết tôi mới được làm quen đôi chút về văn chương nam bộ bởi qua những Câu hò Vân Tiên, Ngày Tháng Bềnh Bồng và còn những gì nữa nhỉ? Hôm nay, chúng tôi "hẹn hò" những độc giả và anh em bằnng hữu đến để nghe anh nói về một lãnh vực văn chương mà thiết tưởng không mấy người trong số anh em chúng tôi am tường đó là: Văn chương chữ Nôm. Nhưng thiết nghĩ trước khi bắt đầu câu chuyện xin anh tự giới thiệu một chút về mình.*

Nguyễn Văn Sâm: Thưa thì tôi sanh ra ở Sàigòn, cha tôi nói là trong một nhà bảo sanh nhỏ nghèo nàn gần Ngã Sáu Chợ Lớn, đầu đường Nguyễn Tri Phương bây giờ, năm 1940. Nhà cơ hàn, từ nhỏ tới năm 12 tuổi phải phụ mẹ sinh kế bằng cách bán thuốc lá lẻ (ngồi trước quán ăn nào đó) rồi đội thúng hột vịt lộn đi rao gần như khắp Sàigòn. Năm 11 tuổi (1951) cha tôi mất, hai người cô đem tôi về nuôi ở một cái quán trà Huế nhỏ ọp ẹp của hai cô trong Chợ Cháy Cầu Ông Lãnh vì mẹ không thể nuôi nổi ba anh em tôi, người anh lớn thì đã được nuôi trước rồi. Nhờ vậy tôi được đi học. Biết thân phận nghèo mồ côi, tôi ráng học, chỉ 8 năm (1951-1959) tôi từ là đứa học trò lớp Ba đã xong Tú Tài 2. Từ đó học xong Đại Học và được thầy mình, LM Thanh Lãng đề bạt về làm Phụ Khảo môn Văn Chương Việt Nam ở trường Đại Học Văn Khoa Sài gòn từ năm 1968 cho tới ngày tháng 04- 75 tan hoang.

Thđại: *Sau khi miền Nam "được" (bị) giải phóng trong lúc giao thời như thế tâm trạng của anh ra sao?*

NVS: Buồn quá mạng vì tất cả đều đổi thay, cả vùng đất Miền Nam và cả khung trời nho nhỏ là trường Đại Học Văn Khoa mà tôi đã gởi chí hướng và tuổi thanh xuân của mình trong đó. Hai năm 75-77 ở lại trường như cái bóng, hằng ngày vô giảng đường lớn thay vì dạy như ngày xưa thì học tập và thảo luận 'cụi' về XHCN. Người ở bên kia vô lãnh đạo trường không ai nói chuyện với mình mà mình cũng chẳng buồn bắt chuyện với họ. Họ đâu muốn coi mình là nhân viên của trường nữa đâu. Ở lại trường nhưng không được dạy cũng không biết gì về sinh hoạt của trường. Chỉ có năm đầu, 1975 được cho chấm thi tuyển sinh, nhưng chấm cho có thôi, có anh bộ đội lấy tài liệu ra chép, tôi đuổi ra, chiều lại gác phòng cũ, anh lại đánh bùa, lại bị tôi đuổi ra. Nhưng sau nầy thấy anh ấy được trúng tuyển và tôi nhận được từ anh ánh mắt vừa bỡn cợt, vừa nghinh của người thắng cuộc – cuộc thi tuyển sinh. Hai năm tới trường hằng ngày như cái bóng, tới đâu chừng tháng 8 năm 77 thì nhận được giấy báo cho biết mình hết thuộc sự quản trị của trường nữa, về trình diện để phường quản lý. Hụt hẫng tới cùng cực.

Thđại: *Rồi thì làm cách nào mà anh rời bỏ được "quê hương là chùm khế ngọt" và đến định cư ở "chùm khế chua"là Hoa Kỳ?*

NVS: Ở lại trái tai gai mắt ban ngày, ban đêm nghe tiếng chó sủa thì tim đập liên hồi sợ rằng họ vô bắt mình đi học tập hay bắt lên đồn công an. Ai mà biết được! Thôi thì phải bỏ nước mà đi thôi! May mà vợ chồng đều đồng ý phải ra đi dầu rằng vì mình là nhà giáo nên cũng không bị đì gì nhiều ở địa phương... Vài ba lần bị gạt mất vàng, vài ba lần đi không tới, chúng tôi bị sạch sành sanh, có lần bị tù ở Vũng Tàu, bị đánh đập, tới nay cái hông hình như vẫn còn đau do hậu chấn đó. Khi được thả về thì nhà không còn gì để bán để ăn hằng ngày, tôi phải lén vợ, lén người quen biết, đi theo sự chỉ dẫn vô nhà thương bán máu- còn bài thơ bán máu viết lúc đó. Cuối cùng năm 1979, trời độ vì người bạn thân - anh Hồ Xích Tú, con của nhà văn Hồ Hữu Tường có chiếc ghe cui đậu trong xẽo lâu nay đồng ý bán chịu trả sau 27 lượng vàng, tôi tổ chức kêu người quen góp tiền để đi, do kinh nghiệm những lần đi bất thành trước đó, chuyến đi trót lọt sau mấy ngày ròng rã trên biển lặng tháng 3 năm 1979 và được vô Mỹ tháng 9 cùng năm vì trước đây mình là GS Đại học và có lúc làm việc trong Quốc Hội Lập Hiến 1976-1967.

Thđại: *Sinh hoạt trong thế giới chữ nghĩa lâu năm tôi tin rằng giao tình giữa những nhà văn chẳng hạn như: Vũ Anh Khanh, Lý Văn Sâm, Thẩm Thệ Hà và còn rất nhiều những nhà văn khác nữa chắc phải có lắm điều thú vị vậy nhân đây anh có thể nhắc lại chút ít được chăng?*

NVS: Những tên tuổi anh vừa nêu trên thuộc thế hệ nhà văn trước tôi 20 năm nên nếu được quen cũng là do cơ may. VAK thì chết từ lâu khi vượt qua Bến Hải năm nào. LVS, sau 1975 về kiếm tôi vì tôi có viết bài về ông trong cuốn Văn Chương Tranh Đấu Miền Nam. TT Hà thì trước sau vẫn ở SG, quen được do một người bạn tôi nguyên là học trò của ông thời Trung Học. Chỉ giao tình mưa nắng thăm viếng chứ chưa bao giờ nói về chuyện viết lách vì lúc đó nhựa sống và việc cầm bút của hai vị nầy như là đã hết. Họ đứng bên lề xã hội và đứng ngoài việc viết lách dầu có tên trong hội nhà văn nấy nhà văn kia. Kể cả nhà thơ Hoàng Tấn, tôi từng gặp nhiều lần trên gác Vọng Nguyệt của ông ở cư xá Thanh Đa. Rất thân tình, nói chuyện về người văn chương xưa nhưng ông cũng không viết gì. Tôi có cơ may là giao tình thân thiết với nhà văn Sơn Khanh và nhà văn Hồ Hữu Tường nhưng cũng là về những sinh hoạt đời thường hơn là chuyện văn chương. Có điều là nhân dịp nầy tôi thúc đẩy nhà văn Sơn Khanh cho xuất bản truyện dài ông viết trước đây - 1949 - với tựa Ngục tối giữa Rừng Sâu nói về đời sống của người cạo mủ cao su trong đồn điền mà ông đã xin phép xuất bản mấy lần không được. Và truyện đó đã được ra đời dầu chậm hai mươi năm với tựa mới là Nước Độc (NXB Nam Cường, 1971).

Thđại: *Thế còn những nhà văn như: Nguyễn Mộng Giác, Nguyễn Xuân Hoàng, Tạ Tỵ, Vũ Hoàng Chương giao tình giữa anh và họ những ngày tháng cũ ra sao?*

NVS: Họa sĩ nhà văn Tạ Tỵ và thi sĩ Vũ Hoàng Chương thì cũng thuộc thế hệ trước tôi 20 năm. VHC là thầy tôi khi tôi học ở trường Văn Lang đường cô Bắc. Sau đó thì không có cơ hội gặp tiếp. Tạ Tỵ thì chỉ được giao tình khi ông sắp sửa về lại VN sống thời gian cuối đời. NMG và NXH là bạn đồng thời và có dịp gặp nhau nhiều, rất ít bàn về chuyện viết lách, mỗi người có cách tiếp cận với văn chương theo cách thế và hoàn cảnh sống của mình nhưng là bạn tương đối thân. Hai bạn ấy ngoài việc viết lách văn chương còn làm báo văn học ở CA trong khi đó tôi mắc dạy học ở Texas. Sự qua lại chỉ nhiều khi tôi sang CA năm 2010 nhưng thời gian nầy thì chuyện văn chương đã trở thành thứ yếu vì tạp chí văn học không còn như ngày trước nữa.

Thđại: *Anh có thời cộng tác với Viện Việt Học vậy thì công việc của viện ấy là gì, sinh hoạt như thế nào?*

NVS: Hiện bây giờ vẫn còn cộng tác trong việc thuyết

trình đề tài nào mà VVH thấy cần thiết nói lên một vấn đề văn học. VVH cần in sách văn học và tôi có chỗ in sách của mình. Sự điều hành viện là việc của nhóm anh em thiện chí khác sinh hoạt với nhau cả 30 năm nay.

Thđại: *Nhà văn và nhà thơ Viên Linh trong báo Ý Thức đã đưa ra nhận định thế này: "Tôi thích giọng văn người miền Nam, viết từ trái tim chứ không từ trí óc" là nhà văn miền nam anh thấy nhận xét ấy thế nào?*

NVS: Nhận định thì tùy theo mỗi người tôi không ý kiến về vụ nầy. Tôi thấy mình viết cũng rất nhiều trí óc trong đó. Mỗi truyện của tôi đều có chủ đề trong đó dầu là khó thấy, tôi muốn người đọc tự tìm coi tác giả viết gì chớ không đưa ra ngay, như vậy là trí óc phải không. Có thể nhà văn Viên Linh muốn nói tới cách hành văn của người Miền Nam nói chung là viết trơn tru với chữ/từ ngữ thường thấy ngoài đời chớ không bận trí thay đổi bằng từ ngữ cao xa văn chương.

Thđại: *Nhân đang nói chuyện về nhà văn miền nam tôi chợt nghĩ đến Lê Xuyên bởi với giọng văn rất ư là nam bộ khi ông hạ bút xuống : Dóc tổ, dóc tía, bảnh tỏn, mùi bạt mạng, khỉ khô, tài khôn, v.v... nhưng mấy lúc gần đây chúng ta ít còn thấy xuất hiện loại văn phong như thế có phải chăng văn chương đã bị "đô thị hoá", văn chương nam bộ đã mất dần cái vẻ chân chất của:" hôm qua em đi phố về, hương đồng cỏ nội bay đi ít nhiều" phải thế không anh?*

NVS: Đúng vậy, nhà văn Miền Nam phải móc hầu bao ra những cụm từ, những cách nói đặc biệt Miền Nam, chớ không phải xài mấy chữ bà chã bà chẹt: tui, dìa, hỏng phải, dzui quá.... mà thành nhà văn Miền Nam. Những từ ngữ đặc biệt Nam Kỳ đó nằm sâu trong ký ức của nhà văn khi hồi nhỏ ông ta đọc các bộ sách gọi là dịch truyện Tàu của nhà Tín Đức Thư Xã hay đọc Hồ Biểu Chánh, Trương Vĩnh Ký, Huỳnh Tịnh Của... rồi khi mình viết thì tự các từ ngữ này nhảy ra thôi. Nhưng nói thì dễ, làm được chuyện đó không dễ vì sự ảnh hưởng của chữ Bắc, tiếng Bắc rất là đậm trong đầu chúng ta do chuyện đi học, chuyện đọc sách ... Nói rõ hơn các chữ thầy, nầy, chơn thật, nhơn ái... hình như đã không còn mà người anh của chúng là này, thày, chân thực,nhân ái ... chiếm chỗ!

Thđại: *Khi đọc anh ở: "Giọt Nước Nghiêng Mình" nhà văn Phạm Phú Minh đã đưa ra nhận xét tương tự văn phong của anh cũng "rất Nam Kỳ", có khi còn Nam kỳ hơn cả Bình Nguyên Lộc hay Sơn Nam chẳng hạn như: "ngừng một lúc, nuốt nước miếng; mích lòng mích bề, phủi phủi ông nội ơi đừng nói gở ...v...v...". Với một nhà văn vắt từng "giọt máu" trải dài cho chữ và nghĩa qua bao năm anh có nghĩ rằng rồi đây dù vật đổi sao dời thế hệ kế tiếp sẽ vẫn còn tha thiết với đồng ruộng, với ngôn ngữ trải đầy lòng nhân bản của cha ông?*

NVS: Thưa thời đại đổi thay, nền giáo dục thay đổi, sách vở thay đổi, từ ngữ ngoài đời thay đổi thì văn chương và những hình ảnh cấu tạo nên sự kiện văn chương cũng thay đổi thôi. Viết theo cách cũ thì dễ bị phê bình là lạc hậu, là làm dáng. Tôi và những cây viết anh vừa nêu tên ở trên dễ bị phê là không hiểu từ, không hiểu hoạt cảnh...Trong một truyện ngắn mới nhứt của tôi là Hai Đường Ngôi Rẽ nhiều người 50-60 hỏi tôi cái tràm mà thằng nhỏ chơi là cái gì. Và tiền-bao-thuốc là gì? Cũng vậy người trẻ hơn không hiểu sao con trai con gái 7, 8 tuổi mà chơi cõng nhau...

Thđại: *Và rồi còn nữa cái cảnh mà thằng Đực trong một truyện ngắn Quê Hương Mình (Ngày Tháng Bềnh Bồng) "ngồi chồm chệ trên cái mui ghe cá dềnh dàng" của ngày xa xưa nay biết còn tìm lại ở đâu, xa rồi những kỷ niệm như thế giờ đây nghĩ lại anh có thấy buồn chăng?*

NVS: Thưa nhà văn ghi lại những chuyện xảy ra trước

đây đã in đậm trong ký ức giờ khi có dịp thì tuôn ra. Cảnh thiệt mất đi là chuyện của xã hội, không có gì phải buồn. Passage Eden, Tax, phố dạo chơi Lê Lợi, Catina bây giờ khác xưa thì cũng là chuyện đương nhiên thôi, nên ghe chài trên sông và đời sống trên sông có thể không còn nhiều nữa nhưng cũng là chuyện bình thường. Người thế hệ trước tôi và anh chắc cũng chứng kiến những đổi thay, nếu các vị ấy buồn thì khó sống: Sông kia giờ đã nên đồng, chỗ làm nhà cửa chỗ trồng ngô khoai, Tú Vị Xuyên mãi khoắc khoải về vụ này nên lẹt đẹt trong xã hội...

Thđại: *Trước thập niên 1975 bốn (04) nhà văn miền Nam lúc đó được xếp vào: Tứ đại văn hào Nam Bộ là: Bình Nguyên Lộc, Sơn Nam, Lê Xuyên và Hồ Hữu Tường, anh nghĩ sự xếp hạng ấy đã đủ chưa có cần thêm, bớt gì không?*

NVS: Thưa xin cho không bàn về điểm nầy vì có thể là những ý kiến cá nhơn...

Thđại: *Là nhà văn, nhà giáo và là một người rất am tường chữ về chữ NÔM vậy thì xin anh vui lòng giải thích văn chương chữ NÔM là gì?*

NVS: Đại khái tiếng Nôm là tiếng của người Việt mình, nói ra thì hiểu liền như ăn, ngồi, đi, núi, trăng. Còn tiếng Hán Việt là tiếng của người Tàu, chúng ta mượn xài nên nói khác với họ chút xíu phải cắt nghĩa người bình dân mới hiểu: Thực (ăn), tọa (ngồi), khứ (đi), (núi), nguyệt (trăng)... vì tiếng Nôm khác với tiếng Hán nên để viết chữ của các tiếng Nôm, ông bà mình đã chế ra chữ Nôm bằng cách mượn các yếu tố của chữ Hán. Vậy chữ Nôm là chữ của người Việt trước khi người Âu Châu tới Việt Nam và sau nầy tạo ra chữ quốc ngữ mà chúng ta đương xài.

Thđại: *Có bao nhiêu tác phẩm về chữ Nôm mà anh đã xuất bản và theo anh giá trị của những tác phẩm ấy đối với gia tài văn hoá Việt Nam mai này như thế nào?*

NVS: Thưa phải nói cho đúng là tôi không có tác phẩm Nôm nào, tôi chỉ làm việc phiên âm, nghĩa là dịch từ tác phẩm Nôm của ông bà mình ra chữ quốc ngữ mà thôi. Ông bà mình ngày xưa viết gì quan trọng thì dùng chữ Hán,viết gì có tính chất tình cảm, truyện thì viết bằng chữ Nôm, nếu ta không dịch ra quốc ngữ thì thấy đời sống văn hóa của Việt Nam thiệt nghèo nàn, nếu dịch ra hết thì thiệt ra không nghèo nàn chút nào. Trường hợp Đoạn Trường Tân Thanh, Chinh Phụ Ngâm, Nhị Độ Mai, Lục Vân Tiên là những thí dụ. Nếu không dịch ra thì ai mấy đã biết các tác phẩm trên! Nhưng vấn đề là còn nữa mà người trước chưa dịch hết. Và tôi là mò mẫm làm chuyện dịch đó, được bao nhiêu hay bấy nhiêu vậy thôi.

Thđại: *Là một trong số những nhà văn miền nam chẳng hạn như: Bình Nguyên Lộc, Sơn Nam, Hồ Trường An và Kiệt Tấn v.v... anh đã gây được tiếng vang trong văn giới và có sức lôi cuốn người đọc tôi chắc chuyện này không dễ, vậy thì làm cách nào anh có thể tạo nên "cách riêng" ấy?*

NVS: Thưa chẳng có chi gọi là cách riêng, tôi sống ở Sài gòn, vùng nghèo khổ bình dân 12 Cầu Ông Lãnh, là Vĩnh Hội là hẽn Hãng phân, là đường hẻm Hiệp Thành bên kia sông, chung đụng với người bình dân lam lũ tôi nghe nói tiếng nói của họ. Ở đây có những bà cụ ông cụ lớn hơn tôi 5, 6 mươi tuổi vẫn còn giữ được những cách nói Miền Nam Kỳ Lục tỉnh, những chữ mà người dẫu là người Sài gòn nhưng ở Quận 1, Q 3, Q 6 khó mà có dịp để nghe, để sử dụng. Thêm nữa. Lúc nhỏ nhờ hoàn cảnh đặc biệt tôi có thời gian ngấu nghiến gần như toàn bộ các truyện Tàu do nhà Tín Thư Xã ấn hành nên tiêm nhiễm những chữ Miền Nam lạ tai người thường... Các chữ ấy khi tôi viết truyện thì tự nó tuôn ra thôi. Chúng ở trong óc của người viết, nói cách của tôi là chúng ở trong máu, tuôn ra tự nhiên không cần nhớ. Nếu nói là cách riêng thì sự kiện không nề hà, không ngại ngùng không sợ bị chê là quê mùa, là miệt Vườn để đem các cụm từ, các danh từ đó vô trong tác phẩm...

Thđại: *Khi viết giới thiệu "Giọt Nước Nghiêng Mình" nhà văn Song Thao đã viết:" Cái tên Nguyễn Văn Sâm đã dính liền với chuyện nghiên cứu khiến chúng ta tưởng lúc nào anh cũng khô khan, nhưng thực ra anh cũng lả lướt sáng tác như ai", vậy thì giữa hai phần nghiên cứu (khô khan) và sáng tác "lả lướt" phần nào đã làm anh tâm đắc nhất?*

NVS: Thưa phần viết truyện ngắn là phần tôi tâm đắc nhứt và muốn viết nhứt. Sáng tác và nghiên cứu giới thiệu về những nhà văn khác tôi cho rằng sự kiện nầy giống như một thiếu nữ có bổn phận phải trang điểm sửa soạn cho các cô thi hoa hậu trong khi lòng cô thì ước ao phải chi mình được dự thi.Nhưng sao tôi nghiên cứu và giới thiệu tác phẩm Nôm nhiều, bởi vì nghĩ rằng mình không làm thì các tác phẩn đó bị mai một đi. Người biết chữ Nôm tuy ít nhưng không phải là không có, có điều là những vị ấy không có hoàn cảnh để làm thôi (tài liệu, điều kiện sống, sức khỏe, sự khuyến khích của người thân kề cận...) Tóm lại tôi thích viết truyện nhưng phải hi sinh thời giờ chút đỉnh cho văn học nói chung.

Thđại: *Nhà văn Phạm Phú Minh thì bảo rằng:" Có thể nói Nguyễn Văn Sâm là một nhà văn của tư tưởng. Đọc ông đôi khi chúng ta có cảm tưởng truyện chỉ là một cái cớ để trình bày một triết lý, một suy nghĩ mà ông cưu mang và muốn truyền lại cho chúng ta..." phía trước của huy chương bao giờ cũng có bề trái của nó, thế thì "một* *cái cớ" như Phạm Phú Minh đã viết thì nhà văn Nguyễn Văn Sâm muốn truyền lại cho hậu thế là gì đây?*

NVS: Nên viết những gì đáng viết, không viết để có danh tiếng, có tiền. Nếu đem được những sinh hoạt xưa mình từng chứng kiến vô truyện thì càng tốt. Dĩ nhiên là đả kích- bằng nghệ thuật, không phải bằng lời nặng nề - Những điều xấu xa của xã hội đương thời.

Cổ động để bỏ đi những hủ tục, thói quen xấu (như đốt vàng bạc, như phóng sanh chim, như ăn yến uống nước mắt con nầy con kia...), tin tưởng vô cớ ở bói toán, tuổi xung khắc, phong thủy, giải hạn, cầu tài, cúng thần Tài, cúng vong... dĩ nhiên trong các vụ nầy người chống mình không phải là ít. (cười)

Thđại: *Những lúc sau này ở hải ngoại người viết có vẻ như thưa thớt, lác đác mùa thu lá rụng vậy nguyên nhân ấy là do từ đâu, nhà văn thiếu chất lượng để sáng tác,nhà văn bị lão hoá hay người đọc không còn thiết tha với chữ nghĩa?*

NVS: Những lý do anh Triều Hoa Đại đưa ra đều đúng nhưng phải kể thêm tới phương tiện in ấn và phát hành tới độc giả khó khăn, cũng như người đọc giờ thấy dễ dàng đọc trên internet, trên báo internet hơn là tìm mua sách khó khăn. Cũng phải nói là lực lượng đọc bây giờ già hơn ba chục năm trước nhiều mà lực lượng người đọc trẻ thì tăng cường không được bao nhiêu vì hoàn cảnh sanh sống thực tế của nơi đất mới.

Thđại: *Lại có nhà văn bảo rằng: " Ông (bà) ấy viết là viết cho chính mình, đọc giả chỉ là thứ yếu, với anh khi ngồi vào bàn viết điều đầu tiên anh nghĩ là viết cho chính mình hay là viết cho đọc giả?*

NVS: Tôi nghĩ là mình viết cho người đọc, mình chuyển tải những suy nghĩ của mình tới độc giả. Ai phê bình ý tưởng nầy thì tôi cũng cười trừ thôi. Chứ viết cho mình thì viết rồi thì để trong tủ chớ sao lại đem in lưu thế?

Thđại: *Buổi chiều đã dần xuống quanh nơi anh em chúng ta đang ngồi trò chuyện vậy thì cũng đã đến lúc phải chia tay nhau rồi mặc dù còn rất nhiều điều muốn được nghe anh giải thích nhưng đành phải hẹn lại anh vào một dịp khác vậy, trước khi chia tay anh có muốn nhắn nhủ hoặc bổ túc thêm những điều mà tôi đã thiếu xót?*

NVS: Sống ra con người đàng hoàng không hổ thẹn với lương tâm và với người thân chung quanh trước khi làm một nhà văn. Thời gian của ai rồi cũng sẽ hết, kéo theo sự bỏ lại tất cả mọi thứ vật chất cụ thể, chỉ còn là cách sống phải khi người đó hiện diện trên trần gian nầy. Ta khen Trương Vĩnh Ký, Phan Thanh Giản, nhưng mấy ai khen cả ngàn ông quan, ông Đốc Phủ Sứ thời đó, ông Tổng Đốc Phương và các ông bán vua, bán người cách mạng chống Pháp để kiếm một chút tiền.

Thđại: *Xin cùng với bạn hữu và đọc giả những người theo dõi cuộc trò chuyện này chân thành cám ơn nhà văn, nhà nghiên cứu và phê bình Nguyễn Văn Sâm kính chúc anh luôn bình an trong cuộc sống và mọi điều tốt đẹp.*

NVS: Xin cám ơn nhiều nhà thơ Triều Hoa Đại và cám ơn quý độc giả, cám ơn tất cả những ai đã theo dõi và đọc bài phỏng vấn nầy.

NGÔI CHÙA TRONG TÂM TƯỞNG

Bửu Ốc Tiêu vừa đi vừa đá trái cầu thằng Đạt mới cho. Cầu vừa chưn ghê, chỉ có ba miếng vảy cá còn bao nhiêu là da cắt tròn vanh thiệt khéo, da thiệt, đá êm mà đằm vô cùng, không bao giờ xẹt bậy, mới thử có mấy cái mà thằng Bửu đã cảm thấy điều khiển cầu nầy dễ dàng, đá mộ ngàn cái coi như dễ ẹt. Bốn cái lông gà thuộc loại đẹp, mới, không biết thằng Đạt kiếm ở đâu mà đầy đủ lông tơ, chưa thấy chỗ nào xước ngược. Đá đâu độ chừng năm chục cái, và di chuyển khoảng đường chừng bằng một hơi u mọi nó đá hất trái cầu lên vai, lấy vai huých xẹt ngang trước mặt thằng Đạt, tuyên bố dõng dạc:

'Tao chịu cầu nầy quá, từ bây giờ trở đi thằng Đạt, thằng Oanh, thằng Nhàn được quyền chép Toán của tao, chỉ cần tụi bây chép khác khác một chút thì được, ổng không thể nào biết đâu. Bữa nào có Toán cần nộp bài tụi bây nhớ tới trường sớm, tao đưa bài và chỉ mánh lới cho chép...'

Cả bọn hoan hô nó còn hơn anh hùng thắng trận trở về sau một thời gian dài gian khổ chống ngoại xâm.

Thằng Bửu Ốc Tiêu tiếp tục đá tiếp, giữ trái cầu trên không cho đến khi tới trước nhà mình mới ngừng lại chụp trái bỏ gọn vô túi, mỉm cười tự thưởng.

Thằng Đạt nảy giờ vẫn lẻo đẻo theo sau, nói nhỏ với Bửu:

'Tao cho mầy hai chục mai ăn hủ tíu, mỗi tháng cũng đều có như vậy, nhưng mà từ nay mầy không được cho thằng nào coi bài nữa ngoài mấy đứa tụi tao. Ai cũng làm bài được thì còn ai học dỡ, phải có đứa đội sổ mới được, tụi tao đội nhiều rồi, bây giờ phải thế vai.'

Thằng Bửu nhớ tới thằng Phan, ông già thằng nầy tháng trước năn nỉ nó cắt nghĩa bài giùm giúp vì nhà nghèo thằng con nghỉ học nhiều nên bị mất căn bản. Nếu nó học dỡ không lên lớp được năm nay thì bị đuổi phải ở nhà thôi. 'Cháu mà giúp nhà bác thì như là cháu cất được năm bảy kiễng chùa...' Ông nói giọng tha thiết, mắt rưng rưng.

Thằng Đạt còn nhấn mạnh: 'Nếu mầy giúp nó thì mỗi tháng không có hai chục, lúc tụi tao đi chơi không cho mầy theo, tụi tao ăn gì mới cho mầy ké chút đỉnh thôi...'

Thằng Bửu đắn đo một chút rồi gật đầu. Không giúp thằng nầy thì giúp thằng khác, có chuyện gì đâu. Mình nhà nghèo cần tiền. Nó chào thằng Đạt, một tay mân mê trái cầu một tay cho vào túi cảm nhận xấp tiền, vừa bước vô nhà vừa hút gió một cách vô tư.

Tôi có người bác ruột, bác Ba, tu ở cái cốc trong khuôn viên nhà vốn là một khu vườn dừa rộng rãi. Hằng ngày tôi được đánh thức dậy bằng tiếng mõ lốc cốc, tiếng kệ kinh ê a của sư bác khi trời mới vừa hừng sáng. Má tôi nói sư bác trước dạy học cũng nổi tiếng trong vùng, bỗng nhiên từ nhiệm về đây dựng cốc tu hành, chắc có tâm sự gì đó. Má còn nói kệ kinh công phu sáng của sư ít nhứt cũng đánh thức người chung quanh dậy đúng giờ, đó là chưa kể gương kiên nhẫn của sư là một bài học quí giá nên theo. Buổi chiều, trời mới chạng vạng là sư đã có thời kinh tối, chăm chỉ, không ngày nào mệt mõi. Cái cốc của sư bác là nơi tôi thăm viếng khi thiếu lũ bạn cùng lứa để rong chơi ngoài đồng hay tắm sông, bẻ mía, lặt dừa, tát đìa, mò cá... Lần nào sư bác cũng cho trái cây cam quít, chuối, đu đủ... chín rục có những dấu tích đổi màu do chưng hơi lâu trên bàn Phật. Nhiều khi qua cốc lúc sư đương thời kinh, tôi tự nhiên ngồi ở một mép chiếu để lắng nghe cái âm thanh huyền bí có sức ru ngủ mình với tất cả sự thích thú và lòng kiên nhẫn đợi chờ được sư bác vò đầu nói vài ba câu chuyện đời rồi cho ê hề bánh trái.

Lần nào cũng vậy trong khi chờ đợi, tôi tò mò nhìn

mấy tấm tứ thời treo trên vách lá vẽ hình ông Phật ngồi nhắm mắt tham thiền hay ngắm nghía hình quỹ dữ mặt xanh nanh vàng, đầu u nần năm bảy cục đang lấy chỉa ba đâm người hay kéo lưởi cắt họng thiên hạ. Lúc rảnh rang sư bác thường cắt nghĩa về những bức tứ bình đó và thường nhấn mạnh bây giờ là đời mạt pháp quỷ sứ ma vương tràn đầy ngoài đường, đức Phật Bồ Tát cũng xuống thế độ nhơn nhưng ít thành công hơn thời Thượng Nguơn vì con người bây giờ làm điều xấu quá nhiều.

Tôi thắc mắc là sao ngoài đường không bao giờ thấy quỉ sứ, ma vương gì hết. Sư bác cười, vò đầu tôi hỏi: 'Con có bao giờ thấy thằng ăn trộm, thằng đâm thuê giết mướn không? Nó trộm đồ mà người ta đổ biết bao nhiêu công khó mới có, nó nhận tiền người nầy để chém giết người kia... nhưng mặt mày nó ngoài đời cũng bình thường như chúng ta mà thôi. Đó là quỷ sứ nhập thân hay là ma vương hiện hình đó con. Thợ vẽ vẽ mặt mày ma vương có nanh vút là để cho dễ thấy dễ biết mà thôi, chớ thật sự quỷ sứ ma vương không khác gì người thường hết đâu con. Vậy nó mới sống chung lộn với người đời, mới hại người ta được.'

'Còn Phật thì sao sư bác? Phật có hào quang trên đầu. Phật chỉ ngồi tham thiền thôi phải không sư bác?.

'Đó là Phật ngày xưa lâu lắm rồi. Thời mạt pháp nầy Phật xuống thế gian ở mọi nơi, lúc nào chung quanh ta cũng có Phật, cũng có Bồ Tát giúp ta tranh đấu chống ma vương. Chỉ tại lòng ta không đủ tín thành để chấp nhận đó là Bồ Tát mà thôi.'

'Sư bác nói khó quá con không hiểu.'

'Nầy nhe! Phật không xuống thế bằng một nhân thân, mà xuống thế thành muôn vạn người vô hình hay hữu hình ở kế bên mỗi người chúng ta. Phật trợ duyên từng người để biến người đó thành Bồ Tát trong một thời khoản ngắn. Nếu người nào thành Bồ Tát nhiều lần, thành Bồ Tát lâu dài thì sau nầy khi chết sẽ được siêu độ. Nhưng bên cạnh người đó cũng có quỷ sứ, ma vương hiện diện. Nó xúi giục làm bậy như trộm cắp, láo xược, ngoại tình, gian dối, ức hiếp để dành giựt ruộng vườn nhà cửa của kẻ cô thế... nếu người nào nghe theo chúng thì biến thành ma vương một thời gian. Biến thành ma vương nhiều lần thì khi chết sẽ bị đọa địa ngục đời đời chịu khổ hình dưới âm ty không thể đầu thai.'

Tôi vùng ôm mặt khóc lớn, nức nở:

'Vậy con sẽ bị đọa địa ngục. Sư bác cứu con với. Con ăn cắp hết ba trái xoài của bà nội vú trong khạp gạo rồi đổ thừa cho thằng em con. Lần trước nảy chuối sứ cũng vậy. Con cũng lén cạy ống heo của đứa em gái nữa, mỗi ngày cạy lấy một chút, con cũng bẻ trộm mía của hàng xóm, con cũng ăn hiếp thằng Tửng nhà xóm trên vì nó nhỏ hơn con.'

Sư bác tôi từ tốn giải thích:

'Những lúc làm điều xấu như vậy con đã biến thành ma vương thời gian đó. Nếu con biết mình 1àm xấu mà chừa đi, mà ăn năn làm lành trở lại thì ma vương không thể dụ dỗ con để làm nô lệ cho nó nữa. Lâu ngày nó chán bỏ đi kiếm người khác dễ dụ dỗ hơn. Làm điều tốt thì con đã hóa thân thành Bồ Tát lúc đó. Bồ Tát hay ma vương là những trạng thái ngắn hạn trong lòng mỗi con người, không phải là trạng thái hằng cữu. Lúc làm Bồ Tát thì người ta sung sướng thơ thới lòng, mặt mày sáng sủa rạng rỡ như có hào quang tỏa ra. Lúc làm ma vương thì lòng nóng như bị thiêu đốt, khó chịu, mặt mày đăm chiêu buồn lo. Đó là lửa dục thiêu đốt lòng, đó là những u nần mọc ngược vào trong tâm não, đâm vào phía bên trong của người con.'

Tôi lý sự trả treo:

'Vậy thì con người đồng thời là Bồ Tát và ma vương?'

'Đúng vậy! Khi hành động vì người khác, mình là Bồ Tát, khi hành động có hại cho người khác để lợi cho mình, ta là ma vương. Nói là nói đơn giản như vậy, chứ hành còn hạnh nữa. Hành vi Bồ Tát nhưng tâm hạnh ma vương thì cũng là ma vương thôi. Mà thôi! Con buồn ngủ rồi, ta sẽ nói chuyện hành và hạnh trong dịp khác.

Tôi buồn ngủ thiệt tình, mấy từ ngữ khó nuốt trôi như hóa thân, trạng thái ngắn hạn, trạng thái hằng cữu, lửa dục hào quang mà không thấy được, u nần mọc vào bên trong tâm não nhảy múa loạn xạ trong trí tôi.... Tôi cũng ngán ngẩm khi nghe đến các khái niệm hành và hạnh. Chúng không hấp dẫn bằng nãi chuối thâm kim, mấy trái quít và hai chén chè trên bàn Phật trước mặt đang cười cười mời gọi.

Sư bác tôi nhìn thấy ánh mắt ước muốn của cháu mình, nói trong nụ cười hiền từ:

'Con đương bị ma vương dụ dỗ đó. Bây giờ còn nhỏ thì chẳng sao đâu, ma vương chỉ dụ được những việc xấu nhỏ, nhưng đừng để ma vương có dịp lớn lên trong tâm hồn mình. Quan trọng là phải chống lại những cám dỗ của ma vương.'

Sư bác tôi đứng dậy nhón chưn hạ dĩa trái cây xuống, hào phóng đưa cho đứa cháu trần tục của mình thiệt nhiều quà của Phật.

Chỉ đợi có vậy, tôi kéo banh vạt áo trước ra đựng, hai tay ôm chặt, chạy u ra tuốt mé mương ngoài rìa vườn nhà nơi thường có mấy thằng bạn trang lứa tụ tập trững giởn, phá phách...

'Xuống xe qua bac bà con cô bác ơi!' Người lơ xe vừa nhảy xuống, xe vẫn còn trờ bánh tới nhè nhẹ, đã ca bài ca xưa cũ. ' Chỉ có ông bà già là được ngồi lại trên xe, còn ai thanh niên thì xuống đi bộ qua bac nhe! Tới trước kia mà nhận giấy qua bac.'

Mọi người lục tục xuống xe, người lếch thếch đi tìm chỗ tiểu tiện, kẻ xăm xăm vô quán kiếm chút gì đó dằn bụng, giáo Bửu theo đám đông bước về phía trước, chỗ xét giấy, nơi đây thằng lơ xe đã đợi sẵn chìa cho khách của xe mình tấm giấy trả tiền qua bac. Giáo Bửu nhìn đoàn xe nhà binh rồi lắc đầu ngao ngán: 'Điệu nầy hai ba giờ đồng hồ nữa biết xe mình nhúc nhích được chưa. Xe nhà binh ưu tiên mà đi hành quân dài sọc như thế nầy qua tới bao giờ xe dân sự mới được qua.'

Anh bước vô đám đông để nghe điệu ca vọng cổ mùi tận mạng do một nghệ nhân lỡ thời đương xuống giọng xề. Nghệ nhân cụt hết hai tay tới cùi chõ, chỉ còn lại lủng lẳng hai cánh trước. Anh ta mang trước ngực một cái lon sửa bò là chỗ đựng tiền do khách bộ hành mũi lòng thương hại bố thí cho. Cái micro được cột vô một cánh tay cụt, khi nghệ nhân cất giọng ca thì giơ lên, người cột đã canh vừa đủ tầm cho âm thanh có thể bắt được.

Giáo Bửu hờ hững nghe, cũng bâng quơ ngó người đàn bà già trước tuổi đi sau nghệ nhân, ôm cây đàn. Bỗng anh như nhảy nhổm lên hỏi lớn:

'Phải mầy đó không Phan?'

'Phải! Bửu còn nhìn tôi sao? Tưởng giả bộ quên tôi rồi!'

Giáo Bửu ứa nước mắt, hai tay choàng qua ôn bạn:

'Hơn chục năm rồi mình không gặp nhau. Cuối năm học đó mình không bao giờ gặp lại bạn nữa.'

Người chung quanh tò mò nhìn sự tương phùng của hai người bạn. Người đàn bà của Phan lãnh đạm ngó bạn của chồng.

Giáo Bửu xăng xái mời hai người ghé vào quán gần đó...

Bên ly trà đá người nghệ nhân kể lại đời mình với một giọng thiệt bình thường nhưng Giáo Bửu nghe như kim đâm vô tim từng cái từng cái đau điếng hồn:

'Tôi mất căn bản về Toán và Sinh ngữ, anh chỉ giùm thì biết chút chút vậy thôi, Khi anh quá bận thì tôi đành chịu. Cuối năm đó thi lên lớp rớt, phải về quê làm ruộng với ông già.Anh cũng biết vùng xôi đậu mà, ban ngày bên quốc gia, ban đêm họ về, tuyên truyền, bắt lính.... Họ bắt mình theo vô bưng. Thời chiến tranh mà! Vướng vô vòng thì không chuyện nầy cũng chuyện khác.Trong một trận chống càn, tôi bị pháo trúng....tàn phế nên được tản cư ra chợ đã năm sáu năm nay. Còn sống là may. Có người vợ chịu thương chịu khó theo mình cũng là một cái may nữa. Gặp anh, anh không sợ mất thể diện mà nhìn bạn, tôi sung sướng vô hồi. Mấy năm nay tôi sống trong bi thiết chán chường lúc nào cũng muốn rũ sạch bụi trần để ra đi. Đời mình còn gì nữa đâu để ham hố níu kéo. Chưa làm được vì còn một mụn con thơ và người đàn bà tri kỷ.' Giọng Phan nhỏ dần như tiếng thở dài hiu hắt. Giáo Bửu nghẹn ngào ray rức trong tâm, thấy dường như mình có lỗi .

Tôi đi trả nợ cho nửa quê hương thất trận hơn mười năm trở về, ngơ ngác giữa dòng đời bon chen xào xáo nhưng hiếm hoi chân tình với người chung quanh gần gũi. Cha tôi đã mất, sư bác cũng đã siêu linh tịnh độ hơn bảy tám năm nay rồi. Những buổi chiều buồn, tôi lang thang vô cái cốc đóng kín cửa hoang phế, phủ bụi từ ấy để tìm chút dư vị tuổi thơ. Một lần tôi tò mò mở một gói giấy dầu đặt ở cuối góc trang thờ Phật, ngoài có đề mấy chữ nắn nót: *Kinh Phật Di Đà*. Tôi mở ra, ngoài hai gói kinh còn có một gói tiền toàn giấy nhỏ một trăm, hai trăm, năm trăm, một ngàn, hai ngàn .. và một bức thơ gởi cho tôi.

Phong Điền, ngày tháng năm vô vọng.

Tuấn con,

Tiền nầy sư bác chắt mót kỳ khu hơn hai chục năm mới có được. Đổi đi đổi lại thì ra thế nầy, đủ để mua mười lượng vàng hay cất một kiểng chùa nho nhỏ cho Phật tử có nơi đến chiêm bái đấng Từ Phụ. Đủ tiền thì sư bác thỏa mãn ước vọng xây chùa đồng thời thất vọng về chính mình, té ra bao nhiêu năm nay mình lặn lội cực nhọc, mình dè xẻn khiêm tốn vì một số tiền, mình cười với tín hữu nầy, vâng dạ với tín hữu kia vì số tiền đó.

Ngôi chùa phát họa trong tâm tưởng hướng dẫn cái hành Bồ Tát, còn cái hạnh Bồ Tát của sư bác nằm ở đâu?

Cất chùa lớn rồi thì sư bác phải dính vô chuyện duy trì chùa, bão vệ chùa, sư bác sẽ sinh hoạt chùa chớ còn đâu tâm trí để tu hành kệ kinh, sư bác sẽ làm chuyên chùa sự chứ đâu phải làm chuyện Phật sự. Cái hạnh Bồ Tát suốt đời sư bác nhắm về coi như mỗi lúc càng chạy ra xa.

Khám phá ra điều nầy, sư bác thấy bao nhiêu năm nay tưởng rằng mình làm đúng hóa ra sai. Sư bác tạ lỗi với chư Phật bằng cách tuyệt thực từ từ cho đến ngày được về chầu Phật tổ. Số tiền nầy con có toàn quyền sử dụng theo ý muốn, có ích cho con hay cho người khác đều được.

Nhưng con nên nhớ cái hạnh đáng quí gấp mấy lần cái hành.

Cầu nguyện ơn trên gia hộ cho con.

Thích Giác Nguyện.

Chỗ ký tên thế danh lâu ngày mực nhòe nhoẹt không đọc được, cố gắng lắm mới nhìn ra là Nguyễn văn Bửu.

Số tiền đó má tôi chép miệng than rằng với thời giá, mua chưa đầy ba chỉ vàng, một cái chùa bình thường nho nhỏ ở vùng quê lúc nầy cũng phải tốn gấp trăm lần số đó. Ngồi nhìn gói tiền lâu ngày ẩm mốc, bốc mùi tanh tanh từ những bàn tay dính đầy dầu mở, cát đất, cá thịt của chúng sanh nghèo khổ khi cúng dường cho sư, tôi quyết định đem đốt bỏ để giải thoát hương linh sư khỏi vướng víu với nó nữa. Nơi chốn thiêng liêng kia chắc sư không còn thắc mắc về hành hạnh, theo tôi hai khái niệm nầy hòa quyện lẫn nhau không có lằn ranh phân biệt, càng biện biệt ta càng bị bủa vây không lối thoát...

Xếp bằng chỗ ngày xưa sư bác đặt bồ đoàn ngồi gõ mõ tụng kinh, tôi đốt từ tờ những tấm giấy bạc thiệt như người ta đốt giấy tiền vàng mã. Ngọn lửa xanh lân tinh từ tốn ngún cháy, liếm từ chút từ chút, mấy cái hình trên giấy bạc bỗng chốc trở nên méo mó dị dạng. Tôi chợt mơ hồ thấy nụ cười hiền từ của sư bác quanh quẩn đâu đây.

‘Mong sư bác siêu thăng, *hành* và *hạnh* Bồ Tát chẳng qua là những điều dạy đạo lý giúp người đời sống từ bi vị tha, sư bác đã hành thiện, đã sống xứng đáng là một con người khi cố gắng thực hành một ước vọng không vì mình. Sư bác đáng được về cõi tĩnh hằng miên viễn như một Bồ Tát....’

Nguyễn Văn Sâm
Victorville, CA 12/09

PHỎNG VẤN NHÀ VĂN NGỰ THUYẾT
LẤP LÁNH MỘT MÀU: TÓC TRẮNG

Nhà văn. Tên thật Tôn Thất Ngự, sinh tại Huế. Giáo chức. Cựu Sĩ quan VNCH. Định cư tại Hoa Kỳ cuối năm 1990. Làm việc trong một cơ sở tìm việc cho người tị nạn. Bài đăng trên các tạp chí: Văn Học, Văn, Chủ Đề.

Tác phẩm đã xuất bản:

Sóng Trôi (truyện ngắn, Thanh Vân, 1996), **Đào Thoát** (truyện ngắn, Đồng Văn, 1998).

Cùng với nhà văn Ngự Thuyết chúng tôi ngồi nhìn buổi chiều trôi di qua những tiếng chim gọi về một mùa xuân nơi quê xa mà nghe lòng mình chìm xuống mênh mang, hỏi anh một vài câu chuyện của buổi xa bầy, những truân chuyên sau cuộc đổi đời vì chính ông là một trong số những người còn ở lại để làm chứng nhân cho biết bao hoang tàn, đổ nát của chiến tranh, của hận thù. Chúng tôi hỏi ông về nguyên nhân của sự cầm bút và trở thanh nhà văn giữa khi "chợ" chiều đã vãn, văn chương chữ nghĩa ở hải ngoại lúc gần đây được coi như lão hoá...v...v...

Dù rằng góp mặt với sinh hoạt thơ, văn có chút muộn màng nhưng không vì thế mà ngòi bút của ông chậm lại vì chỉ trong một thời gian ngắn ngủi nhà văn Ngự Thuyết đã gửi đến những người yêu thích văn chương những: Sông Trôi, Đào Thoát, Lưu Đày và Quê Nhà, Dấu Chân, Dấu Chân II, Tuyển Tập Ngự Thuyềt, Bắc Hành, Về Đâu, và Mẹ. Ông đã cộng tác với rất nhiều tạp chí văn chương hàng đầu ở hải ngoại như: Văn, Văn Học , v.v...

Hôm nay mượn chút thời gian còn xót lại của buổi chiều ngày xuân chúng tôi được trò chuyện cùng nhà văn Ngự Thuyết, ao ước sẽ có sự tham gia của quý đọc giả cùng với chúng tôi trong buổi trò chuyện này.

Và giờ đây chúng ta hãy cùng nhau vào chuyện:

Triều hoa Đại: *Chào nhà văn Ngự Thuyết.*

Ngự Thuyết: Chào anh Triều hoa Đại.

Thđại: *Được đọc ông từ lâu nên vẫn ước ao có dịp dù là ngắn ngủi dăm ba phút trò chuyện cùng ông, hôm nay vui lắm cơ may đã đến vậy thì ông có vui lòng trả lời một số câu hỏi mà bấy lâu vẫn "canh cánh" bên lòng.*

Ngự Thuyết: Được anh phỏng vấn là một vinh dự lớn cho tôi. Tôi sẽ cố gắng trả lời tất cả các câu phỏng vấn của anh. Bạn bè viết lách không nên phân biệt tuổi tác, ta hãy xưng hô với nhau "anh tôi nhé.

Thđại: *Cùng với những văn nghệ sĩ sống xa lìa tổ quốc chỉ trong một thời gian ngắn anh đã gửi đến đọc giả chín (09) tác phẩm mà theo tôi nghĩ đó là một sự "chạy đua" với thời gian hoàn hảo anh có nghĩ như thế không?*

Ngự Thuyết: Rời bỏ quê hương, qua tới Mỹ tôi mới bắt đầu viết. Những năm đầu hoang mang, bàng hoàng, và còn phải lo kiếm sống. Khi đã có việc làm, dù cuộc sống chưa ổn định, tôi cảm thấy một tiếng gọi, một thôi thúc gần như cấp bách rằng phải viết cái gì đây. Rồi loay hoay viết vào những ngày rảnh, giờ lẻ, nên không viết được bao nhiêu. Khi về hưu mới có nhiều thì giờ để viết hơn. Dù 4 cuốn cuối cùng khá dày, trên dưới 450 trang mỗi cuốn, nhưng số sách được in như thế, theo tôi nghĩ, vẫn còn ít ỏi lắm. Trong khi đó thời gian như "bóng câu qua cửa sổ". Mới đấy tóc xanh, nay đã tóc bạc. Chẳng biết sẽ còn viết lách được bao lâu nữa. Cho nên "chạy đua" với thời gian? Tôi xin thua. Nếu quay ngược được thời gian, chắc chắn tôi sẽ cố gắng và quyết tâm viết nhiều hơn. Đúng là một mơ ước viển vông và tội nghiệp.

Thđại: *Hiện nay với tuổi trời cũng không còn "trẻ" lắm và lại đang sinh sống ở một nơi xa lìa cố quốc, vậy thì trong anh (tôi nghĩ chủ quan thôi) hẳn rằng cũng có nhiều ngôn ngữ lấp lánh trong cách nghĩ và viết của anh, vậy thì chọn lựa một cách viết để diễn giải những suy nghĩ, diễn đạt là điều quan trọng, nếu thế thì chọn lựa của anh ngôn ngữ nào anh mong muốn để chuyển đạt những suy tư, những trăn trở trong anh đến người đọc?*

Ngự Thuyết: Tiếng Việt, tiếng mẹ đẻ, dĩ nhiên là ngôn ngữ tôi yêu quý nhất. Được dùng, được nghe, được nói, từ thuở còn bập bẹ cho tới khi "không còn trẻ lắm", tiếng Việt đã ăn sâu vào tim, vào óc của tôi. Nay lại được viết, thì làm sao có ngôn ngữ nào thay thế nổi. Thỉnh thoảng tự nhiên trong đầu bị một "lỗ trống" khiến tôi quên lửng một từ tiếng Việt nào đó, phải nghĩ bằng tiếng Anh hay tiếng Pháp. Hai thứ ngôn ngữ đó có khi được việc, có khi chẳng giúp ích được gì. Rồi không sớm thì muộn, từ tiếng Việt mà tôi quên, hoặc quên tôi, lại trở về. Như một người yêu trung thành nhưng hay hờn mát đôi lúc làm bộ lạnh nhạt với anh chàng si tình là tôi. Đó là chưa kể những câu thơ, câu ca dao, câu hò, câu hát vẫn lui tới với tôi như những người bạn tâm giao không bao giờ phụ bạc nhau.

Thđại: *Với thời gian và sự tiến bộ của kỹ thuật mọi điều hầu như thay đổi cho lớp người đi trước thời gian như anh ví dụ như: Các cụ ta ngày trước chú trọng đến nét viết bằng tay vì thế người ta để cả cái "tâm" vào đó, để cả cái "hồn" vào nét chữ, nhưng bây giờ thì lại khác nào là: Keyboard, Computer cho nên cái gì cũng mau, cũng gọn còn thì giờ đâu để tâm, để hồn vào nét chữ, thế thì theo nhà văn Ngự Thuyết chữ viết có còn cái tinh anh nằm trong cái "HỒN", cái "TÂM" của người viết?*

Ngự Thuyết: Trước hết, tôi không dám và không thể nhận là người đi trước thời gian.

Vâng, dụng cụ dùng để viết chữ đã trải qua những giai đoạn từ bút lông, bút lông gà, đến bút sắt, bút bi, và bây giờ viết bằng *computer*. Đối với thế hệ của tôi, hồi còn bé tí có khi bị bắt buộc phải dùng bút lông trong lúc học lõm bõm chữ Hán. Lên trung học, mỗi tuần chỉ học một giờ chữ Hán, thì đã dùng ngòi bút sắt để viết rồi. Với chữ quốc ngữ tất nhiên dùng ngòi bút sắt hay bút bi. Sau này mới chuyển qua viết bằng *computer*. Tóm lại chúng tôi đã sử dụng đủ các dụng cụ dùng để viết chữ, trừ bút lông gà người phương Tây dùng xưa kia. Nhớ chàng Kim Trọng tương tư: *Buồng văn hơi giá như đồng/Trúc se ngọn thỏ tơ chùng phím loan*. Tất nhiên Kim Trọng vì nhớ Kiều xao nhãng việc đèn sách, lâu ngày không viết, ngọn bút se lại. Nhưng cũng có thể hiểu rằng ngọn bút đã se mình khi nhìn chứng kiến chủ nhân của mình thất tình. Giữa chữ viết và người viết, như anh nói, quả là có giao cảm, có "tâm" và "hồn". Khi chữ Quốc Ngữ ra đời, bút lông mềm mại, uyển chuyển, bị thay thế bằng bút sắt cứng đơ. Tuy nhiên, ngòi bút sắt vẫn còn có thể có nét đậm, nét nhạt, nắn nót, uốn éo, du dương. Đến bút bi thì chỉ còn một nét mà thôi. Tuy vậy chữ vẫn có thể đẹp như "rồng bay", hay xấu như "gà bới"; hoặc rõ ràng, chân chỉ, hay cẩu thả, xiên xẹo. Lại có nét chữ đa tình, mặn mà, hay khô khan, lạt lẽo; phóng khoáng, bay bướm, hay gò bó, tủn mủn. Từ đó thầy bói chữ có thể suy đoán tính cách của người viết. Nhưng chỉ đoán trúng phần nào thôi. Là vì, chẳng hạn như Nhất Linh chữ viết đều đều và nhỏ như kiến bò (xin xem vài trang bản thảo in trong tiểu thuyết *Xóm Cầu Mới*), nhưng với tâm hồn đầy ắp yêu thương, và rất mực tài hoa, vẫn mô tả được một cô Mùi tình tứ, duyên dáng, tha thiết, đảm đang, và đáng yêu biết chừng nào. Đến giai đoạn viết chữ bằng *computer*, với những mẫu chữ giống nhau, thầy bói chữ đành thất nghiệp.

Riêng tôi, khi bắt đầu viết văn thì đã có *computer*, và tôi viết ngay bằng *computer*. Viết bằng *computer* nhanh hơn viết tay nhiều, lại tẩy xoá dễ dàng. Đó là cái hay, mà vẫn có chút bất tiện. Tôi nghĩ rằng khi viết tay, những gì gạch bỏ vẫn còn đó trên trang giấy, có khi được đem dùng lại một cách thích đáng. Trên *computer*, xoá đi là mất tiêu. Đôi khi vì dễ tẩy xoá quá, người viết lại vô tình, hay vội vàng, xoá đi mất cái hay, cái xuất thần, khó nhớ lại được.

Tới đây tôi xin trả lời rõ hơn liên quan đến cái "tâm", cái "hồn" của con chữ. Khi tôi bắt đầu viết một truyện ngắn chẳng hạn, chữ như nước nhỏ giọt, chậm chạp, lạnh lùng, chưa có "hồn", chưa có "tâm". Dần dần chữ nọ đuổi chữ kia chen nhau chạy nhảy nhanh nhẹn, vui tươi, hay nối đuôi nhau kéo dài lê thê nhọc nhằn, buồn bã. Giữa người viết và con chữ, đến giai đoạn này, chắc chắn đã bắt đầu có mối giao cảm. Mối giao cảm ấy càng lúc càng khăng khít. Những con chữ, dù trên *computer*, bỗng nhiên mang một sức sống từ lúc nào người viết không hề hay biết. Nó chi phối người viết. Và ngược lại, tất nhiên, người viết cũng có quyền năng sai khiến những con chữ. Những dòng chữ vui vẻ đùa giỡn, thì người viết vui lây; hoặc cau có, bực bội thì người viết chột dạ; hoặc băn khoăn, lo âu, thì người viết thấy cần phải xét lại những gì hắn vừa viết. Tóm lại, dù dưới dạng thức nào, con chữ và người viết vẫn gắn bó với nhau chặt chẽ.

Thđại: *Đã từng có nhiều tác phẩm được gửi tới người đọc vậy thì với anh là nhà văn khi viết có cần nhiều đến kỹ thuật để tạo thành tác phẩm?*

Ngự Thuyết: Kỹ thuật rất quan trọng. Trước cảnh biệt ly chẳng hạn, hai người viết khác nhau có thể có những phản ứng, đáp ứng gần giống như nhau, và cũng gần như có chừng ấy vui, buồn, mừng, giận ... Nhưng khi viết xuống, mỗi người viết vận dụng kỹ thuật riêng và sáng tạo ra tác phẩm riêng biệt. Hoặc hay, hoặc dở, và chắc chắn khác nhau. Kỹ thuật vững vàng, bài viết mới có giá trị

Trong văn học Việt Nam, cảnh biệt ly được đề cập đến nhiều. Cùng đề tài ấy, Nguyễn Du đã viết nên những câu thơ lục bát tuyệt tác. Nguyễn Đình Thư, một thi sĩ được Hoài Thanh đưa vào cuốn Thi Nhân Việt Nam có một bài thơ nhan đề là Tống Biệt cũng làm theo thể lục bát. Các chi tiết như nơi chia tay, kẻ ở người đi, nỗi buồn ly biệt ... đều được hai tác giả nói đến. Thế nhưng nhờ vào kỹ thuật, nghệ thuật, đoạn thơ của Nguyễn Du hay hơn nhiều. Mời anh đọc bài thơ Tống Biệt của Nguyễn Đình Thư, và đoạn thơ trích từ Truyện Kiều của Nguyễn Du để tiện so sánh:

Tống biệt

Mênh mông muôn lớp sóng dồn
Vẻ lau trăng gió bãi cồn khói sương
Nước non đây chỗ chia đường
Tương tư mở lối đoạn trường cũng đây
Cách vời trước biết bèo mây
Chung đôi xưa nỏ sum vầy làm chi
Để giờ lủi thủi người đi
Mai chiều quạnh quẽ tà huy tôi buồn
Võ vàng đứng bến giang thôn
Thuyền người nắng bể mây nguồn biết đâu
Cầm tay chừ hẹn chi nhau
Sầu chia nước chảy bên nào xa hơn

Và dưới đây là biệt ly giữa nàng Kiều và Thúc Sinh:

Chén đưa nhớ bữa hôm nay
Chén mừng xin đợi ngày này năm sau
Người lên ngựa kẻ chia bào
Rừng phong thu đã nhuốm màu quan san
Dặm hồng bụi cuốn chinh an
Trông người đã khuất mấy ngàn dâu xanh
Người về chiếc bóng năm canh
Kẻ đi muôn dặm một mình xa xôi
Vầng trăng ai xẻ làm đôi
Nửa in gối chiếc, nửa soi dặm trường

Đến đây, tôi xin nêu thêm một nhận xét. Một tác phẩm văn chương thường được nhìn trên hai bình diện: nội dung và hình thức, và trong hình thức có kỹ thuật. Làm như thế là nhằm mục đích đơn giản hoá việc phân tích, giảng giải. Thật ra, nội dung và hình thức tương tác nhau, quấn quýt nhau thành một thể nhất quán khó tách rời.

Thđại: *Trong bốn thứ giải trí của người xưa là: Cầm, Kỳ, Thi, Hoạ thì THI được xếp vào loại thứ ba(03) trong bốn (04) loại kể trên là nhà văn ông có thấy sự sắp xếp đó ổn thoả không?*

Ngự Thuyết: Theo tôi, cách nói Cầm, Kỳ, Thi, Hoạ của Tàu chẳng qua để cho thuận tai. Được đề cập trước không nhất thiết được xem là có giá trị hơn. Theo truyền thuyết Tàu, Đế Thích là tay cao cờ đệ nhất nhưng đâu được tôn kính và nhắc nhở đến nhiều như Lý Bạch, Đỗ Phủ, Vương Duy v.v... Đâu có ảnh hưởng đến đời sống tình cảm, tinh thần của con người như những nhà thơ nói trên. Trong hai câu thơ trong Truyện Kiều của Nguyễn Du:

Đòi phen nét vẽ câu thơ

Cung cầm trong nguyệt nước cờ dưới hoa

thì thứ tự là Hoạ, Thi, Cầm, Kỳ.

Trong cách nói Tuyết, Nguyệt, Phong, Hoa cũng thế, không nhất thiết Tuyết là đẹp nhất, Hoa là xấu nhất. Cũng trong thơ của Nguyễn Du:

Đòi phen gió tựa hoa kề

Nửa rèm tuyết ngậm bốn bề trăng thâu

Phong, Hoa đi trước Tuyết, Nguyệt.

Thđại: *Nếu cho là "Ổn" thế sao ngừơi ta lại bảo rằng:" Xướng ca vô loại" vậy khi buồn " Kiều lẩy" một đôi câu còn có ý nghĩa gì?*

Ngự Thuyết: Câu nói "xướng ca vô loại" không biết ra đời từ bao giờ và do ai nói. Cũng như những "danh ngôn" khác, những câu nói loại đó thường không có giá trị phổ quát, hoặc chỉ đúng trong trường hợp này, sai trong trường hợp khác, đúng vào thời gian này, sai vào thời gian khác. Tôi bỗng nhớ hai câu thơ trước kia thường được những người bài bác *Truyện Kiều* nêu lên như một khẩu hiệu: *Đàn ông chớ kể Phan Trần/Đàn bà chớ kể Thuý Vân, Thuý Kiều*. Hai câu thơ ấy chỉ nói lên ý kiến của một nhóm người nào đó, và cũng đã lỗi thời.

Trong các triều đình vua chúa ngày xưa, hay trong các lễ hội đình đám của dân gian, để thêm phần trang nghiêm, sôi nổi, hào hứng, có phần đóng góp quan trọng của âm nhạc. Tất nhiên phải có những nhạc sĩ, nhạc công, và những nghệ nhân ca xướng. Và tất nhiên họ không phải là "vô loại". Ngay cả vào thời cổ đại của nước Tàu, Khổng Tử đã san định *Kinh Lễ* trong đó có phần *Lễ Ký* nói đến âm nhạc: *Nhạc là sự hài hòa của trời đất, Lễ là trật tự trong trời đất* (Nhạc giả thiên địa chi hoà dã, Lễ giả thiên địa chi tự dã). Âm nhạc, như vậy, đã được tôn quý từ ngàn xưa tại nước Tàu mà văn hoá của họ có ảnh hưởng lớn đối với nước ta. Về sau âm nhạc ở phương Đông dường như không được quan tâm bằng những bộ môn khác, trong khi ở phương Tây nhạc cổ điển rất được quý trọng và đạt đến những đỉnh cao từ giữa thế kỷ 16 cho đến bây giờ. Nay cả thế giới đều biết giá trị lớn lao của âm nhạc. Câu nói "xướng ca vô loại" trở thành vô nghĩa.

Thơ có thể được dùng để thù tạc, xướng hoạ, ngâm hoa vịnh nguyệt, một thú tiêu khiển thanh cao trong lúc nhàn rỗi. Nhưng vẫn có loại thơ nói lên hồn tính của cả một dân tộc. Việt Nam ta là một nước nhỏ, tiếng Việt chưa được biết đến nhiều, cho nên kiệt tác *Truyện Kiều* của thiên tài Nguyễn Du cũng chưa được phổ biến trên thế giới cho dù nó đã được dịch ra khá nhiều ngoại ngữ. Riêng tiếng Pháp và tiếng Anh, mỗi thứ tiếng đã có hơn 10 bản dịch *Truyện Kiều* khác nhau. Tại sao có nhiều bản dịch như thế? Bởi vì những dịch giả không đồng ý nhau trước một tác phẩm quá tế nhị, quá phong phú, quá hàm súc, khó ai có thể nắm bắt được đầy đủ ý nghĩa và cái đẹp của nó. Đối với người Việt thì *Truyện Kiều* đã đi sâu vào lòng dân tộc từ người ít học đến những thành phần trí thức hay đỗ đạt cao. Cho nên "khi buồn 'Kiều lẩy' một đôi câu", như anh nói, là chuyện có thể thường xảy ra. Người đang buồn có thể tìm thấy sự an ủi, đồng cảm qua những vần thơ trác tuyệt ấy.

Nhưng trong một phạm vi rộng lớn hơn, một áng thơ hay có thể tác động đến tình cảm, nhận thức, tư duy của con người nói chung.

Thđại: *"Làm văn nghệ không phải để giải trí, "làm văn nghệ rất khổ" nhà văn, hoạ sĩ Võ Đình có lần đã bảo thế, còn theo Nguyễn Đình Thi quan niệm làm văn chương là một sự " nhọc nhằn" ông có bao giờ thấy "khổ" và thấy "nhọc nhằn" khi viết?*

Ngự Thuyết: "Làm văn nghệ không phải để giải trí", tôi đồng ý. Nhưng để rước lấy cái "Khổ", cái "nhọc nhằn"? Đấy là cảm nghĩ riêng của cá nhân Võ Đình hay Nguyễn Đình Thi. Với tôi, lúc ban đầu, tôi viết là viết cho tôi do một thúc bách nào đó, có khi mơ hồ, có khi rõ ràng. Khi có người tri kỷ, tri âm, tôi viết để san sẻ với những người ấy, và nếu có bạn đọc mới khác nữa, càng tốt. Viết xong một tác phẩm, cảm thấy nhẹ nhõm như vừa vượt qua một thử thách. Lâu ngày thành thói quen như đói thì ăn, bứt rứt thì viết. Ăn xong bớt đói, viết xong bớt băn khoăn. Tóm lại, không vì viết mà phải nhọc nhằn, khổ sở.

Thđại: *Đã từng có những tác phẩm ngắn, dài ông có gì phản biện lại khi nhà văn, hoạ sĩ Võ Đình có lần đã nói: "Truyện ngắn là hình thức thực tại của sự đời, truyện dài là một chuỗi dài lóng lánh, nối kết do sự giả tạo của con người?*

Ngự Thuyết: Tôi không đồng ý với những nhận xét nói trên. Theo tôi, truyện ngắn là sự chụp bắt những mảng rời, nhỏ của cuộc sống, thường mang một chủ đề, và có thể được viết bằng lối văn cô đọng gần gũi với thơ. Trong khi đó truyện dài cố gắng phản ảnh thực tại của cuộc sống đa dạng, cố gắng "chạm" vào con người. Tôi thích viết loại truyện "vừa" (novella).

Thđại: Tóc Trắng *là một truyện ngắn mà nhiều độc giả ưa thích, không những thế khi còn sinh tiền cố nhà văn Võ Phiến cũng rất thích truyện này. Vậy thì nhân đây anh có thể nói thêm về* TÓC TRẮNG, *hoàn cảnh nào, động lực thúc đẩy ông viết lên truyện ngắn này?* ***Anh xây dựng tác phẩm ấy như thế nào?***

Ngự Thuyết: Có truyện bắt tôi phải suy nghĩ nhiều về cốt truyện, bố cục, nhân vật, khung cảnh v.v... trước khi viết. Nhưng thường thì không thế. Câu trước nảy sinh ra câu sau, ý nghĩ này kéo theo ý nghĩ khác, dồn dập mỗi lúc một nhiều thêm, chẳng khác gì một sinh vật tự nó lớn dần khi có đầy đủ dưỡng chất quanh nó. Truyện *Tóc Trắng* cũng được thành hình một cách ngẫu nhiên như thế.

Tôi xin được nêu lên vài chi tiết có liên quan đến *Tóc Trắng*. Trong một chuyến đi Big Bear, một khu du lịch miền núi nổi tiếng ở Nam Cali, đứa cháu gái của tôi trong một lúc vui miệng "thành thật khai báo": "Chắc chú biết cháu đã tuyệt giao với cái anh chàng đáng ghét đó. Trước kia cháu có đi Big Bear với hắn. Nay trở lại đây, dù ghét hắn, cháu vẫn thấy lòng bồi hồi." Câu nói ngắn ngủi không đâu ấy luẩn quẩn mãi trong tôi. Rồi nó biến thành một đòn bẩy, một khai mào, một thúc giục, khiến tôi nghĩ lan man hết chuyện này đến chuyện khác. Cả một quá khứ ngổn ngang, hoang mang, đau đớn, rối rắm, vui quá ít, buồn quá nhiều, trong đó có bạn bè của tôi, người thân của tôi, và bản thân tôi, lũ lượt kéo về xôn xao, dồn dập cùng với những cảm nghĩ, xúc động, chen lẫn với tưởng tượng, hư cấu. Tôi ghi lại thật nhanh những gì nổi bật nhất lên *computer*. Xem lại, sửa chữa, thêm bớt, sắp xếp ... *Tóc Trắng* thành hình.

Vâng, có một số bạn đọc thích truyện *Tóc Trắng*. Nhà văn Võ Phiến cũng thế, và có viết mấy dòng nhận xét. Khi truyện được in ra, nó trở thành một "sinh vật" hoặc có sức sống lâu dài, hoặc chết yểu mau chóng, tuỳ theo sự đón nhận, tiếp thu, và cả đóng góp về mặt "sáng tạo" của người đọc nữa. Nói cách khác, "đứa con tinh thần" đó, lúc ấy, hoàn toàn nằm ngoài tầm tay của tác giả. Nhưng, nếu tôi nhớ không lầm, nhà phê bình văn học Nguyễn Hưng Quốc, đại khái nói rằng tác giả cũng là người đọc trước tiên tác phẩm của hắn. Vậy tôi thử làm một độc giả đọc truyện *Tóc Trắng*, nêu lên vài nhận xét. Độc giả khác có thể đồng ý hoặc không, hoặc có nhận xét khác.

Người ta sống thường trực trong ám ảnh. Ám ảnh có khi nằm sâu trong tiềm thức, và cả trong vô thức. Ám ảnh càng dai dẳng khi chấn động càng to lớn. Trong truyện, đấy là hình ảnh mái tóc trắng loà xòa của người vợ đau khổ trên làn nước xanh trước khi chìm sâu xuống đáy biển trên đường vượt biển. Hình ảnh đó không bao giờ phai mờ trong lòng người chồng.

Ngoài chủ đề vừa nói, có mấy mệnh đề phụ. Chẳng hạn sự khác biệt của những nếp sống trước và sau khi Miền Nam thất thủ, rồi tiếp theo là nếp sống lưu vong. Mệnh đề phụ thứ hai: Hai anh chàng có quan hệ đến một nhân vật nữ. Người thì mang nặng quá khứ, khốn đốn, khắc khổ; người thì đã nhập vào dòng chính của cuộc đời mới, tự tin, thực tế. Và mệnh đề phụ thứ ba: Con đường. Con đường êm đềm của quê hương cũ đầy thương yêu, không chém giết hận thù; con đường vong thân chứa chất những cạm bẫy, hầm hố, đau thương sau 1975; và con đường không thiếu những đe doạ của súng đạn, sắt thép, và của cả con người, trên đất lưu vong.

Thđại: *Chúng ta vẫn chưa có tác phẩm đủ "LỚN" cả ở bên trong lẫn bên ngoài tổ quốc có phải vì theo người đọc thì: "những nhà văn a nam ta vẫn còn quanh quẩn ở cái ao làng, vẫn viết những đề tài: "xa quê hương nhớ mẹ hiền", nói gọn lại thì toàn là những thứ vớ vẩn, là nhà văn tôi chắc là anh hiểu rõ chuyện này thế thì ý kiến của anh ra sao?*

Ngự Thuyết: Mark Twain là nhà văn lớn của Mỹ dù ông chỉ viết về quê hương của ông. Đặc biệt là trong hai cuốn nổi tiếng, *The Adventures of Tom Sawyer* (1876) và *The Adventures of Huckleberry Finn* (1884), khung cảnh, bối cảnh của những vùng ông đã sống suốt thời thơ ấu và niên thiếu được ghi lại đầy đủ và cảm động. Nhà văn William Faulkner, giải Nobel văn học năm 1949 gọi Mark Twain là *"Người cha của văn học Mỹ"* (The Father of American Literature). Hầu hết tác phẩm của Faulkner đều lấy vùng hư cấu Yoknapatawpha dựa vào La Fayette County, Mississippi, làm bối cảnh (setting). La Fayette County là nơi Faulkner đã sống gần như suốt đời. Một nhà văn Mỹ khác, cũng đoạt giải Nobel văn học năm 1954 là Ernest Hemingway còn ca tụng rằng *"Tất cả văn học hiện đại của Mỹ đều bắt nguồn từ cuốn Huckleberry Finn của Mark Twain"* (All modern American literature comes from a book by Mark Twain called Huckleberry Finn). Gần đây, Alice Munro, nhà văn nữ Canada giải Nobel văn học năm 2013 cũng lấy quê hương của mình vùng Southern Ontario làm bối cảnh cho rất nhiều truyện ngắn nổi tiếng của bà.

Tóm lại, theo tôi, "xa quê hương nhớ mẹ hiền" không phải là chuyện "ao làng", "vớ vẩn". Vấn đề là tác phẩm viết ra có đạt được một giá trị đòi hỏi nào đó không. Ngoài ra, nước ta chưa phải là một nước lớn, tiếng Việt chưa được phổ biến rộng rãi trên thế giới, vì vậy những tác phẩm giá trị chưa được biết đến chăng? Lại nữa văn học trong nước bị gò bó dưới chế độ độc tài toàn trị nên không thể phát triển mạnh, trong khi đó văn học ngoài nước không có những thế hệ tiếp nối, tàn tạ dần. Những cây viết sung sức, phong phú nay hầu hết đều đã trọng tuổi, hoặc đã vĩnh viễn ra đi. Cho nên tác phẩm lớn vẫn chưa xuất hiện.

Thđại: *Ngôn ngữ của người Việt chúng ta ngày nay ở trong nước (theo tôi) những lúc sau này hình như mất đi ít nhiều (hương đồng cỏ nội) cái tinh tuý của "chữ"* *và " nghĩa" đã hao hụt đi rất nhiều vậy thì là một nhà văn với tuổi đời đầy đủ chuân chuyên anh có nhận ra những mất mát ấy không. Và, nếu cần sửa đổi với cương vị một nhà văn, một nhà giáo như anh thì phải bắt đầu từ chỗ nào?*

Ngự Thuyết: Ngôn ngữ là một sinh vật – sinh ngữ. Trong ngôn ngữ, những gì thiếu sức sống, lố bịch, thô bỉ, vô nghĩa, xấu xa, sẽ bị thời gian đào thải; những gì tươi mát, đầy sinh khí, đầy ý nghĩa, tốt đẹp (nhưng thế nào là tốt đẹp, đấy là vấn đề), sẽ tiếp tục sống lâu dài. Chữ nghĩa trong những tác phẩm của những nhà văn trong nước như Phạm Thị Hoài (nay sống ở hải ngoại), Nguyễn Huy Thiệp (đã qua đời), Nguyễn Ngọc Tư (*Cánh Đồng Bất Tận*), Nguyễn Huệ Chi, Nguyên Ngọc, vân vân, vẫn phong phú, sắc bén, hàm súc, hoặc chan chứa tình ý. Người đọc trong nước hay ngoài nước đều không gặp trở ngại trong tiếp thu hay lãnh hội khi đọc những tác giả nói trên. Cho nên, theo tôi, chữ Việt ngày nay không bị "mất mát", hay "hao hụt". Cố nhiên những chữ như "xưởng đẻ", "nhà đái gái", "cự li", "máy bay lên thẳng", cà phê "cái nồi ngồi trên cái cốc", "múa đôi", đồng hồ "không người lái", vân vân ... đã và sẽ bị thay thế.

Thđại: *Có bao giờ anh nhìn lại những gì mà mình đã viết và rồi sau đó đồng ý với một nhà văn khi cho rằng : "nhà văn là kẻ bất công với chính mình, bất công với những gì hắn đã viết ra" và : "hắn thường nhìn lại tác phẩm của hắn với con mắt nghi ngờ, không toại nguyện"*

Ngự Thuyết: Câu anh trích dẫn: "Nhà văn là kẻ bất công với chính mình, bất công với những gì hắn viết ra", theo tôi, đây cũng chỉ là một cách nói có phần bi kịch hoá. Là vì cũng có kẻ rất chủ quan, tự cao tự đại, hoặc quá tự tin, cho rằng văn của mình mới đáng kể, rằng người đồng thời chưa hiểu nổi mình, phải chờ vài ba trăm năm mữa mới có người khám phá ra giá trị của mình. Câu nói "Văn mình, vợ người" vẫn có người nhắc đến một cách sảng khoái. Quả là "bá nhân bá tính." Câu kế tiếp, "hắn thường nhìn lại tác phẩm của hắn với con mặt nghi ngờ, không toại nguyện" đáng được suy ngẫm hơn. Đọc lại những gì mình viết, tôi vẫn thường không hài lòng. Không khuyết điểm này thì nhược điểm khác. Cho nên khá nhiều tác phẩm của tôi trước khi gom lại in thành sách đều được sửa chữa, thêm bớt, không nhiều thì ít. Thế mà khi sách đã in, đọc lại, vẫn muốn sửa nữa. Tất nhiên cũng có ngoại lệ.

Thđại: *Thưa anh, mải vui câu chuyện tôi quên chưa giới thiệu về anh, vậy thì bây giờ xin mời anh...*

Ngự Thuyết: Xin được vắn tắt. Tôi viết trễ. Có làm việc cho hãng dầu hoả Esso, và dạy học. Tù cải tạo hơn 3 năm. Qua Mỹ theo diện HO, làm việc hơn 10 năm, bắt đầu viết sau một thời gian loay hoay. Về hưu, có thì giờ, viết đều đặn hơn. Đã xuất bản 9 tác phẩm.

Thđại: *Và, nếu phải nói về mình với độc giả thì điều đầu tiên mà nhà văn Ngự Thuyết muốn nói là gì?*

Ngự Thuyết: Thưa quý bạn đọc, thật là ngại ngùng khi phải tự nói về mình. Tự chê thì quả là giả dối, kém cỏi; mà tự khen thì lại tỏ ra kiêu ngạo, ngu xuẩn, cũng kém cỏi nốt. Tốt hơn hết là xin quý bạn, nếu rảnh rỗi, chịu khó đọc tác phẩm của tôi, và sẽ có nhận xét riêng.

Thđại: *Những người làm văn chương nghệ thuật với tôi là những người đã "hy sinh" rất nhiếu để làm cho, làm nên cuộc đời này có ý nghĩa hơn đáng sống hơn và làm cho hận thù vơi đi, làm đổ vỡ được hàn gắn và từ đó chân, thiện, mỹ được bắt đầu, người Bungari có một câu ngạn ngữ rất hay: "Bàn tay tặng hoa hồng bao giờ cũng phảng phất hương thơm", đấy có lẽ là một sự đền bù cho những "rất Khổ" và "nhọc nhằn" văn chương cho những ai trong đó có anh đang ngày đêm: NHỌC NHẰN,* *và RẤT KHỔ?*

Ngự Thuyết: Văn chương có ảnh hưởng đến đời sống, nhất là đời sống tinh thần, tình cảm, của con người. Mặt khác, văn chương còn có tham vọng phản ảnh sinh hoạt xã hội loài người, và tìm kiếm câu trả lời, "Con người, anh là ai, chị là ai?". Nhưng tôi không nghĩ rằng văn chương được hân hạnh mang quá nhiều trọng trách như anh nêu trên. Và như tôi đã thú nhận, tôi không cảm thấy nhọc nhằn, khổ sở khi viết. Lâu ngày, viết trở thành một thói quen. Khi cảm thấy có sự thôi thúc, bứt rứt - viết. Trong khi viết, có thể có những khắc khoải, băn khoăn. Viết xong, cảm thấy nhẹ cả người. Thế thôi. Nhất là ở hải ngoại, người viết không bị những ràng buộc lôi thôi. Tôi xin kể lại cái giai thoại này. Trong một lần chuyện trò giữa André Gide và Paul Valéry, hai cây viết hàng đầu cuả Pháp trước Thế Chiến thứ nhất, Gide bảo nếu bị cấm viết, ông không sống nổi; thì Valéry lại nói nếu bị bắt buộc viết, ông cũng chết luôn. Tôi đồng ý. Ở hải ngoại không ai cấm ta viết, cũng không ai bắt ta viết. Thế là đủ và đáng quý rồi. Nếu cảm thấy nhọc nhằn, khổ sở, thì gác bút. Nếu gác bút, cảm thấy bị "lương tâm cắt rứt", thì lại mở computer ra, viết.

Thđại: *Thưa nhà văn Ngự Thuyết, độc giả và những ai đang theo dõi buổi trò chuyện này và ngay cả trong tôi cũng rất vui đã được cùng anh trò chuyện, thời gian rất có hạn vậy trước khi chúng ta chia tay anh có cần bổ sung thêm những gì mà trong lúc mải vui tôi đã quên không đề cập đến.*

Ngự Thuyết: Thế hệ người Việt Nam đầu tiên tỵ nạn ở hải ngoại - những người còn hiểu biết và quan tâm đến tiếng Việt - nay cũng đã trên dưới 80 tuổi. Và không phải ai ai cũng thích đọc sách, nhất là sách tiếng Việt. Người ta còn có nhiều mối bận tâm khác cấp bách hơn. Thế hệ thứ hai, thứ ba phải sử dụng ngôn ngữ của nước bản địa trong giao tiếp hàng ngày hay trong học đường, lại càng xao nhãng tiếng Việt. Do đó độc giả tiếng Việt ở hải ngoại ngày càng hiếm hoi. Cho nên, đối với tôi, cho đến bây giờ mà vẫn còn có người đọc tiếng Việt trong đó có tác phẩm của mình thì quả là một nguồn khích lệ lớn lao, quý giá.

Thđại: *Xin chân thành cám ơn nhà văn cầu chúc anh cùng gia quyến mọi điều tốt đẹp. Thân tâm thường an lạc.*

GIAO THỪA

Ngự Thuyết

Pháo đuổi anh quanh co
chấp chới suốt canh thâu
anh ơi anh ở đâu

anh đứng trên đồi cao
mưa bay nhoè con mắt
chân trời chìm bằn bặt

anh nhìn quanh bốn phương
đâu đất nước quê hương
đâu non sông biển đảo

anh tìm về xóm vắng
gió gào thét dập dồn
sỏi cát bám vào hồn

anh lần vô ngõ hẹp
tre nghiến răng kèn kẹt
vung cành giương móng vuốt

anh lần theo lá cỏ
ào ào cây lá đổ
mưa đêm thêm quằn quại

anh ngã xuống vũng lầy
gai gốc tua tủa đầy
bùn sình sùi sụt máu

Ta ở nơi nào đây?
Pháo giao thừa bao vây

QUA PHÁ

Tháng ba, 1975 Huế mất

"Thương em anh cũng muốn vô
Sợ truông nhà Hồ sợ phá Tam Giang."
Ca Dao

Phá Tam Giang! Phá Tam Giang!
Nằm duỗi dài nghe Huế thở than.
Qua ngã ba Sình xuôi xuống phá
Đò ơi đâu nữa tiếng hò khoan?

ooo

gió khua con nước nước trôi nhanh
nắng rải mênh mông sóng dập dềnh
phá Tam Giang ba con sông biếc
hẹn gặp nhau rồi ra biển xanh

tháng ba quân Cộng tràn vô Huế
trôi giạt nơi này nghe có em
mùa khô biển mặn chưa vùi lấp
bãi cát vàng những gót chân êm

đây phá Tam Giang vùng nước lợ
cỏ cây xơ xác ruộng đồng trơ
làng xóm tan hoang cồn bãi cháy
thây người sóng tấp dọc đôi bờ

ngày xưa người sợ truông và phá
anh sợ về đây không có em
nắng lòa con mắt mênh mang sóng
trôi giạt về đâu em bặt tin

những hồn bi phẫn không nguôi giận
những xác oan cừu nguyên nét đau
con thuyền nghiêng ngả trong cơn lốc
qua phá tìm em ngoài biển sâu

Ngự Thuyết

Nghịch Lý

Phong trào Thơ Mới (1932-1945) là một hiện tượng, một trỗi dậy, một cách mạng thi ca vô cùng mãnh liệt, vô cùng ngoạn mục, trong lịch sử văn học Việt Nam.

Phong trào Thơ Mới, theo tôi, đã để lại một số thi sĩ có thể chịu đựng được thử thách của thời gian trong đó có Hàn Mạc Tử, Xuân Diệu, Huy Cận, và Nguyễn Bính. Sau 1945, Hàn Mạc Tử đã qua đời, Nguyễn Bính viết ít, ba nhà thơ cũng thuộc phong trào Thơ Mới là Vũ Hoàng Chương, Chế Lan Viên, và Đinh Hùng đã cùng với Xuân Diệu và Huy Cận đi trên những con đường riêng biệt thật dài của mình, cho dù Xuân Diệu và Huy Cận nặng về tuyên truyền nên nhiều tác phẩm về sau của họ có sút kém về mặt nghệ thuật.

Trong bài viết này tôi chỉ nêu lên một vài khía cạnh về thơ của Xuân Diệu và Huy Cận trong giai đoạn phong trào Thơ Mới. Họ là những nhà thơ lớn, một bài viết ngắn không thể có cái nhìn bao quát vào những sự nghiệp lớn lao của họ.

Xuân Diệu thường băn khoăn trước thời gian. Thời gian trôi nhanh, tuổi trẻ chóng tàn, nhà thơ đâm ra hoảng hốt. Bài thơ *Vội Vàng* là tiếng kêu thảng thốt, quay quắt của thân phận con người ngắn ngủi trước thời gian vô cùng vô tận:

Tháng giêng ngon như một cặp môi gần
Tôi sung sướng nhưng vội vàng một nửa
Tôi không chờ nắng hạ mới hoài xuân
Xuân đang tới nghĩa là xuân đang qua
Xuân còn non nghĩa là xuân sẽ già
Mà xuân hết nghĩa là tôi cũng mất

Lòng tôi rộng nhưng lượng trời cứ chật
Không cho dài thời trẻ của nhân gian
Nói làm chi rằng xuân vẫn tuần hoàn
Nếu tuổi trẻ chẳng hai lần thắm lại
Còn trời đất nhưng chẳng còn tôi mãi
Nên bâng khuâng tôi tiếc cả đất trời
Mùi tháng năm đều rớm vị chia phôi
Khắp sông núi vẫn than thầm tiễn biệt

(Vội Vàng)

Trong một bài thơ khác, nỗi băn khoăn, lo âu đó cũng không kém phần da diết:

Mau với chứ vội vàng lên với chứ
Em em ơi tình non sắp già rồi
Con chim hồng trái tim nhỏ của tôi
Mau với chứ thời gian không đứng đợi
Tình thổi gió màu yêu lên phấp phới
Nhưng đôi ngày tình mới đã thành xưa
Nắng mọc chưa tin hoa rụng không ngờ
Tình yêu đến tình yêu đi ai biết
Trong gặp gỡ đã có mầm ly biệt

(Giục Giã)

Nhà thơ tiếc ngẩn ngơ từng giây phút gặp gỡ, từng cái nhìn ướm thử, từng lúc đứng *chờ ng*ây. Và mong thời gian ngừng trôi, đừng vội đi làm quá khứ:

Trời xuân thế hàng cây thơ biết mấy
Vườn non sao đường cỏ mộng bao nhiêu
Khi Phạm Thái gặp Quỳnh Như thuở ấy
Khi chàng Kim vừa được thấy nàng Kiều

Hỡi năm tháng vội đi làm quá khứ
Trở về đây và đem trở về đây

Rượu nơi mắt với khi nhìn ướm thử
Gấm trong lòng và khi đứng chờ ngây[1]

Nhưng thơ Huy Cận là thơ của không gian. Không gian mênh mông, trống trải, lạnh lùng, bàng bạc. Trong không gian đó, con người biến thành nhỏ nhoi, lẻ loi, lạc lõng. Mưa đêm, trong căn phòng ấm áp, người ta có cái thú lắng nghe mưa rơi ngoài kia khi chờ giấc ngủ tới. Mưa khác nào tiếng ru. Nhưng trong đêm mưa, Huy Cận nhớ không gian, trằn trọc lắng nghe trong tâm tư, trong liên tưởng những *bước chân xa vắng lẻ loi trên những dặm mòn.* Những bước chân của ai vậy? Của những người lỡ độ đường, những người nghèo khổ, cô đơn, không nhà lầm lũi đi trong đêm tối bao la. Và có lẽ của cả những người hoạt động cách mạng trốn tránh trong đêm khuya, hay như nhân vật Dũng trong Đôi Bạn của Nhất Linh tìm cách vượt qua Tàu, nhìn *"về phía bên kia cánh đồng, ánh đèn nhà ai mới thắp, yếu ớt trong sương, trông như một nỗi nhớ xa xôi đương mờ dần ..."*

Đêm mưa làm nhớ không gian
Lòng run thêm lạnh nỗi hàn bao la
Tai nương nước giọt mái nhà
Nghe trời nằng nặng nghe ta buồn buồn
Nghe đi rời rạc trong hồn
Những chân xa vắng dặm mòn lẻ loi
Rơi rơi dìu dịu rơi rơi
Trăm muôn giọt nhẹ nối lời vu vơ
Tương tư hướng lạc phương mờ
Trở nghiêng gối mộng hững hờ nằm nghe
Gió về lòng rộng không che
Hơi may hiu hắt bốn bề tâm tư

(Buồn Đêm Mưa)

Không gian tràn ngập trong bài thơ *Tràng Giang* nổi tiếng. Bài thơ gồm có 4 khổ. Khổ thơ đầu là cảm xúc trước cảnh chia lìa *sầu trăm ngả*. Sầu dâng như sóng trùng điệp. Khổ thơ cuối là hình ảnh con chim đuối sức – hay thi nhân -- muốn nhẹ cánh bay về tổ ấm. *Chim nghiêng cánh nhỏ bóng chiều sa*. Hai khổ giữa là không gian. Không gian bao la, bát ngát – *làng xa, trời lên sâu chót vót, sông dài không một chuyến đò ngang, bờ xanh tiếp bãi vàng*. Không gian gieo vào lòng người nỗi hoang mang, nếu không muốn nói là khiếp sợ. Con người bỗng cảm thấy như bèo giạt không biết trôi về đâu, không tìm được *chút niềm thân mật:*

Sóng gợn tràng giang buồn điệp điệp
Con thuyền xuôi mái nước song song
Thuyền về nước lại sầu trăm ngả
Củi một cành khô lạc mấy dòng

Lơ thơ cồn nhỏ gió đìu hiu
Đâu tiếng làng xa vãn chợ chiều
Nắng xuống trời lên sâu chót vót
Sông dài trời rộng bến cô liêu

Bèo giạt về đâu hàng nối hàng
Mênh mông không một chuyến đò ngang
Không cầu gợi chút niềm thân mật
Lặng lẽ bờ xanh tiếp bãi vàng

Lớp lớp mây cao đùn núi bạc
Chim nghiêng cánh nhỏ bóng chiều sa
Lòng quê dờn dợn vời con nước
Không khói hoàng hôn cũng nhớ nhà.

(Tràng Giang)

Mặt khác, Xuân Diệu vẫn được xem như nhà thơ của

tuổi trẻ, của tình yêu, với những ý tưởng táo bạo rất Tây phương, với lối diễn đạt chịu ảnh hưởng khá rõ ràng từ thi ca của Pháp. Chẳng hạn sự hòa điệu nhịp nhàng trong thiên nhiên được Xuân Diệu mô tả rất linh động, rất mới mẻ:

Một tối bầu trời đắm sắc mây
Cây tìm nghiêng xuống cánh hoa gầy
Hoa nghiêng xuống cỏ trong khi cỏ
Nghiêng xuống làn rêu một tối đầy[2]

(Với Bàn Tay Ấy)

Huy Cận, trái lại, là nỗi buồn xa xôi, mênh mang -- *Một chiếc linh hồn nhỏ/Mang mang thiên cổ sầu* -- nỗi buồn Đông Phương thường gặp trong nhiều bài thơ Đường. Lẫn trong thơ, rất nhiều khoảng trống và lạnh:

Buồn gieo theo gió ven hồ
Đèo cao quán chật bên đò lau thưa
Đồn xa quẩn quại bóng cờ
Phất phơ buồn tự thời xưa thổi về

(Chiều Xưa)

Tả mùa thu, Xuân Diệu đi vào nhiều chi tiết nhỏ cụ thể và rất nên thơ. Chữ dùng mạnh mẽ, kết cấu chặt chẽ. Và cũng không quên nhắc tới thời gian, *chiều lỡ thì, mới tạnh mưa trưa chiều đã tà.* Một mùa thu linh động, tươi thắm:

Nõn nà sương ngọc quanh thềm đậu
Nắng nhỏ bâng khuâng chiều lỡ thì
Hư vô bóng khói trên đầu hạnh
Cành biếc run run chân ý nhi

Gió thầm mây lặng dáng thu xa
Mới tạnh mưa trưa chiều đã tà
Buồn ở sông xanh nghe đã lại

Mơ hồ trong một tiếng chim qua

Bên cửa ngừng kim thêu bức gấm
Hây hây thục nữ mắt như thuyền
Gió thu hoa cúc vàng lưng giậu
Sắc mạnh huy hoàng áo trạng nguyên

(Thu)

Thu của Huy Cận thì mơ màng, *buồn bã, lạnh lùng, hiu quạnh, tiêu điều*. Và thu dàn trải khắp nơi, trên không gian buồn bã, dưới mây bay lũng thấp, ở mặt đất thì con đường rừng lẫn trong sương mù che hết gót con nai. Không một lời nhắc đến thời gian:

Bỗng dưng buồn bã không gian
Mây bay lũng thấp giăng màn âm u
Nai cao gót lẫn trong mù[3]
Xuống rừng nẻo thuộc nhìn thu mới về
Sắc trời trôi nhạt dưới khe
Chim đi lá rụng cành nghe lạnh lùng
Sầu thu lên vút song song
Với cây hiu quạnh với lòng quạnh hiu
Non xanh ngây cả buồn chiều
Nhân gian e cũng tiêu điều dưới kia.

(Thu Rừng)

*

Hai nhà thơ, như đã nêu trên, có nhiều nét dị biệt, nhất là những gì liên quan đến yếu tố không gain và thời gian. Điều đó có lẽ nhiều người đã nhất trí. Tuy nhiên còn có vấn đề khác có thể gây tranh luận.

Xuân Diệu, thường được tôn là nhà thơ của Tuổi Trẻ, của Tình Ái, và rất Tây. Thế nhưng, ngoại trừ bài thơ *Xa Cách,* hầu hết những bài thơ khác khi nói đến tình yêu trai gái đều khá nghiêm túc, đứng đắn, so đo, hoặc e dè. Không những thế, Xuân Diệu có vẻ muốn tránh chuyện *ca tụng thân xác*, để dùng chữ của GS Nguyễn Văn Trung.

Yêu, thì không dám "xáp lại gần" dù hợp với nhau *như một cặp vần*:

Con đường nho nhỏ gió xiêu xiêu
Lả lả cành hoang nắng trở chiều
Buổi ấy lòng ta nghe ý bạn
Lần đầu rung động nỗi thương yêu

Em bước điềm nhiên không vướng chân
Anh đi lững thững chẳng theo gần
Vô tâm – Nhưng giữa bài thơ dịu
Anh với em như một cặp vần

(Thơ Duyên)

Lại so đo tính toán "cho và nhận":

Yêu là chết ở trong lòng một ít[4]
Vì mấy khi yêu mà chắc được yêu
Cho rất nhiều nhưng nhận chẳng bao nhiêu
Người ta phụ hoặc thờ ơ chẳng biết.

(Yêu)

Và để hồn bay theo mây gió. Thì làm sao chạm được nhan sắc của người đẹp:

Làm sao cắt nghĩa được tình yêu
Có nghĩa gì đâu một buổi chiều
Nó chiếm hồn ta bằng nắng nhạt
Bằng mây nhè nhẹ gió hiu hiu

(Vì Sao)

Trong tương tư, thương nhớ, cũng khá khuôn sáo, ước lệ:

Hôm nay lạnh mặt trời đi ngủ sớm

Anh nhớ em em hỡi anh nhớ em

...

Thôi hết rồi còn chi nữa đâu em
Thôi hết rồi gió gác với trăng thêm
Với sương lá rụng trên đầu gần gũi
Thôi đã hết hờn ghen và giận dỗi
Được giận hờn nhau sung sướng bao nhiêu
Anh một mình nghe tất cả buổi chiều
Vào chầm chậm ở trong hồn hiu quạnh
Anh nhớ tiếng. Anh nhớ hình. Anh nhớ ảnh
Anh nhớ em anh nhớ lắm em ơi[5]

(Tương Tư Chiều)

Nhưng trong thơ tình của Huy Cận, người đẹp hiện lên ngồn ngộn, quyến rũ. Đây, em tôi *má tròn, trán vừa cao, ngực trắng, hàm răng lựu,* mắt rượu, tóc hương, và cặp đùi tròn như cột:

Ai biết em tôi ở chốn nào
Má tròn đương nụ trán vừa cao
Tiếng mùa về gọi lòng em dậy
Lơ đãng lòng tôi chẳng kịp rào

Ai biết người yêu nhỏ của tôi
Người yêu nho nhỏ trốn đâu rồi
Bảo giùm với nhé em tôi đó
Tròn trĩnh xinh như một quả đồi

Ngực trắng giòn như một trái rừng
Mắt thì bằng rượu tóc bằng hương
Miệng cười bừng nở hàm răng lựu
Sáng cả trời xanh mấy dặm đường

Anh khắp rừng cao xuống lũng sâu
Tìm em đi hái lộc xanh đầu
Trồng đâu chân đẹp tròn như cột
Em đẹp son ngời như cổ lâu

(Hồn Xuân)

Trong *Áo Trắng*, nhiều câu thơ thật trong sáng, thật đẹp để tả người đẹp rất tỉ mỉ: đẹp từ con mắt, gót chân, bàn tay, ngón tay, đôi má, làn tóc, tà áo, lẫn lời ăn tiếng nói. Cái trong sáng diễm ảo đó còn được thiên nhiên phụ họa bằng gió biếc, nắng thơ, lá nhỏ:

Áo trắng đơn sơ mộng trắng trong
Hôm xưa em đến mắt như lòng
Nở bừng ánh sáng. Em đi đến
Gót ngọc dồn hương bước tỏa hồng

Em đẹp bàn tay ngón ngón thon
Em duyên đôi má nắng hoe tròn
Em lùa gió biếc vào trong tóc
Thổi lại phòng anh cả núi non

Em nói anh nghe tiếng lẫn lời
Hồn em anh thở ở trong hơi
Nắng thơ dệt sáng trên tà áo
Lá nhỏ mừng vui phất cửa ngoài

Đôi lứa thần tiên suốt một ngày
Em ban hạnh phúc chứa đầy tay
Dịu dàng áo trắng trong như suối
Tỏa phất đôi hồn cánh mộng bay

(Áo Trắng)

Và thật bất ngờ, câu thứ hai trong khổ thơ cuối cùng

khiến người đọc bỡ ngỡ: *Em ban hạnh phúc chứa đầy tay.* Là gì? Nhà thơ không chịu nói rõ nhưng người đọc có thể đoán. Đầy tay? Tay của ai? Chắc không phải của em, thì của anh vậy. Làm ta nhớ đến hai câu trong bài thơ *Thiếu Nữ Ngủ Ngày* của Hồ Xuân Hương: *Đôi gò Bồng Đảo hương còn ngậm/ Một lạch Đào Nguyên suối chửa thông.*

Bài *Ngậm Ngùi,* cũng thế, cũng khiến nhiều câu hỏi được nêu lên. Có người bảo rằng cái tình huống được mô tả trong bài thơ thì đơn giản thôi: Huy Cận có người em gái chết sớm. Một buổi chiều nhà thơ tìm thăm mộ em trong vườn hoang, và ngậm ngùi tưởng nhớ. Thực hư thế nào không rõ, nhưng căn cứ vào văn bản người đọc có thể nghĩ khác. Bài thơ là tiếng thở dài ảo não ngậm ngùi của chàng đối với nàng:

Nắng chia nửa bãi chiều rồi
Vườn hoang trinh nữ xếp đôi lá rầu
Sợi buồn con nhện giăng mau
Em ơi hãy ngủ anh hầu quạt đây
Lòng anh mở với quạt này
Trăm con chim mộng về bay đầu giường
Ngủ đi em mộng bình thường
Ru em sẵn tiếng thùy dương mấy bờ
Cây dài bóng xế ngẩn ngơ
Hồn em đã chín mấy mùa thương đau
Tay anh em hãy tựa đầu
Cho anh nghe nặng trái sầu rụng rơi.

(Ngậm Ngùi)

Một cặp tình nhân dìu nhau vào một vườn hoang một buổi xế chiều. Vườn có nhiều loại cỏ người Huế gọi là cỏ hổ ngươi, nghĩa là cỏ biết hổ thẹn, lá lớn bằng hai ngón tay, bị chạm vào, hai cánh sẽ khép nép xếp lại, và cành rũ xuống đến tận đất. Tiếng văn chương gọi là cỏ trinh nữ. Thế thì trong câu thơ *Vườn hoang trinh nữ xếp đôi lá rầu,* ta phải hiểu đấy là cỏ trinh nữ hay người trinh nữ? Nhưng tại sao người nam vỗ về "ru em ngủ" vào thời điểm bất thường như thế? Không phải là giấc ngủ nướng vào buổi sáng, hay giấc ngủ trưa ngắn ngủi, hay giấc tối như thói thường, mà lại là ngủ nơi vườn hoang lúc xế chiều để cho chàng nằm đưa tay cho nàng tựa đầu vào, và chàng lắng nghe tiếng sầu rụng xuống như tiếng thổn thức tiếc thương cho một cái gì quý giá vừa bị mất đi nơi người trinh nữ. Cho nên lời ru dù tha thiết, êm ái, lẫn năn nỉ đến đâu cũng không thể đem lại sự bình yên trong lòng người nữ. Phải trông chờ cả tiếng ru của hàng thùy dương:

Ngủ đi em mộng bình thường

Ru em sẵn tiếng thùy dương mấy bờ

Cây dài bóng xế ngẩn ngơ

Hồn em đã chín mấy mùa thương đau

Hai thi sĩ cùng sinh ra từ quê hương Hà Tĩnh, lại là bạn chí cốt của nhau suốt đời, đã từng sống cạnh nhau trong một thời gian khá dài, và mỗi người tiến xa trên con đường nghệ thuật riêng biệt của mình. Đấy là điều hiếm thấy. Nhưng điều này quả là nghịch lý. Xuân Diệu được mệnh danh là nhà thơ mới nhất của phong trào Thơ Mới, nhà thơ của tuổi trẻ và tình yêu, nhưng lắm khi lơ đãng trước nhan sắc người đẹp, trong khi Huy Cận, hiện thân của nỗi buồn Đông Phương muôn thuở, lại vô cùng sôi nổi, âu yếm, sâu sắc, và rất cụ thể, rất chi tiết trong mô tả tình yêu nam nữ./.

Ngự Thuyết

2/2023

Chú thích:

[1] Bài thơ *Le Lac* của nhà thơ lãng mạn Pháp Lamartine (1790 - 1869) có những câu:

Ô temps! Suspends ton vol, et vous, heures propices!

Suspendez votre cours:

Laissez – nous savourer les rapides délices

Des plus beaux de nos jours!

Tạm dịch:

Hỡi thời gian! Hãy ngừng trôi, và những giờ khắc êm đềm!

Hãy đứng lại:

Hãy để cho chúng tôi được tận hưởng niềm vui ngắn ngủi
Của những ngày đẹp nhất trong đời!

[2] Văn hào Chateaubriand (1768 - 1848) người dẫn đầu trào lưu lãng mạn Pháp đầu thế kỷ 19, trong *Le génie du christianisme,* có đoạn nói đến sự hòa điệu đó: Khi ngàn cây đâm bông thì hàng ngàn con chim khởi sự làm tổ. Toán này bay đi nhặt cánh hoa rơi, toán kia chiếc lá rụng. Lại có con tha về những nhúm lông mà đàn cừu bỏ sót trên nhành gai. Nhưng những nhà thơ, nhà văn Pháp mà Xuân Diệu chịu ảnh hưởng nhiều, theo Hoài Thanh trong Thi Nhân Việt Nam, là Baudelaire, de Noailles, và Gide.

[3] Trong *Đi Vào Cõi Thơ*, Bùi Giáng cho rằng gót con nai cao, và ngắt câu thơ thành: *Nai cao gót, lẫn trong mù*. Tôi nghĩ khác: Sương mù xuống đầy, che kín đến gót con nai. Vẫn thấy nai nhưng không thấy chân nai.

[4]Nhà thơ Pháp Edmond Haraucourt (1856 - 1941) có bài thơ nhan đề: *Partir, c'est mourir un peu*. (Tạm

dịch: Ra đi là chết một ít.)

[4] Nhà thơ Pháp Edmond Haraucourt (1856 - 1941) có bài thơ nhan đề: *Partir, c'est mourir un peu*. (Tạm dịch: Ra đi là chết một ít.)

[5] Bài thơ *Tương Tư Chiều* có những câu hay. Nhưng để diễn tả nỗi nhớ mà cứ lặp đi lặp lại *Anh nhớ em* thì quả là gượng gạo, và vụng về. Lời nói vừa phát ra là mất tất cả hàm ý, con chữ vừa rời ngòi bút là chết đứng. Nói cách khác, đấy không phải là ngôn ngữ thơ. Kim nhớ Kiều tha thiết bồi hồi tuy không hề nhắc đến chữ nhớ: *Dường như bên chái bên thềm/ Tiếng Kiều đồng vọng bóng xiêm mơ màng.* Nỗi nhớ trong *Chinh Phụ Ngâm* nhiều lúc thể hiện qua hình ảnh chốn gặp gỡ cũ: *Tìm chàng thuở Dương Đài lối cũ/ Gặp chàng nơi Tương Phố bến xưa*. Nhà thơ Phạm Tiến Duật muốn xua đi nỗi nhớ – tự đánh lừa mình -- nhưng đã làm tăng nỗi nhớ lên bội phần: *Anh lên xe trời đổ cơn mưa/ Cái gạt nước xua tan nỗi nhớ*.

PHẠM CAO HOÀNG: MỘT ĐỜI CÚC HOA

Phác thảo chân dung Phạm Cao Hoàng
Đinh Cường (2010)

Nhà thơ. Tên thật Phạm Công. Sinh năm 1949 tại Tuy Hòa, Phú Yên. Cử nhân Anh văn .Dạy học 30 năm qua các tỉnh Bình Thuận, Phú Yên, Lâm Đồng. Sang Mỹ định cư cuối năm 1999, Hiện sống cùng gia đình tại tiểu bang Virginia, Khởi viết năm 1969, Ngoài thơ, truyện còn có viết một số ca khúc. Chủ biên trang VHNT phamcaohoang.com.

Tác phẩm đã xuất bản:

Đời Như Một Khúc Nhạc Buồn (thơ, 1972), **Tạ Ơn Những Giọt Sương** (thơ, 1974), Mây Khói Quê Nhà (tuyển tập thơ, 2010), **Mơ Cùng Tôi Giấc Mơ Đà Lạt** (truyện và tùy bút, 2013), **Đất Còn Thơm Mãi Mùi Hương** (thơ, 2015 tái bản 2022).

Phạm Cao Hoàng đã sinh hoạt với văn chương chữ nghĩa rất lâu, trên năm mươi năm có lẽ, nếu khởi đi từ những tạp chí văn học tiếng tăm thời đó (trước 1975) như Văn, Bách Khoa, Vấn Đề, Khởi Hành, Thời Tập, Ý Thức v.v với khoảng thời gian dài đằng đẵng như thế ông đã ở cùng và sống với văn chương như một kẻ tình chung, trong thơ ông bàng bạc những đám mây, những khóm hoa "đã qua chưa cuộc điêu tàn /đám mây năm cũ biết tan nơi nào", hoặc như:" cám ơn những sáng êm đềm /khói cà phê quyện bên hiên nhà mình". Đọc thơ của Phạm Cao Hoàng không chỉ được ông cho "ngắm nghía" những đám mây, được ông "mời" cùng với ông thưởng thức "những sáng êm đềm" với hương vị cà phê quyện khói hiên nhà mà chúng ta còn thấy tràn ngập một tình yêu quê hương, bạn bè và gia đình.

Mời quý bạn đọc và văn hữu cùng tôi "cà kê, dê ngỗng" với nhà thơ Phạm Cao Hoàng.

Triều Hoa Đại: *Được đọc thơ ông từ lâu như ở Khởi Hành, Thời Tập, Văn, Bách Khoa v.v. nhưng vẫn chưa có dịp được gặp có lẽ vì thời cuộc lúc bấy giờ, "tôi từ chinh chiến cũng ra đi" cũng như bao nhiêu thanh niên khác tôi cũng đã lên đường ắc...ê, "đường trường xa muôn vó câu bay dập dồn..." vì vậy mà văn kỳ thanh, bất kiến kỳ hình. "Gặp" ông hôm nay tôi mừng lắm, mong được cùng nhau "cà kê, dê ngỗng" đôi điều ông có vì tôi mà tìm vui đôi phút xa nhà.*

Phạm Cao Hoàng: Cám ơn anh. Rất vui được trò chuyện cùng anh.

Thđại: *Ở đâu đó đã khá lâu một bài thơ ông viết có những câu: "...em yêu dấu đây là lần thứ nhất/ trong đời mình anh thấy hân hoan/ anh muốn nói với muôn người trên mặt đất/ rằng nơi đây sắp hết điêu tàn/ và có thể nào đêm nay không còn tiếng súng/ không còn nghe tiếng còi hụ giới nghiêm/ ba giờ sáng xuống ngã* *tư quốc tế/ ăn một tô mì thơm ngát bình yên/ có thể nào sáng mai trên thành phố cũ/ người ta bảo nhau hôm nay hoà bình/ người ta dắt nhau trên đường trẩy hội/ riêng một bông hồng nở giữa tim anh" Một giấc mơ mà ai ai cũng hằng ao ước nhưng thực sự thì cho đến bây giờ ông thấy giấc mơ ấy đã thành hiện thực chưa và nếu CHƯA thành hoặc KHÔNG thành thì tại sao và vì sao?*

PCH: Bài thơ trên viết năm 1973, nói về ước mơ hòa bình cho quê hương Việt Nam. Năm 1975 chiến tranh kết thúc, hòa bình trở lại. Người vui kẻ buồn. Dẫu sao, kết thúc chiến tranh vẫn là điều cần thiết vì tiếp tục cũng sẽ chẳng đi đến đâu, chỉ kéo dài chết chóc đau thương.

Thđại: *Ông mơ hoà bình để được "ba giờ sáng xuống ngã ba quốc tế/ ăn một tô mì thơm ngát bình yên". Giấc mơ (theo tôi) thật là giản dị nhưng "tô mì thơm ngát bình yên" ấy ông đã được thưởng thức chưa nào?*

PCH: Như đã nói ở trên, khi chiến tranh kết thúc, có người vui nhưng cũng có kẻ buồn. "Tô mì" mà anh nhắc đến tôi cũng có nhưng không "thơm ngát bình yên" như tôi mong ước

Thđại: *Chắc ông cũng đã đọc nhiều thơ của thi sĩ Tô Thuỳ Yên?*

PCH: Có. Tô Thùy Yên là nhà thơ tôi yêu thích.

Thđại: *Vậy ông nghĩ sao về thơ của ông ấy?*

PCH: Tô Thùy Yên là một nhà thơ tài năng. Thơ ông giống như những viên ngọc quí của thi ca Việt Nam.

Thđại: *Có người cho rằng thơ của Tô Thuỳ Yên theo quan điểm của Edgar Allan Poe là độ dài của một bài thơ không nên quá ngắn bởi vì:"một bài thơ cực ngắn có*

thể lúc này hay, lúc khác sẽ gây được tiếng vang nhưng sẽ không bao giờ tạo ra được ảnh hưởng sâu sắc và lâu dài", ông thì thế nào?

PCH: Tôi nghĩ dài hay ngắn không quan trọng. Khi đọc bài "TA VỀ" của Tô Thùy Yên chẳng hạn, các yếu tố làm chúng ta yêu thích bài thơ là ý tưởng, hình ảnh và ngôn ngữ của bài thơ chứ không phải vì nó ngắn hay dài.

Thđại: *Thơ Tô Thuỳ Yên có nhiều bài rất dài, ví dụ như những bài: TA VỀ, TRƯỜNG SA HÀNH v.v. nhưng trong một lần trả lời phỏng vấn, Tô Thuỳ Yên lại bảo rằng:" Hơn 60 tuổi, tôi thấy nên tập làm thơ lại. Bắt đầu bằng những bài thơ NGẮN, cố gắng ngắn" Ông có vui lòng lý giải (theo sự hiểu và biết) của ông về chuyện NGẮN, DÀI này được chăng?*

PCH: Thường thường, thi sĩ dùng thơ để ghi lại cảm xúc và tạo thành tác phẩm. Những cảm xúc này thường là bất chợt. Thi sĩ chỉ ghi cho kịp dòng cảm xúc ấy, hoàn toàn không nghĩ đến việc viết dài hay ngắn. Tô Thùy Yên có nhiều bài thơ dài vì cái mạch cảm xúc và ý tưởng đi đến đâu thì ông viết đến đó. Ông không cố ý viết cho nó dài đâu.

Thđại: *Miền Nam trước đây chúng ta thấy có nhóm Sáng Tạo, một trong số người sáng lập là Tô Thuỳ Yên thì thiên về thể thơ truyền thống trái ngược với Thanh Tâm Tuyền là luôn chủ trương làm mới thơ nhưng có lẽ về lâu về dài thì người ta đã "ngộ" ra giữa hai nhà thơ ấy có cái gì khác biệt và rồi cũng từ những khác biệt ấy mà Tô Thuỳ Yên đã "ta về một bóng trên đường lớn". Ông có nhận thấy vậy?*

PCH: Những nhà thơ tài hoa thường là do yếu tố bẩm sinh cộng với kinh nghiệm họ có được từ việc học hành, từ đời sống thực tế. Thiếu năng khiếu bẩm sinh, nhà thơ khó có tác phẩm hay. Tôi thiên về quan điểm năng khiếu bẩm sinh + kinh nghiệm. Mỗi nhà thơ có cái riêng của họ nên nếu có sự khác biệt cũng là điều bình thường. Có như vậy thì Thanh Tâm Tuyền mới là Thanh Tâm Tuyền, Tô Thùy Yên mới là Tô Thùy Yên.

Thđại: *Thi sĩ Thanh Tâm Tuyền cho rằng nếu ai đó bảo là viết thơ thì đó là một điều "sỉ nhục" vô cùng đối với nhà thơ, thơ không cần phải viết mà "xuất khẩu thành thơ". Xin được nghe ý kiến của ông.*

PCH: Như tôi đã nói ở trên: Thi sĩ dùng thơ để ghi lại cảm xúc và tạo thành tác phẩm. Thơ bắt nguồn từ cảm xúc tự nhiên chứ không phải từ cảm xúc mình cố tạo ra. Tuy nhiên, không phải thi sĩ nào cũng như vậy. Nếu Nguyễn Du cứ chờ có cảm xúc để viết thì TRUYỆN KIỀU đã không thể ra đời.

Thđại: Tôi có đọc một bài thơ ông viết cho vợ về nhà từ bệnh viện:

"hôm em ở bệnh viện về/ cụm hoa trước ngõ cũng vừa ra bông/ đã qua rồi một mùa đông/ và qua rồi những ngày không tiếng cười/ em đi xe lăn mà vui/ lăn đi em nhé cho đời bớt đau/ tôi đưa em ra vườn sau/ để nhìn lại mấy luống rau em trồng/ hái tặng em một đoá hồng/ và chia nhau nỗi long đong xứ người/ em đi xe lăn mà vui/ lăn đi em nhe cho vơi nỗi buồn/ dưa em về phía con đường/ có con sóc nhỏ vẫn thường chào em...". Những người yêu thơ ông có ghé tai tôi mà bảo rằng "tôi đi chết đây" sao mà mặn nồng tình nghĩa vợ chồng yêu thương đến thế là cùng. Người có trái tim đầy ắp yêu thương hẳn rằng nhiều khi cũng...?

PCH: Tôi ghi lại những cảm xúc bất chợt từ cuộc sống hằng ngày của mình. Trong cuộc sống hằng ngày ấy, người lúc nào cũng ở bên cạnh tôi là người bạn đời của tôi nên nguồn cảm xúc phần lớn cũng bắt nguồn từ nơi ấy. Tháng 3 năm 2011, vơ tôi bị đụng xe trong lúc lái xe đi làm. Bị thương khá nặng, phải vào bệnh viện, ở trong đó một tuần, trải qua hai lần phẫu thuật. Bài thơ trên viết khi cô ấy được xuất viện về nhà. (Phải gần một năm sau cô ấy mới hoàn toàn bình phục).

Thđại: *Học giả và nhà dịch thuật Dương Tường lúc cuối đời trước khi chia tay thế gian ông ấy muốn được khắc trên mộ bia của mình:"tôi đứng về phe nước mắt". Lo xa thôi nhưng một ngày nào đó đến lúc phải "nằm đếm sao trời" ông muốn trên mộ bia được ghi dấu những gì?*

PCH: Chuyện này tôi chưa dám nghĩ đến anh ạ.

Thđại: *Xin được kết thúc buổi trò chuyện này nơi đây, gió đã lên và mây đang bay không biết có về đến quê nhà như mong ước hay chăng, nhưng có điều tôi biết mình đã sơ sót rất nhiều trong lúc cùng ông hàn huyên chuyện ngắn, chuyện dài, rất mong được ông tha thứ. Vậy có cần thêm, bớt điều gì xin được mời ông?*

PCH: Chỉ có vậy thôi. Cám ơn anh.

Thđại: *Cám ơn nhà thơ Phạm Cao Hoàng.*

Tháng 3.2023

NGƯỜI THI SĨ ẤY KHÔNG CÒN LÀM THƠ

mười năm và mười mùa đông
trong hơi thở có hương nồng em trao
có tình em rất ngọt ngào
trong veo như giọt sương đèo Prenn
nồng nàn như đêm Lâm Viên
như Đà Lạt với chuyện tình Cúc Hoa
tôi và em vẫn đi về
trên con đường có nhiều hoa dã quì
có hò hẹn thuở tình si
có gian nan có nhiều khi rất buồn

mười năm và mười mùa đông
người thi sĩ ấy không còn làm thơ
còn chăng là tiếng ngựa thồ
thở khi lên dốc bụi mờ mịt bay
còn chăng là hai bàn tay
đã chai sạm với tháng ngày gian nan
còn chăng là mây lang thang
trên đồi gió hú bạt ngàn rừng thông
còn chăng là đêm mênh mông
người ngồi nhớ một dòng sông cạn rồi

Đà Lạt, 1985

KHI DỪNG LẠI BÊN DÒNG POTOMAC

khi dừng lại bên dòng Potomac
em bên tôi vẫn rất dịu dàng
gió lồng lộng cả một trời Đông Bắc
tóc em bay trong nắng thu vàng

và như thế mình đi và đã đến
mình đã tìm và gặp được dòng sông
tôi ngồi xuống để nghe sông hát
và đứng lên ôm lấy mặt trời hồng

và như thế mình đi và đã đến
đã bên nhau thủy tận sơn cùng
tôi nằm xuống để nghe đất thở
tạ ơn đời độ lượng bao dung

khi dừng lại bên dòng Potomac
tôi và em nhìn lại quê nhà
buồn hiu hắt thương về chốn cũ
phía chân trời đã mịt mù xa

SCIBILIA,
NGÀY CUỐI THU

Scibilia, ngày cuối thu
tôi đuổi theo những đám sương mù
và khi quay lại tôi nhìn thấy
một giọt sương buồn trong mắt em

giọt sương đọng suốt mười lăm năm
long lanh từ thuở xa quê mình
và em nói rằng em rất nhớ
những bước chân về - đêm cao nguyên

giọt sương đọng suốt mười lăm năm
từ khi mình bỏ núi xa rừng
và em nói rằng em rất nhớ
một chút mây trời Langbiang

giọt sương đọng suốt mười lăm năm
ừ, khóc đi em cho đỡ buồn
quê hương còn đó nhưng xa lắm
và biết ngày về kịp nữa không

Virginia, 12.12.2014

ĐÓA HOA HỒNG TRONG TUYẾT

thức dậy lúc ba giờ sáng
ngoài trời tuyết phủ mênh mông
tuyết ngập hồn người xa xứ
tuyết mù mịt cả miền đông

cùng em ra sân cào tuyết
gió đêm lạnh đến tê người
tuyết nhiều cào xong thấm mệt
và đôi chân bước rã rời

cùng em ra sân cào tuyết
biết là vất vả mà vui
chia nhau một đêm băng giá
ở vùng Bắc Mỹ xa xôi

cùng em ra sân cào tuyết
biết là vất vả mà vui
và cứ hồn nhiên em nhé
cùng tôi đi giữa cuộc đời

thức dậy lúc ba giờ sáng
ngoài trời tuyết trắng như bông
tôi yêu những bông tuyết trắng
và yêu em – đóa hoa hồng

Virginia, 17.2.2015

CHA TÔI

và bài thơ tôi viết đêm nay
là bài thơ sau bốn mươi năm
kể từ hôm vượt đèo Ngoạn Mục xuống Sông Pha
chạy ra Tuy Hòa
trở vô Sài Gòn
và nhận tin cha tôi đã chết
ông qua đời khi chiến tranh kết thúc
để lại trần gian nỗi nhớ khôn nguôi
để lại đàn con trên quê hương tan tác
để lại trong tôi vết thương mang theo suốt cuộc đời

bốn mươi năm rồi con vẫn nhớ, cha ơi!
ngày mùa đông cha mặc áo tơi ra ruộng
ngày nắng lửa cha gò mình đạp lúa
những sớm tinh mơ cùng đàn bò lầm lũi đi về phía bờ mương

rồi mùa thu cha đưa con đến trường
con thương ngọn gió nồm
mát rượi tuổi thơ những ngày đầu đi học
đi ngang qua Duồng Buồng bọn nhỏ trong thôn vẫn thường trêu chọc:
chiều chiều ngọn gió thổi lên
học trò Thầy Bốn chẳng nên đứa nào
thương cha một đời lận đận lao đao
cầm lấy chiếc cày để tay con được cầm cuốn sách
thương chiếc áo cha một đời thơm mùi đất
thương đất quê mình thơm mãi mùi hương

rồi mùa thu cha đưa con đến trường
con thương những con đường
cha đã dẫn con đi về phía trước
con vẫn còn đi sao cha đành dừng bước
bốn mươi năm trời con thương nhớ, cha ơi!

Virginia, tháng 3.2015

PHẠM HIỀN MÂY: NHƯ MÂY BAY ĐI

Nhà thơ. Tên thật Phạm Thị Thu Thủy, sinh ngày 15 tháng 9 năm 1972 tại Sài Gòn. Giáo chức, dạy văn tại các trường trung học Nguyễn Chí Quốc (Thủ Đức), trường trung học Nguyễn Việt Hồng (Quận 3). Chuyển sang lĩnh vực kinh doanh, thành lập doanh nghiệp từ năm 2008. Cũng từ năm này, thơ bắt đầu được đăng trên các diễn đàn văn học như: Hùng Vương (Đà Lạt), Vuông Chiếu (Luân Hoán), Tương Tri (Tôn Nữ Thu Dung), Bản Sắc Việt (Nguyễn Hàn Chung), Văn Nghệ Boston (Nguyễn Trọng Khôi) Tống Phước Hiệp (Vĩnh Long),... Hiện đang sống và làm việc tại TP.HCM.

Tác phẩm đã xuất bản:

Lục Bát Phạm Hiền Mây (thơ, Nxb Nhân Ảnh, 2018), **Sẽ Sóng Mãi Trăm Năm** (thơ, Nxb Nhân Ảnh, 2018), **Bất Tương Phùng, Không Tin** (thơ, Nxb Nhân Ảnh, 2019), **Đáng Đời** (thơ, Nxb Nhân Ảnh, 2019), **Uyên Ương** (thơ, Nxb Mở Nguồn, 2019), **Bóng Câu** (thơ, Nxb Mở Nguồn, 2019).

Đã gần 50 năm trôi qua nếu lấy cái mốc lịch sử từ 1975 thì như thế.Từ một nơi xa hồi tưởng lại những đau thương, những tù đầy và chết chóc lòng bỗng như chùng xuống như một sợi giây đàn mà ai kia đã bỏ chùng. Huế, Sài Gòn, Hà Nội ngày nay đã nối liền người người hớn hở, nhà nhà hân hoan, nhưng có thật như thế chăng tôi làm sao mà biết được, trò chuyện với những người còn ở với quê nhà đôi khi, và có khi lắm lúc lòng tôi vẫn có những con sóng lao xao.

Thôi thì để cho mình có chút êm đềm có lẽ chúng tôi phải mời độc giả và văn hữu cùng tham gia vào cuộc chuyện trò với một nhà thơ đó là chị: Phạm Hiền Mây một người thơ rất thơ như dòng chẩy từ những mượt mà trong thơ của chị.

Mời quý vị cùng theo dõi

Lâu nay có lẽ là vậy cứ quẩn quanh với những thơ, văn bạn bè nơi xa xứ, những người mà với tôi không thể thiếu được cho nên đã trở nên thân thiết như anh em một nhà. Nhưng vào những năm gần tôi đã rất vui mừng được đọc những nhà văn, nhà thơ từ trong nước mà trong đó có những người nữ như : Phạm Hiền Mây,Nguyễn Thị Ngọc Lan, Kim Hài, Huỳnh Thị Quỳnh Nga, Trần Thị Cổ Tích ..v...và v... là những người mà theo tôi đã làm cho văn chương mỗi lúc một trong sáng hơn, óng ả hơn.

Tiếp xúc với nhà thơ Phạm Hiền Mây có lẽ tôi sẽ hỏi chị về những người làm thơ viết văn trẻ ở quê nhà, những sinh hoạt đời thường của một nhà thơ, những giao tình Nam, Bắc "hai quê" như chị là bởi vì song thân của chị từ Bắc vào Nam sau khi đất nước hai miền chia cắt.

Triều Hoa Đại: *Được trò chuyện cùng chị hôm nay tôi rất vui vì đã "gặp" được một nhà thơ mà nhiều độc giả yêu thơ của chị "cậy nhờ" tôi thay họ để "chất vấn" đôi điều mong chị nể tình mà cho phép.*

Phạm Hiền Mây: Xin cảm ơn, và, xin anh tự nhiên.

Triều Hoa Đại: *Một chút về chị (phần tiểu sử).*

PHM: Mây tên thật là Thủy, Phạm Thu Thủy, sinh ở Sài Gòn và hiện vẫn đang sống tại đây. Ba má Mây gốc Bắc, di cư 1954 nhưng tâm hồn Mây, trái tim Mây, tình cảm Mây, đó giờ, thiết tha duy nhất chỉ với mảnh đất Sài Gòn này.

Mây lần lượt học ở Ngô Sỹ Liên, Nguyễn Thượng Hiền (Tân Bình) và rất khó để đậu đại học vì lý lịch xếp hạng thứ mười một. Mây thi Tổng Hợp nhưng CĐSP (bây giờ là Đại Học Sài Gòn) lại gửi giấy báo đến. Mây vào học khoa Văn, ra trường và sau mười năm đi dạy, Mây rời hẳn bục giảng.

Đời dạy học của Mây gắn bó với hai nơi, Thủ Đức và Quận Ba. Mây vừa dạy lớp vừa đào tạo học sinh giỏi; vừa là hiệu phó chuyên môn vừa là chuyên viên Văn của phòng giáo dục. Đó là thời kỳ sôi động nhất, nhiều kỷ niệm nhất của cuộc đời Mây. Nhưng giờ đã chấm dứt, tất cả đã lui vào dĩ vãng.

Hiện Mây đang có một công việc bình thường, ngoài chuyên môn, để làm. Đời sống cũng vậy, cũng bình thường như bao người bình thường khác.

Thđại: *Chị bắt đầu làm thơ từ khi nào,còn nhớ không bài thơ đầu tiên mà chị đăng lên báo là bài gì vậy?*

PHM: Như bao cô gái trẻ đầy mơ mộng khác, Mây cũng viết này viết nọ từ rất sớm. Còn đăng báo thì chỉ khoảng sáu, bảy năm gần đây. Bài thơ đầu tiên, Mây không nhớ, thiệt tình là không nhớ. Thường, các báo hay đồng loạt lấy bài Mây, nhân một dịp nào đó, nên số lượng Mây gửi cho họ cùng lúc lên tới mười, hai mươi bài... . Vì vậy, thật khó để Mây nhớ lại... .

Và vốn dĩ, Mây cũng là người không thích phải nhớ những việc không lấy làm quan trọng ấy, trong đời.

Thđại: *Độc giả bảo với tôi thế này: Thơ chị ở một nơi nào đó sâu thẳm trong cách chia ly, những bóng xế đò ngang, lại cũng có người cho là "yêu quá đi thôi" vậy thì lúc đó trong chị đang là gì, tưởng nhớ đến một ai kia, một hình bóng đã cận kề và cũng là cái gì đó "yêu vừa đủ" như chị đã viết vậy thì cái nào là đúng, cái nào là không?*

PHM: Mây mồ côi ba sớm.

Ai từng mồ côi thì mới hiểu mồ côi thiệt thòi đến như thế nào. Mây lại là con gái duy nhất trong gia đình, má thì đầu tắt mặt tối buôn bán để lo cho bầy con nhỏ dại, nên ngoài nỗi buồn mồ côi, Mây còn có cả nỗi buồn của sự cô đơn, thiếu sẻ chia nữa. Thêm vào đó, chứng kiến nhiều ly tan, mất mát của những năm sau 1975, Mây hiểu cặn kẽ, rõ ràng, chia ly, cách biệt nghĩa là gì. Thơ Mây, nhiều bài, vì thế, thường nhuốm màu quan san, thiên lý, màu của xa xôi, biền biệt... .

Còn "yêu quá đi thôi", trong Mây lúc đó đang là gì, hình bóng ai, tưởng nhớ ai, và có đúng thế không ư.

Thưa, đúng chứ. Sao mà giả được. Làm sao mà có thể giả được. Viết văn, làm thơ mà giả, khác gì cái xác không hồn. Bài thơ không có hồn vía, sao có thể lay động, rung động được, sao có thể khiến người dọc khóc cười, buồn vui... theo tác giả được.

Hiềm một nỗi, mỗi khi đăng thơ lên facebook, vẫn thường có nhiều bạn vô bình phẩm, rồi đoán già đoán non, rằng, Mây đang yêu người này, Mây đang tha thiết với người kia, rồi phân tích loạn cả lên. Rồi bàn tán, rồi bỏ nhỏ, rồi nhắn tin cả cho Mây, chỉ cốt để biết, để tường tận, người mà Mây yêu là ai vậy.

Thiệt tình, rầu hết sức.

Ai thì để làm gì, có ích lợi gì cho bài thơ và cho việc thưởng thức thơ của bạn đọc? Ai ư, ai là khói đấy. Ai ư, ai là sương kìa. Ai rất thực nhưng lại vô cùng ảo. Ảo ảo thực thực chính là "vô thường". Ai nói "vô thường" là một từ sến súa, bị lạm dụng, thì kệ họ. Thơ Mây vẫn sử dụng rất tự nhiên từ "vô thường" khi cần thiết. Được mất tấc gang, có còn chỉ trong một chớp mắt. Với Mây, chỉ hai chữ "vô thường" mới mô tả đúng và đủ về bản chất của muôn loài và về cõi tạm bợ, đến vội mà nhanh đi này.

Ai thì để làm gì. Ai cũng không thoát được vô thường. Anh Triều Hoa Đại và Mây đây cũng vậy - vô thường. Vô thường ngay chính phút giây Mây đang gõ trả lời anh đây. Thì việc, Mây có ai không, hình bóng trong Mây là ai, biết, cũng chẳng để làm gì.

Có chăng, là để thỏa tính tò mò, để có đề tài đàm tiếu, thị phi, mua vui cho chính mình thôi.

Chuyện ấy chẳng hay ho gì, nên, bỏ qua.

Kết lại cho câu hỏi này, "yêu quá đi thôi" hay "anh là tất cả" hoặc "chỉ cần anh thôi", "anh là đủ rồi", trong thơ Mây, đều là thật hết, thưa anh.

Thđại: *Một nhà thơ nữ hải ngoại bảo: "... thơ đến với tôi như là một cơn gió, cứ thế mà ùa vào". Thơ có đến với chị như vậy?*

PHM: Dạ, thì cũng đại loại vậy, "nó" (thơ) đến với Mây rất tự nhiên, từ đã nhiều năm trước. Ngoài thơ, Mây cũng thử sức mình với văn xuôi. Mây viết ngắn, tản mạn, thậm chí, viết cảm nghĩ về tác giả, tác phẩm nữa, và xem chừng, chúng cũng luôn được bạn đọc hoan nghênh, đón nhận.

Không chỉ thơ, mà ngay cả lối viết của Mây, Mây cho rằng, nó cũng được diễn ra một cách hết sức tự nhiên. Chữ đến với Mây tự nhiên. Mây viết ra, cũng bằng một tâm thái tự nhiên, không dựa vào bất cứ một phương pháp, dàn ý, hay bố cục cố định nào cả. Quan trọng nhất là Mây không để chữ của mình mang hơi hướm, hay na ná, hay giông giống chữ của bất kỳ người nổi tiếng nào. Còn nữa, Mây thường không vất vả sửa tới sửa lui, càng không cố gò chúng vào điệu, vần. Nếu bạn đọc có nhận xét thơ Mây vần điệu chỉn chu quá, thì chắc có lẽ, do Mây viết riết mà thuần thục, mà "lành nghề" thôi.

Thđại: *Mỗi khi làm thơ chị có cần cho mình một không gian yên tĩnh?*

PHM: Dạ, điều đó là đương nhiên. Nhưng thi thoảng, giữa những ồn ào, xao động vây bủa, trong đầu Mây vẫn đột ngột xuất hiện một tứ thơ, một ý thơ, một câu sáu, câu tám, hoặc một cặp sáu tám, hoặc là một câu có đến chín, mười chữ và rất giàu nhạc tính ở trong đó.

Những chữ ấy, câu ấy, ý ấy, chúng bám theo Mây, theo cho đến khi nào Mây ngồi vào máy, gõ ra, thì mới thôi.

Trạng thái Mây lúc ấy, tựa như, kiểu như, hồn lìa khỏi xác, cái lúc mà tứ thơ xuất hiện giữa náo nhiệt, đông người ấy mà.

Thđại: *Là một nhà thơ chị nghĩ sao khi có người bảo là: "thơ cần phải mang vác trên mình một sứ mệnh thiêng liêng hay phụng sự nghĩa vụ thanh lọc đời sống con người"?*

PHM: To tát quá, thưa anh.

To tát quá, quan trọng quá, xem trọng cái tôi của mình quá, khi cho rằng nhà thơ thì phải thế này thế kia, thơ thì phải thế kia thế nọ, sứ mệnh thiêng liêng rồi thì trách nhiệm vĩ đại, phụng sự này, thanh lọc kia... . Thậm chí, đặt cho nó, gán cho nó, buộc cho nó, thơ ấy mà, tính này tính nọ, kiểu như là, tính chiến đấu, tính xung phong, tính xung kích tại mặt trận này, ở chiến trường kia... , nghe rổn rảng, nhọc lòng, và, nặng nề, mệt mỏi làm sao.

Thơ, chỉ là thơ thôi. Thơ là nghĩ suy, là tiếng lòng của người viết, được đặt trong một hoàn cảnh cụ thể, tâm trạng cụ thể, nói về những sự việc cụ thể. Người đọc thơ, nếu thấy hợp với mình, như nói hộ được ruột gan mình, thì thích, thì khen hay. Bằng như ngược lại, thì không thích, thì chê dở.

Chẳng người làm thơ nào có liêm sỉ lại tự khen thơ mình. Nguyễn Du thế kia mà còn cung kính "mua vui cũng được một vài trống canh", Bùi Giáng thế đó mà còn giả lả "vui thôi mà", thì hỏi còn ai dám. Thơ hay, thơ dở, thơ sống lâu vài trăm năm, thơ chết mau từ lúc mới ra đời, thơ đã làm được điều này, thơ đã gieo rắc những điều kia... , tất cả các nhận định, nhận xét và đánh giá ấy, đều từ phía bạn đọc.

Còn với Mây, Mây viết vì thích, vì muốn, chỉ vậy thôi. Chẳng chi quan trọng và to tát.

Thđại: *Chị có thường bàn bạc, trao đổi chuyện văn chương với những người cầm bút khác?*

PHM: Cũng không nhiều. Lý do chính là Mây không thích các hoạt động mang tính nhóm, hội. Gặp gỡ riêng thì lại càng hạn chế.

Mây có từng chuyện trò, trao đổi chuyện văn chương qua email, qua tin nhắn, qua gặp mặt, với, nhà thơ Phạm Ngọc Lư (đã mất), nhà thơ Cao Thoại Châu, nhà nghiên cứu văn học Đặng Tiến, họa sĩ Khánh Trường, nhà giáo Nguyễn Thị Dư Khánh... , và dăm ba người nữa nhưng không thường xuyên và thân thiết lắm.

Thđại: *Nhà văn quá cố Nguyễn Huy Thiệp có lần bảo rằng: "Ở Việt Nam người ta nói người đánh cá gặp nhau không bao giờ bàn về chuyện đánh cá", chị nghĩ sao về lời phát biểu này?*

PHM: Lần đầu tiên trong đời, Mây nghe câu này. Nói thế là để hàm ý, Mây không hiểu một cách đích xác lắm, câu trên của ông Thiệp.

Cũng có thể, rằng một khi con người ta đã biết tỏng tòng tong về nhau, rõ tất tần tật về nhau, theo hướng chẳng vui vẻ gì, hoặc đang có những vấn đề đối chọi, bất đồng, hoặc không mấy hợp "gu", người ta sẽ tránh đụng độ nhau, tránh va chạm nhau, bằng cách không bàn về chuyên môn, sở trường, nghề nghiệp lúc phải gặp mặt chăng?

Cũng có thể là do chuyện nghề vốn đã quá nhàm chán, ngày nào chẳng phải dây vào, hà cớ gì trong cuộc vui, là lúc cho phép mình thoát ra khỏi những mệt mỏi, rắc rối, phức tạp từ công việc, từ nghề nghiệp, dại gì lại đem chúng vào để chúng làm ta mất hứng.

Mây không xem văn chương là nghề nghiệp chính. Mây lại là đứa kiệm lời khi ở giữa đám đông, thế nên, đem văn chương ra bàn tán, đàm đạo cũng được, mà qua quýt, chiếu lệ, ba điều bốn chuyện rồi lảng sang chuyện khác, cũng chẳng sao.

Chuyện trò gì khi gặp mặt nhau, theo Mây, cứ tùy nghi mà ứng biến.

Thđại: *Chị quan niệm thế nào về thơ còn với nhà thơ quá cố Song Hồ thì: "thơ là vũ khí, hoá giải kẻ thù, sự hận thù, sự cô đơn, sự ngăn cách, sự sầu não"?*

PHM: Thơ là lời tự sự, là tâm tình, là tiếng nói của tác giả, nghĩa là, của chỉ một người, của chỉ một cá nhân.

Thơ ra đời, đến với người đọc. Có bài, về sau, trở thành lịch sử, về sau, được người đời truyền tụng, rằng khi đọc lên, nó khiến quân địch phải khiếp sợ, nó khiến lòng yêu nước và lòng căm thù giặc của chiến sĩ ta sôi sục, dâng cao, vậy thì bảo rằng, thơ là vũ khí, chắc cũng không mấy quá lời. Như bài này, chẳng hạn:

Nam quốc sơn hà nam đế cư
Tiệt nhiên định phận tại thiên thư
Như hà nghịch lỗ lai xâm phạm
Nhữ đẳng hành khan thủ bại hư

Có bài, lại được cả một thế hệ xôn xao, tìm tòi, yêu thích, vì tác giả, kiểu như là, đã thay mặt cho họ mà cởi giúp chiếc áo ngoài lâu nay bọc, đậy tâm hồn họ, thay mặt họ mà thở than, thay mặt họ mà buồn bã cũng như chia sẻ tận đáy lòng nỗi mất mát, trống vắng bời bời của họ. Thế thì nói rằng, thơ hóa giải cô đơn, sầu não, chắc cũng không quá ngoa ngôn, như bài Hai Sắc Hoa Ti Gôn của TTKH, chẳng hạn.

Thđại: *Nói đến người đọc và người viết theo chị ai có trách nhiệm hơn ai?*

PHM: Trách nhiệm của người viết là làm sao cho thứ mình tạo ra, còn gọi một cách trân trọng là tác phẩm, phải đẹp, phải hay và bổ ích.

Còn về phía người đọc, chẳng có lý do nào để bắt họ phải có trách nhiệm trong việc đọc của họ cả. Họ thích, họ vui, họ rảnh rỗi... , thì họ đọc. Khi không thích, không hứng thú, bận bịu... , thì chẳng ai buộc được. Chỉ mong họ, nếu có phê bình, nhận xét tác phẩm, tác giả, thì cũng nên có lý có tình một chút, đừng vì ganh ghét, hằn thù mà nói lấy được hoặc mượn cớ tấn công cá nhân. Tác giả hẳn sẽ thấy mình may mắn và biết ơn người đọc nếu được họ góp ý chân thành, thay cho những chê bai, chửi bới vô căn cứ hay quy kết, chụp mũ rồi chỉ trích, xúc xiểm, miệt thị.

Thđại: *Một vài dự tính tương lai?*

PHM: Mây hoàn toàn không có một dự tính nào cho tương lai cả.

Sau sáu tập thơ, Lục Bát Phạm Hiền Mây; Sẽ Sóng Mãi Trăm Năm; Bất Tương Phùng, Không Tin; Đáng Đời; Bóng Câu và Uyên Ương lần lượt ra đời tại Mỹ trong vòng ba năm liên tiếp 2017, 2018, 2019, thì cho đến thời điểm này, 2023, Mây vẫn chưa có một dự tính nào cụ thể.

Mặc dù họa sĩ Khánh Trường, người bạn văn vô cùng thân thiết của Mây, bà đỡ cho sáu đứa con thơ của Mây được lần lượt ra đời vuông tròn, trong hoàn cảnh bệnh tật ngày một nhiều hơn, vẫn luôn nhắc Mây xuất bản thêm tập mới, hoặc chí ít là một tuyển tập, và anh hứa sẽ luôn hỗ trợ bằng hết sức còn lại của mình... .

Mặc dù nhà thơ Đỗ Trung Quân, cũng là một người anh chí tình, rất mực thương quý của Mây, luôn "đe nẹt" mỗi ngày, Mây in thơ đi, anh chờ Mây đấy nhé, bìa và phụ bản, nhớ đấy, anh luôn để dành cho thơ Mây.

Nói sao nhỉ, kệ đi.

Vâng, thưa anh, thưa bạn đọc rất quý mến của Mây, kệ đi, cái gì đến khắc sẽ phải đến, tính toán mấy cũng vậy thôi. Cái gì của mình thì trước sau, cũng sẽ của mình. Cái gì không thuộc về mình, hì hục mấy, gắng sức mấy, rồi cũng chỉ bằng không.

Thđại: *Trước khi chúng ta chia tay chị có cần bổ túc thêm cho những thiếu xót mà tôi đã quên không đề cập tới.Xin mời chị...*

PHM: Thưa, không thiếu sót gì. Mây chỉ xin kể thêm ra đây một vấn đáp vui từng diễn ra giữa Mây và nhà thơ Cao Thoại Châu.

- Mây có thường đọc không? Nếu có thì thường đọc gì, đọc ai?

- Dạ không thường. Tiện gì trước mắt thì vớ nấy, không chú tâm ai, không thần tượng ai, không học theo ai.

- Thảo nào.

- Thảo nào gì ạ?

- Thảo nào, thơ Mây rất riêng, không giống ai xưa mà cũng chẳng giống ai nay.

Cũng trong lần phỏng vấn này, nhà thơ Cao Thoại Châu đã trích ra hai câu thơ của Mây trong bài thơ Này Em, *này em nếu chợt kề bên, ôm cho cả lúc người quên nhớ mình và nhận định*, hai câu trữ tình này tôi cho là hiếm trong thơ Phạm Hiền Mây. Nó lọt vào những câu không phải từ sự đọc mà tôi có thể dễ dàng hiểu rõ được nghĩa. Nên đành nghĩ, thơ chị bây giờ đang có chút "siêu thực". Phải thế không?

Và Mây trả lời, cũng không quá hiếm trong thơ Mây đâu ạ. Nhưng quả là, nhiều lúc viết xong, đọc lại, Mây cũng ngẩn người ra một lúc lâu với những chữ mà mình vừa mới dùng. Mây nghe mình hạnh phúc. Kiểu hạnh phúc khi biết Thượng Đế đã ban cho mình một đặc ân quý báu, đó là,, khi làm thơ, những ý tưởng, những con chữ, chúng hồn nhiên, chẳng biết từ đâu, bỗng rơi vào túi Mây, như quả thị rụng túi bà trong cổ tích xưa, đột ngột, bất ngờ, khó lý giải. Siêu thực hay không, điều đó và nhiều điều khác nữa, giờ đây, không phụ thuộc vào ý muốn chủ quan của Mây.

Nhân cơ hội này, Mây xin được cảm ơn hết thảy những độc giả đã quan tâm, thương yêu Mây trong suốt nhiều qua. Cảm ơn nhà thơ Triều Hoa Đại đã bỏ thời gian và công sức để thực hiện buổi phỏng vấn công phu này. Cảm ơn tạp chí Ngôn Ngữ, một tạp chí văn chương uy tín và được đông đảo bạn đọc tin yêu, ủng hộ, đã tạo điều kiện và ưu ái cho Mây xuất hiện trong số này. Mây cảm kích tấm lòng của quý vị và xin chân thành chúc quý vị luôn được bình an, thân tâm thường lạc.

Thđại: *Chân thành xin cám ơn chị nhà thơ Phạm Hiền Mây.*

HOÀNG HẠC CẢM...

biết đến khi nào hạc bóng thu
bạch vân thiên tải khói phiêu mù
nẻo trông về cũ bờ quan tái
lầu gác trơ bày mộng giấc lu

cây cối xanh tràn cỏ biếc ru
thảo phương oanh vũ chốn hư phù
bãi non mởn lạnh chiều ngây ngất
một sớm tan vàng trận trắng du

dạ sử nhân sầu ngọn gió đu
yên ba giang thượng nhúm bay vù
nỗi nỗi hoàng hôn hà xứ thị
sóng bến tàn trôi mộ nước vu...

THƠ LỜI BUỒN VUI...

lúc buồn ngó chỉ mây bay
đời muôn trùng cõi heo may khói ngàn
khi vui bướm lượn từng đàn
cánh hoa mở khép thơm làn gió qua

khi buồn hờn hết người ta
lòng vô cùng nỗi chẳng tha thiết gì
lúc vui biết lá rơi vì
tái sinh dòng đợi hạn kỳ nước ru

lúc buồn ngẫm nghĩ phù du
khi vui lại thấy mùa thu biếc trời
trái tim cũng thế vợi vời
từ mưa nắng đó thơ lời buồn vui...

KHÚC TÈM LEM...

khói rất mà sao lại vắng như
trăng soi cổ độ bến khuya từ
sớm bữa người đi thềm gót lữ
bóng ghé mờ hiên đụt chút dư

gió mới làm cơn mộng ngất ngư
hay sông bè cũ sóng say nhừ
áo xống lần khân tàn buổi trú
khép mở lòng đôi nỗi thực hư

nhợ rối sầu tay gỡ mối tư
chim bay tận nẻo đến bây chừ
buồn ta thèm hát lưu linh ạ
cái khúc tèm lem nước mắt như...

CŨNG ĐÔI KHI ƯỚC...

cả cơn gió rất hoang trời
cũng đôi khi ước ao đời bình yên
huống hồ ta chỉ luân phiên
đến đi tựa lá bên hiên úa đầy

huống hồ ta khách qua ngày
dăm ba bụi dấu nơi này trọ thân
chốn bình yên chứ phù vân
cũng đôi khi thấy bâng khuâng ước gì

như hoa mộng đóa xanh rì
như mây mộng bến xuân thì mùa nhiên
huống hồ ta nỗi triền miên
cũng đôi khi ước bình yên bóng chiều...

NGƯỜI ƠI RẤT BUỒN...

người ơi tình đã niềm đau
biệt ly là lúc rời nhau gió trời
nổi cơn làm đóa xanh ngời
rụng chân mây lối tơi bời khói qua

người ơi giây phút lìa xa
biệt ly là tiếng còi ga kéo tàu
cô đơn nỗi đến dâng màu
hắt hiu nhúm cánh hoa sầu đất phơi

úa vàng xác lá chiều rơi
biệt ly là lúc người ơi rất buồn...

CHO NHAU...

mình cho nhau nhé nỗi đau
và cho cả những ngày sau lúc mà
trăng cô đơn ánh trăng già
mây côi cút áng mây tà bóng treo

cho nhau hết những lần theo
chân vui hè phố gió heo may về
và cho hết những lần thề
thốt lên môi với môi kề buồn tênh

tháng ngày như nước lênh đênh
biết nơi đâu chốn mông mênh bến bờ
mình cho nhau nhé tình chờ
và cho cả những bất ngờ thiên thu...

"NÍU ÁO" NGƯỜI TÀI HOA

Phan Ni Tấn sinh năm 1946 (khai sanh ghi 1948) tại Ban Mê Thuột. Cha ông là nhạc công cổ nhạc gốc Cần Giuộc, Long An; mẹ là người Huế.

Ông theo học Trường Đại Học Khoa Học Sài Gòn lẫn Trường Quốc gia Âm nhạc và Kịch nghệ.

Tốt nghiệp Trường Bộ binh Thủ Đức tháng 1/1970 và chính thức phục vụ Quân Lực VNCH tại Pleiku năm 1971.

Khởi viết từ 1964

Đã xuất bản 16 tác phẩm Thơ, Văn và Nhạc

Tham gia Phong trào Du ca năm 1966 .

Sau sự kiện 30/4/1975, ông bị đi "cải tạo" tại Trại cải huấn Ban Mê Thuột.

Nhạc sĩ Phan Ni Tấn vượt biên đến Thái Lan cuối tháng

11 năm 1979 rồi đến định cư tại thành phố Toronto, tỉnh bang Ontario, Canada

Tác phẩm đã xuất bản:

Dậy Lửa Trường Sơn (nhạc, Lửa Việt 1983), **Em Hát, Em Vui** (nhạc thiếu nhi, Làng Văn 1987), **Hồi Ký Thơ** (thơ, Làng Văn 1988), **Câu Thơ Về Người** (thơ, Nhân Văn 1996), **Tình Khúc Phan Ni Tấn** (nhạc, Nhân Ảnh 2004), **Sinh Nhật Của Cây Đàn** (CD nhạc 2005), **Đèn Kéo Quân** (CD nhạc 2006), **Ao Trời** (CD nhạc 2007), **Sài Gòn (Blue) Xanh** (CD 2015), **Có một Thời Ở Quê Hương Tôi** (tập truyện, Văn Học Mới 2018), **Ngồi Viết Lang Thang** (tùy bút, 2019), **Người Tôi Yêu** (tập truyện, VHM 2020, Minh Tiền tái bản 2020).

Triều Hoa Đại: *Mười tám năm cái ngày ấy tưởng chừng như mới hôm nảo, hôm nào cái ngày mà hai chúng ta ngồi chuyện vãn về "phố núi" ... có "em Pleiku má đỏ môi hồng", "đi dăm phút đã về chốn cũ", cái thành phố chỉ toàn một màu áo lính, thành phố của mưa bay bụi đỏ mù trời.*

Giờ đây trời xui đất khiến hai ta lại gặp nhau ở một nơi "nghìn trùng xa cách" với quê hương, ông hãy kéo ghế lại gần để chúng ta cùng tìm chút hơi ấm mà sưởi cho nhau, xô đuổi đi những băng giá, những lạnh lùng mà sống tiếp những ngày tháng còn lại và rồi tôi sẽ nhân đấy mà xin được hỏi han ông đôi điều tôi chắc rằng ông cũng chẳng vì thế mà phiền hà?

Phan Ni Tấn: Được cùng nhau ngồi nơi xứ lạ trò chuyện như thế này thì còn gì sung sướng, còn gì hạnh phúc hơn mà phiền thưa anh.

Thđại: *Vậy thì xin cám ơn ông và như thế có nghĩa là ông lại thêm một lần nữa vất vả với tôi rồi?*

PNT: Có gì đâu mà anh nói thế vui với nhau là chính mà anh.

Thđại: *Này ông, nếu như tôi nhớ không lầm thì hình như ông sinh vào khoảng 1947 hay 48 gì đó phải không?*

PNT: Dạ. Giấy khai sanh ghi 1948. Ngoài đời 1946.

Thđại: *Sau trung học hình như ông đã rời bỏ buôn, bản là nơi mà ông thường trụ để vào Sài Ghềnh và ghi tên học ở Đại Học Khoa Học vậy thì là năm nào?*

PNT: Dạ. Năm 1969

Thđại: *Ông đi lính và đi tù sau ngày tan đàn rã nghé bao lâu và hình như cơm tù của nhà nước toàn bo bo, khoai sắn ...v...v... ông chịu đời không nổi hay còn có* *những vấn đề nào khác mà ông bèn tìm đường cao chạy xa bay khỏi "thiên đường mù"?*

PNT: Sau hai năm tù "cải tạo" tôi chê cơm tù khét nghẹt bèn trèo tường phóng ra khỏi 'thiên đường mù". Tôi nói thật, không hoang tưởng.

Thđại: *Hỏi thực lòng lúc mưu toàn bỏ trốn "thiên đường" ông có lo sợ nhiều không, ông có nghĩ nếu không trót lọt thì cuộc đời sẽ ra sao, trại "đầm đùn" chắc lại mở rộng cửa chào đón?*

PNT: Trời thương cho tôi trốn thoát. Nếu bị bắt thì chắc chắn trại "đầm đùn" là mồ chôn của tên trốn tù xấu số.

Thđại: *Ông là một bậc tài hoa rất mực, cầm kỳ thi hoạ, võ nghệ tinh thông tôi trong lòng vô cùng ngưỡng mộ, gặp nhau hôm nay xin chỉ được hỏi ông về âm nhạc mà thôi, những Phải Lòng Con Gái Bến Tre, Tắm Mát Ngọn Sông Đào (Chiếc Áo Người Yêu Xa ...v...v...), Bến Cũ Đò Xưa, Thương Nhớ Gò Công, Lý Con Sáo Rạch Giá ....v....và ...v...là những ca khúc thật tuyệt vời ông có thể cho biết cảm hứng như thế nào khi viết những bài ca như vậy.*

PNT: Dạ, anh quá khen. Tôi "nối nghiệp" ông già tôi từng là nghệ sĩ cổ nhạc gốc Cần Giuộc nên những ca khúc kể trên đều mang âm hưởng dân ca cải biên miền Nam. Cái thời hay đi lang thang tôi có ghé qua Bến Tre, Cần Thơ, Bạc Liêu, Rạch Giá, Gò Công, Cà Mau... dân tình ở những nơi này rất hiền lành, tử tế đã "nuôi" tôi ăn uống no say rồi "đờn ca tài tử" thâu đêm. Về sau những địa danh này đều đi vào âm nhạc của tôi.

Thđại: *Ôn lại những gì mà ông đã từng in ấn kể từ khi Tình Khúc Phan Ni Tấn, Sóc Trăng... trình làng đến nay chắc là nhiều lắm ông còn nhớ hết chăng?*

PNT: Dạ. Gom chung thơ văn nhạc, từ năm 1970 đến

2021 tôi đã xuất bản 16 tác phẩm trong và ngoài nước. Tám (8) tác phẩm còn lại tôi chưa biết sẽ nhờ nhà xuất bản nào giúp trình làng.

Thđại: *Vấn đề địa lý theo ông nó có ảnh hưởng, có tác động gì đến công việc sáng tác của ông?*

PNT: Từ ngày mất nước dân tình bỏ xứ chạy thục mạng ra nước ngoài tôi coi đó là một không gian vô cùng trấc trở và chết người của địa lý. Những người cầm bút cũng vì địa lý đó đã ảnh hưởng rất nhiều đến công cuộc sáng tác. Nhưng rồi sau khi ổn định cuộc sống thì đất nước mình đang cưu mang sống yên bình lại là địa lý trợ lực cho ngòi viết trở nên mạnh mẽ hơn. Dù sao cũng tuỳ sức viết và tuổi tác.

Thđại: *Có một thời gian khá lâu ông đã cùng sinh hoạt với phong trào DU CA LÒNG MẸ ở Ban Mê Thuột, vậy thì giữa Du Ca Lòng Mẹ và Du ca sau này có khác nhau chăng?*

PNT: Tôi sinh hoạt Du Ca Sài Gòn ngay từ năm 1966 khi Phong Trào Du Ca Việt Nam chính thức thành lập như một tổ chức thanh niên tự nguyện với mục đích giáo dục thế hệ trẻ thông qua các hoạt động văn nghệ và sinh hoạt cộng đồng. Trụ sở nằm trên dường Sương Nguyệt Ánh là nhà của dược sĩ Hoàng Ngọc Tuệ. Sau khi đi lính về đồn trú ở Ban Mê Thuột năm 1972 tôi mới sinh hoạt với Đoàn Du Ca Lòng Mẹ.

Trước 1975 y phục của Du Ca nói chung là bộ bà ba nâu (màu sắc tuyệt vời của đất Mẹ). Ra hải ngoại, có lẽ vì thời thế, địa lý và hoàn cảnh bà ba nâu đã biến sắc và biến tướng thành áo sơ-mi trắng quần Tây đen. Riêng về tinh thần Du Ca, như mục đích, tôn chỉ vẫn tác động trong cuộc sống của các thành viên Du Ca hải ngoại; những ca khúc Du ca chứa đựng tình yêu quê hương và niềm hy vọng vẫn cất cao trong từng câu ca tiếng hát của họ. Đây là điểm son bất biến của Phong Trào Du Ca

Việt Nam.

Thđại: *Và, phong trào Du Ca đã được thành lập bởi những ai, sinh hoạt của phong trào ra sao, tiền bạc, sự đi lại xê dịch của phong trào bởi đâu và do đâu cung cấp?*

PNT: Phong trào Du ca Việt Nam do nhạc sĩ Nguyễn Đức Quang và Ban Trầm Ca thành lập vào cuối năm 1966 tại Sài Gòn. Tôi chỉ biết vậy thôi.

Thđại: *Cao điểm nhất của phong trào là vào thời điểm nào?*

PNT: Ngày Phong Trào Du Ca ra đời là ngày cao điểm nhất. Chính những ca khúc của phong trào du ca có mục đích kêu gọi thanh niên tự hào, tin tưởng và hy vọng nơi tương lai. Trước năm 1975, phong trào Du ca có tác dụng sâu mạnh đối với giới trẻ Du Ca từ miền Tây ra tới miền Trung, thứ tự như Du ca Vàm Cỏ Tây, Du ca Vàm Cỏ Đông, Du ca Sông Hậu, Du ca Kiên Giang, Du Ca Biên Hòa, Du ca Mùa Xuân, Du ca Phù Sa, Đồng Vọng, Con Sáo Huế, Du ca Áo Nâu, Du ca Lòng Mẹ, Du ca Trùng Dương, Du ca Vượt Sóng, Du ca Giao Chỉ, Du ca Đà Nẵng, Du Ca Hồ Gươm... Họ trình diễn ở khắp nơi miền Nam trong trường học, ngoài sân cỏ, trên sân khấu, trong các đoàn thể bạn, Hướng đạo, CPS, hay Thanh sinh công, cùng Gia đình Phật tử.

Thđại: *Thế còn phong trào Hưng Ca thì sao, ông cũng là một trong số những anh, chị em trong phong trào chắc là biết rõ? Lại nữa sinh hoạt ra làm sao, nguyên nhân thành lập, sự tồn tại cùng mưa, nắng?*

PNT: Các cựu thành viên cột trụ của Phong Trào Hưng Ca Việt Nam từ ngày chính thức thành lập (7-9-1985 tại San Jose, California, Hoa Kỳ) nay đã không còn sinh hoạt nữa, như Hà Thúc Sinh (Phong Trào Trưởng), Việt

Dzũng (Khối Phát Triển, mất năm 2013), Châu Đình An (Khối Kỹ Thuật), Phan Ni Tấn (Phó Nội Vụ). Riêng Huỳnh Công Ánh và Nguyệt Ánh (Tổng Thư Ký) dường như không còn ảnh hưởng gì tới Phong Trào. Từ lâu tôi không còn sinh hoạt trong Hưng Ca, dù tôi có lên tiếng cũng chẳng có giá trị gì nên xin phép miễn trả lời câu hỏi của anh.

Thđại: *Sự khác biệt giữa hai phong trào?*

PNT: Du Ca Việt Nam: Lấy lời ca tiếng nhạc phục vụ cộng đồng, thắp lên ánh đuốc tin yêu, hy vọng và tự hào, gợi dậy lòng yêu nước trong giới thanh niên, sinh viên học sinh.

Hưng Ca: Phục hưng những gì đã mất ở quê nhà bằng dòng nhạc đấu tranh, giữ vững niềm tin trong quần chúng, trợ lực các tổ chức đấu tranh chân chính...

Thđại: *Tôi nhớ mãi, nhớ hoài những câu thơ ông viết về người lính trở về từ mặt trận khi nghĩ đến những người thân vừa ngã xuống" Bước vô Phật điện mờ nhang khói/ lòng thành khấn vái một đôi câu/ sụp lạy cúi đầu tâm bất ý/ đổ ra chan chứa biết bao sầu", hoặc " vô tình dẫm nắng động tà áo em" , ôi sao cái tâm hồn của một người lính, một người thơ nó chan hoà cái tình người đến thế. Ngày nay, dù đã có chút tóc trắng điểm tô trên mái đầu năm tháng có khi nào, bao giờ trong ông lại rộn lên và muốn viết thêm những bóng nắng lung linh, những bóng nắng mà không động đến "tà áo em" ?*

PNT: Tôi vốn "mang tiếng" là người lính "đa sầu đa cảm" nên dù ở tuổi nào tâm hồn lính tôi vẫn "lung linh bóng nắng" nên chữ nghĩa tôi (không phải chân tay} trong ba bộ môn Thơ Văn Nhạc đều khó tránh khỏi "động tà áo em". Hihi.

Thđại: *Sự khác biệt giữa NHẠC VÀNG, NHẠC TIỀN*

CHIẾN và NHẠC THÍNH PHÒNG thì như thế nào?

PNT: Nhạc vàng khác với nhạc xanh tức nhạc trẻ và nhạc đỏ. Nhạc vàng là sự phối hợp giữa dân ca và nhạc trữ tình cũng như nhạc ballade của Tây phương,. Nhạc vàng có từ cuối thập niên 1950 đến cuối tháng 4/1975 là chấm dứt.

Những ca khúc tiêu biểu Ai Lên Xứ Hoa Đào, Chuyến Đò Vỹ Tuyến, Sang Ngang, Thương Về Miền Trung, Xin Anh Giữ Trọn Tình Quê, Nỗi Buồn Hoa Phượng, Cô Thắm Về Làng... dược gọi là nhạc vàng .

Nhạc tiền chiến là dòng nhạc đầu tiên của tân nhạc Việt Nam mang âm hưởng trữ tình lãng mạn xuất hiện vào cuối thập niên 1930.

Nhạc thính phòng (" thính" là nghe, "phòng" là trong phòng) là dòng nhạc chuyên trình diễn trong những không gian nhỏ hay hội trường gọi là "thính phòng ".

Thđại: *Trong một cuốn băng Paris by Night (Không nhớ cuốn nào) mc Nguyễn Ngọc Ngạn có "luận" về nhạc Vàng, nhạc Thính phòng đại ý: Loại nhạc Vàng là nhạc mà người nghe có thể "đi" cùng, còn nhạc thính phòng là loại nhạc "lẻ loi"theo tôi hiểu ông NNN muốn nói là nhạc vàng là loại nhạc "bình dân", còn nhạc thính phòng dành cho giới "thượng lưu trí thức" tôi hy vọng là tôi đã hiểu sai. Với tư cách là một nhạc sĩ ông hiểu thế nào?*

PNT: Đứng trên sân khấu ông Ngạn "luận" về Nhạc Vàng là cách chơi chữ cho... vui tai khàn giả Paris by Night..Đại khái ý ông Ngạn nói "đi" là ám chỉ số đông khán giả (không phân biệt bình dân hay thượng lưu); còn "lẻ loi" là dành cho một số trí thức thượng lưu biết thưởng ngoạn, như anh nói.

Xin nói lại và nói dai hơn một chút, rằng Nhạc Vàng còn gọi là nhạc cải cách, là dòng nhạc trữ tình lãng mạn khởi từ thời tiền chiến ở miền Bắc rồi phát triển vào miền Nam trong giai đoạn 1954 tới 1975 là chấm dứt, được xem là một trong những trào lưu văn hóa pha trộn những yếu tố dân ca truyền thống của miền Nam tạo nên nét đặc trưng của dòng nhạc này.

Tóm lại Nhạc Vàng được sáng tác bằng những thể điệu chậm buồn, nhẹ nhàng, ủy mị, gợi cảm, ít thể hiện phong cách nghệ thuật, lời ca bình dân giản dị, dễ nghe, mô tả tâm trạng cá nhân thất tình, nghèo khó, gợi lên hoàn cảnh quê hương với em gái hậu phương và người lính đa tình... Nhiều bài đậm chất dân gian thể hiện những giai điệu Rumba, Bolero, Chachacha, Habanera, Tango, Valse, Slow, Basodope... Sau này dòng nhạc Bolero trở nên thịnh hành đến nỗi người ta tách riêng và uu ái gọi nó là "dòng nhạc Bolero"... cho sang nhưng thật ra nó vẫn thuộc Nhạc Vàng.

Nhạc thính phòng có nghĩa là nhạc để biểu diễn trong phạm vi không gian nhỏ như phòng hòa nhạc để phân biệt với nhạc giao hưởng symphony, nhạc sân khấu opera dành cho các giàn hòa nhạc lớn concerto. Vai trò của nhạc thính phòng là sự phát triển chủ đề giàu hình tượng nghệ thuật, có khả năng biểu hiện những cảm xúc trữ tình nhạy cảm nhất của tâm hồn con người.

Quá trình phát triển của phong cách âm nhạc thính phòng để chỉ những tác phẩm dành cho các dàn nhạc nhỏ với số lượng nhạc cụ hạn chế qua đó các nhạc sĩ Việt Nam đã sáng tác nhiều bản nhạc thính phòng góp phần vào sự phát triển văn hóa dân tộc.

Thđại: *Người ta hát NẮNG CHIỀU suốt ngày đến nỗi chính cha đẻ của nó cũng nhiều phen đâm ra "mệt mỏi", cũng vậy mấy lúc gần đây PHẢI LÒNG CÔ GÁI BẾN TRE, CHIẾC ÁO NGƯỜi YÊU XA rất được ưa thích ở bên ngoài cũng như bên trong tổ quốc là cha đẻ của những ca khúc này ông nghĩ gì và rồi "NẾU" như có một ngày nào đó cũng giống như Lê Trong Nguyễn với Nắng Chiều?*

PNT: Tôi cũng từng có nghe bài hát Nắng Chiều của

nhạc sĩ Lê Trọng Nguyễn sáng tác năm 1952 nhưng không hề nghĩ tới thân phận của ca khúc này như anh nghĩ.

Thđại: *Xin được ngắt lời ông là tôi không nghĩ mà đây là người nghe họ nghĩ và tôi chỉ xin đưa lên để trình bày với ông thôi mà thôi .....chúng ta lại tiếp tục cho câu chuyện.*

PNT: Vâng anh, Phải Lòng Con Gái Bến Tre hay Chia Áo Người Yêu Xa có "mệnh hệ" gì thì tôi chưa từng nghĩ tới "số phận" của nó nên chẳng "mệt mỏi" chi. Quan trọng là ở sức sáng tạo nghệ thuật; còn nghe ai hát nhạc của mình thì mình vui vui, không thì cũng chẳng sao hết.

Thđại: *Những địa danh mà ông đã đi qua để rồi những ca khúc được làm thành và "Bước Chân Dĩ Vãng", những đồng ruộng, những sông rạch, những núi cùng rừng có là những chất liệu tạo nên một Phan Ni Tấn gắn liền với quê hương?*

PNT: Dạ. đương nhiên rồi anh thuở lang thang khắp cùng đất nước, kể cả những năm ở lính lặn lội trên rừng dưới biển, những địa danh tôi từng đi qua đều là những chất liệu sống gắn liền với quê hương giúp tôi hăng say sáng tạo những loại hình nghệ thuật.

Thđại: *Tôi nhớ nếu không lầm đã có các nhà thơ, nhà văn như: Luân Hoán, Song Thao, Lê Hữu đã từng gán cho ông là người "tay thơ, tay nhạc", một người "mát tay" vậy thì đấy có phải vì ĐAM MÊ, một năng khiếu trời cho hay là do sự tập luyện, "dùi mài kinh sử" mà thành?*

PNT: Dạ, "mát tay" là năng khiếu trời cho, bằng không dù ai có đam mê, có gắn gượng tập luyện hay cố "dùi mài kinh sử" thì cũng được đi xong không khéo lại bị chê không "mát tay".

Thđại: *Ông ơi người Việt mình có câu nói nhiều khi nghe cũng hợp tình hợp lý như là chuyện ăn cơm mới nói chuyện cũ thôi thì ông cho phép tôi "xào" lại cơm mới, chuyện cũ một chút cho "ấm" cõi lòng "gía băng", chuyện là thế này: Ngày xửa, ngày xưa" trong những bài viết, những tác phẩm của ông khi chấm dứt ông điều ký tên Phan Ni Tấn (ND) anh em gặng hỏi, tra vấn ND là gì và ông nhất định một mực chối từ "chịu đời không nổi" cho nên nhà văn Kiệt Tấn đã "ngôn" ND là nhà DÂM, thế rồi những lúc sau này ông lại đổi từ Phan Ni Tấn (ND) thành Phan Ni Tấn (Lão Ngoan) vậy thì lý do nào ông lại thay đổi như thế, có nhiều đứa "thối mồm" thì lại bảo đâu phải Lão Ngoan mà là Lão Hư nghe như thế ông có phật lòng không?*

PNT: Dạ. Trước 1975, N.D là bút hiệu lúc tôi sáng tác bài thơ Kính Thưa Thầy (tức Bài Ca Học Trò) đăng trong tạp chí Văn của nhà văn Mai Thảo ở Sài Gòn. Sau này ra hải ngoại tôi vẫn tiếp tục đăng thơ trong Văn ở Quận Cam cũng của nhà văn Mai Thảo ký Phan Ni Tấn (N.D). Cái bút hiệu lòng thòng này gây nhiều thắc mắc, hỏi thì tôi nín thinh cười ruồi khiến bạn bè bực. Tưởng rứa rồi thôi, ai dè trong một buổi họp mặt văn nghệ tại Montreal đông đủ anh em - như anh nói " chịu đời không nổi" – đã lôi chữ N.D đem lên bàn mỗ, qua đó ôn thơ Hoàng Xuân Sơn phán N.D là Nói Dai, Nói Dài; còn ông văn Kiệt Tấn ngôn là "Nhà Dâm" thiệt là oan mạng. Hehe.

Còn Phan Ni Tấn (ND) thành Phan Ni Tấn (Lão Ngoan) có nghĩa là "trên đầu già đến rồi". Nhưng mà thưa anh, già có "Ngoan" hay "Hư" tôi đều nương theo cái "Sắc tức thị Không trong Bát Nhã Tâm Kinh có câu" của nhà Phật mà an nhiên tự tại.

Thđại: *Ông là một trong số ít những văn nghệ sĩ đa tài, nào là: tay nhạc, tay thơ vậy tay nào ông để dành cho văn và quan trọng là cho RỒNG?*

PNT: Thưa. Trời cho tôi một hơi... ba tay: tay thơ, tay nhạc và tay văn, tay nào tôi cũng dành cho đời và cho Rồng.

Thđại: *"Tắm mát ngọn sông đào" một trong những ca khúc mà theo tôi được biết có rất nhiều người ưa thích vậy ông sáng tác bài này tự khi nào và phải mất khoảng thời gian bao lâu để hoàn tất?*

PNT: Tắm Mát Ngọn Sông Đào là tên tựa của một cuộn băng nhạc cassette do ca sĩ Khánh Ly hát và phát hành vào năm 1981 trong đó có tình khúc Chia Áo Người Yêu Xa của tôi. Bài này ra đời trong khoảng 1 giờ sau khi tôi đến Canada năm 1980.

Thđại: *Tôi yêu thích :" Chia áo người yêu xa" nghe đâu hình như bài này ông viết cho một mối tình, một mốt tình "gửi gió cho mây ngàn bay"?*

PNT: Hình như tôi cũng... nghe vậy.

Thđại: *Một thời gian rất dài sống cùng và ở với núi rừng ông có để thời gian nghiên cứu về âm nhạc của đồng bào miền cao, những Radê, Jarai, Thái, Nùng ...v...v...chẳng hạn, nhận xét về những "nhạc cụ" của họ có những âm hưởng ra sao?*

PNT: Núi rừng quê tôi có nhiều dân tộc thiểu số như người M'Nông, M'Dhur, Djarai, Mạ, Mường, Mán, Mèo, Thái, Nùng nhưng đông nhất và văn minh nhất vẫn là người Êđê. Về nhạc cụ của người sơn cước như người Êđê rất phong phú và đa dạng luôn gắn bó mật thiết với đời sống sinh hoạt văn hoá của cộng đồng qua các tập tục lễ hội truyền thống cũng như thế giới tâm linh của họ. Âm nhạc của người Thượng nói chung thường kết hợp những âm thanh man dại của núi rừng. Phần lớn các nhạc cụ được cấu tạo bằng những vật liệu thô sơ, mộc mạc sẵn có trong thiên nhiên như lá, tre, nứa, vỏ bầu, gỗ, sừng. Ngoài ra còn có những nhạc cụ làm bằng đồng như Cồng, Chiêng (Goong Chinh), Chụp Choã (Hdang Hgơr), Thông Linh (Ring Rong), Trống (Hgơr) bằng gỗ và da trâu, đàn đá... Riêng các nhạc cụ của người Êđê như đàn T'rưng, đàn B'rố đàn Goong hoặc kèn Đinh Năm, Đinh Duk, Đinh Tak Ta, Tù Và... tôi đã nhìn thấy và từng chạm qua.

Thđại: *Những cây đại cổ thụ về âm nhạc lần lượt đã ra đi, những người còn lại thì đang chờ để lên chuyến tàu cuối mà theo tôi hình như những người kế tiếp thì chẳng có là bao ông nghĩ rồi ra mai này tương lai của lãnh vực này sẽ về đâu? ...*

PNT: "Là người phải chết, bạn là người, bạn phải chết" Tam đoạn luận phán rứa phải không. Tuy nhiên những cây đại thụ và những người kế tiếp có lần lượt ra đi thì họ chỉ đi phần xác; còn phần hồn tức là những công trình nghệ thuật sáng tạo của họ vẫn mãi mãi tồn tại trong dân gian.

Thđại: *Xin những nhận xét của ông trong lãnh vực này hiện tại và tương lai cả trong lẫn bên ngoài tổ quốc?*

PNT: Theo tôi âm nhạc (của những cây đại cổ thụ) xét về hiện tại và tương lai ở trong nước thì còn có cơ may tồn tại nhưng ở ngoài nước thì những tác phẩm của nhưng đại thụ này vẫn tồn tại trong... các thư viện quốc gia.

Thđại: *Nếu làm một sự so sánh giữa âm nhạc Việt Nam và thế giới ông nghĩ chúng ta "nằm" ở chỗ nào?*

PNT: Thưa anh, thiết nghĩ âm nhạc Việt Nam có đôi lúc được thế giới tình cờ nhìn tới là hãnh diện rồi song nói cho cùng "nó" vẫn còn nằm ở chỗ... khiêm nhường.

Thđại: *Một ngày của ông nơi xứ người (bây giờ) là gì lúc nào dành cho thơ văn, lúc nào dành cho âm nhạc và lúc nào ông tỉ thí với Lý Tiểu Long?*

PNT: Ngần này tuổi anh hỏi tôi mới để ý. Dạ, ngày nào cũng vậy, sáng thức dậy là khua tay múa chân đi vài đường quyền cho giản gân giản cốt; còn việc nhà việc cửa xong đâu vào đó mới tính đến chuyện chữ nghĩa văn chương.

Thđại: *Nếu chỉ có một điều ước cho ông, chỉ một điều duy nhất mà thôi giữa gia đình và nghệ thuật thì ông chọn đều nào?*

PNT: Câu hỏi khó cho một người... có máu nghệ sĩ như tôi. Ông bà cha mẹ có la rầy tôi vẫn khư khư ôm lấy cả gia đình lẫn nghệ thuật cùng một lúc.

Thđại: *Tại sao?*

PNT: Vì tôi vốn "mẫu mực" nhưng đáy lòng vẫn len lén nổi cục... tham lam. Hihi.

Thđại: *Trước khi chúng ta chia tay ông có cần bổ sung, thêm bớt gì không cho buổi chuyện trò này?*

PNT: Dạ không. Lời nói bay đi khó mà thu hồi được..

Thđại: *Cám ơn nhạc sĩ Phan Ni Tấn thật nhiều đã giúp tôi hiểu biết thêm về âm nhạc một lãnh vực mà tôi hoàn toàn như người lạc vào một sa mạc mênh mông, cầu chúc ông và gia đình những điều tốt đẹp nhất.*

THU VÀNG:
CHIẾC CẦU DĨ VÃNG NỐI TƯƠNG LAI

Thu Vàng

Ca sĩ. Quê gốc Tam Kỳ, Quảng Nam. Trước 1975 định cư nhiều nơi, sau 1975 đến nay định cư tại Quảng Ngãi.

Các CD đã phát hành:

Dạ khúc (2008), **Thu hát** (2012), **Vàng thu rơi mênh mông** (2014), **Vọng ngày xanh** (2017), **Tiếng hát lênh đênh** (2018)

Một buổi chiều cuối thu, trong một ngôi nhà vắng, thênh thang vắng bóng người, ngồi một mình và nhìn ra bên ngoài cửa sổ được mở tung theo gió lùa vào, tôi có thể nghe được tiếng lá rơi và cái lạnh nhẹ, vâng vừa đủ nhẹ thôi và trên tay với ly vang đỏ bỗng dưng cảm thấy như mình đã đi lạc vào một con đường nào đó mà lâu lắm rồi, xa xưa đã đi qua, một con đường chiều đầy lá rụng: "Chiều rơi trên đường vắng có ta rơi giữa chiều", dù có chút muộn màng trở về từ năm tháng và nghe ra như có ai đó gọi khẽ, lay mình tỉnh giấc: người ơi hãy cùng ta thức để: "hồn theo vạt nắng, theo làn gió đìu hiu". Một chiều thu như thế thì còn gì tuyệt cho bằng, không còn gì hay hơn được nữa. Và, cũng chẳng còn gì để mà so sánh một tiếng hát đã bay xa từ khắp vùng đất nước từ những tiền đồn heo hút, hay ở những quân y viện hoặc những nơi mà tiếng hát ấy đã mang lại từ trái tim sưởi ấm và xoa dịu những đau thương, nhọc nhằn của một kiếp người.

Tôi, một người lang thang đây đó hôm nay tình cờ, chỉ tình cờ thôi tôi đã gặp được ca sĩ Thu Vàng và được chị chuyện trò dăm ba phút, xin được chia xẻ cái may mắn ấy cùng quý độc giả và văn thi hữu và bây giờ thì xin mời hãy cùng nghe ca sĩ Thu Vàng kể lại chuyện sau, xưa:

Triều Hoa Đại (Thđại): *Chào chị Thu Vàng.*

Thu Vàng (TV): Xin kính chào anh Triều Hoa Đại. Rất vui có duyên gặp gỡ để anh em được dịp chuyện trò trong một chiều thu đẹp như thế này

Thđại: *Trước hết tôi xin phép thay mặt những bạn đọc và văn, thi hữu đang theo dõi buổi chuyện trò này gửi lời cám ơn đến chị dù rất bận rộn nhưng đã cho phép tôi được làm phiền chị.*

TV: Xin cám ơn anh đã dành thời gian để chuyện trò cùng Thu Vàng, và xin kính chào và cám ơn quý bạn đọc, quý văn thi hữu đang theo dõi buổi chuyện trò này.

Thđại: *Xin chị vui lòng tự giới thiệu đôi chút về mình.*

TV: Thưa anh, quê gốc tôi ở Tam Kỳ, Quảng Nam. Gia đình tôi thuở ấy sinh sống tại Hội An nhiều năm. Ba tôi là lính nên tôi có rất nhiều quê hương, mỗi nơi mỗi vẻ, nơi nào cũng để lại trong tôi những ấn tượng và những kỷ niệm khó quên.

Thđại: *Phát biểu trong một buổi trình diễn của chị nhà văn Cung Tích Biền đã nhìn vể dĩ vãng của một thời xa lơ, xa lắc, ông nói rằng hai mươi năm về trước:" lúc đó giọng của chị có yếu tố ngọt ngào, được bạn bè yêu mến, và thời gian trôi qua làm giọng ca Thu Vàng giảm yếu tố thiên phú. Hai mươi năm trước là hát để nghe, bây giờ hát để cảm, từ ca sĩ tới người nghe đều cảm..." Với nhận xét ấy chị thấy thế nào, bao nhiêu phần đúng và bao nhiêu phần sai?*

TV: Thu xin cám ơn nhà văn Cung Tích Biền đã có lời nhận xét, xin cám ơn câu hỏi rất ý vị của anh. Thưa anh có lẽ lúc còn nhỏ tôi chưa có sự tập luyện, chưa có những trải nghiệm về cuộc đời, giọng hát, cách hát mộc mạc, đơn giản hơn. Về sau, ít nhiều cũng tự học hỏi, rèn luyện và điều quan trọng, tôi nghĩ, có nhiều niềm vui, nỗi đau trong cuộc đời của mỗi nghệ sĩ sáng tác là chất liệu để những tác phẩm văn chương của họ ra đời hay giọng hát, sự huyên chở của người hát cũ ng không thể ở ngoài những vui buồn, ưu tư, ray rứt, của nội tâm phải không anh? Vậy thì những nốt nhạc, những lời hát được chuyển người thưởng thức bằng chính tâm tư người hát thì khi ấy người hát và người thưởng thức được ở trong cùng một cõi, thấu hiểu nhau, vì thế cảm nhận về cái cảm của nhà văn Cung Tích Biền thật là nhạy bén.

Thđại: *Nếu phải "TIẾC" để mất đi cái giọng Trời cho "yếu tố thiên phú" để đổi lấy cái: " bây giờ hát để cảm" thì chị nghĩ thấy thế nào?*

TV: Thưa anh, tôi nghĩ là một người hát, muốn cảm được người nghe thì trước tiên là phải hát cho hay cái đã. Nên "hát hay" là yếu tố cần và đủ để cảm được lòng người. Theo tôi, đặt ra vấn đề một mất một còn giữa hai điều này có vẻ không hợp lý và trên tôi đã nói, hát hay phần lớn là do thiên phú, sau đó nhờ vào đam mê, chăm chỉ tập luyện để giữ gìn và nuôi dưỡng cái giọng ca mà Trời ban cho(dĩ nhiên sự phai tàn theo thời gian thì đành...bó sức để hát thì còn sử dụng hết sức cái thiên phú ấy để cống hiến và để vui với niềm đam mê của mình. Tôi không biết đến lúc phải thật sự từ giã giọng hát mình, sân khấu cùng sự yêu mến của người thưởng ngoạn thì sao nhưng đến bây giờ thì tôi không, hề có cảm giác tiếc gì cả, vì từ khi cất tiếng hát đến giờ, tôi đã say mê, đã sống và làm hết sức mình cho điều đã chọn (chưa kể đến ít nhiều sự hy sinh của các con tôi và gia đình đã dành cho niềm đam mê ấy của tôi). Cộng vào những gì trời đã ban phát cho là sự học hỏi, niềm đam mê, cho nên tôi vẫn có phần tự tin để nói rằng, tôi đã ít nhiều gặt hát được cái quả tốt đẹp là được người nghe đón nhận, nghĩa là" cảm " được người thưởng thức.

Thđại: *Giữa HÁT HAY và HAY HÁT nó khác nhau ở chỗ nào?*

TV: Tôi nghĩ "hát hay" là nhờ chất giọng mà Trời ban cho hay di truyền và luyện tập, còn "hay hát" cũng là một cách để tập luyện, vậy nên hát hay và hay hát bổ sung cho nhau.

Thđại: *Trong số những bản nhạc mà chị đã từng hát thì chị THÍCH nhất và GHÉT nhất là những bản nhạc nào, vì sao (tôi chỉ muốn nói đến những ca khúc ít, nhiều mà* *chị đã trình diễn)?*

TV: Thưa anh, tôi chỉ hát những bản nhạc mà tôi yêu thích vì giai điệu, vì lời nhạc, vì bản nhạc gắn liền với kỷ niêm.... Và tôi không ghét bản nhạc nào, là vì tôi nghĩ khi nhạc sĩ viết, tuỳ theo sở trường, tuỳ ý thích của mỗi tác giả, và người thưởng ngoạn cũng thế, người thích thế này, người thích thế kia nên cần có nhiều thể loại nhạc cho thích hợp với nhiề u sở thích khác nhau, cuộc sống muôn màu, muôn vẻ mới tạo nên một thế giới phong phú.

Thđại: *Hiện nay ở trong nước chị thích nhạc phẩm nào và ca sĩ nào, thích vì ca từ của bản nhạc, thích vì ca sĩ ấy hát hay, trình diễn giỏi hay còn vì những lý do khác?*

TV: Tôi rất vui vì nhạc sĩ, ca sĩ trog nước bây giờ đã được đào tạo bài bản qua trường lớp nhưng tôi ít theo dõi cụ thể, chỉ chú ý đến một số ít tác giả: Phó Đức Phương, Trần Tiến, Nguyễn Cường. Nhạc sĩ trẻ thì có: Lê Cát Trọng Lý, Hồ Hoài Anh, Đỗ Bảo người có những giai điệu lạ, rất riêng và và lời hát thật mới mẻ không theo vết mòn của tất cả những người đi trước. Việt Nam hiện nay có nhiều ca sĩ trẻ được đào tạo bài bản chẳng hạn như ca sĩ: Tùng Dương, Hồ Trung Dũng, Hà Anh Tuấn, Lê Hiếu, Lân Nhã, Trúc Nhân, Ngọc Mai, Nguyên Thảo, Mỹ Tâm, Phạm Thu Hà, Nguyên Hà.

Thđại: *Chị có bao giờ bị ám ảnh bởi câu nói của người xưa: "Xướng ca vô loại" không?*

TV: Thưa anh, mặc dù thế hệ chúng tôi phần nào ít ảnh hưởng quan niệm "xướng ca vô loại" như thế hệ của lớp người đi trước, nhưng tôi thì có bị ảnh hưởng đôi chút, tôi mơ ước được vào trường Nhạc ở những năm cuối Trung Học, nhưng ba tôi đã "phán" một câu chắc nịch:" con gái không được theo nghề đàn ca hát xướng chi cả". Và, thế rồi biến cố 1975 ập đến thế là ba tôi không cần phải cấm đoán tôi nữa!

Thđại: *Trước khi trở thành ca sĩ chị đã qua những trường, lớp nào?*

TV: Thưa anh, dường như tôi hát như con chim hót vậy thôi, tôi không có cái may mắn được học nhạc dù đó là niềm mơ ước tha thiết nhất của thuở đôi mươi. Tôi sinh ra trong một gia đình không có ai là ca sĩ cả nhưng mọi người ai nấy điều yêu thích âm nhạc, mỗi nhà điều có nhạc cụ và thỉnh thoảng tụ họp lại ca hát, mỗi người sử dụng một nhạc cụ, rất vui và phong phú. Tôi còn nhớ, sau 1975 ba tôi ở tù về, điều đầu tiên ông mơ ước là sắm lại cây đàn Violon đã mất cùng ngôi nhà cùng tất cả tài sản, khi sang Mỹ định cư, hành lý của ông vẫn chỉ có cây đàn Violon.

Thđại: *Tôi nghe nói trước đây khi miền Nam chưa rơi vào tay "Bên Thắng Cuộc" đã nhiều lần chị đi đến những tiền đồn heo hút hoặc những quân y viện mang tiếng hát của mình để an ủi cũng như xoa dịu nỗi đau của người lính. Kỷ niệm chắc là nhiều xin ôn lại một chút được không?*

TV: Thưa anh, thời gian còn là học sinh ở các trường Nữ Trung Học Quảng Tín, Hội An vào những dịp lễ lớn tôi đã ít nhiều cùng chúng bạn của trường đi uỷ lạo các chiến sĩ, các thương bệnh binh, ở những tiền đồn heo hút hút hoặc là ở những quân y viện. và mỗi lần như thế lòng không khỏi bùi ngùi thương xót cho tuổi trẻ VN và cho đất nước của chúng ta "điêu tàn thôi lại tiếp nối điêu tàn".

Thđại: *Chúng ta vẫn chưa có nhiều ca sĩ lớn ngang tầm với thế giới vậy theo chị thì làm cách nào để con cá chép có thể vượt được Vũ Môn?*

TV: Theo tôi không cứ gì ca sĩ VN hay bất kỳ nước nào đi chăng nữa cung cần phải rèn luyện vì ca sĩ là là nghệ sĩ trình diễn âm nhạc điêu luyện mà nhạc cụ là giọng hát của chính mình. Rất tiếc VN mình chưa phải là đối thủ của các nước tây phương mặc dù tiếng nước ta đầy nhạc tình nhưng có lẽ mình hội nhập có hơi trễ. Có nhiều ca sĩ VN tiên phong hát với trình độ ngang ngửa không thua kém gì ca sĩ thế giới ví như: Ca sĩ Bạch Yến, Thanh Lan, PaoloTuấn, Châu Hà, Kim Tước, Thái Thanh ..v...v...

Thđại: *Bạn bè có người bảo với tôi: Mỗi khi bị đời vật vã, sóng gió lao xao nhưng được nghe chị hát họ như lấy lại đươc niềm tin, đó là tiếng hát của tri âm, chẳng có thế mà nhà thơ Nguyễn Thi Khánh Minh đã viết :" Một giọng hát cất lên khiến ta nghe ra tri âm, thì nó trở nên tri kỷ", nói đến tri âm và tri kỷ bỗng dưng tôi lại nhớ đến BÁ NHA với lại TỬ KỲ, nghe Thu Vàng hát là nghe những âm thanh được phát xuất tự con TIM, tự đó đã thổi sang người thưởng ngoạn ngọn lửa ấm áp sưởi rét mùa đông, nghe Thu Vàng hát là nghe đá vàng chảy suốt ngọc ngà châu thân. Chị có cảm thấy như vậy, có hạnh phúc không khi đang reo rắc tin yêu sưởi ngọt trái tim người xa xứ?*

TV: Tôi rất vui và biết ơn Đất, Trời, ba mẹ, quê hương... đã ban cho tôi tiếng hát. Cám ơn tất cả khán thính giả, anh chị em và nếu được hân hạnh "gieo rắc tình yêu" đến được cho ai thì đó là niềm vui mà Thu Vàng mong ước cho cả sự nghiệp của mình.

Thđại: *Một lần nữa xin chân thành cám ơn ca sĩ Thu Vàng đã dành trọn buổi chiều đẹp như buổi chiều hôm nay cho buổi nói chuyện này, cầu chúc chị mọi điều may mắn và hy vọng (một ngày không xa) con cá THU VÀNG sẽ vượt được Vũ Môn.*

TV: Cám ơn lời chúc của anh, tôi nghĩ thế hệ chúng tôi như ôm ấp bởi dòng sông xuôi chảy, những con sông quê êm đềm, tôi mang ơn quê hương Việt Nam nơi đã sinh ra và cho tôi khôn lớn, cầu mong sao những thế hệ nối tiếp được học rộng và tiếp cận rộng rãi với thế giới văn minh và VN phải có được những kế hoạch đào tạo và nuôi dưỡng để chúng ta có được những tiến bộ ngang tầm với thế giới.

Triều Hoa Đại: *Cám ơn ca sĩ Thu Vàng.*

VĂN THƠ MỌC LÊN TỪ ĐẤT ĐÁ
CHUYỆN VÃN VỚI NHÀ BÁO, NHÀ VĂN VƯƠNG TRÙNG DƯƠNG

Tên thật Trần Ngọc Dưỡng, tuổi Giáp Thân tại Quảng Nam.

Xuất thân khóa I Nguyễn Trãi Đại Học CTCT Đà Lạt (12/1966-5/1969). Giai đoạn I học Quân Sự ở Trường BB Thủ Đức, trong Ban Biên Tập SVSQ liên khóa 23 & 24 nguyệt san Bộ Binh Thủ Đức (BBT gồm Nguyên Sa, Lưu Trung Khảo, Lâm Chương, Chu Tân, Trần Hoài Thư, Cao Thoại Châu, Hồ Minh Dũng, Phan Nhự Thức...). Phục vụ ở Tiểu Đoàn 20, TĐ 10 CTCT & quân trường ĐH.CTCT.

Sau những năm lao tù, định cư tại Hoa Kỳ theo diện H.O năm 1990.

Trong ba thập niên đã cộng tác với nhiều tờ báo Việt

ngữ ở hải ngoại. Tổng Thư Ký các tờ Việt Press, nguyệt san Thế Giới Nghệ Thuật, tuần báo Tình Thương, TB Đất Nước, TB Rạng Đông, bán nguyệt san KBC, nguyệt san văn học Tân Văn (một thời gian)...

Năm 2005, Chủ Nhiệm tờ báo và trang web Cali Weekly.

Năm 2008, phụ trách Section B của nhật báo Saigon Nhỏ & Tổng Thư Ký, Chủ Bút nguyệt san Chiến Sĩ Cộng Hòa (tiếp tục bước sang năm thứ 15).

Sinh hoạt trong Trung Tâm Văn Bút Nam Cali (một nhiệm lỳ làm Tổng Thư Ký) và Hội Ký Giả Việt Nam Hải Ngoại (một NK làm Phó Chủ Tịch Nội Vụ & I NK Tổng Thư Ký). Khoảng mười năm Trưởng Khối Báo Chí cho Ban Đại Diện Các Trung Tâm Việt Ngữ Nam Cali.

Trước năm 1975 với bút hiệu Trần Lư Nguyên Khanh và Hoàng Bích Yên. Ngoài bút hiệu Vương Trùng Dương còn có các bút hiệu khác viết về phiếm luận Chuyện Trong Tuần, Chuyện Ruồi Bu, Thiên Hạ Sự, Thế Thái Nhân Tình, Ngẫm Chuyện Xưa Nay, Ngẫm Chuyện Nhân Sinh (ấn hành tác phẩm Ngẫm Chuyện Nhân Sinh năm 2004).

Với các bài viết về văn nghệ, (ấn hành tác phẩm Văn Nhân & Tình Sử năm 2015).

Trong mục Văn Nghệ trên tờ CSCH với các bài viết, dự trù ấn hành Chân Dung Chiến Hữu Cầm Bút trong năm 2020 nhưng vào thời điểm Covid-19 nên bỏ nửa chừng.

Các bài viết được phổ biến trên các trang web (T.Vấn & Bạn Hữu, Việt Báo, Đặc San Lâm Viên, Sáng Tạo, Hội Quán Phi Dũng, Vuông Chiếu, Việt Văn Mới, Long Hồ Vĩnh Long, Nhân Văn Nghệ Thuật, Saigon Times USA...)

Dưới đây là câu chuyện vãn giữa nhà báo, nhà văn Vương Trùng Dương và chúng tôi, hy vọng với những gì mà ông đã trải qua trong suốt chặng đường dài "lam lũ" cùng chữ nghĩa, người mà chúng tôi phải gọi là sống đã lâu và sống thật bền, dai dẳng cùng chữ nghĩa hy vọng sẽ giúp soi sáng lâu nay những gì chìm khuất bây giờ sẽ được khai quật.

Vậy thì, trước tiên xin cám ơn ông đã nhận lời để cùng chúng tôi có buổi trò chuyện này và cũng xin mời quý bạn đọc theo dõi và góp chuyện cho vui.

Triều Hoa Đại (THĐ): *Ông nghĩ có nên giới thiệu chút ít về mình với độc giả đang theo dõi cuộc trò chuyện này?*

Vương Trùng Dương (VTrD): Chào nhà thơ từ Bắc lạc vào sông Hàn, bỏ "Con Phố Điêu Tàn" nay "Lên Rừng Đếm Lá"... Một trong những nhà văn, nhà thơ của quê hương xứ Quảng, tôi ngưỡng mộ có Bùi Giáng. Trước năm 1975 ở Sài Gòn, nhiều nhà văn đã hỏi về "tiểu sử" của ông và ông cho đó là "chuyện rong chơi" vì cuộc đời ông đã ẩn chứa qua thơ. Với tôi, trong vài bài viết trước đây đã đề cập bàng bạc về nơi chốn, thời binh nghiệp trong nước và ba thập niên làm báo ở hải ngoại. Không muốn và không thể liệt kê hết trong các sinh hoạt văn học nghệ thuật đã tham gia và những tờ báo đã đảm trách. Mỗi thời điểm gắn bó với nghề và nghiệp trong công việc như từng đợt sóng vỗ ập vào bờ, trắng xóa, tung tóe rất đẹp rồi tan biến, rồi "Dã tràng ngoài biển... cát. Hồn mộng vẫn se... hoài" như lời trong ca khúc Cát Biển của nhạc sĩ Lê Trọng Nguyễn, quê tôi. Trước năm 1975 có hai bút hiệu, khi sang Mỹ, ngoài bút hiệu Vương Trùng Dương, tôi vẫn ký VTrD trên tờ Chiến Sĩ Cộng Hòa vì vấn đề tế nhị và không muốn xuất hiện nhiều tên mình trên tờ báo. Từ năm 1991 đến năm 2016 viết phiếm kiểu "mì ăn liền" qua nhiều bút hiệu khác nhau cho mỗi tờ báo.

THĐ: *Với ông, viết lách như trong ca dao "Dã tràng xe cát biển Đông. Nhọc nhằn mà chẳng nên công cán gì"?*

VTrD: Vâng, trước năm 1975, lúc bận bịu với đèn sách rồi đời lính với thú vui viết lách khi cảm hứng và rảnh rỗi. Năm 1990, định cư tại Mỹ (diện H.O) với ước mơ của thuở còn đi học, khi còn sống trong nước... nhưng thực tế trong cuộc sống nơi xứ người không cho phép. Tôi đã chia sẻ trong bài viết "Viết văn, viết báo (nếu có) "tiếng" nhưng không có "miếng". Sống nhờ layout có "miếng" để hỗ trợ có "tiếng". Có khi cả hai đều bù trớt nhưng có cái "tình" với nhau...". Tôi mua sách xử dụng các software rồi mày mò trên computer, nghề dạy nghề... từ đó đảm nhận layout sách, đặc san, các tờ báo (bài viết và kỹ thuật) gần ba thập niên qua.

THĐ: *Ở bên Mỹ này càng giàu càng phải đóng thuế nhiều, ông có những hai nhà: Nhà báo và nhà văn thế thì thuế má phải nhiều lắm nhỉ?*

VTrD: Trước năm 1975 ở Sài Gòn, chúng ta thấy phóng viên ngoại quốc ở khách sạn Caravelle, ngồi cà phê ở Brodard, Cheap Charlie, sân thượng Continental... như giới thượng lưu, như là ước mơ xa vời của nhà báo An Nam. Khi ở Mỹ, với báo chí Việt ngữ, thực tế lại phũ phàng với giấc mơ đó, tôi đã khuyên vài bạn trẻ khi "dấn thân" với nghề báo Việt ngữ nên lấy mảnh bằng, kiếm việc làm ổn định, lương cao hơn. Thế hệ chúng ta khi sang Mỹ thì "trâu chậm uống nước đục", phải lo cho con cái học hành để hội nhập với xã hội. Vì vậy, làm báo, viết văn với thế hệ chúng ta phần nào về sở thích, hoài bão của con người mất nước tìm tự do. Và, phần nào đó góp mặt trong sinh hoạt văn nghệ, báo chí, cộng đồng người Việt.

Trong nhiều lần trò chuyện với thân hữu, đồng nghiệp... có người được gọi: nhà báo, nhà văn, nhà soạn nhạc... đều "than thở" không sống nổi để trả tiền nhà, chỉ là sở thích văn nghệ như món quà tinh thần, niềm an ủi. Điển hình như nhạc sĩ Lam Phương, trước năm 1975 ở Sài Gòn, nhạc phẩm ra đời nổi tiếng bán bản quyền đủ nuôi sống một đời, chẳng hạn ca khúc Thành Phố Buồn của ông, tiền bán nhạc phẩm nầy thu được 12 triệu đồng, trị giá gần nửa triệu đô la lúc đo (1 đô la khoảng 275 đồng). Giá vàng tại thị trường Sài Gòn trong thời gian đó khoảng 25.000$ một lượng. Tháng Tư năm 1975, Lam Phương phải bỏ lại gia sản khổng lồ 30 triệu đồng trong nhà băng để ra đi trên con tàu Trường Xuân với đôi bàn tay trắng. Khi Lam Phương định cư ở Mỹ Năm 1975, ông phải làm đủ thứ nghề nặng nhọc để mưu sinh... Thời gian sống ở Pháp và Mỹ, ông sáng tác khoảng 100 ca khúc trong đó có nhiều ca khúc nổi tiếng nhưng không có thu nhập nào đáng kể. Đầu năm 2000, ông bị liệt, ngồi xe lăn trong hai thập niên rồi mất giữa mùa dịch năm 2020 trong cô đơn. Bất hạnh trong tình yêu chỉ còn lại nhiều ca khúc tuyệt vời gởi lại trần gian.

Nhà văn Hoàng Hải Thủy nhắc lại thời viết feuilleton và in sách ở Sài Gòn, tiền bạc rủng rỉnh, tiêu xài thoải mái, khi ở Mỹ, ông ấn hành nhiều tác phẩm nhưng thu nhập chẳng bao nhiêu. Hồi tôi làm tờ Tân Văn thường giới thiệu sách của ông nhưng lai rai vài độc giả mua sách.

Họa sĩ Nguyễn Đồng & Nguyễn Thị Hợp suốt những thập niên qua sống với nghề layout cho tờ nhật báo.

Thế hệ của chúng ta đã trải qua thời kỳ nghiệt ngã, được sống trên mảnh đất tự do nơi xứ người, khi không còn nặng gánh gia đình thì thích sống với tâm hồn văn nghệ trong nghiệp dĩ, góp mặt với mọi người, đó cũng là thú vui tao nhã.

Vậy thì chuyện "thuế má" ở Mỹ với ông/bà làm báo viết văn An Nam ta cũng là "chuyện rong chơi".

THĐ: *Trong hai cái "nhà" ông thích nhà nào nhất, nhà*

báo hay nhà văn, lý do nào lại bên "trọng, bên khinh" như thế?

VTrD: Người bạn văn vong niên là Trần Hoài Thư, từng là phóng viên chiến trường, nhà thơ, nhà văn nhưng anh ta thích mình là nhà thơ. Với Vũ Uyên Giang cũng vậy, và anh cũng thế thôi... Với tôi, sống với nghề báo, tuy viết nhiều thể loại về văn học nghệ thuật và cũng thích mình là nhà báo. Ai gọi là nhà văn tùy cảm nhận của họ, chẳng hạn vào Google hay Yahoo gõ "nhà văn vương trùng dương" sẽ xuất hiện nhiều bài viết của tôi. Với tôi, cái "nhà" không quan trọng mà bài viết, tác phẩm... Có lần bạn tôi nhờ viết giới thiệu tuyển tập thơ, văn vừa ra lò, nể tình bạn tôi chỉ viết tác giả... không gọi nhà văn, nhà thơ... bị giận!

THĐ: *Lui về kỷ niệm của những ngày xưa thân ái, cái thuở mà: "Rộn cả nhà lên tiếng hát vang" tôi thấy trong ông còn đầy ắp những phượng đỏ và nắng vàng trải khắp quanh sân trường Trần Quý Cáp nơi mà ngày ấy bạn bè cùng ông không dấu được buồn vui, ông giúp tôi tìm lại cái thân thương ấy chút xíu được không?*

VTrD: Tuổi già, sống xa quê hương thường nhớ lại những kỷ niệm thời xa xưa, tôi đã viết nhiều bài nói lên tâm trạng, nỗi niềm, bạn văn một thời dưới mái trường, một thời chinh chiến... Tác phẩm "Một Thời Để Yêu & Một Thời Để Chết" của Erich Maria Remarque với hình ảnh tình yêu giữa chiến tranh với lửa đạn, nước mắt, bất hạnh lẫn hoài vọng... trở thành câu nói của chúng ta khi nhắc lại nơi chốn, hình bóng người tình, bạn bè đã ra người thiên cổ hay lưu lạc khắp nơi. Oscar Wilde cho rằng "Ký ức... đó là cuốn nhật ký tất cả chúng ta đều mang theo bên mình", ông ta là nhà văn, nhà soạn kịch, nhà phê bình nhưng tập thơ đầu tiên của ông khởi nghiệp cầm bút gắn liền với tên tuổi ông.

Với bao hình ảnh và kỷ niệm nơi phố cổ, không thể chia sẻ hết qua cuộc trò chuyện, năm 2016 tôi viết bài

Phố Cổ Trường Xưa & Bóng Dáng Nhà Thơ, vừa edit lại cho tuyển tập với 7 văn hữu viết về Quảng Đà & Bằng Hữu Thi Văn do bạn văn thực hiện trong nay mai. Tôi không thể nào nhớ hết từng con đường, góc phố, địa danh của phố cổ nên qua thơ, văn của bạn bè gom lại thành bài viết.

THĐ: *Ông có thể chia sẻ cuộc "hội ngộ" bạn văn ngoài phố cổ Hội An?*

VTrD: Cuối năm 1966, tôi bước vào "Ngưỡng Cửa Quân Đội" Khóa I của Trường Đại Học CTCT Đà Lạt. Khóa I trong giai đoạn đầu theo học tại Trường Bộ Binh Thủ Đức cùng với Khóa 24, lúc đó tờ nguyệt san Bộ Binh Thủ Đức thành lập Ban Biên Tập liên khóa 23 & 24 có Nguyên Sa, Lưu Trung Khảo, Chu Tân, Luân Hoán, Trần Hoài Thư, Mê Kung Phan Nhự Thức, Cao Thoại Châu, Lâm Chương, Hồ Minh Dũng, Phạm Văn Bình... Mỗi sáng Thứ Tư chúng tôi gặp nhau... Tôi tiếp tục 2 năm ở quân trường trên Đà Lạt, anh em ra trường, số đông dân miền Trung về phục vụ ở Vùng I, Vùng II, và Quảng Ngãi là môi trường của các bạn sinh hoạt văn nghệ, báo chí...

Thời gian trôi qua, khi định cư tại Mỹ, qua internet chúng tôi lại gặp nhau. Đây cũng là dịp tôi viết về các bạn văn, trong đó có Phan Nhự Thức chết tại quê nhà, tôi gặp anh lần cuối vào Hè năm 1990, trước khi đi Mỹ.

THĐ: *Hà Khánh Quân (Luân Hoán) cũng đã có lần viết "Ở cái đất chưa mưa đã thấm, chỉ cần cào nhẹ tay lên mặt đường, đã lượm được sỏi đá" nhưng dù là ở nơi sỏi đá như vậy nhưng "những tâm hồn thi ca" thì có "hơi nhiều thi sĩ", là một con dân xứ Quảng ông nghĩ gì, nghĩ sao về cái "hẩm hiu" của đất đá và cái "lạm phát thi sĩ ấy"?*

VTrD: Anh trải qua ở thời gian ở Đà Nẵng giữa thập niên 50-60 cũng hiểu, ca dao Quảng Nam rất phong phú, các thể loại truyền thống dân ca từ thời cha ông vẫn lưu truyền nên ảnh hưởng phần nào ở tuổi học sinh. Nơi quê nhà nghèo khó nên bậc sinh thành muốn con cái chăm lo học hành để lập thân; hơn nữa không có nhiều phương tiện để giải trí như Sài Gòn nên tìm nguồn vui, cảm hứng dễ dàng nhất là làm thơ. Thật vậy "thơ không ở đâu xa" mà ở trong tâm hồn đồng điệu đồng cảm đến với nhau. Hình như lúc đó ở nơi phố cổ, một bài thơ được đăng trên báo ở Sài Gòn, bạn bè chuyền cho nhau... nó như bông hoa nở trên sỏi đá. Cái "hẩm hiu" của đất đá được "đền bù" với những dòng thơ lãng mạn, tình người.

Khách quan nhận xét, ở Quảng Ngãi có nhiều nhà thơ nổi danh vào thời tiền chiến hơn Quảng Nam nhưng đến thế hệ chúng ta từ đầu thập niên 60 đến nay, từ trong nước ra hải ngoại có nhiều nhà thơ, nhiều thi phẩm nổi tiếng hơn các tỉnh thành khác. Ngay cả những nhà thơ đã xuất thân dưới mái trường ở Đà Nẵng đã nổi tiếng đến nay rất đông. Tôi cũng thừa nhận qua các bài viết, có đầu óc "cục bộ" địa phương nhưng không muốn dẫm chân với Luân Hoán, Phương Tấn, Phan Xuân Sinh, Hạ Quốc Huy (hay Triều Hoa Đại)... chỉ viết về thi phẩm của bạn hữu mà thôi nên nhường sân chơi cho các nhà thơ Đà Nẵng để họ xây vườn thượng uyển bên bờ sông Hàn.

THĐ: *Dép, giày, áo, mũ... còn có số nữa là, thế thì cái số ông nó thế nào, nó làm sao những năm, tháng ngồi "bóc lịch", dù chẳng hay ho chi nhưng giá ôn lại một chút ông nghĩ có nên chăng?*

VTrD: Trong bài thơ Phương Xa của Vũ Hoàng Chương mà Trần Hoài Thư, bạn bè và tôi rất tâm đắc với hình ảnh:

"Lũ chúng ta, lạc loài, dăm bẩy đứa,
Bị quê hương ruồng bỏ, giống nòi khinh,
... Lũ chúng ta, đầu thai nhầm thế kỷ,

Một đôi người u uất nỗi chơ vơ,
Đời kiêu bạc không dung hồn giản dị,
Thuyền ơi thuyền! Xin ghé bến hoang sơ".

Nếu nói về số mệnh, tôi viết về "lý lịch bản thân" trên Facebook: Đi Học – Đi Lính – Đi Tù – Đi Mỹ... cũng là số mệnh chung của thế hệ chúng ta, nó cùng một số. Nếu hỏi "giá ôn lại một chút" thì anh em chúng ta đã viết qua thơ, văn trong những thập niên qua. Chẳng hạn như anh, người bạn vong niên Luân Hoán viết thay "tiểu sử" qua bài thơ Triều Hoa Đại. Hầu như chúng là mang số 8, lúc đeo còng và khi được mở còng để rong chơi với cặp kính lão trước cái PC để "Nhìn nhau chợt nhớ ra sông núi. Có chút gì nghe rất thốn đau" (Du Tử Lê). Tôi cũng thường ví von cái số của chúng ta "đầu thai nhầm thế kỷ" là số con rệp, tuy nó không nằm trong 12 con giáp nhưng với thân phận chúng ta, con giáp thứ 13!

THĐ: *Chiến tranh, ôi chiến tranh ta thù mi, có người đã phải thốt lên như vậy, với chúng ta dân tình hai miền Nam, Bắc đã chịu đựng quá nhiều chết chóc, mất mát tang thương, khi bước chân vào đời quân ngũ ông đã chọn cho mình ngành Chiến Tranh Chính Trị, sao không là những binh chủng ngày đêm trực diện với quân thù, với súng, đạn, với ba lô và nón sắt?*

VTrD: Triết gia Pascal Blaise nói "Le moi est haïssable" (Cái tôi đáng ghét) trong quyển Les Pensées của ông trở thành câu nói thông dụng với nhân vật hay "nổ" coi mục hạ vô nhân. Khoảng hai thập niên về trước, đọc vài hồi ký viết chẳng ra gì chỉ có ca ngợi "cái tôi". Lúc đó còn "hăng tiết vịt", tôi lấy câu nói đó để viết phiếm nói chung chung, không nêu tên nhân vật nào cả "ai ở trong chăn mới biết rận", khi nói ba hoa chích chòe thì gió thoảng mây bay nhưng viết ra thì "gà nuốt dây thun". Sau nầy cũng có vài hồi ký như vậy... nhưng chẳng bận tâm. Thế nhưng gần đây, tôi cũng viết "cái tôi đáng thương" trong bài viết Làm Báo... Đôi Khi Bị Báo Đời!... "Tháng 12 năm 1966, trong cuộc thi tuyển (hơn hai nghìn thí sinh dự thi) của Khóa Nguyễn Trãi I SVSQ của trường đại học CTCT Đà Lạt để chọn 200 khóa sinh... Khi bước vào Ngưỡng Cửa Quân Đội có dịp may gặp gỡ với anh em trong văn giới, báo giới... Nào ngờ niềm vui mang theo phiền phức.

Khi vào quân trường ở Đà Lạt và phục vụ ở đơn vị, tôi cũng bị ANQĐ "hỏi thăm" vì ở QN-ĐN có nhiều tên làm báo cùng trang lứa theo VC hoạt động ở Sài Gòn. Thật tình lúc đó, tôi chẳng biết ai trong giới văn nghệ và báo chí ở QN-ĐN có ai hoạt động nằm vùng cho VC mà Cảnh Sát & An Ninh Quân Đội theo dõi. (Tôi biết vì bạn thân, cậu và anh tôi cảnh báo).

... May mà khi 168 sĩ quan tốt nghiệp, có 1/4 được phục vụ trong ngành CTCT. Tôi về Tiểu Đoàn CTCT và sau đó về lại quân trường ĐH.CTCT. (Nếu...?) ra đơn vị tác chiến thì không biết "nghi vấn" có bị đem ra "thử lửa" con tốt đại đội phó trên chiến trận?. Đó cũng là lý do, sống bất cần đời khi không biết nay mai sẽ ra sao! Mà cũng may mắn, mọi điều không gây rắc rối cho bản thân...".

Số đông bạn bè ra các Sư Đoàn và Biệt Động Quân theo chiến dịch Chân Trời Mới. Trong thời gian thử lửa, anh em Khóa I về Sài Gòn họp mặt lên tiếng "đem con bỏ chợ, con tôm con tép", sau đó được thuyên chuyển sang Hải Quân, Không Quân... trong ngành CTCT.

Tôi nhớ, trước khi vào lính, tôi về quê báo cho mẹ biết. Mẹ tôi hỏi: "Có cầm súng bắn nhau không con?" Và, tôi cũng an ủi, xoa dịu nỗi lo của mẹ với ngành nầy ở hậu phương với báo chí, văn nghệ mà thôi. Thật tình với tuổi trẻ chấp nhận đời binh nghiệp với "ngày đêm trực diện với quân thù, với súng, đạn, với ba lô và nón sắt" cũng chẳng sao, bạn bè thế nào, mình thế đó. Nhưng với tôi lúc đó đau lòng nhất là dối mẹ, người con út được mẹ quan tâm nhiều.

Nhìn lại cuộc đời mình từ trẻ đến già, nỗi đau không thể nào quên, khi ở trong nước, mẹ mất mà không về được để nhìn mẹ, tiễn mẹ vĩnh viễn ra đi. Hình ảnh người mẹ cao cả, thiêng liêng, tôi đã ghi lại qua vài bài viết. Và, mỗi khi đọc bài viết của bạn bè cùng hoàn cảnh và bất hạnh như tôi, nỗi đau lại đến, mắt nhòa!

THĐ: *Chắc ông có biết người cộng sản họ có những hai trường đại học mà theo họ thì rất ư là quan trọng:*

a/ Trường đại học công an và b/ Trường đại học viết văn.

Chúng ta có thể hiểu về cái trường đại học công an nhưng còn trường đại học viết văn thì theo ông, ông thấy và nghĩ thế nào? Và, người cộng sản còn cho rằng: "Văn học phải phục vụ chính trị, được sự lãnh đạo của chính trị" thế thì nếu có sự so sánh giữa hai trường đại học viết văn của cộng sản và trường đại học Chiến Tranh Chính Trị nơi mà ông đã học ông thấy có khác nhau không, nếu có thì khác ở chỗ nào?

VTrD: Từ thời tiền chiến đã xảy ra vụ tranh cãi "Nghệ thuật vị nghệ thuật & nghệ thuật vị nhân sinh" giữa hai phe tự do và giáo điều... Sau năm 1945, lộ diện mấy ông "vị nhân sinh" theo giáo điều Mark-Lê. Tôi không biết mấy cái trường đại học đó dạy gì, tuyên truyền gì (chắc không ngoài tư tưởng, lý thuyết, học thuyết khởi nguồn từ Đức với Karl Max, Friedrich Engels qua Nga, qua Tàu rồi đến hang Pác Bó)... Tôi chỉ biết "Đại Học Máu" của Hà Thúc Sinh mà những người lính ngày tàn cuộc chiến bị lùa vào đó! Nếu nhắc về chương trình đào tạo ở trường đại học CTCT thì dông dài. Đại khái trong 2 năm, mỗi năm mùa Văn Hóa có 9 tháng học các bộ môn: Triết, Luật, Chính Trị, Kinh Tế, Xã Hội Nhân Văn do các giáo sư đại học và Quốc Gia Hành Chánh giảng dạy như chương trình ở các đại học. Mùa Quân Sự có 3 tháng, ngoài thời gian học Quân Sự ở trường Võ Bị Quốc Gia, học chuyên môn CTCT như Lục Đại Chiến,

Tìm Hiểu Cộng Sản, Kỹ Thuật CTCT do các sĩ quan nhà trường (Huấn Luyện Viên)... Như đã đề cập ở trên, Sinh Viên Sĩ Quan được học như vậy nhưng khi rời quân trường vào Sư Đoàn Bộ Binh, Liên Đoàn Biệt Động Quân, Tiểu Khu... có Khối CTCT, phòng CTCT... không được xử dụng mà trấn về Đại Đội lội rừng, đánh giặc nên mới gọi "đem con bỏ chợ", "con tôm con tép", bao nhiêu lý thuyết vất lại ngọn đồi 4648. Ngay bản thân tôi cũng chẳng nhớ nhưng thời gian qua thực hiện đặc san của Khóa I: 50 Năm Ngày Nhập Ngũ, 50 Năm Ngày Ra Trường... đọc đi đọc lại các bài viết mới nhớ.

Bạn anh và tôi, dân miền Trung, khi vào quân trường BB Thủ Đức, ở trong Ban Biên Tập tờ báo lúc đó như đã đề cập, hy vọng ra trường về phục vụ trong ngành CTCT nhưng không có ô dù, con ông cháu cha nên "lao vào lửa" như Trần Hoài Thư, Luân Hoán gởi lại bàn chân... Phải chăng "Sách vở ích gì cho buổi ấy" của thời chinh chiến?

THĐ: *Lại nói về chiến tranh ngay cả đối với họ, những người cộng sản lúc bấy giờ Tố Hữu là thần tượng, là "đại thi hào" đã từng có thơ rằng: "hì hà hì hục / anh cuốc em cuốc / đá lở đất nhào / nào anh bên trai / nào em bên nữ /t a thi nhau thử / ai nào hơn ai! / anh tài thì em cũng tài / đường dài ta xẻ, sức dai ngại gì / đường đi ngoắc nghẻo chữ chi, hố ngang hố dọc, chữ i chữ tờ / thằng Tây mà cứ vẩn vơ / cái hố này chờ chôn sống mày đây / ớ anh ớ chị nhanh tay / nhanh tay ta cuốc chôn thây quân thù!...". Thơ thẩn như thế nhưng nó đã "vận" vào cả một nửa dân tộc có đại học viết văn để đến nỗi ngay cả những văn nghệ sĩ của một nửa đất nước ấy phải cáu sườn mà viết: "Giống như vại nước to, đầy pha loãng một màu sữa. Loãng quá, tôi thèm một cốc dù nhỏ thôi nhưng chan chứa những chất nuôi sống tâm hồn". Nó là như thế, là như vậy nhà báo, nhà văn Vương Trùng Dương nghĩ gì về chuyện này?*

VTrD: Anh nhắc đến Tố Hữu làm tôi nhớ đến bài thơ Đời Đời Nhớ Ông:

"Yêu biết mấy, nghe con tập nói

Tiếng con thơ gọi Xta-lin!

... Thương cha, thương mẹ, thương chồng

Thương mình thương một, thương Ông thương mười".

Có nhiều bài viết mỉa mai thơ Tố Hữu nhưng bài của Bùi Bảo Trúc quá hay, viết châm biếm như vậy quá tuyệt. Trong quyển Nhân Văn & Tình Sử, tôi viết về các nhà thơ tiền chiến trong vụ Nhân Văn & Giai Phẩm bị điêu đứng bởi Tố Hữu mà ra. Câu thơ "Nhanh tay ta cuốc phơi thây quân thù" cũng tựa như lời trong bản Quốc Ca của họ "Thề phanh thây uống máu quân thù". Kinh hoàng quá, xin miễn bàn. Ngay cả Nguyễn Tuân sống dưới quyền của Tố Hữu bày tỏ: "Phải biết sợ để tồn tại", điển hình như Hữu Loan vì không biết sợ nên bị trù dập cả cuộc đời còn lại sống ở chốn thâm sơn "khỉ ho cò gáy". Trong bài Hữu Loan, Mối Tình Thiên Thu, tôi viết những lời của Hữu Loan sống tận đáy xã hội... Là nhà thơ cam đảm và dũng cảm, tôi ngưỡng mộ khí phách của ông.

Anh hỏi tôi nghĩ gì về Tố Hữu, xin trích trong Hồi Ký Nguyễn Đăng Mạnh: "Tôi đã nghe Hoàng Cầm nói, ông đã từng ra lệnh bắt Trần Dần, Tử Phác bằng sáu tiếng ngắn gọn: "Gọi nó về, bắt lấy nó". Tôi đã chứng kiến Nguyễn Đình Thi sợ ông như thế nào, tôi ví như con cua co dúm người lại trước con ếch"... Cỡ như Nguyễn Đình Thi (Tổng Thư Ký Hội Nhà Văn Việt Nam 1958-1989) mà sợ như vậy thì dĩ nhiên ở trong nước, Tố Hữu được tâng bốc. Ông Nguyễn Đăng Mạnh dạy đại học ở Hà Nội, là nhà phê bình văn học, gần gũi với "tai to mặt lớn" trong giới văn nghệ. Cuốn hồi ký của ông năm 2008 không được ấn hành nên phổ biến trên internet. Lúc đó tôi phụ trách Section B của nhật báo Saigon Nhỏ, trích số bài về nhân vật ông đề cập trên tờ báo.

THĐ: *Ông đã từng đi qua một chặng đường phải nó là khá dài chữ nghĩa tôi đoán rằng trong ông hẳn phải có cả "bồ" vui, buồn. Thế thì tiện đây xin ông vì độc giả mà khơi lại một chút được chăng?*

VTrD: Trong cuộc sống ai cũng có vui, buồn lẫn lộn, trong tình yêu cũng vậy. Khi chân ướt chân ráo đến Little Saigon, gặp Lâm Tường Dũ, tôi nói muốn viết về văn học nghệ thuật vì đọc sách cũng khá nhiều, LTD nói viết thể loại nầy chỉ cho các tạp chí hằng tháng, nếu có nhuận bút cũng tùy họ, nên học layout và viết phiếm cho các tuần báo vừa dễ dàng vừa đáp ứng thị hiếu độc giả, có nhuận bút hằng tháng. Thấy cũng có lý và thực tế nên tôi lao vào cuộc chơi, theo thời gian tôi mở các mục riêng cho tờ báo như Chuyện Ruồi Bu, Thiên Hạ Sự, Thế Thái Nhân Tình, Ngẫm Chuyện Nhân Sinh... với các bút hiệu khác nhau. Rồi cũng theo lời xúi giục của bạn ta, ấn hành quyển Ngẫm Chuyện Nhân Sinh năm 2004. Không ngờ loại nầy bán được, năm 2008 tôi muốn ra cuốn Nhân Tình Thế Thái, chẳng may cái PC bị virus, lục trong USB chỉ có số ít bài còn lưu, loại nầy tôi không phổ biến trên các trang web vì có tính cách giai đoạn. Và, trong lúc "hưỡn" (quỡn) tôi mới nhận làm tờ nhật báo Saigon Nhỏ.

Trong thời gian nầy cũng có dịp viết thêm về văn nghệ vì nhật báo SGN số Thứ Bảy với chủ đề Văn Học Nghệ Thuật và tờ Tân Văn. Với các bài nầy và những bài viết từ tờ Thế Giới Nghệ Thuật (Lâm Tường Dũ chủ bút & tôi, tổng thư ký), gom lại, tôi ấn hành quyển Văn Nhân & Tình Sử năm 2015. Loại sách nầy ít tiêu thụ hơn sách phiếm nhưng có chút giá trị về văn học nghệ thuật. Thái Tú Hạp nói tôi cũng là "văn nhân" sao không viết "tình sử" về mình. Mấy ông nhạc sĩ, thi sĩ gởi "tình sử" qua ca khúc, bài thơ... với tôi thì không dám và dại gì "ôm bom tự sát"! Mấy ông bạn thân cứ xúi dại, cũng biết khôn một chút để yên bề gia thất. Trong tùy bút Tình Khúc Gởi... Nha Trang, tôi viết từ thời trẻ, thích lang bạt đến khi gặp mẹ tôi việc lập gia đình, coi như "dừng bước giang hồ"... nhưng còn chút vương vấn. Nói như Song Ngọc qua vài lần trò chuyện qua vài tình khúc của anh, và theo lời SN, tâm hồn lãng mạn dễ bị "đưa đẩy" mà giữ được cuộc tình thủy chung cho đến cuối đời như vượt qua "đoạn đường chiến binh". Những "cái lăng nhăng" như thơ cụ Tú Xương, theo dòng thời gian, qua bao thăng trầm, nghiệt ngã... trở thành đống tro tàn.

THĐ: *Người đời mỗi khi nói đến những nhọc nhằn của kiếp con tằm họ đều ví von mấy chữ: "Con tằm đến chết vẫn còn nhả tơ, nghĩ đến chỗ này chẳng hiểu là sao tôi bỗng nhớ đến ông, từ cái thời ắc...ê... 'đường trường xa muôn vó câu bay chập chờn' ở quân trường Thủ Đức ông đã lăn vào làm báo, sau này bôn ba khắp mọi nẻo đường cũng vẫn ông "ngủ" chung với báo bổ, ông ôm đủ thứ báo trong đời, ông thì thế đấy nhưng cho tôi hỏi nhỏ ông một câu: Bà xã của ông bả nghĩ gì, bả có "hối hận" đã gieo duyên lầm người?*

VTrD: Câu hỏi thật thú vị, không những cho tôi mà anh em chúng ta (trong đó có anh). Câu thơ "Con tằm đến thác cũng còn vương tơ" của hai nhà thơ Nguyễn Du và Lý Thương Ẩn... như cái nghiệp, và cái nghiệp ấy của chúng ta bị dang dở thời trai trẻ, nay có cơ hội thì "nhả tơ". Anh đã dành thời gian để "Lên Rừng Đếm Lá"... cũng khoảng hai thập niên rồi, những lá, những con tằm đó giống nhau. Riêng bản thân tôi cũng ôm đồm với "báo bổ" cũng vì hoàn cảnh đưa đẩy. Thi nhân ngày xưa dễ động lòng trắc ẩn kiếp con tằm nhả tơi rồi chết, tơ được chế thành lụa, sản phẩm cho nữ lưu từ cung đình đến giới giàu sang mà sau nầy Nguyên Sa qua bài thơ Áo Lụa Hà Đông đến nỗi "Nắng Sài Gòn em đi mà chợt mát. Bởi vì em mặc áo lụa Hà Đông" qua ca khúc của Ngô Thụy Miên.

Với nghiệp dĩ thì con tằm, với đời người như chiếc lá giữa nắng mưa, người xưa đã nói "lá rụng về cội" hay "lá vàng khóc lá xanh"... Thương cho chiếc lá chỉ đếm khi ở trên cành, rơi xuống đất về với cát bụi, chúng ta như những chiếc lá vàng, anh có nhã ý đếm nên tôi phải "chường mặt" trước khi lìa cành. Nếu anh có tiếp tục gom lá lại để đốt cho có ánh lửa trong đêm tối ở cõi ô trọc nầy, cũng tốt thôi. Đó là lý do có cuộc chuyện vãn hôm nay. Chẳng có gì gọi là "áo thụng vá nhau" mà khâu lại "áo lính một thời tả tơi", trí óc cũng mai một, nhớ điều gì được điều đó.

Năm 1998, con cái ra trường hết, mua căn nhà, dành cái garare cho bố có văn phòng làm báo. Vài năm sau, con cái lập gia đình sống riêng nhưng cũng gần bố mẹ. Vợ tôi thông cảm thú đam mê làm báo của tôi, có khi cũng là cuốn tự điển vì dân Hà Nội và dạy học nên nhờ vả đôi chút. Năm 2005 tôi ra tờ Cali Weekly, mời Nguyễn Ngọc Chấn làm chủ bút và Việt Hải ở Los Angeles làm tổng thư ký. Tờ báo khổ standard như nhật báo, chuyển qua file PDF gởi nhà in ở Los Angeles. Một mình một ngựa từ bài vở, layout đến giao báo. Có vài lần chở vợ đi theo lấy tiền quảng cáo... phải chờ, phải đợi! Vợ nói bỏ quách cho rồi, tội tình gì phải khổ công như vậy. Trong thời điểm đó tôi vẫn viết và layout tuần báo Trách Nhiệm của anh em cựu Tù Nhân Chính Trị. Nghe lời vợ cũng hữu lý nên tôi bỏ tờ báo và thực hiện trang web cho vui. Đây là lần đầu tiên và duy nhất, vợ tôi "can thiệp" vào cái nghiệp của tôi.

Nếu vợ có "hối hận" thì có lẽ ở trong cái garage, tôi không ngừng "nhớ nhà châm điếu thuốc", thức khuya... cho đến nay vẫn "nhớ nhà"... may mà vợ không cằm rằm mà chỉ nhỏ nhẹ "nhớ nhà ít thôi" vì vợ biết tôi ngày xưa là "con ngựa chứng" nay "ngoan" như vậy, tốt rồi. Vẫn còn đây, kỷ niệm của vợ chồng, năm 1973 tôi viết bài Hà Nội, Giấc Mơ Mịt Mù trên đặc san Ưu Trai (TĐH. CTCT), không ghi tặng vợ mà "Tặng con trai đầu lòng với quê ngoại", gần nửa thập niên rồi cũng "giấc mơ mịt mù"!

THĐ: *Hiện nay việc cai quản tờ Chiến Sĩ Cộng Hòa ra sao, lời lỗ ai chịu trách nhiệm, phân phối đi đến những nơi nào hả ông nhà báo?*

VTrD: Hình như tôi có "duyên nợ" với các tờ báo lính từ tờ Trách Nhiệm đến KBC Hải Ngoại và Chiến Sĩ Cộng Hòa. Trước đây có vài đồng nghiệp muốn phỏng vấn tôi nhưng từ chối vì tự nghĩ bản thân có gì đâu của kiếp dã tràng "nhọc nhằn mà chẳng nên công cán gì". Năm 2019, nhà bảo trẻ Uyên Vũ làm việc ở Saigon Nhỏ, mời đi uống cà phê, nhân dịp nầy Uyên Vũ nói "Anh là người thận trọng, hơi khó tính... nhưng với tờ Chiến Sĩ Cộng Hòa, anh có thể chia sẻ với nhau có được không?". Tôi nói OK và trao đổi với nhau. Bài viết của Uyên Vũ "Nhà báo Vương Trùng Dương kể chuyện người lính làm báo lính".

Đại khái "Thật tình tờ Chiến Sĩ Cộng Hòa không có bộ mới, bộ cũ nào cả. Đầu tháng Ba, 2016, anh Đinh Quang Anh Thái gọi tôi, hẹn nhau ở Z Cafe, cũng tại nơi này. Trước đó tôi đã biết chuyện "chuyển đổi" chủ nhân từ cơ quan ngôn luận này sang cơ quan ngôn luận khác. Tôi không quan tâm chuyện nội bộ, giữa hai bên. Khi gặp nhau, anh ĐQAT hỏi tôi về việc đảm trách tờ Chiến Sĩ Cộng Hòa. Tôi nói, tôi là người lính, việc duy trì và tiếp tục với tờ báo lính cũng nên, và tôi nhận lời. Trong 15 phút xong chuyện tờ báo.

Chiến Sĩ Cộng Hòa số 82, tháng Tư, 2016, vẫn liên tục cho đến hôm nay, gần kỷ niệm 10 năm. Trang bìa 2 tờ báo cũng không có tên chủ bút, tổng thư ký gì cả. Có các bài viết tôi viết đôi dòng "Lời Tòa Soạn" ký tắt VTrD, quý độc giả lâu năm cũng đoán biết là tôi...".

Nhân đây, tôi cũng nói qua quá trình tờ báo để tránh sự hiểu nhầm tôi là chủ nhân. Hè năm 2008, tôi được giới thiệu với chị Hoàng Dược Thảo về đảm trách Section B tờ nhật báo. Bạn bè nói chắc được thời gian ngắn vì giữa hai người không ai nhường ai... Trước khi bắt tay vào công việc, tôi đề nghị "khoán việc" lo bài và layout, tính ra giờ, được đồng ý với nhau. Lúc đó có tờ Tân Văn (văn học nghệ thuật), Saigon Nhỏ ra thêm tờ Chiến Sĩ Cộng Hòa, số thứ tư bàn giao cho tôi...

Trong thời gian khoảng 4 năm, có lúc tôi đảm trách tờ Tân Văn và Chiến Sĩ Cộng Hòa, có lúc chỉ một tờ và có lúc không... vì lo cho 7 số trong tuần mất nhiều thời gian... Năm 2012 xảy ra vụ kiện giữa báo Người Việt và Saigon Nhỏ vì bài Phiếm Dị (Section A) của Đào Nương (HDT) về nhân vật trong báo NV... Vụ kiện lình xình kéo dài cho đến tháng 2 năm 2016 mới có phán quyết của tòa án về phía công ty NV thắng kiện và tiếp nhận hệ thống báo SGN. Năm 2012 tôi đảm nhận tờ CSCH tờ từ nội dung đến kỹ thuật. Khi hệ thống báo SGN về tay công ty NV, tờ Tân Văn không tiếp tục và tờ CSCH giao cho tôi như đã đề cập ở trên. Vẫn hình thức "khoán" tôi đảm trách như cũ ở SGN, không qua ai kiểm duyệt, chuyển thẳng cho nhà in và phát hành. Số lượng khoảng 2,500 ấn bản nhờ hệ thống phân phối của tuần báo SGN đến đại diện các tiểu bang và thành phố ở Mỹ. Nếu phân phối ở Nam Cali cũng chỉ vài trăm số là cùng, có lẽ cũng dẹp rồi. Với tờ báo nầy, tôi coi như chủ bút mà thôi, kể từ năm 2016 đến nay, trên 5 năm, hơn 60 số báo... tôi cũng chưa gặp chủ nhân ở công ty Người Việt góp ý. Thật tình, tôi chẳng biết và quan tâm đến chuyện lời lỗ, mỗi tháng ghé tòa soạn SGN lấy vài tờ CSCH, hỏi cô Thu Nga đã làm chung với nhau từ năm 2008. Tôi nói với Thu Nga, khi nào không đủ sở hụi thì báo cho chú biết để nghỉ quách cho rồi.

Riêng tôi cũng muốn gác kiếm nhưng lại thương tờ báo lính đã gắn bó quá lâu, nhiều độc giả, chiến hữu đã ưu ái nên "bỏ thì thương mà vương thì mỏi mệt". Thật ra, công ty NV không cần thu nhập gì với tờ CSCH mà tôi cũng nói trước nếu có lỗ thì báo trước để viết lời chia tay, đừng để độc giả hụt hẫng. Với lớp trẻ hiện nay giỏi về software inDesign, mắt tinh, trình bày đẹp nhưng về nội dung bài vở lại rất khó. Mỗi số dày 128 trang (khổ magazine) không đăng quảng cáo, ngốn bài vở quá nhiều, điều khó khăn việc xem bài đã phổ biến chưa, khó kiểm chứng được. Ngay bản thân tôi, có đôi khi cũng đăng lại bài cũ. Thôi dành ca bài "Đã mang lấy nghiệp vào thân" (Nguyễn Du) được ngày nào hay ngày đó.

THĐ: *Nhiều người bảo với tôi giá như ông chịu khó gom những bài viết về những: Nhà Văn Hoàng Hải Thủy "Vĩnh Biệt Rừng Phong" - Một Thoáng "Hương Xưa" - Phố Cổ Trường Xưa... - Hồi Ký Tuổi Thơ & Chiến Tranh... – Hồi Ký Chiến Trường... - Bùi Giáng, Đại Lão Cái Bang - Kỷ Niệm Với Song Ngọc, Hà Nội Ngày Tháng Cũ - Còn Đâu Với "Tiếng Dân Chài"...v...v... để in thành sách thì thật là một tư liệu quý, ông có nghĩ như thế không?*

VTrD: Tôi thấy tờ CSCH khô khan nên mở thêm mục văn nghệ, ngoài các bài của thân hữu, chiến hữu... mỗi tháng tôi viết một bài. Đầu năm 2020, tôi gom khoảng 20 bài và khởi sự layout cuốn Người Lính & Chiến Hữu Văn Nghệ, dự trù dày khoảng 350 trang như cuốn VN & TS. Layout được một phần ba thì xảy ra vụ dịch covid-19, mọi người đang lo sợ, chết sống trong gang tấc... thì tiếp tục in sách làm gì nên dở dang từ đó đến nay. Ngoài ra còn cuốn dã sử Vó Ngựa Đại Hãn & Nỗi Nhục Thiên Triều... nói về Mông Cổ bị coi như man di mọi rợ nhưng triều đại Nguyên Mông đè đầu cưỡi cổ cả dân tộc tự hào cái rốn của vũ trụ... và vó ngựa Đại Hãn đó mưu đồ mở rộng bờ cõi phía Nam bị thảm bại dưới các danh tướng đời nhà Trần.

Với tôi, những gì viết được thì viết, không phải là nhà nghiên cứu văn học, bậc thức giả, sử gia... nên nếu in sách cũng chỉ góp mặt với đồng nghiệp cho vui, chẳng có gì là "tư liệu quý". Khi đam mê thì bất kể ngày đêm lao vào công việc nhưng cũng dễ chán, đó là ưu, khuyết điểm của bản thân. Thích rong chơi nhưng lại "con mọt sách" hình như đối chọi nhau... nhưng trời sinh nên đành chịu.

TDH: *Ông ở nơi gọi là "thủ đô tị nạn" coi như cái nôi báo chí của người Việt, chắc ông hiểu rõ hơn tôi, vậy thì xin ông thử "bói" cho một quẻ xem lành, dữ thế nào, "nó" còn thoi thóp được bao lâu?*

VTrD: Trong năm 2020 Viết Về "Hội Ký Giả Việt Nam Hải Ngoại & Đại Hội Truyền Thông" để nhìn lại quãng thời gian với lảng báo Việt ngữ ở Little Saigon mà hai thập niên trước như "trăm hoa đua nở" và bài Khái Quát Báo Chí Việt Ngữ Tại Little Saigon (còn phổ biến trên internet). Trong bài thứ hai nầy tôi chỉ "khái quát" về nhật báo, tuần báo, bán nguyệt san & nguyệt san, báo lính... Các nhà báo, chủ báo đã qua đời. Tôi chỉ biết từ năm 1990 đến năm 2020 khi định cư ở đây. Tôi muốn viết về giai đoạn trước nhưng vài đồng nghiệp không nhớ rõ. Về truyền thanh, truyền hình chỉ biết sơ sơ nên không dám "múa rìu" ngoài lãnh vực bản thân.

Nhìn lại quá khứ vàng son và thời điểm dịch bệnh bị phong tỏa, cô lập vừa qua, báo Việt ngữ rơi rụng khá nhiều. Báo sống về quảng cáo mà "ngăn sông cấm chợ" thì in ra làm gì. Nay chỉ còn các tờ báo có thể đếm trên mười đầu ngón tay! Có nhật báo chỉ in ra cuối tuần, còn "vương vấn" tin hằng ngày trên trang web.

Những đồng nghiệp ngang lứa tuổi chúng ta, nay ở đây đã "lá rụng về cội" với cát bụi thời gian. Thỉnh thoảng còn vài người viết cho khuây khỏa. Giới trẻ bây giờ chỉ liếc qua internet mà thôi. Con em chúng ta hội nhập xứ người nên "cha làm thầy con đốt sách". Nhìn tới nhìn lui, tôi mang nặng nghiệp nên "ta với ta".

Nói như vậy, anh ở xa cũng "bói" linh hơn tôi.

THĐ: *"Tiếng ta còn, nước ta còn!" cụ Phạm Quỳnh đã nói vậy, ví như chữ Việt và tiếng Việt một mai ở thủ đô của người Việt hải ngoại không còn nữa thế có nghĩa nước "Việt" ở hải ngoại sẽ không còn vậy thì buồn quá lắm phải thế không thưa ông nhà báo?*

VTrD: Tôi có bảy cháu nội, ngoại trong đó mỗi trưa

làm bác tài vì bố mẹ nhờ khi "em tan trường về" với ba, bốn cháu, khác lớp khác trường. Vợ tôi lại vui vì hằng ngày còn thấy mặt cháu, nếu không thì buồn chán. Tôi thì luận điệu ông già gàn "ghét của nào trời trao của đó", ngày xưa hay trốn học, rủ rê bạn bè nhập bọn... trở thành học trò "siêng" vì cuối tuần được ưu ái đến trường trả nợ "cấm túc"! Xưa hay bỏ học, nay rất chăm chỉ đến trường, đang bận việc nhưng đến giờ phải lái xe. Bố mẹ tụi nhóc cũng cho con học thêm Việt ngữ nhưng chỉ biết nói đôi chút, còn đọc thì khuya. Lên đến High School, học thêm bilingual (languare), chọn tiếng Spanish... Tôi hỏi sao không chọn tiếng Việt, ông bà dạy cho (chỉ có hai trường ở đây dạy tiếng Việt mà thôi). Các cháu trả lời không thông dụng như tiếng Spanish! Hết ý. Với thế hệ thứ ba thì tiếng Việt "Buồn ơi! Chào mi"... ông bà cũng phiêu diêu nơi cõi vĩnh hằng.

THĐ: *Ngay giờ phút hai ta ngồi chuyện vãn lúc này đây, ông nghĩ gì về: Chiến Tranh? Giữa hai người lính giữa hai miền Bắc/Nam... Ông có thể lý giải, bởi theo như Tô Thùy Yên thì: "Vì sao ngươi tới đây? / hỡi gã cộng quân sốt rét, đói" và ngay chính cả với TTY hay những người lính miền Nam cũng tự hỏi: "Vì sao ta tới đây / Lòng xót xa, thân xác mỏi mòn" và rồi thì: "Ví dầu các việc ngươi làm, các việc ta làm / có cùng gom góp lại / mặt đất này đổi khác được bao nhiêu?" Nếu như thế thì Chiến Tranh là gì nhỉ?, Ai hạnh phúc và ai tang thương?*

VTrD: Câu hỏi nầy bao quát quá không thể nói ngắn gọn được, và vấn đề rất tế nhị khó trả lời và cũng nhắc đến ở trên rồi... Tác phẩm "Three Comrade" của nhà văn Đức Erich Maria Remarque, Tâm Nguyễn dịch là Chiến Hữu và xuất bản năm 1972 tại Sài Gòn, dày hơn 700 trang. Nội dung nói về tình bạn ba người sau chiến tranh, với thân phận người lính sau chiến tranh, bên thắng và thua cảm thấy ê chề, vật lộn với những khó khăn trong cuộc sống, họ bên nhau trong nỗi bất hạnh. Họ sống trong tủi nhục bên lề xã hội trong khi đó kẻ cầm quyền hưởng lợi. Họ bị buộc phải cầm súng và họ bị nhập ngũ để chiến đấu rồi ngày tàn cuộc chiến, cuộc đời họ cũng tàn theo. Nhìn lại cuộc chiến xảy ra trong nước, con cờ của thế lực ngoại bang, ngày tàn cuộc chiến, kẻ cầm quyền Cộng Sản nắm tất cả lợi lộc... giới lãnh đạo miền Nam có điều kiện đã dọt ra khỏi nước! Hầu hết người lính như chúng ta và những vị chỉ huy trong Quân Đội đang xông pha trên chiến trường, nghe lệnh buông súng... bị kẹt nên vào chốn lao tù. Đọc cuốn "Khi Đồng Minh Tháo Chạy" của TS Nguyễn Tiếng Hưng với bao nỗi ngậm ngùi, xót xa!

Câu nói của Thống Tướng Douglas MacArthur khi sau 52 năm trong quân ngũ bị cất chức Tư Lệnh quân đội Hoa Kỳ ở Đông Nam Á, ngoài câu nói "Người lính già không bao giờ chết..." là câu hát của người lính Mỹ trong doanh trại thời trước, thường được nhắc đến, về chiên tranh theo lời ông "Người lính là người cầu nguyện cho hòa bình nhiều hơn bất cứ ai, bởi chính người lính là người phải chịu đựng và mang những vết thương và vết sẹo chiến tranh nặng nề nhất". Với câu nói đó thì tùy theo quan niệm trong anh em chúng ta tự thẩm định.

THĐ: *Tôi đọc trên facebook của ông có viết về thời điểm cuối cùng ông ở lại trong nước, nếu quay ngược thời gian với tình thế đó, ông có quyết định ra sao?*

VTrD: Tôi có viết bàng bạc trên facebook để chia sẻ với thân hữu và các cháu ở trong nước về người cậu, người chú xa cách lâu ngày. Ngày 30/3/1975, Đà Lạt "di tản chiến thuật", trước đó vợ con tôi về Nha Trang và gia đình hai người chị từ Pleiku đến được Nha Trang. Đến Phan Rang, tôi rời đơn vị tìm đường ra Nha Trang nhưng không được, tôi lạc đơn vị nên bám theo dòng xe di tản vào Bình Tuy, Phan Thiết, ra bờ biển tìm thân nhân. Về đến Sài Gòn, hai lần mò ra Vũng Tàu, lang thang trên bãi biển, có gặp tàu thủy nhưng không dọt.

Tôi nghĩ đến gia đình vợ từ Hà Nội vào Nam, trong hai thập niên "bóng chim tăm cá" nay dọt ra xứ người thì biệt tăm nhau. Hơn nữa còn mẹ già ở Hội An, vợ đang mang bầu với hai đứa con thơ không biết lưu lạc nơi nào, sống/chết ra sao! Không gặp người thân nào để nhắn tin cho gia đình tôi, gia đình vợ... nên quyết định ở lại. Ngày 28/4 về lại Sài Gòn trong tình trạng hỗn loạn vì bom thả ở Dinh Độc Lập! Và, tôi nghĩ anh em ở trong trường hợp như tôi, cũng quyết định như vậy, ngoại trừ những trường hợp trong tình thế bắt buộc.

Nếu quay ngược thời thời gian, tình thế... Tôi cũng quyết định như vậy.

THĐ: *Abraham Lincoln nói "Khi viên đạn xuyên vào một người lính dù thuộc bên nào đi nữa, thực ra nó đã xuyên vào trái tim một người mẹ". Ông cũng có mẹ như bao nhiêu tỷ người trên trái đất ông có cảm thông được cái đau của một người mẹ khi mất con không?*

VTrD: Từ Đông sang Tây, từ nghìn xưa cho tới nay, hình ảnh người mẹ là hình ảnh thiêng liêng cao cả nhất, hy sinh vô bờ bến với con... Trong cuộc chiến trên đất nước, dù xa xôi, người mẹ lúc nào cũng theo bóng đứa con. Tôi có may mắn với mẹ không gặp "cái đau của một người mẹ khi mất con" nhưng khi đọc những bài viết, tác phẩm... tôi lặng người vì người mẹ nào cũng vậy.

THĐ: *Chiều đã lên dần nơi cuối phố, ông cùng tôi chuyện trò như vậy cũng khá lâu, xin ông nhận cho tôi một lời cám ơn và xin lỗi đã làm phiền. Ông còn điều gì cần bổ sung thêm mà trong lúc vui câu chuyện tôi lại bỏ quên đi?*

VTrD: Chúng ta là con tằm, chiếc lá... nhả tơ và sắp lìa cành. Tuy "được" hay "bị" tôi cảm ơn nhã ý của anh. Ngày nào "thực sự bất ngờ" với câu hỏi với Luân Hoán, nay anh đá trái banh sang tôi. Thật tình tôi cũng phân vân có nên làm thủ môn để chụp trái banh nhưng rồi chấp nhận bởi mặt trời cũng sắp lặn! Nhân đây, theo lời anh với Luân Hoán "Anh em gặp nhau đã là một điều qúy, trao đổi với nhau một vài câu chuyện văn chương, chữ nghĩa" cũng là niềm vui. Mượn lời nầy để gởi lại anh.

6/2021

Tác phẩm Khu Rừng Lau của nhà văn Doãn Quốc Sỹ

Vương Trùng Dương

Nhà giáo Doãn Quốc Sỹ là vị thầy khả kính với các thế hệ học sinh, sinh viên trước năm 1975. Nhà văn chân chính với các tác phẩm đóng góp cho nền văn chương miền Nam Việt Nam cho đến nay ở hải ngoại.

Nhân dịp Lễ Thượng Thọ 100 tuổi nhà giáo, nhà văn Doãn Quốc Sỹ vào đầu năm 2023 (Quý Mão), đề cập đến 4 tác phẩm trong Khu Rừng Lau từ thập niên 60... về giai đoạn và bối cảnh đất nước của dân tộc chịu nhiều đau thương!

Năm 2006 tôi viết bài Tác Phẩm "DI" của Hồ Khanh & Bản Án của Cộng Sản với nhà văn Doãn Quốc Sỹ cho tuyển tập của Văn Đàn Đồng Tâm (VĐĐT thành lập năm 2005, Cố Vấn: nhà văn Doãn Quốc Sỹ, Chủ Nhiệm: nhà văn Tạ Xuân Thạc (Texas), Chủ Bút: nhà văn Việt Hải (Los Angeles). (VĐĐT Kỷ Niệm Về Nhà Văn Doãn Quốc Sỹ, 2007, trang 254-258). Bài còn lưu trữ trên trang web Sáng Tạo và trong Mượn Dấu Thời Gian về nhà văn Doãn Quốc Sỹ.

Trích:

Sau tháng 4 năm 1975, nhà giáo Doãn Quốc Sỹ không "đi" được, ở lại Sài Gòn, được "lưu dung" dạy tại Đại Học Sư Phạm Sài Gòn, thế rồi ngày 4 tháng 4 năm 1976, ông bị kết tội trong thành phần "văn nghệ sỹ phản động", đưa vào trại giam Phan Đăng Lưu rồi chuyển lên trại tù Gia Trung ở núi rừng Tây nguyên, cho đến tháng Giêng năm 1980. Ra tù, bản thân ông không bao giờ nghĩ đến chuyện "đi" nếu không có những người thân yêu mong đợi. Không "đi" được, ông viết "ĐI " để gởi sang Pháp nhưng bị họ lén lút kiểm duyệt, cũng như nhà văn A.

Solzhenitsyn, ông bị kết án 10 năm tù! Ông thọ án cũng gần 8 năm như nhà văn A. Solzhenitsyn ở Liên Xô!

Nhà văn Doãn Quốc Sỹ cho biết: "Năm 1980, sau bốn năm "chém tre đẵn gỗ trên ngàn" tôi được trở về sống với gia đình, bắt được liên lạc với nhà xuất bản Lá Bối, viết những bài báo phúng thích ngắn ký dưới bút hiệu tếu tếu: Củ Hành Khô!

Sau đó là cảnh đau lòng tử biệt sinh ly của chính mình khi chứng kiến cảnh đám con cháu cùng thân bằng cố hữu lần lượt mạo hiểm tổ chức vượt biên. "ĐI" được sáng tác đúng vào dịp nầy. "ĐI" chính là một hồi ký tự sự viết dưới hình thức tiểu thuyết. "ĐI" được bằng hữu thân tình tìm cách chuyền sang Pháp tới nhà Lá Bối. Tên tác giả được ghi là Hồ Khanh. Sự chọn lựa nầy liên tưởng tới những bài phúng thích trước đây được ghi với bút hiệu Củ Hành Khô. Củ Hành Khô khi nói lái lại thành một bút hiệu nghiêm chỉnh: Hồ Khanh".

Trong dịp tiếp xúc với nhà văn Doãn Quốc Sỹ, ông cho biết, khi viết xong từng chương, ông gởi qua bưu điện sang Pháp, ông cảm thấy được trót lọt nên tiếp tục viết và gởi. Năm 1984, Công An đến nhà ra lệnh bắt, ông hỏi tội gì thì Công An đưa ra những bản đã photocopy bài viết mà ông gởi qua đường bưu điện.

Ông biết mình đã bị theo dõi và kiểm soát rất gắt gao nên đành chấp nhận. Bị nhốt 4 năm cho đến năm 1988 mới ra tòa và bản án: 10 năm. Năm 1991, ông ra khỏi tù, năm 1995, được con trai (Doãn Quốc Thái) bảo lãnh sang định cư tại Texas, Hoa Kỳ.

Tác phẩm "Đi", gồm 19 chương, trên khổ 5.5 X 8.5 inches, dày 224 trang, là những mẩu chuyện có thật xảy ra trong gia đình, con cháu, người thân... với lối hành văn rất nhẹ nhàng, chân thật bắt gặp trong đời sống người thân và gia đình ông của thời điểm sau năm 1975.

Mở đầu tác phẩm "ĐI", chương I ông viết: "Bà nội bảy mươi bảy tuổi chẳng bao giờ ngờ chuyến đi từ Hà

Nội vô Sài Gòn này lại chỉ chứng kiến đám con cháu nội ngoại trong Nam ra đi gần trọn ổ. Thật buồn! Nhưng qua kinh nghiệm và cảm nghĩ bản thân, cụ cũng thấy rằng điều đó chẳng thể tránh được.

Đây là lần thứ hai cụ vô Nam đấy. Lần đầu cụ vô Sài Gòn vào tháng 3 năm 1977. Ngày đó thằng con trưởng của cụ (di cư vô Nam từ 1964) đã bị bắt giữ rồi... Tháng Giêng năm 1980 cụ nhận được điện báo tin thằng trưởng của cụ được tha. Thế là cụ tức tốc lo liệu giấy tờ lấy... Mẹ con sau hai mươi sáu năm trời xa cách (trên một phần tư thế kỷ) được gặp nhau trước Tết; lũ cháu nội ngoại được quây quần bên bà ríu rít chuẩn bị đón Xuân... Hạnh phúc mẹ gặp con, bà gặp cháu của một đại gia đình thương yêu hòa thuận không bút nào tả xiết. Vậy mà cụ có ngờ đâu chỉ sau đó ít lâu cụ chứng kiến cảnh chúng nó ra đi dần, có đứa bị bắt giữ rồi được thả rồi lại ra đi nữa...

Từ lúc đột nhiên khám phá ra lũ con cháu trong Nam đang tuần tự ra đi dần cụ chỉ biết niệm Phật, hầu như thường xuyên niệm Phật, kể cả đêm khuya lúc cụ thiếp ngủ tâm tưởng của cụ vẫn hướng về lời niệm..."

Chương II đề cập đến bản thân ông qua hình ảnh ông giáo: "Ông giáo thương lũ con vô cùng. Ngày xưa làm được đồng nào ông nuôi chúng ăn học đầy đủ, ngày nay ông càng thương chúng vì thiếu thốn đủ thứ. Đã đành ông thương chúng như cha thương con, ông còn thương chúng như đạo hữu thương đạo hữu trong pháp nạn, như đám chúng sanh đói khát khổ nạn thương đám chúng sanh đói khát khổ bạn, thương chúng bằng thứ tình nhân bản tinh lọc nhất. Ngay thuở còn trong trại lao động cưởng bách, ông đã viết thư nói với tám con là ông cám ơn Trời Phật đã ban cho ông tám vị bồ tát...".

Trong những chương kế tiếp, ông nói về hình ảnh người thân, học hành, ra trường, xin việc, mất việc rồi "đi" đường bộ, đường thủy, bị bắt rồi lại "đi"... tin buồn, tin vui lẫn lộn trong lòng thân mẫu ông giáo, vợ chồng ông giáo.

Cuối chương XVI, sau tháng ngày chứng kiến hình ảnh con cháu "Bà cụ nhìn đám cháu còn lại. Cụ biết rôi đây khi cụ đã ra Bắc rồi, nếu có tổ chức gì (ý cụ nghĩ về H.C.R) mà bảo lãnh cho chúng đi tất nhiên chúng sẽ ra đi hết. Có bao giờ cụ quên niệm Phật cầu nguyện cho chúng đâu".

Rồi những dòng thư của những đứa con xa cha mẹ với bao nỗi nhớ thương, những dòng chữ viết trong nước mắt gởi từ phương trời xa về cho người thân.

Đoạn kết của "ĐI" khi người thân ra đi ở đảo với nỗi niềm: "Biết bao giờ gặp mặt! Biết bao giờ gặp mặt! Có thể rồi mai đây được bốc đi định cư ở một xứ sở xa xôi nào, rồi ở đâu đó, tiểu gia đình Hoa sẽ mọc rễ đâu đó như bố mẹ trước đây đã di cư vào miền Nam rồi sẽ mọc rễ ở miền Nam. Ông nội mất, bố có được gặp mặt đâu! Biết bao giờ gặp mặt! Biết bao giờ gặp mặt! Hoa ngẩng nhìn trời thăm thẳm và trong suốt như để tìm những vì sao - (lúc đó làm gì có sao) - nhưng là nhìn vào một tiền kiếp xa xưa nào, hồi bố mẹ còn là những vì sao trên trời".

Với tâm hồn nhà giáo, nhà văn mang nặng tính nhân bản ghi lại những hình ảnh trong "ĐI" nó bàng bạc trong muôn nghìn gia đình và con cháu trong gia đình ông vào thời điểm đó. Ông không phóng đại, cường điệu, dũng chữ "bao to búa lớn" để chửi bới, lên án mà là tâm tình của ông giáo nặng tình yêu thương với người thân trong hoàn cảnh đen tối đành "đứt ruột" chia tay!..".

Hình ảnh người bố qua những dòng của chị Kim Khánh: "Ngày mãn hạn tù về, bố bình an như một thiền sư, để lại sau lưng hết cả những thăng trầm của quá khứ. Rồi bố mẹ sang Mỹ ở Houston sống cùng cậu trưởng nam... Như thế được mười năm thì mẹ ngã bệnh. Hôm nay, ở giai đoạn cuối của căn bệnh Alzheimer, mẹ nằm bất động một chỗ và không nói được nữa". (Bà Doãn Quốc Sỹ, bà Hồ Thị Thảo, con gái nhà thơ Tú Mỡ, pháp danh Diệu Thảo. Thất lộc ngày 08 tháng 9 năm 2011 tại Houston, Texas, Hoa Kỳ).

*

Trong lãnh vực giáo dục, nhà giáo Doãn Quốc Sỹ đã dạy tại các trường: Trung Học Công Lập Nguyễn Khuyến (Nam Định 1951-1952), Chu Văn An (Hà Nội). Khi di cư vào Nam, Hiệu Trưởng Trung Học Công Lập Hà Tiên (1960-1961), Trường Hồ Ngọc Cẩn (Sài Gòn 1961-1962). Tu nghiệp về ngành giáo dục tại Hoa Kỳ (1966-1968)... Giáo Sư Đại Học Phạm Sài Gòn, Đại Học Văn Khoa Sài Gòn, Đại Học Vạn Hạnh Sài Gòn.

Tác giả sách giáo khoa: Khảo Luận Về Cao Bá Quát (Nam Sơn, 1959). Khảo Luận Về Nguyễn Công Trứ (Nam Sơn, 1959). Khảo Luận Về Đoạn Trường Tân Thanh (Nam Sơn, 1959). Khảo Luận Về Tản Đà (Nam Sơn, 1960). Khảo Luận Về Nguyễn Khuyến (Hồng Hà, 1960). Khảo Luận Về Trần Tế Xương (Hồng Hà, 1960)... Văn Học & Tiểu Thuyết, 2 quyển (ghi chú: Dành cho sinh viên Vạn Hạnh).

Trong lãnh vực văn chương: Tác phẩm đầu tay Sợ Lửa (tập truyện, Người Việt, 1956) cho đến nay khoảng 30 tác phẩm.

Năm 1955, ông ra tờ tuần báo Người Việt nhưng được vài số rồi đình bản. Năm 1956, ông đồng sáng lập nhà xuất bản Sáng Tạo và tạp chí văn nghệ Sáng Tạo với Mai Thảo, Nguyễn Sỹ Tế, Thanh Tâm Tuyền, Trần Thanh Hiệp, Duy Thanh và Ngọc Dũng. Truyện dài đầu tay Dòng Sông Định Mệnh đăng trên Sáng Tạo trước khi in thành sách (1959).

Thuở còn là thanh niên, ông từng tham gia Việt Minh kháng chiến chống Pháp. Sau đó, khi phong trào này để lộ bộ mặt cộng sản, ông đã rời bỏ kháng chiến "dinh tê" về thành. Chính thời gian nầy, ông là chứng nhân trước thực tế phũ phàng giữa chủ thuyết và thực tại... và cũng là chất liệu trong các tác phẩm của ông.

Tác phẩm Khu Rừng Lau, trường thiên tiểu thuyết

gồm 4 quyển: Ba Sinh Hương Lửa (1962), Người Đàn Bà Bên Kia Vĩ Tuyến (1964), Tình Yêu Thánh Hóa (1965), Đàm Thoại Độc Thoại - Những Ngả Sông (1966).

Theo Lê Văn, Đài Tiếng Nói Hoa Kỳ (VOA), trong cuộc phỏng vấn ông, có dẫn chuyện rằng "Ba Sinh Hương Lửa người ta thường ví như những tác phẩm lớn của Nga như Chiến Tranh & Hòa Bình" trong đó nội dung mô tả lại những cảm xúc đớn đau của một thế hệ thanh niên mới lớn tham gia vào công cuộc kháng chiến chống Pháp nhưng sau đó phát giác ra mình đã bị lợi dụng như công cụ đấu tranh giai cấp của những người cộng sản và "có lẽ chính vì thế mà anh đã bị cộng sản bỏ tù khi họ khi chiếm được miền Nam".

Văn hào Nga Leo Tolstoy (1828-1910) với tác phẩm nổi danh War and Peace (Chiến Tranh & Hòa Bình) trong giai đoạn vào cuối thế kỷ XIX trong cuộc chiến giữa Nga trước và sau sự lâm lăng của Pháp. Tác phầm gồm 15 phần, trong mỗi phần có nhiều chương, tổng cộng khoảng 1.600 trang. Qua bản dịch tiếng Anh của Aylmer Maude và Louise Maude, bản dịch Chiến Tranh & Hòa Bình của dịch giả Nguyễn Hiến Lê, nhà xuất bản Lá Bối, Sài Gòn 1969. Tập 1: 758 trang, tập 2: 729 trang, tập 3: 733 trang, tập 4: 716 trang. Đây là tác phẩm liên quan đến lịch sử và sự dấn thân của giới quý tộc (Bá Tước, Công Tước)... với những chàng trai tham gia trong cuộc chiến và những mối tình vừa bi thương lẫn lãng mạn. Tác phẩm với khoảng một trăm nhân vật chính trong số năm trăm nhân vật.

Văn hào Leo Tolstoy sinh trước nhà văn Doãn Quốc Sỹ một thế kỷ, tác phẩm Chiến Tranh & Hòa Bình được khởi thảo vào năm 1863 và hoàn thành năm 1869. Tác phẩm Khu Rừng Lau của nhà văn Soãn Quốc Sỹ, ấn hành từ năm 1962 và năm 1966... Như một sự ngẫu nhiên với sự trùng hợp của hai văn tài.

Tác phẩm Khu Rừng Lau là trương thiên tiểu thuyết cũng khoảng hai nghìn trang, vẽ lại bối cảnh của lịch sử

Việt Nam trong thời kỳ nhiễu nhương vào giữa thế kỷ XX. Những nhân vật từ lúc trưởng thành trong thành phần tiểu tư sản nhưng chiến tranh do Pháp gây ra, tham gia kháng chiến chống Pháp, nhưng đụng chạm với thực tế phũ phàng với lý thuyết và thực tế nên ngán ngẫm, trở về thành rồi di cư vào Nam, rồi dấn thân trong bối cảnh đất nước phân ly, thế hệ trẻ lại chống chọi trong thời chinh chiến. Theo lời tác giả: " Khu Rừng Lau tôi cũng viết bằng cả cái kinh nghiệm bản thân của tôi, có nhân vật từ thuở gia nhập chống Pháp. Thời đó chống Pháp là tất cả các thanh niên và chính bản thân tôi ở trong Đoàn Thanh Niên Cứu Quốc để mà chống Pháp. Rồi thì chính tôi, bản thân tôi đã từng họp dân chúng biểu tình để đi phá kho thóc của Nhật để phân phát gạo cho người dân vào cái thời đó.

Với cái việc của bản thân như vậy thì tôi dựng lại thành cái bộ truyện trường thiên tiểu thuyết Khu Rừng Lau đó. Và cái bối cảnh cùng những tình tiết thì đều là lẽ cố nhiên là viết dưới hình thức tiểu thuyết, nhưng mà kinh nghiệm là do kinh nghiệm bản thân của tôi với những điều mắt thấy tai nghe, và rồi thì là để vào viết thành cuốn tiểu thuyết như vậy" (RFA, 23/6/2008).

Đề cập đến tác phẩm Khu Rừng Lau, với tôi, không thấy ghi trong phần tiểu sử của ông (ngay cả trong các tác phẩm) là sự thiếu sót vì không nói lên giá trị đích thực của tác phẩm với bối cảnh và giai đoạn xảy ra mà người viết như chứng nhân của thời cuộc.

Trong tác phẩm Gìn Vàng Giữ Ngọc, Sáng Tạo ấn hành năm 1959, có hồi ký Chiếc Chiếu Hoa Cạp Điều (trang 111-116), tác giả viết về bản thân ông, sinh viên Luật ở Hà Hội, tản cư và gia nhập Việt Minh:

"Quê tôi cách Hà Nội chừng 5 cây số. Khi cuộc kháng chiến toàn quốc bùng nổ thì gia đình tôi tản cư lên Nhã Nam thuộc huyện Yên Thế, Bắc Giang. (Ghi chú: khoảng năm 1946).

Đến năm 1948, khi cậu tôi từ Vĩnh Yên lên thăm

chúng tôi lần đầu thì toàn thể gia đình tôi ai nấy đã có màu da nửa vàng nửa xám xịt vì sốt rét rừng.

- Anh chị phải cho các cháu tản cư về mạn dưới như chúng tôi - lời cậu tôi nói với thầy mẹ tôi - chứ cứ như thế này thì không chết cũng chẳng còn ra hồn người nữa.

Sau ngót hai năm tản cư gia đình tôi khánh tận rồi. Có lẽ vì nghĩ vậy nên thầy mẹ tôi tìm cách nói khác:

- Ngày xưa vùng Yên Thế Thượng này độc thật, nhưng nay vì có nhiều người lên khai phá nên khí hậu cũng không đáng ngại lắm...

... Rồi cậu tôi về Vĩnh Yên. Hai tháng sau người lại lên, nhất quyết đón gia đình tôi xuôi, nói là nơi ăn chốn ở đã thu xếp đâu vào đó cả.

Thế là gia đình tôi xuôi Vĩnh Yên. Còn một mình tôi ở lại Sở Thông Tin Liên Khu I. Công tác của tôi là đi tuyên truyền mười điều kháng chiến trong toàn huyện Yên Thế. Vì lưu động như vậy nên tôi cũng quên đi nỗi buồn gia đình phân cách đôi nơi. Nỗi buồn đó chỉ đến thắc mắc lòng tôi mỗi khi trở về trụ sở kiểm điểm công tác.

Trụ sở Thông Tin ở một làng bên tả ngạn sông Thương, gần một bến đò đẹp vào bậc nhất Bắc Giang: bến đò Lục Liễu. Để tăng phần thơ mộng cho cái tên đó tôi vẫn thường dịch nôm là "Bến đò liễu xanh"...

... Tôi gặp lại người yêu cũ từ Phủ Lý (Khu III) chạy lên. Chúng tôi thành vợ chồng, tuy có ký giấy tờ tại Ủy ban Kháng chiến Hành chính Huyện - cậu mợ tôi là những người làm chứng - nhưng đám cưới hoàn toàn êm ả y như một đám cưới vụng trộm...

... Dạo đó trường Luật mở ở gần chợ Me (Vĩnh Yên), tôi có ghi tên theo học hết năm thứ ba, hy vọng thành tài sẽ ra thẩm phán, đồng lương họa có cao để giúp gia đình. Vì hoàn cảnh kháng chiến, các giáo sư thường từ nơi xa lại trường sở dạy liền trong mấy ngày, sau đó sinh viên tìm tài liệu tự nghiên cứu thêm. Có khi thời gian nghiên cứu lấy dài hơn một tháng mới có giáo sư mới. Tôi triệt để lợi dụng khoảng cách này để bon về giúp đỡ gia đình những công việc nặng...

Mùa Đông năm đó rét lạ lùng. Gió hun hút giật từng cơn, quết như dao cắt từng mảnh thịt hở, thế mà hôm nào mẹ và em gái tôi cũng phải dậy từ bốn giờ rưỡi sáng để sửa soạn gồng gánh ra đi. Quần áo và chăn chiếu của gia đình tôi thiếu rất nhiều. Thằng em thứ ba của tôi có được cái chiếu rách mướp vừa nằm vừa đắp, chân thò ra ngoài thì nó lấy rơm phủ lên".

Mẹ ông đi chợ gặp lúc phi cơ Pháp bay từng đoàn bắn phá và giội bom liên tiếp xuống các chợ lân cận: chợ Me, chợ Vàng, chợ An Lạc... mọi người bỏ chạy. Chiều sẫm, ông ra chợ đón mẹ.

"... Tôi hỏi: "Sao mẹ về muộn quá thế, cả nhà lo tưởng phát điên lên". Mẹ tôi cho biết hàng hôm nay bán ở chợ không hết, người phải đi sâu vào một vài làng lân cận để bán nốt. Rồi khi xuống khỏi đê, qua cái lạch lớn, thấy có chiếc chiếu trôi, vội tìm cách vớt lên và giặt luôn bên lạch. Đó là một chiếc chiếu còn khá tốt tuy chiều rộng bị xén đi mất một phần ba...

Tối hôm đó khi đi ngủ thằng chú Tư được mẹ tôi đắp cho chiếc chiếu vớt ở lạch. Chân nó thò ra một tí khiến tôi nhận thấy chiếc bít tất cũ vàng xỉn của tôi, chỗ đầu rách được buộc túm lại để các ngón chân xinh của nó khỏi "thoát ly" ra ngoài".

Như vậy, gia đình ông tản cư và ông theo kháng chiến trong khoảng 5 năm (1946-1951) mới thoát ly về Hà Nội dạy học.

Thời gian kháng chiến (cũng như nhiều văn nghệ sĩ khác) ông là "cán bộ thông tin" nên sau đó am tường chính sách mị dân, lừa bịp của họ... trước thực tế phũ phàng nên từ bỏ chiến khu, trở về Hà Nội. Đó cũng là chất liệu để ông viết tác phẩm Khu Rừng Lau.

Tập I, tác phẩm Ba Sinh Hương Lửa (1962), những

dòng đầu (Khai Từ) với các nhân vật chính: Khiết và Khóa (sinh năm 1913), Lãng (1918), Hãng (1921), Hiển (1922), Tân (1923), Kha (1924), Miên (19260... cũng là thế hệ của tác giả vào đầu thế kỷ XX. Và, vào thời đó tuổi thơ đã chứng kiến giai đoạn bi thảm của lịch sử: Ngày 17/6/1930, Đảng trưởng Nguyễn Thái Học (28 tuổi) cùng 13 chiến sĩ Việt Nam Quốc Dân Đảng bị Pháp đưa lên Yên Bái để thi hành án tử hình. Ký giả Pháp Louis Roubaud được chứng kiến cuộc hành quyết các nhà cách mạng Việt Nam đã viết: *"Tôi phải giở nón nghiêng mình kính phục tinh thần ái quốc, lòng dũng cảm vô bờ bến của những người Việt Nam yêu nước..."* (Vietnam, Tragédie Indochinoise).

"Căn cứ vào thứ bậc tuổi tác trên chúng ta thấy Khiết, Khóa và Lãng ở vào cùng thế hệ, tạm mệnh danh là thế hệ Nguyễn Thái Học vì họ có trực tiếp tham gia hoặc gián tiếp chịu ảnh hưởng phong trào phục quốc của Việt Nam Quốc Dân Đảng. Còn năm người kia: Hãng, Hiển, Tân, Kha, Miên thuộc thế hệ sau, trưởng thành trong cuộc khói lửa toàn dân kháng pháp 1946-1954..."

Tác giả lấy tựa đề trong điển tích "ba sinh hương lửa" trong thi phẩm Truyện Kiều của thi hào Nguyễn Du:

"Dạy rằng hương lửa ba sinh. Dây loan xin nối cầm lành cho ai"...

Ba Sinh Hương Lửa gồm 3 phần 16 chương. Phần I: Câu Chuyện Khởi Đầu với 5 chương: Thời Thơ ấu, Cách Nhau Ngàn Vạn Dặm, Anh Trưởng Vỏ, Phẩm Tiên Rơi Đến Tay Hèn, Bên Giường Mẹ.

Phần II: Màu Tím Hoa Lau với 5 chương: Nàng Tiên Dưới Ánh Trăng, Độc Hành, Viên Cố Vấn Thủ Thuật, Mầm Sen Trong Hỏa Ngục.

Phần III: Giã Từ với 7 chương: Người Anh Trở Về, Ý Thức Về Nốt Nhạc, Phong Trào Tam Phản Khóa Bảy, Đôi Bạn Nhỏ, Một Tấn Bi Hài, Dòng Suối Tìm Đường,

Hai Lần Sang Sông.

Khi tác phẩm nầy vừa ấn hành, Tràng Thiên (nhà văn Võ Phiến) trong mục Điểm Sách trên tạp chí Bách Khoa số 159 (15/10/1962) ghi nhận (trang 71-73):

"... Doãn Quốc Sỹ dường như có ý định xây dựng cả một hệ thống tiểu thuyết xung quanh Khu Rừng Lau của ông. Ba Sinh Hương Lửa là quyển truyện thứ nhất. Tác giả kể ra ở Khai Từ tên tám nhân vật chính, nhưng tổng số các nhân vật trong truyện có lẽ cũng đến ngót 80. Chừng ấy người cùng trải qua ba thời kỳ đau khổ: thời Pháp thuộc, thời Nhật thuộc, thời Việt Minh thuộc. Chịu hết những sóng gió bể dâu của cà ba giai đoạn lịch sử, đó là trải qua "ba sinh"! Cuối truyện ta thấy ba người thanh niên (hai trai: Kha, Hiến, và một gái: Miên) cũng đua nhau về thành. Nhưng trên đầu họ đạn còn réo, xung quanh họ chiến cuộc còn tiếp diễn, việc đời còn ngổn ngang, bao nhiêu kẻ còn chìm nổi trong loạn ly.

Ba Sinh Hương Lửa là cuốn truyện diễn lại một thời đau khổ của dân tộc, nhưng người đọc không cảm thấy bi đát. Trái lại, truyện để lại một cảm tưởng êm đẹp, gây tin tưởng ở cuộc dời. Sự thực chắc chắn không mấy khi độc giả gặp trong tác phẩm văn nghệ được nhiều tâm hồn đẹp đẽ như trong Ba Sinh Hương Lửa...

... Nhân vật của Doãn Quốc Sỹ đều thừa hưởng một của kho vô tận: tình thương. Tình thương tràn ngập khắp cùng: giữa cha và con, vợ chồng, anh em, chú cháu, bạn bè, giữa láng diền chòm xóm, giữa người quen kẻ thuộc, và giữa cả những người không hề quen nhau... Tình thương mênh mông áy làm cho tất cả các nhân vật đứng về một phía. Phía bên kia là chế độ của hiềm thù. Và tất cả các nhân vật của Ba Sinh Hương Lửa chống lại chế độ của một điềm xung khắc giữa thương và thù đó...

... Cả cái xã hội gồm đa phần là thanh niên nam nữ có học thức, có tài, có gan dạ, đẹp và rất thơ mộng của ông Doãn, họ sẵn sàng chịu mọi điều cay đắng cam go trong chiến đấu, nhưng khi họ nhận ra rằng trong thế giới của họ tình thương đang bị hủy diệt; thế là họ cùng lắc đầu, từ chối, kéo nhau đi...

... Phần đông trong số thuộc thế hệ Doãn Quốc Sỹ, những người đã trải qua "ba sinh" của đất nước, có kẻ cay đắng chua chát, có kẻ hằn học thù hận, có kẻ hoàn toàn chán chường, có kẻ hoang mang rắc rối, không chút tin tưởng...".

Với tập I Ba Sinh Hương Lửa (trong 3 tập sau mới ghi thêm Khu Rừng Lau) mà lúc đó, nhà văn Võ Phiến khi đọc viết *"Doãn Quốc Sỹ dường như có ý định xây dựng cả một hệ thống tiểu thuyết xung quanh Khu Rừng Lau"* vì khi tham gia trong vùng kháng chiến đã là chứng nhân sự thật phũ phàng nên trong chương cuối Hai Lần Sang Sông, Hiển, Kha và Miên đoạn tuyệt với vùng Cộng Sản về vùng Quốc Gia với dòng kết: *"Dù cánh đồng này - Miên nghĩ thầm - có biến thành cả khu rừng lau khô xác đi nữa thì giờ đây, trên đường đời, có những ba bóng người!*

Bớt cô quạnh!"

Khi tham gia kháng chiến của Việt Minh, Miên là nữ y tá giỏi, nhưng bị hạ công tác để cho đảng viên thay thế. Miên bị giao cho việc rình mò theo dõi bạn đồng nghiệp để báo cáo, nên cô cảm thấy hụt hẫng, e chề, chán chường. Với Tài, con trai cha mẹ nuôi của Miên, coi như anh ruột, nhưng khi Tài thành đảng viên, không còn tình cha mẹ, anh em mà người máy của đảng. Với những sự kiện xảy ra trước mắt, Miên đã thức tỉnh. Rồi đến Hiển, Kha, Hãng... ngán ngẩm khi chứng kiến những điều bất nhân, không còn tình người... Vì vậy họ không thể chấp nhận thực tế phũ phàng, chua xót đó để ở lại. (Trong quyển Người Đàn Bà Bên Kia Vĩ Tuyến, Kha và Hiền gặp Tân mới biết Tân đã về thành từ mùa hạ năm 1951 trước họ 6 tháng).

Đó chỉ là giai đoạn đầu trong thời kỳ kháng chiến

nên theo dòng lịch sử, người đọc cũng nghĩ rằng nhà văn Doãn Quốc Sỹ không dừng lại ở đó mà tiếp nối cuộc hành trình tiếp theo.

Tập II, tác phẩm Người Đàn Bà Bên Kia Vĩ Tuyến (1964) gồm 18 chương: Tiếng Hát Tự Lòng Đất Khu Rừng Già, Chiếc Nhẫn Saphir, Về Làng, Ông Chủ Báo, Cô Gái Bên Sông Tần Hoài, Những Cụm Hoa Vàng, Tiếng Hát Tự Lòng Đất, Trên Bờ Vực Lịch Sử, Ngọn Đèn Lương Tri, Thần Tượng, Một Sự Chuyển Hướng, Vật Đổi Sao Dời, Cướp Đoạt, Xiếc Hữu Mai Hề, Tiếng Vọng Mùa Xuân, Người ở Lại, Bến Đò Rừng, Chiếc Bè Nữ Chúa.

Cũng nên nhắc ở đây, Quốc Gia Việt Nam (État du Việt Nam) lúc mới thành lập ngày 7/12/1947, nhưng chính thức thừa nhận giữa Quốc Trưởng (cựu hoàng Bảo Đại) và Tổng Thống Pháp Vincent Auriol ký Hiệp Định Élysée 8 tháng 3 năm 1949 trong khối Liên Hiệp Pháp. Chọn cờ vàng ba sọc đỏ làm Quốc Kỳ. Hà Nội được Pháp chuyển giao cho chính quyền Quốc Gia Việt Nam, dược sĩ Thẩm Hoàng Tín làm thị trưởng thành phố.

Mở đầu tác phẩm "Hình ảnh lá cờ vàng ba gạch dỏ phe phẩy thanh bình vẫy gió còn mãi mãi về sau này in hằn trong tâm tưởng Miên một ấn tượng của thịnh vượng và của tình người..."

"Bốn giờ chiều, Luận đến sớm ngỏ ý đón Hiển, Kha, Miên để đưa đi một vòng qua các phố tỉnh lỵ gọi là 'xem tình hình quốc gia'.

... Luận đưa ba người ra bến xe, chính chàng mua ba vé hạng trên. Luận căn dặn thêm một lần nữa khi ba người về đến Gia Lâm nhớ phải vào Ty Công An trình diện mà xin cấp giấy thông hành tạm thời"... Dĩ nhiên khi trở về thành, không dễ dàng chấp nhận, Công An phải điều tra để tìm hiểu nguyên do cặn kẽ. Nhưng mọi việc được an bày trong cách đối xử đầy cảm thông và tình người.

Rồi tháng năm ở Hà Nội, Hãng đi du học ở Pháp, chia tay các bạn bè bao năm ở bên nhau. Cuộc sống mới của Khiết, Khóa, Lãng, Hiển, Tân, Miên... được tác giả đề cập khá chi tiết... Nhất là Kha, chàng trai với tâm hồn lãng mạn lẫn bi thương...

Khi Hiệp Định Genève ký kết, đất nước phân chia rồi đến khi di tản vào Nam. Mối tình cuối giữa Kha và Vân (tuy đã có con) *"Kha đã gặp Vân, Kha sắp được Vân, Kha đang say mê Vân, điên cuồng"*... nhưng đến giờ phút cuối đành chia tay.

"Kha vào Nam cũng bằng đường thủy. Chàng đến khu lều Thăng Long của Đoàn Sinh Viên Di Cư Hà Nội - khu lều này được dựng trên nền khám lớn cũ và sau đây là nơi xây cất Đại Học Văn Khoa". Đó cũng là hình ảnh của tác giả cùng bạn bè khi vào Nam.

Đoạn kết tác phẩm với những là thư của Vân, người ở lại:

"Hiệp định Genève ký, đoàn thể giữ khéo con em lại và cử em về Hà Nội để thuyết phục những người thân...".

Lá thư cuối tác phẩm, Vân viết: *"Người Đàn Bà Bên Kia Vĩ Tuyến của anh đã chấm dứt hàng chữ cuối cùng của lá thư cuối cùng này ở đây.*

Hôn anh một cái hôn làm nổ vỡ tinh cầu nhưng tình chúng ta thì chói rạng mãi mãi.

Vĩnh biệt anh,

Em".

Trước khi chuẩn bị vào Nam. Kha viết thư cho Miên:

"Cô Miên,

Chẳng còn bao nhiêu ngày nữa đến lượt Hà Nội bị tiếp thu. Chuyến này tôi về thăm làng lần cuối rồi xuống Hải Phòng đợi cô cùng vào Nam. Nhìn cảnh Hà Nội hoang vắng tôi lại nghĩ đến cô từng ao ước được thăm khu rừng lau trên núi sáng, Bỉnh Di...

Tôi vẫn nghĩ rằng mọi người chúng ta ai cũng mang trong lòng một khu rừng lau. Có kẻ chẳng bao giờ đạt tới, có kẻ đạt tới rồi hủy hoại chính khu rừng đó như chuyện con chó ngu xuẩn thả mồi bắt bóng...".

Rồi khi Miên gặp được Kha *"ghì chặt lấy chàng, giọng nàng thanh như tiếng chim nhưng thảng thốt nghẹn ngào như một linh hồn biết khóc:*

- Khu rừng lau của em! Khu rừng lau của em!"

Với bộ ba Hiển, Miên (em gái của Hiển) và Kha đã một thời gắn bó với nhau. Miên có tình cảm với Kha nên bán món nữ trang độc nhất là chiếc nhẫn saphir (chương 3) để lấy tiền giúp Kha trong khi bị gam giữ và khi Kha được thả ra, ba người ở chung với nhau, tiền kiếm tiêu chung. Khi Miên biết Kha yêu Vân nên Miên với tâm hồn cao thượng để nhường tình yêu nầy nhưng định mệnh giữa Kha và Vân thật oan nghiệt!

Đến tác phẩm thứ hai, độc giả mới hiểu tựa đề trường thiên tiểu thuyết Khu Rừng Lau.

Tập III, tác phẩm Tình Yêu Thánh Hóa (1965), gồm 4 phần. Phần I Bối Cảnh với các chương: Thành Đôi, Một Chuyến Buôn Văn Hóa, Một Cuộc Gặp Gỡ, Người Em Ra Bắc, Câu Chuyện Điện Biên Phủ. Phần II Vỡ Bờ với các chương: Lê, Con Đê, Mụ Cát Thành, Một Ký ức Thô Bỉ. Phần III Quỳnh Hương với các chương: Bên Lề Hội Nghị, Bà Cụ Hồng Kông, Tài Mệnh Tương Đố, Ông Cai, Mối Tình Linh Lan, Cô Em Cũ, Chuyện Dĩ Vãng, Nỗi Lòng Tô Thị. Phần IV Chặt Thuyền Dĩ Vãng với các chương: Tiếng Hát Đối Diện Với Sao Bắc Đẩu, Hoàng Tử Của Hằng Nga, Những Triều Nước Mặn, Tình Thương Trong Mưa, Tiếng Hát Lạ Trên Kinh Thành Vienne, Tiếng Hát Hồi Hương.

Khởi đầu với cuộc di cư vào Nam. Vân ở lại Hà Nội. Kha và Miên được gặp nhau và làm lễ thành hôn trong khu định cư làng Thăng Long. Tác giả ghi lại hình ảnh với lịch sử Quảng Nam (quê hương tôi nên tôi rất tâm đắc). Với Miên "Giờ đây nàng sống trong tay người yêu, ngợp trong hạnh phúc, nàng cũng thấy là nàng đương du hồn vào khu rừng lau. Nàng nhắm mắt lại như để chạy trốn ánh sao bên ngoài khi nãy. Khu rừng lau trong tâm tưởng nàng lúc đó là bà tiên khoác tấm khăn choàng tím ngát" (trang 35).

Trong Câu Chuyện Đện Biên Phủ đề cập đến tháng ngày năm xưa khi Kha, Miên... đã về thành. Hiển còn ở lại "đi theo Việt Minh đánh Pháp, giờ đây Việt Minh thắng, mình lén trốn khỏi vùng họ, sang được vùng quốc gia thấy những người lính Pháp đầu đội mũ sắt có hai chữ P.M. (Prévoté Militaire) thì mừng. Không bao giờ ưa thực dân nhưng thấy rằng cộng sản còn ghê tởm và nguy hiểm hơn nhiều, đã đến lúc phải thay đổi chiến tuyến! Đến Hải Phòng anh bạn khai thẳng với Công An quốc gia mình là sĩ quan Việt Minh trốn sang, xin cho điều tra ngay và cấp thẻ căn cước để sống bình thường như dân. Một tháng sau anh xuống tàu cùng gia đình di cư" (trang 85).

Tân, chỉ xuất hiện thoáng qua trong Ba Sinh Hương Lửa, ở tác phẩm nầy đề cập nhiều về Tân và người yêu là Lê. Tân cũng đa tình và đào hoa như Kha, đã từng ân ái với Thoa (em gái của Lãng)... Với Kha, tuy đã có Miên nhưng vẫn đa tình. Từ khi gặp ca sĩ Quỳnh Hương ở phòng trà Ly Ly, Quỳnh Hương là em gái nuôi của Hãng và bạn thân của Vân và của Thi thời học sinh ở Hà Nội nhưng những giây phút gặp gỡ nhau giữa Kha và Quỳnh Hương như "đôi tình nhân".

Cũng như trong Người Đàn Bà Bên Kia Vĩ Tuyến, Quỳnh Hương đi sang Tây Đức đóng phim và lập gia đình với đạo diễn Karl, đạo diễn. Với những là thư từ Vienne, Tây Bá Linh gởi về cho Kha "Đặc biệt trên hai chữ "Chào anh" của bức thư này Quỳnh Hương có viết hai chữ gì mà nàng rập xóa đi mất. Tò mò Kha đem lá thư ra cửa sổ soi lên ánh sáng. Chàng bỗng thở dài cúi đầu. Đó là hai chữ "Hôn anh"" (trang 378).

"Đi vào dĩ vãng, trong khoảnh khắc nhớ lại buổi gặp Kha lần đầu cùng Hãng ở phòng trà Ly Ly, nhớ lúc Kha ôm mình nhảy bản slow khuya và cúi xuống hôn nhẹ lên môi... Trời ơi, Quỳnh Hương bỗng thèm Kha điên cuồng. Ngày nào cùng Kha đi Thủ Dầu Một về cùng ăn cơm trong căn phòng ấm cúng của nhà hàng Cheong-Nam, rồi khi từ biệt trên vỉa hè Tự Do nàng đã có ý tưởng ngộ nghĩnh sẽ hôn Kha trước vì chỉ hôn trước một người như Kha mới không sợ bị rẻ rúng" (trang 381).

Là nhà mô phạm nhưng trong tác nầy nhà văn viết về cuộc sống ở Sài Gòn với phòng trà, nhảy đầm rất sành điệu và còn chửi thề (Đ.M) trong vài mẩu đối thoại vì vậy rất thoáng, sinh động, lôi cuốn người đọc từ đầu đến cuối. Ông thích làm thơ, chơi dương cầm nên trong tác phẩm của ông được dẫn chứng những dòng thơ, vài ca khúc... khi đọc cảm thấy thú vị.

Tập 4: Những Ngả Sông (Đàm Thoại - Độc Thoại) 1966, gồm 7 chương: Mối Tình Thiên Thu, Người Lính Nhảy Dù, Người Phá Cầu, Tập Sơ Khảo Của Kha, Mây Trắng Nước Xanh Người Tù, Mây Trắng Nước Xanh Thần Tượng Trong Đêm, Dư Dục Vô Ngôn.

Trong tác phẩm nầy với những nhân vật chính từ Ba Sinh Hương Lửa trong sinh hoạt chính trị ở miền Nam Việt Nam. Khóa, Kha, Miên, Tân, Hiển, Luận... trong gia đình Văn Hóa. Khóa bị giam ở lao tù Đà Lạt trong 11 tháng. Tân, Hiển, Phiệt phục vụ trong quân đội VNCH. Tác giả mô tả đến các trận chiến giữa thập niên 50 & 60 như phóng viên chiến trường với từng chi tiết. Với những trang nhật ký của Tân (Trung Úy Y Sĩ) trong binh chủng Nhảy Dù, sau nầy đọc hồi ký Y Sĩ Tiền Tuyến của Trang Châu, cảm phục tài tình của tác giả Những Ngả Sông. Với quần đảo Hồng Sa, nghe rất xa lạ, tác giả đã dành vài chục trang để nói về lịch sử và người dân nơi nầy.

Với hai cuộc binh biến năm 1960 & 1963, tác giả ghi nhận tất cả sự kiện xảy ra... Kha và Khiết cũng không may bị vào chốn lao tù. Trong khi đó "Tân, Hiển ngoài tiền tuyến chẳng thể được tâm hồn tương đối thanh thản như Khiết, Kha những ngày sống khuất mặt trong khám lớn" (trang 154). Rồi "Phiệt bị đạn ở chân tại chiến dịch cao nguyên được đưa về bệnh viện Cộng Hòa... Tân hỏi Phiệt có muốn giải ngũ để chàng xin cho và Phiệt sẽ về bên Vĩnh Hội ở với tiểu gia đình của Tân. "Người lính nhảy dù" đó đã say mê gia nhập đời sống quân ngũ làm sao dứt bỏ các bạn đồng ngũ sao đành, Phiệt xin ở lại phục vụ bên ngành quân nhu, ban chung sự" (trang 155).

Với Hiển "trong những lúc xông pha nơi tiền tuyến... chàng hoàn toàn như người đi trong sa mạc. "Miên ơi - chàng muốn kêu lên như thế - trong giai đoạn nầy đừng nghĩ đến rừng mía, ngay như được gặp khu rừng lau để có chút bóng mát cũng là quý rồi. Anh cô đơn đi giữa sa mạc, cô có biết không?".

Tác phẩm Ngã Ba Sông ngắn hơn 3 tác phẩm trước, đề cập đến cuộc chiến và nên chính trị ở miền Nam Việt Nam rối răm trong thời chinh chiến. Với tác phẩm Ngã Ba Sông, cũng có người khen, người chê vì "thiên kiến chính trị" nhưng với nhà văn, sự khách quan và thực trạng xã hội không thể sai lạc. Với những dòng đề cao tinh thần, trách nhiệm về người lính với nhà văn không khác áo chinh y cũng nói lên tấm lòng của tác giả.

Nhà văn Võ Phiến trong Văn Học Miền Nam Tổng Quan đã có đoạn viết về nhà văn Doãn Quốc Sỹ như sau:

"Còn Doãn Quốc Sỹ, ông làm chúng ta nghĩ đến một nhân vật của ông: Khiết. Khiết kiên trì theo đuổi con đường văn hóa nhưng đã trót đi vào con đường chính trị, biết những ngõ ngách của nó âu cũng thành nghiệp chướng của mình nên khó bỏ lắm. Khu Rừng Lau phơi bày ra cái hiểm ác xủa chế độ này, lột trần nền độc tài nọ. Thái độ chính trị của tác giả luôn luôn biểu lộ trong tác phẩm. Tuy nhiên ông Doãn cũng như Khiết trước sau "kiên trì theo con đường văn hóa". Ông chê cái này chống cái nọ vì nó ác nó xấu. Mà ông thì nhất tâm phục vụ cái thiện cái mỹ... Thiện tâm thiện ý của tác giả tỏa ra khắp tác phẩm: trong các truyện của ông Doãn nhân vật nào cũng tốt việc gì cũng có khía cạnh hay. Ông bất lực không tạo nổi người xấu, kể nổi việc xấu. Đọc sách ông thơm tho cả tâm hồn. Truyện ông Doãn vừa có luận đề chính trị vừa có chủ tâm giáo dục...". Trong quyển sách nầy, theo nhà văn Võ Phiến, khuynh hướng luận đề có Doãn Quốc Sỹ (trang 266).

Trên tạp chí Bách Khoa số 192 (1/1/1965) trong mục Sống & Viết (trang 39-44) trong cuộc trò chuyện giữa nhà văn Nguyễn Ngu Í với nhà văn Doãn Quốc Sỹ (14/12/1964) sau khi tác phẩm Người Đàn Bà Bên Kia Vĩ Tuyến ấn hành. Sau nầy in trong quyển Sống & Viết (trang 124-147) có tấm hình ông bà và 7 người con (Ngọc Thanh 1952, Kim Khánh 54, Cẩm Liên 56, Quốc Thái 58, Quốc Vinh 61, Quốc Hưng 62, Quốc Hiền, chưa có Thanh Hương trong số 4 trai & 4 gái).

Nhà văn Doãn Quốc Sỹ cho biết: "Năm 1951. Từ chỗ kháng chiến ác liệt nhất, Liên Khu Việt Bắc. Kháng chiến, tôi kháng chiến hết mình, tôi từng là một "anh hùng lao động" của cơ quan tôi. Nhưng đến khi giã từ "Thiên đường Đỏ" thì cũng giã từ quyết liệt, dứt khoát...

... Bất cứ ai đã qua cơn ác mộng với Cộng Sản, đã hiểu rõ bộ mặt thật của chúng, đều có thái độ dứt khoát, vừa đơn giản vừa cương quyết như vậy...".

Nhà văn Doãn Quốc Sỹ là một trong những nhà văn được nhiều viết trong sáu thập niên từ trong nước và hải ngoại, ngoài giá trị văn chương qua những tác phẩm của ông, với tâm hồn nhân bản, đôn hậu, nhân cách sống của ông trong lao tù và ngoài xã hội, được kính nễ. Ngay cả những người con của ông khi viết về người bố cũng là hình ảnh tiêu biểu của bậc cha mẹ (thế hệ chúng tôi) để noi gương.

Doãn Quốc Hưng viết về bố:

"Những bài học đạo đức, nhân bản, thiền học... mà chúng tôi nhận được từ bố một cách "có hệ thống" chỉ bắt đầu từ sau khi bố tôi đi cải tạo lần một về vào năm 1980. Đó là các buổi nói chuyện của bố tôi với bọn tôi và một nhóm bạn bè, bọn tôi gọi đó là "đại học bỏ túi". Đó cũng là cột mốc của một "gia đình" thứ ba của bố tôi. Trong gia đình đó, chúng tôi mới thực sự được nghe bố tôi nói nhiều hơn về điều ông đã viết trong tác phẩm, đã làm trong cuộc sống...

... Nhắc tới chống đối, có một thứ mà rất nhiều người khuyên rằng chúng tôi "phải noi gương bố", đó là "tinh thần bất khuất trước quyền lực", hoặc "một trong những biểu tượng của tinh thần chống cộng của Miền Nam Tự Do". Các nhà "phê bình văn học" của Việt Cộng đã tấn phong cho bố tôi là đầu xỏ của "những tên biệt kích cầm bút", mô tả ông như một "kẻ căm thù cộng sản đến tận xương tuỷ". Tôi cũng đã được nghe kể lại nhiều lần từ bạn bè trong tù của bố về giai thoại về một ông DQS "hiên ngang đối khác với cán bộ CS trong trại giam", những câu tuyên bố mang tính "hào hùng, nghĩa khí" của ông trước "kẻ thù". Thực hư ra sao cũng chẳng rõ, chỉ có điều chắc chắn là chưa bao giờ tôi được nghe chính bố tôi kể lại những giai thoại ấy...

... Trở lại với cái ngày xét xử bố tôi vào năm 1988 cùng với các cô chú văn nghệ sỹ khác: Hoàng Hải Thuỷ, Duy Trác, Lý Thuỵ Ý,... phiên toà "DQS và đồng bọn, với tội danh tuyên truyền phản cách mạng, chống phá nhà nước XHCN". Đó là lần đầu tiên tôi được chứng kiến một phiên toà chuyên chính vô sản của nhà nước Việt Nam...

... Bố tôi căm thù cái phi nhân của một chủ nghĩa, sự ngu dốt và độc đoán của một tầng lớp lãnh đạo. Bố tôi không nhắm vào những cá nhân thừa hành bên dưới, vì họ cũng chỉ là nạn nhân của sự bưng bít, thiếu kiến thức, thiếu thông tin, thiếu sự lựa chọn. Điều đó thể hiện trong nếp sống thường ngày...

... Bố tôi là một ông giáo hiền lành, một con người nhân hậu vì bản chất của ông là như vậy. Nhưng sức mạnh của ông bắt nguồn từ chữ Tâm. Khi cái Tâm đã toả sáng vì nó đã biết mình từ đâu đến và sẽ đi về đâu, nó bắt đầu thoát ra khỏi sự sợ hãi. Đó là điều kiện kiên quyết để có một cái Tâm tự do. Sức mạnh tâm linh của một cá nhân sẽ nhờ sự tự do mà tự toả sáng, không cần ngôn từ, không cần chứng tỏ. Bố tôi đã dạy cho tất cả chúng tôi ngồi thiền để tốt cho sức khoẻ, để luyện tâm thanh tịnh...

... Chú Nguyễn Đình Toàn đã từng nói với bọn tôi rằng: "Trong giới văn nghệ sĩ, không ai phục ai về tài viết văn cả. Nhưng nhiều văn nghệ sĩ trong Nam quí mến bố cháu ở cái đời sống đạo đức của ông". Đối với con cái cũng vậy. Chúng tôi được dạy dỗ bằng chính cách sống của bố, chứ không bằng những "phương pháp giáo dục"...

... Hồi bố tôi chuẩn bị xét xử lần thứ hai vào năm 1988, bạn bè khắp nơi trên thế giới đã vận động mạnh mẽ đến nỗi chính quyền Việt Nam phải hoãn xét xử vào giờ cuối để tìm cách giảm nhẹ tình hình. Để tránh mất mặt khi phải đổi giọng, đảng và nhà nước đã phải cử ông chú tôi làm trung gian vào tù thương lượng, đề nghị bố tôi nhượng bộ bằng cách tỏ vẻ "ăn năn" để được "khoan hồng". Tất nhiên là cuộc thương lượng đó bất thành, họ đánh giá bố tôi quá thấp! Điều đáng kể ở đây là thái độ của bố tôi trước biến cố này. Lọt vào tay "chủ nghĩa anh hùng cách mạng", đây ắt hẳn sẽ trở thành một câu chuyện li kì về "tấm gương đấu tranh bất khuất, một cuộc chiến không khoan nhượng giữa hai anh em hai chiến tuyến...". Lần duy nhất bố tôi nói về nó là do sau này tôi hỏi và bắt bố tôi kể lại. "Có gì đâu, chú đề nghị bố xin lỗi. Giống như sau khi mình tát ai một cái thì mình cũng phải tỏ vẻ ân hận một chút. Nhưng đời nào bố lại làm vậy..."...

Hình ảnh Doãn Quốc Sỹ được bắt gặp qua hai câu nói Pascal cũng đã khẳng định : "Con người là một cây sậy nhưng là cây sậy có tư tưởng'" (Triết gia Blaise Pascal) và "Sức mạnh của con người không nằm ở thể chất mà đến từ ý chí bất khuất'" Thánh Gandhi).

Với nhiều bài viết, chỉ trích phần Tạp Ghi Văn Nghệ của Nguyễn Mạnh Trinh liên quan đến tác phẩm Khu Rừng Lau: "Ở Doãn Quốc Sỹ, ông viết Khu Rừng Lau như một cách lý giải sự thất bại của những người quốc gia trong thời cuộc hiện đại. Họ là những người đã bị những tay sai quốc tế Cộng Sản đệ tam lường gạt trong công cuộc giành độc lập cho đất nước...

Nhà văn Doãn Quốc Sỹ đã muốn cho đời sau một chứng liệu về một biến cố không những riêng của đất nước Việt Nam mà còn cả chung của thế giới nữa...

Những tác phẩm của nhà văn Doãn Quốc Sỹ dường như có chung một mẫu số mà văn chương dùng để tải đạo và làm cuộc sống con người tươi đẹp hơn. Có rất nhiều nhận xét về ông, như là một nhà văn có chân tài, một nhà giáo tận tụy, một kẻ sĩ khí tiết...".

Kim Khánh viết về người bố, khi nhắc đến tác phẩm Khu Rừng Lau: "Nhân vật chính là Miên và các nhân vật khác đã có cuộc sống đi qua suốt chiều dài lịch sử từ thế hệ mà tác giả mệnh danh là thế hệ Nguyễn Thái Học cho đến thế hệ trưởng thành trong cuộc chiến toàn quốc kháng chiến. Có những người như Khóa, Lãng, Khiết trực tiếp hoặc gián tiếp chịu ảnh hưởng của những đảng phái quốc gia như Việt Nam Quốc Dân Đảng hoặc Đại Việt. Còn các nhân vật thế hệ sau như Hãng, Hiển, Tân, Kha, Miên,... thì mới đầu tham gia vào cuộc kháng chiến chống Pháp nhưng sau đó nhìn thấy bộ mặt thực của đảng Cộng Sản Việt Nam nên trở về thành và sau đó di cư vào Nam...

Hình như, họ có chung nỗi hoang mang của những người trí thức luôn đi kiếm tìm cho mình một con đường nhưng lại thấy bơ vơ khi chọn lựa. Ở với kháng chiến, thấy lòng yêu nước bị lợi dụng bởi những con người Bolcheviks tàn bạo vô nhân, về thành thì thấy giặc Pháp nghênh ngang, chính phủ quốc gia chỉ là cái bóng. Di cư vào Nam, thì chế độ độc tài và gây ra nhiều kỳ thị bất công".

Nhà văn Nguyễn Mộng Giác trong bài viết Doãn Quốc Sỹ, Người Anh Khả Kính: "Nhiều người trong giới cầm bút khen và cũng chê tính đôn hậu trong tiểu thuyết Doãn Quốc Sỹ. Họ lý luận rằng ông đôn hậu quá nên nhân vật tiểu thuyết của ông đẹp nhưng có vẻ không thực, ông không lột hết được bản chất phức tạp của cuộc đời, bản chất hàm hồ của con người, bản chất tàn nhẫn phi lý của lịch sử. Khi xây dựng nhân vật, Doãn Quốc Sỹ thường không lưu tâm moi móc những ngóc ngách xấu xa của họ. Trái lại, ông lưu tâm tô điểm những nét đẹp của họ. Những Kha, những Miên, những Hãn, những Khiết của Khu Rừng Lau...".

Với tác phẩm Khu Rừng Lau, năm 2020 nhà văn Doãn Quốc Sỹ chia sẻ: *"Có nhiều khi đọc lại Khu Rừng Lau, tôi cũng không hiểu tại sao mình có thể hoàn tất được bộ tiểu thuyết ngàn trang này. Tôi nhớ là vào thời đó, có khi tôi ngồi viết như người lên đồng, viết giống như có ông bà tổ tiên nhập vào vậy.*

Tôi nghĩ rằng tôi chỉ được trời cho năng khiếu sử dụng ngòi bút của mình. Còn lại, tôi viết như theo lời nhắn nhủ siêu hình của tổ tiên, viết theo hồn thiên dân tộc để phục vụ tổ quốc". (Việt Báo)

Trước năm 1975, vài ý kiến cho rằng nhà văn Doãn Quốc Sỹ nên chọn những tác phẩm tiêu biểu, trong đó có trường thiên tiểu thuyết Khu Rừng Lau dịch ra Anh ngữ để tham dự giải Nobel Văn Chương. Trong bài viết Tổng Quan Về Sách Dịch Văn Chương Tây Phương Ở Miền Nam Việt Nam của tôi đã đề cập đến các tác giả Tây Phương đã được Nobel Văn Chương được các nhà văn, dịch giả đã dịch sang tiếng Việt rất nhiều. Có tác giả với vài tác phẩm tiêu biểu, có tác giả với toàn bộ tác phẩm như Alexander Solzhenitsyn (Nobel Văn Chương 1970)... Hầu hết toàn bộ tác phẩm của Doãn Quốc Sỹ đều bối cảnh trong nước, ngoại trừ tác phẩm Sâu Mây khi ông du học ở Mỹ. Đây là tập du ký, và theo

Thanh Tâm Tuyền; "Đây không phải là tác phẩm chủ yếu, nhưng là cái viết tự do và bay bổng nhất của Doãn Quốc Sỹ. Cũng là cuốn sách nhỏ nhưng óng chuốt và đáng yêu hơn cả của ông giáo…'.

Với tác phẩm Khu Rừng Lau với bối cảnh và thời gian trong giai đoạn thăng trầm lịch sử của đất nước được ghi lại từ bản thân của tác giả, là chứng nhân của thời cuộc.

Đọc tác phẩm Khu Rừng Lau liên tưởng đến hai câu thơ của Ôn Như Hầu Nguyễn Gia Thiều vào thế kỷ XVIII:

"Lò cừ nung nấu sự đời

Bức tranh vân cẩu vẽ người tang thương"

Theo nhà văn Võ Phiến: *"Doãn Quốc Sỹ soạn sách về ngữ pháp, về văn học Việt Nam hiện đại (bằng Anh văn"* (sđd tráng 66) nhưng rất tiếc tác phẩm Khu Rừng Lau không dịch ra tiếng Anh (chỉ có truyện ngắn Con Cá Mắc Cạn - The Stranded Fish - mới dịch).

*

Nếu cho rằng sách là người thầy trầm lặng và người bạn tốt - với tôi - ngay từ lúc trẻ đã ảnh hưởng đến bản thân. Những quyển sách Học Làm Người của nhà văn, dịch giả Nguyễn Hiến Lê và nhà giáo, nhà văn Doãn Quốc Sỹ qua vài tác phẩm.

Nhân đây, một chút riêng tư, với tác phẩm Người Đàn Bà Bên Kia Vĩ Tuyến. Năm 1963, trong sinh hoạt gia đình Phật Tử, tôi "quen thân" người bạn gái (học dưới hai lớp) nơi cố hương. Hè năm 1963, để tránh bắt bớ, nàng "thoát ly vào bưng"... Trước đó khoảng một tháng, thầy tôi (đảm nhiệm khuôn hội Phật Giáo Phước Ấm) qua đời vì đầu óc quá căng thẳng, uống quá liều lượng thuốc Tây, gây biến chứng, không chữa trị kịp... Trong số 6 người "thoát ly vào bưng", có 5 người học cùng lớp. Nếu lúc đó, nhận được thư nàng, tôi không biết có quyết định liều lĩnh của tuổi trẻ bồng bột, nông cạn ra sao? Các bạn tôi giấu kỹ vì anh tôi trong ngành

Cảnh Sát.

Đầu năm 1967, khi ở quân trường Thủ Đức, đi phép về Sài Gòn khi thấy quyển NĐBBKVT tôi rất thích, mua ngay nhưng không đọc vì để nhớ hình ảnh người bạn gái "bên kia chiến tuyến". Tiếp tục quân trường ở Đà Lạt gần 2 năm, trong chiến dịch Diên Hồng về quận Quế Sơn, Quảng Nam, tôi vẫn mang theo sách và hình dung người bạn gái vào bưng chốn nầy... Rất tiếc, sách bị chôm! Sau nầy lập gia đình với người Hà Nội, bạn bè hỏi thăm nơi chốn, tôi nói đùa "người đàn bà bên kia vĩ tuyến"...

Sau tháng 4/1975, nàng có gia đình, về Đà Nẵng, theo lời mẹ và anh, nàng ghé lại tìm tôi nhưng gia đình không hay biết vì tôi ở Đà Lạt, mất tích hay đi tù nên không rõ. Nàng cho biết trước khi đi, có viết lá thư gởi cô em gái nhờ chuyển cho tôi nhưng cô em sợ bị liên lụy nên đốt lá thư!... Nàng ra mộ thầy tôi thắp nhang cầu nguyện.

Năm 1987, tôi về thăm quê, có gặp nàng... Trong số 6 người đã chết hai cậu cháu Hội và Kim Chi. Tôi gặp Huỳnh Tú Mỹ kể lại chuyện xưa về hình bóng cũ, nỗi buồn vây quanh. Chị tôi biết chuyện, khuyên không nên liên lạc nhau vì mỗi người "số phận" đã an bày. Và, từ đó hình ảnh người xưa mãi mãi là "bên kia chiến tuyến"!. Tôi cũng may mắn được hưởng chút "đào hoa chiếu mệnh" nhưng "cái thuở ban đầu" trong trắng vẫn lững lờ như áng mây giữa trời xanh bao la.

Little Saigon, November 2022

Vương Trùng Dương

TÌNH KHÚC GỞI... NHA TRANG

Vương Trùng Dương

Mùa Hè đầu thập niên 60, từ Đà Nẵng, chúng tôi mở cuộc "hành phương Nam" vào thành phố Nha Trang. Dũng có người bà con ở dưới Cầu Đá, đã nhiều lần vào Nha Trang, mô tả vùng trời phương xa thật hấp dẫn, ba đứa còn lại được nghe bạn kể nên rất náo nức, được dịp rủ rê nên chớp ngay cơ hội sau vài ngày nghỉ hè. Bốn đứa mang theo hai chiếc xe đạp để tiện việc di chuyển, đáp chuyến xe đò Phi Long từ mờ sáng, đến Nha Trang vào lúc mặt trời lặn.

Hình ảnh thành phố biển nên thơ và dễ thương đó đã in đậm trong tôi theo dòng thời gian.

Giữa thập niên 60, tôi bước chân vào quân ngũ và hình như có duyên nợ với núi rừng cao nguyên, từ ngày tháng ở quân trường cho đến khi chọn đơn vị. Thỉnh thoảng có dừng chân nơi thành phố biển, và lúc chia xa, lòng còn vương đôi chút.

Bóng dáng Hà Nội, Sài Gòn, Đà Lạt... đã đi vào ca khúc, và khung trời Nha Trang qua dòng nhạc, lời ca của Minh Kỳ và Hồ Đình Phương tạo thành bức tranh huyền ảo, linh động, rất có hồn, khi nghe, gợi trong lòng nỗi nhớ thương man mác. Một nơi chốn với đôi nét chấm phá, thoảng nghe cũng mường tượng khung cảnh trữ tình:

"Nha Trang là miền quê hương cát trắng

Trông lên xanh êm màu trời

Nhìn ngoài nước thắm xa khơi...

... Nha Trang là miền khách du muốn tới

Cho phai bao nhiêu bụi đời

Để tìm nguồn yêu sống vui...

... Là đây biển tình bao la

Ngồi trông sóng chiều vươn xa

Lòng đôi lứa thề trăm năm duyên tơ..."

Có lẽ hình ảnh trong ca khúc "Nha Trang" chưa bày tỏ hết tâm trạng giữa cảnh và tình nên tác giả gởi thêm vào cung bậc trong "Nhớ Nha Trang" để dàn trải tâm tư, tình cảm:

"... Từ ngày được trông Nha Trang, tôi càng mến yêu quê nhà:

Đây là đóa hoa muôn đời còn hương.

Từ ngày biệt ly Nha Trang, mỗi lần trông nắng vàng tới, xót xa hồn tôi...".

Cảm nhận hình ảnh nơi chốn đó được thể hiện trong lời ca, tiếng nhạc là lẽ thường tình trong cuộc sống nhưng khi nơi chốn đó đã in sâu bao kỷ niệm, khi rơi vào nghịch cảnh, hoàn cảnh trớ trêu gắn liền với hệ lụy của cuộc đời, như vết hằn in sâu trong lòng, bao nỗi xót xa.

Từ lúc *"Từ ngày được trông Nha Trang, tôi càng mến yêu quê nhà:*

Đây là đóa hoa muôn đời còn hương"

Thế rồi: "Từ ngày biệt ly Nha Trang, mỗi lần trông nắng vàng tới

Xót xa hồn tôi!"

(Nhớ Nha Trang – Minh Kỳ)

*

Cuối năm 1970, tôi thuyên chuyển về đơn vị ở Nha Trang, không biết "được" hay "bị", với cuộc sống lang bạt kỳ hồ, tôi chẳng có điều gì để quan tâm. Ở Tiểu Đoàn 20 CTCT, tôi biệt phái sang Trung Tâm Điều Hợp Tâm Lý Chiến Vùng II Chiến Thuật, Trưởng Ban Điều Hành, mỗi ngày chỉ viết vài tờ truyền đơn và vài dòng để phóng thanh nên công việc khá nhàn vì thế có dịp bù khú với bạn bè. Trung Tâm cũng nằm trong doanh trại của đơn vị gốc, thuộc khuôn viên của bộ Tư Lệnh Quân Đoàn II, Pleiku. Bốn đứa kết thân nhau, la cà café và nhậu nhẹt đến nỗi Vũ Ngọc Hải, bạn đồng khóa, em ruột của đơn vị trưởng Vũ Mạnh Hùng, còn ham vui nên không chịu về Sài Gòn lấy vợ.

Bà cụ gọi lên khiển trách ông anh Vũ Mạnh Hùng thế nào không biết, rồi một buổi sáng âm u, ông gọi tôi lên cho biết phải tách bốn "cậu" ra bốn nơi để Hải lập gia đình. Đơn vị có địa bàn hoạt động khắp vùng II nên ông bảo tôi muốn phục vụ ở đâu, cho ông biết. Tôi không có ý kiến vì *"Ở đâu cũng ăn cơm tháng, ngủ giường bố"* nên để ông quyết định. Khi ông đề cập đến Nha Trang, tôi chịu ngay. Hai hôm sau, có xe đi jeep công tác về Nha Trang, tôi vội vã lên đường. BS Nguyễn Trường Xuân, Y Sĩ Trưởng, về Sài Gòn học tiếp giải phẫu, Vũ Ngọc Hải về Cục An Ninh Quân Đội, còn Huỳnh Văn Hiếu, Trưởng Ban 4, trụ trì Pleiku... Khi về đến Quy Nhơn, lấy cớ thăm bạn bè, ở lại vài hôm. Gặp lúc mưa bão nên từ Quy Nhơn vào Nha Trang mất hết mười hai ngày, tưởng chừng đương sự mất tích.

Hình ảnh Nha Trang sau cơn bão lụt như giai nhân bị dập vùi trong bão cát. Trong mười năm qua, tôi vẫn yêu mến khung cảnh nên thơ đã bắt gặp từ dịp nghỉ hè, của thuở học trò. Từ đó, tôi rất thích hai ca khúc đề cập đến địa danh đã ru lòng mình về cõi mộng nhưng khi "chọn" được nơi đã từng ấp ủ, tôi lại rơi vào tình trạng bất đắc dĩ. Bởi đơn vị được "trú đóng" ở nơi tốt lành nên sĩ quan phải phục tùng và "biết điều" với đơn vị trưởng, còn tôi thì bạt mạng, ngang bướng nên khó hòa đồng, khó bề thích nghi trong môi trường không mấy tốt đẹp.

Hôm trình diện, có ông bạn gợi ý "cò mồi" về thông lệ, sĩ quan ra mắt anh em với chầu nhậu ở Gió Khơi nằm trên đường Duy Tân, bờ biển của thành phố. Tôi "phán" ngay việc nhậu nhẹt là chuyện nhỏ nhưng chưa thân ít khi cụng ly, cạn chén hồ trường.

Thế nhưng, đệ tử của Lưu Linh, có máu văn nghệ, chẳng mấy chốc, có bạn bè đàn đúm. Lý Bạch để lại cho đời nhiều bài thơ bất hủ về rượu, trong đó có hai câu thơ rất mết:

"Cổ lai thánh hiền giai tịch mịch

Duy hữu ẩm giả lưu kỳ danh"

(Xưa nay thánh hiền đều lặng lẽ. Chỉ người uống rượu mới lưu danh).

Đơn vị "cấp" cho tôi căn nhà bỏ trống trong khu gia binh của các đơn vị, căn nhà chỉ dành cho sĩ quan có gia đình nhưng tôi không hiểu vì sao được "chiếu cố" như vậy. Buổi tối cuối tuần lai rai đôi ba chén với anh Vĩnh, Hạ sĩ quan Tiếp Liệu, anh hỏi tôi ở trong căn nhà nầy có thấy gì không? Tôi ngạc nhiên hỏi lại có gì mà thấy? Anh cho biết trước đây có người thắt cổ chết... À ra thế! Tôi rót chung rượu đặt ở vị trí người quá cố nơi kê giường ngủ, lâm râm hai câu thơ của Nguyễn Bá Trác trong Hồ Trường:

"Trời đất mang mang ai người tri kỷ

Lại đây cùng ta cạn một Hồ Trường".

Nơi tôi ở trở thành nhà vãng lai của đơn vị, có lẽ người chết kẻ sống đều thờ thần rượu Dionysos, Bacchus, đệ tử của Lưu Linh nên dễ thông cảm, xí xóa cho nhau. Hình ảnh Nha Trang năm xưa dần dà trở về trong lòng tôi, buổi tối uống café, thả bộ trên bãi biển, đêm về chén tạc chén thù với đồng đội, vô cùng thích thú.

Người bạn thân đầu tiên ở đơn vị là Đoàn Trọng An, quê ở Vạn Giả, anh là người Công Giáo, tôi là Phật Tử thuần thành ngày trước, cũng như Vũ Ngọc Hải, rong chơi với nhau quên cả bổn phận phải đi Lễ cuối tuần, và tôi cũng chẳng biết ngày Rằm, Mồng Một gì cả. Đôi khi tự biện minh, tuổi trẻ thời chinh chiến, nay còn mai mất, nếu có gì sai sót xin dành lại kiếp sau. Trong hoàn cảnh chiến tranh, người lính khi nhâm nhi với nhau, thương cho thân phận thường nhắc đến bốn câu thơ trong Lương Châu Từ của Vương Hàn với hình ảnh *"Cổ lai chinh chiến kỷ nhân hồi"!*

Trong dịp công tác ra Ninh Hòa, Đoàn Trọng An quen với cô giáo, người Hà Nội, chàng giới thiệu cho tôi. Và từ đó, Nha Trang với duyên nợ được ấp ủ trong lòng tôi trải dài qua bao thập niên với bao biến thiên trôi nổi theo thời cuộc. Tôi rất quý An ở đức tính chân thật, hiền lành nên bị cấp trên bắt nạt và lợi dụng. Cặp kè với tôi rồi cũng khổ thân, bị chuyển lên công tác ở Đà Lạt. Sau đó, tôi giới thiệu lại cô em vợ, dạy ở Đà Lạt nhưng duyên nợ không thành.

Mùa Hè 1971, tôi theo học Khóa 3 Trung Cấp CTCT, quân trường thời SVSQ ở Đà Lạt, chỉ trong 3 thánh với những lá thư tình rất tuyệt trao gởi cho nhau, xây dựng cuộc tình tương lai. Gần cuối năm đó, tôi đổi về Tiểu Đoàn 10 CTCT ở Đà Nẵng. Trở lại quê nhà, khi thưa với mẹ tôi chuyện lập gia đình... Mẹ tôi vừa ngạc nhiên và vui mừng cho đứa con trai út của cụ, dừng bước chân giang hồ để tìm về tổ ấm.

Người bạn kế tiếp ở đơn vị là Nguyễn Kim Quý, gốc gác Nha Trang, anh và tôi không ưa với nhau từ lúc giáp mặt ở đơn vị. Trong dịp Tết Tân Hợi 1971, tôi làm sĩ quan trực đơn vị trong ngày cận Tết, khoảng 11 giờ tối đêm 30, anh mang đến chai Whisky của miền Scotland *"ông già chống gậy"* và chơi trò đánh cuộc, ai thua phải trực.

Vừa uống vừa đem chuyện Kim Dung luận bàn về rượu với cuộc tao ngộ kẻ chánh, kẻ tà giữa Lệnh Hồ Xung và Điền Bá Quang trong Tiếu Ngạo Giang Hồ, tình bạn qua chung rượu với Kiều Phong, Đoàn Dự, Hư Trúc trong Lục Mạch Thần Kiếm, tình yêu nảy sinh giữa hai thái cực, minh giáo và tà giáo giữa Trương Thúy Sơn và Hân Tố Tố khởi nguồn từ chén rượu... Hình ảnh Mạc Đại tiên sinh gầy gò với lưỡi kiếm mỏng manh dắt trong đáy dao cầm, trong quán rượu có chín gã hán tử ngồi nhậu bố lếu bố láo, vì không biết nên vô tình xúc phạm đến tên ông, ông già chỉ hoa tay với làn ánh sáng lấp lánh rồi bỏ đi, cơn gió thoảng qua, chín cái miệng chén bị cắt đứt bằng nhau rơi xuống mặt bàn, vỡ tan...

Tán gẫu với câu chuyện bên chai rượu trong nửa giờ đã hoàn thành xong nhiệm vụ đánh cuộc được giao phó, tôi chiếm thượng phong nhưng rồi bảo anh về ăn Tết với gia đình, tôi làm bổn phận kế tiếp với giấc ngủ dài trong ngày đầu năm. Từ đó, chúng tôi có dịp chuyện trò với nhau, sau đó anh biệt phái sang phái đoàn thông dịch ở xứ Chùa Tháp, tôi đổi về Đà Nẵng, rồi cả hai cùng thuyên chuyển về quân trường ở Đà Lạt, trở thành đôi bạn thân.

Với Kim Thanh (Nguyễn Kim Quý), kỷ niệm tình bạn trước đây, bài viết "Một Bông Hồng Cho Người Cựu Tù Nhân Chính Trị" trên nhật báo Người Việt (28-7-1991) tôi viết về anh và nhân cơ hội giới thiệu luận án tiến sĩ văn chương Pháp "La Prison Chez Stendhal" dày 520 trang, vừa được hoàn thành tốt nghiệp. Tháng 3-1992, anh tham dự Hội Thảo Quốc Tế Stendhal tại Paris và thuyết trình đề tài "Stendhal, Paris et Le Mirage Italien". Tôi giới thiệu tiếp khuôn mặt người bạn trên báo chí ở Quận Cam vào tháng 4-1992. Anh và tôi cùng cảm nhận được ngòi bút của nhà văn Pháp ở thế kỷ XVIII đã để lại trong tác phẩm *"Những nhân vật nữ đẹp tuyệt vời và thế giới ngọt ngào hương phấn, nửa hư nửa thực... Tôi yêu Stendhal có lẽ vì cùng nỗi lãng mạn như những nhân vật ông tạo dựng, cô đơn, đi bên lề xã hội, suốt đời ôm ấp trong tay ảo ảnh một thiên đường đã mất, nơi đó tình yêu không có vết nhăn, không có lọc lừa, không có phản bội"* (Kim Thanh - Betima & Mùa Xuân).

Stendhal thời trẻ, chán ngán Paris, lưu lạc xứ người, bị ngộ nhận là kẻ đánh mất quê hương nhưng cuối đời ông trở về chết nơi quê nhà, với ông, quê hương như vòng tay của người mẹ hiền, lúc nào cũng mở rộng vòng tay đón nhận đứa con hoang quay về trong lòng mẹ...

Nguyễn Kim Quý dạy Pháp văn ở Đại học Eastern Washington University nhưng thuộc loại "bất cần đời", tính nết cũng hơi phách đôi chút nên bị kỳ thị, bỏ dạy về Oregon làm công chức, lập lại cuộc đời sau thời gian trong chốn lao tù, tan vỡ cuộc tình.

Với tôi, ngòi bút của Kim Thanh chỉ nhắc nhở đến hình ảnh con ngựa bất kham, bạt mạng lại có mái ấm gia đình.

Cảm tạ Nha Trang, cảm tạ bạn bè đã đưa con ngựa chứng về nơi biển trời mênh mông, bát ngát, rất thân tình.

*

"Nha Trang ngày về, mình tôi trên bãi khuya
Tôi đi vào thương nhớ, tôi đi vào cơn gió
Tôi xây lại mộng mơ năm nào
Bờ biển sâu, hai đứa tôi dìu nhau.
... Năm xưa, biển nầy người yêu trong cánh tay
Đêm nay còn cát trắng, đêm nay còn tiếng sóng
Đêm nay còn trăng soi, nhưng rồi
Còn mình tôi trên bãi khuya khóc người tình...
... Nha Trang biển đầy, người yêu không có đây
Tôi như là con ốc, bơ vơ nằm trên cát
Chôn sâu vào thân xác lưu đày
Dã tràng ơi! sao lấp cho mối sầu nầy"

Trót theo chồng nên rời xa quê hương cát trắng. Năm 1972, vợ tôi đổi lên dạy học ở Đà Lạt, sau 1975 được "lưu dung" tiếp tục cuộc sống lầm than nơi xứ lạnh để nuôi ba đức con thơ. Mỗi năm, cứ hai lần vào dịp Tết và Hè, vợ tôi đưa con cái về Nha Trang sum họp với đại gia đình. Và, cũng là cơ hội cho các con biết mùi tôm cá vì ở Đà Lạt, quanh năm với món su su, cà rốt!

Mùa Hè năm 1982, tôi trở lại Nha Trang sau những năm trong vòng lao lý. Thăm bãi biển Nha Trang, nơi để lại trong tôi nhiều kỷ niệm không bao giờ phai. Tôi lặng lẽ đi dưới ánh trăng thượng tuần tỏa ánh nhạt nhòa trên bãi cát. Tình khúc "Nha Trang Ngày Về" của Phạm Duy như nỗi lòng, tâm trạng của kẻ chiến bại, mang nỗi khổ đau với bao vết hằn chồng chất đang tìm về nơi thiên đường đánh mất. Đâu rồi "con đường tình sử" của Bá Đa Lộc, mỗi lần thả bộ, vợ tôi lại nhắc đến những hình ảnh bạn bè giữa thập niên 60, năm Đệ Nhất A của trường Võ Tánh; đâu rồi những góc phố thân thương, những hàng quán ban đêm với món ăn mang đặc sản Nha Trang... tất cả đã chết theo thời gian và còn lại nơi đây cảnh đìu hiu của "đất Hán Hồ". Đâu rồi *"Những người muôn năm cũ. Hồn ở đâu bây giờ?"* (Vũ Đình Liên)...

Mỗi lần về Nha Trang, tôi ghé lại thăm người bạn đồng khóa Nguyễn Cư, được bạn ta cho uống café và kể chuyện đời. Vợ tôi và bà xã của Nguyễn Cư cùng học với nhau từ trường Nữ Trung Học đến trường Võ Tánh Nha Trang. Ngôi nhà của chị trên đường Độc Lập có hai căn, một căn là nhà thuốc bắc Nam Sanh Đường, một căn mở quán café 108. Tôi thường đến quán café nầy và có một kỷ niệm khó quên.

*

Cuối tháng 6, 1971 tôi hẹn với người tình đi uống café, trước giờ hẹn tôi ghé lại quán bida trước tiệm café 108 trên đường Độc Lập, bị kẻ đạo chích móc cái ví sau túi quần Jean. Sau thời gian đôi tình nhân ngồi uống café tâm tình với nhau, đến khi trả tiền, sờ váo túi sau, cái ví bay mất, tôi lặng lẽ tháo cái đồng hồ Seiko 5 để cầm. Em gái chị Mai Lăng nói "Anh chị quen thân với anh chị em, khi nào trả cũng được". Thản nhiên đưa người tình về nhà, khi quay lại quán tìm thì thấy cái ví nằm dưới bàn bida, chỉ mất tiền lương vừa lãnh, giấy tờ vẫn còn nguyên. Khi tôi kể lại cho người yêu biết, nàng lại "mến" cái tính lãng tử của tôi và trách sao không nói để "em trả tiền"! *(Bây giờ mà xảy ra như vậy, bu nó không thể nào "mến" cái lãng tử mà phán "con nào móc rồi chứ gì? Bỏ mẹ sa trường...).* Sau nầy, vợ cho biết, con gái Hà Nội lại thích chàng trai Quảng Nam như tôi vì tính lãng tử, khi sống với nhau sẽ không so đo, tính toán, bần tiện! Và tôi, mê Hà Nội 36 Phố Phường của Thạch Lam và giọng Hà Nội. Hè năm 1973 tôi viết bài Hà Nội, Giấc Mơ Mịt Mù, ghi *"Tặng con trai đầu lòng để nhớ về quê ngoại"*, đăng trên đặc san Ức Trai của Trường ĐH.CTCT. Nhà thơ Tô Kiều Ngân (Chủ Bút) đem bài viết nầy cùng với nhà thơ Hoàng Anh Tuấn (Quản Lý đài phát thanh Đà Lạt) thực hiện hai buổi nhạc chủ đề. (Đến bây giờ, Hà Nội vẫn là giấc mơ mịt mù của vợ tôi).

Trở lại chốn xưa nơi thành phố biển, tôi mới chợt hiểu rằng tại sao bao nhiêu lần về với gia đình, chưa bao giờ vợ tôi ra biển một mình, trong cô đơn, chỉ có nước mắt, chỉ có tiếng thở dài cho thân phận. Mồng Một Tết Mậu Ngọ 1979, Thành, em ruột của vợ tôi , vừa tròn hai mươi, tổ chức cuộc vượt biên cùng bạn bè trong đội banh ngay Bưu Điện - Quán Gió Khơi ngày trước, Thành giấu kín người thân trong gia đình, chỉ tin cho vợ tôi biết trước lúc đi. Rồi Thành đã vĩnh viễn ra đi, bóng chim tăm cá. Từ đó, vợ tôi sợ nơi chốn tuyệt vời như sợ mũi tên đâm vào lồng ngực! Khi nghe vợ nhắc đến câu nói của Thành *"Em thấy hoàn cảnh của chị khổ quá, anh ở tù, chị ở nhà nuôi ba đứa con thơ, thiếu thốn mọi bề, tụi em cũng khổ, không giúp được gì nên em phải vượt biên... Người đầu tiên em lo là chị và các cháu"*. Tôi bật khóc! Một tâm hồn thánh thiện như vậy mà đã ra người thiên cổ!

Tôi trở về lang thang nơi chốn cũ với nỗi niềm mà Erich Maria Remarque chọn làm tựa đề trong tác phẩm "Một Thời Để Yêu & Một Thời Để Chết" trong bối cảnh sau Đệ nhị thế chiến.

Chia tay Nha Trang, Hè năm 1990, đôi tình nhân ngày xưa qua năm tháng thăng trầm, bất hạnh mới tìm được giây phút êm đềm bên nhau giữa mây trời và cát biển của ngày tháng cũ.

Giã biệt Nha Trang, giã biệt khung trời thơ mộng ngày cũ trước giờ rời bỏ quê hương!

Bao năm trôi qua, xa cách quê nhà, tôi vẫn mong có được ngày về để khe khẽ hát *"Nha thành mến yêu, một ngày trời sang mùa mới... Gió ơi! gió ơi! ngân hòa thêm tiếng lòng tôi"*.

Với niềm ước mơ, một ngày nào đó, hai mái tóc bạc màu ngã mình trên bãi cát, ôn lại kỷ niệm xa xưa để hàn gắn lại lớp bụi thời gian.

*

Tháng 11 năm 1971, tôi về phục vụ tại Tiểu Đoàn 10 CTCT tại Đà Nẵng. Một hôm đẹp trời, tôi ngỏ lời với mẹ tôi:

- Mẹ ơi, con sắp lập gia đình.

Trước đó, mẹ tôi nói bóng nói gió, cháu ngoại của bà sắp có con rồi nhưng tôi nói thời buổi chiến tranh sinh con đẻ cái làm gì thêm gánh nặng cho bản thân. Mẹ tôi im lặng, thở dài! Mẹ tôi vào tuổi thất thập, tuy có cháu nội, cháu ngoại đầy đàn nhưng mẹ tôi mong đứa con út "yên bề gia thất" để yên lòng. Lần đầu tiên nghe tôi đề cập đến vấn đề nầy, mẹ tôi ngạc nhiên và mừng vô cùng nhưng lại hỏi:

- Có thật không con?

- Thật đó mẹ

- Đứa mô rứa?

- Ở Nha Trang

Thời còn đi học và thời gian ở quân trường, mẹ tôi cũng biết loáng thoáng vài bạn gái tôi quen nên thêm một lần ngạc nhiên

- Ủa, mẹ tưởng...

- Dạ, không

- Theo đạo nào?

- Dạ, thờ cúng ông bà

Mẹ tôi mở nụ cười thật tươi như có được món quà vô giá. Trong ánh mắt trìu mến, nắm tay tôi

- Mẹ mừng lắm, con đừng bỏ bê mang tội thất đức ông ông bà, tổ tiên.

- Mẹ ơi, tụi con chưa có gì cả... mẹ đừng hiểu nhầm.

Hôm sau, anh chị tôi nhận được tin vui, theo lời mẹ dặn "cưới vợ thì cưới liền tay", lông bông lông bang, đổi ý thì mất cơ hội. Cuối năm 1971, tôi đưa nàng về dinh. Theo lời khuyên bảo, tôi hứa với mẹ tôi, nếu vợ chồng không hợp nhau, nếu có chia tay, tôi sẽ dành quyền quyết định của người hôn phối. Vào dịp Tết Nhâm Tý 1972, vợ tôi ra Đà Nẵng, ngày đầu tiên thăm cô bạn cùng học sư phạm với nhau. Nghe tin lập gia đình với tôi, cô bạn ngạc nhiên và "tố khổ". Lúc lên xe ra về, nàng chỉ nhỏ nhẹ *"Anh lăng nhăng gì mà bạn em biết hết"*. Tôi đành đánh trống lảng *"Chuyện xưa, trẻ người non dạ"*. Nàng chỉ mỉm cười và không quắc mắt giận hờn.

Trong những lần chén tạc chen thù với bạn bè, tôi nhắc lại mẩu đối thoại giữa mẹ tôi và tôi chỉ ngắn gọn như vậy mà trở thành số phận đã an bài.

Tháng 4 năm 1972, tôi hoán chuyển với sĩ quan khóa 22 Võ Bị phục vụ tại Trường ĐH.CTCT. Tuy biết nếp sống quân trường tôi đã trải qua hai năm rưỡi như *"cá chậu chim lồng"* chẳng thích nghi với bản thân từ giờ giấc, quân phục đến công việc... nhưng đành chấp nhận để xem *"con tạo xoay vần ra sao?"*. Hè năm 1972, vợ tôi hoán chuyển với người bạn đồng nghiệp, về dạy tại Đà Lạt. Từ đó, trải qua bao thăng trầm, ngọt bùi, đắng cay, chia ly, sum họp... cho đến ngày rời xa quê hương.

Niềm vui và nỗi đau đến cùng một thời điểm. Tháng 7 năm 1990 gia đình tôi về Sài Gòn để phỏng vấn theo diện H.O. Tôi báo tin vui về quê cho anh chị và mường tượng niềm vui của mẹ tôi trong tuổi xế chiều nhưng lúc đó mẹ tôi lâm bệnh, tuổi già sức yếu, anh chị giữ kín. Ngày tôi vào phỏng vấn và được chấp nhận được định cư tại Hoa Kỳ cũng là ngày mẹ tôi vĩnh biệt trần gian! Khi tôi về lại Đà Lạt thì nhận được điện tín *"Em về gấp, có chuyện cần"*. Ngồi trên xe, tôi nghĩ miên man, ngôi nhà từ đường đã bị tịch thu làm kho lương thực sau tháng 4 năm 1975; ruộng, thổ mất tiêu, còn gì đâu để làm thủ tục. Có lẽ người thân tổ chức buổi sum họp trước giờ chia tay... Nhưng hình như linh tính báo điều gì đó không tốt. Thật bàng hoàng, khi tôi bước vào cổng, anh tôi đội khăn tang, mếu máo *"Mẹ mất rồi!"*. Anh chị tôi xin lỗi vì không báo hung tin cho biết khi tôi ở Sài Gòn đợi phái đoàn Mỹ phỏng vấn, nếu báo thì tôi bỏ lỡ cơ hội, ảnh hưởng cả cuộc đời. Theo lời anh chị, trước giờ vĩnh biệt, không thấy mặt đứa con út, mẹ tôi còn hỏi *"Tụi nó đi Mỹ chưa?"*. Anh chị tôi đành nói dối *"Dạ, đi Mỹ rồi"*. Ước mơ đã mãn nguyện trước giờ hấp hối.

Trên đời, không có sự hy sinh nào cao cả, bất tận bằng tình mẫu tử. Ngay khi mẹ tôi nằm trên giường bệnh cũng không nghĩ đến bản thân mà cầu nguyện Phật Tổ gia hộ cho con, cháu. Cuối tháng 8, vợ chồng và 3 đứa con rời quê hương sang Thái Lan, trên áo đeo mảnh tang nhỏ màu đen hình bình hành! Hành trang mang theo chẳng có gì đáng kể, chỉ có hai bức chân dung thầy mẹ tôi bằng sơn mài do anh bạn Đặng Ngọc Sinh làm quà tặng. Từ thời đi học, đi lính, lấy vợ, đi tù, ra tù... tôi không sống gần gũi bên mẹ nhưng cảm thấy hai mẹ con như hình với bóng. Ngoài trang thờ hình thầy mẹ, trong garage, trước cái PC có tấm hình của mẹ, gắn bó với tôi cho đến ngày nhắm mắt.

*

Đầu thập niên 60, trong một lần chạp mả, thầy tôi chọn ô đất trên bãi cát trắng làm nơi yên nghỉ cuối cùng. Vài năm sau thầy tôi mất rồi đến đứa cháu nội, gần ba thập niên sau, thầy mẹ nằm bên nhau, mồ yên mả đẹp. Anh chị tôi nói ông bà có đứa tiểu đồng hầu hạ. Ngày mất của thầy mẹ tôi cách nhau 27 năm nhưng trong mùa Hè (tháng 5 âm lịch) vì vậy mỗi năm chọn ngày mất của thầy, mẹ để giỗ. Đây cũng là dịp, bà con họ hàng, con cháu các nơi tề tựu với nhau. Truyền thống Đông Phương thật đẹp, từ thế hệ nầy đến thế hệ khác có dịp vọng tưởng ông bà, tổ tiên. Nỗi lòng canh cánh, tôi coi mình như đứa con hoang nhưng ở trong hoàn cảnh chẳng đặng đừng! Nếu có ngày nào, quỳ bên mộ thầy mẹ, như mẹ tôi trước đây trước giờ tử sinh, con đã đi chưa... mẹ ơi, con về bên mẹ, ước mơ đã mãn nguyện.

Giờ đây, vợ chồng vào tuổi thất thập, có cháu nội, cháu ngoại như ngày nào ngỏ lời chuyện lập gia đình với mẹ tôi. Giữ được lời hứa với mẹ tôi của con ngựa già buộc giây cương.

Ca khúc "Em Tôi" của Lê Trạch Lựu cũng tròn bảy thập niên. Tác giả đã ra người thiên cổ (2-2015). Hình ảnh Kim Phượng trong ca khúc "Em Tôi" của Lê Trạch Lựu với cuộc tình dang dở! Trải qua bao thập niên trong duyên tình không vẹn toàn, tác giả mới trang trải qua ca khúc "Nhớ" với "Thầm nhớ tới dáng người. Đời đã vắng tiếng cười"... Và, sống ở Paris với người vợ ngoại quốc, nỗi lòng của Lê Trạch Lựu:

"Sáu chục năm rồi vẫn nhớ em,

Nhớ ai rũ tóc đứng bên thềm,

Nhớ người giặt áo bên bờ giếng,

Nhớ nhiều, nhớ mãi, mãi không quên...".

Nếu ngày xưa có sợi tơ hồng trói buộc "Em Tôi" và tác giả thì biết đâu qua năm tháng sẽ thành sợi giây thừng? Theo nhà thơ Alfred de Musset *"Khúc ca tuyệt vọng là khúc ca tuyệt vời nhất".*

Trong các ca khúc thời tiền tiền chiến, "Em Tôi" của Lê Trạch Lựu là một trong các nhạc phẩm trữ tình, lãng mạn tôi rất thích. Thuở ban đầu khi gặp nhau, ra bãi biển Nha Trang, thả bộ, ngồi dưới hàng thông, tôi vẫn thường khe khẽ:

"... Bao giờ tôi về gần em

Cùng đếm này trăng này sao kia nhé em...

... Cho anh rót thắm đem về nhớ nhung lời thơ,

Đường đời anh muốn em còn mơ...".

"Em Tôi" ngày ấy sao mà tuyệt vời, dễ thương đến thế! "Em Tôi" ngày ấy như làn mây trắng bồng bềnh giữa bầu trời trong xanh. "Em Tôi" ngày ấy như muôn ngàn vì sao lấp lánh trong bầu trời đêm! "Em Tôi" ngày ấy như khúc nhạc du dương, nhẹ nhàng, lả lướt theo từng cơn sóng vỗ!. "Em Tôi" ngày ấy khi mắt buồn ngấn lệ cũng đủ tan nát cõi lòng. Rồi "Em Tôi" sau năm 1975 không còn mơ mộng bởi cuộc sống đọa đày, gian khổ nơi xứ lạnh! "Em Tôi" trong cảnh đời chạy ăn từng bữa!

Than ôi! Thời gian, câu nói của Boileau: *"Thời gian thay đổi tất cả, thay đổi tánh tình chúng ta". Nếu ai có kỷ niệm êm đẹp, để tự an ủi bản thân, chỉ còn ước mơ với kỷ niệm. Liều thuốc trong cuộc sống".*

Trong 25 năm xa xứ, qua nhiều lần đắn do, suy nghĩ, theo lời nhắn của anh chị, các cháu... nên tôi không thể cố chấp. Năm 2015, tôi về cố hương thăm người thân trong đại gia đình. Cuộc trùng phùng với nhau trong anh chị em của các mái đầu đã bạc được hưởng thọ qua thời gian chiến tranh và tháng ngày nghiệt ngã, người chị cả ở tuổi 90 và tôi cũng bước sang tuổi thất thập *"cổ lai hy".*

Trở lại Nha Trang, Hội An, Đà Nẵng... nếu không có thân nhân thì tâm trạng người về như nhạc sĩ người ý Ernesto De Curtis trong ca khúc Torna a Surriento (Come Back to Sorrento - Trở Về Mái Nhà Xưa)

"Về đây xác hiu hắt lạnh lùng

Ôi lãng du quay về điêu tàn...

... Người ngồi im bóng

Lắng nghe tháng ngày qua" (PD)

Trải qua sáu thập niên với nơi chốn nầy - Nha Trang - biến thiên của thời thế và thăng trầm của cuộc đời nhưng lời ca khúc năm xưa *"Chôn sâu vào thân xác lưu đày. Dã tràng ơi! sao lấp cho mối sầu nầy"* như nỗi lòng hiện nay của tôi.

Vương Trùng Dương

(VTrD - Đặc San Nha Trang - Khánh Hòa Hè 2003 - Đoạn cuối ấn hành trong quyển Văn Nhân & Tình Sử năm 2015 & tháng 1/2023)

Nhân Ảnh
2023

Liên lạc tác giả:
thdai1@yahoo.com

Liên lạc Nhà xuất bản Nhân Ảnh:
han.le3359@gmail.com
(408) 722-5626